I0224172

കൂട്ടം തെറ്റിയ കാഴ്ചകൾ

koottam thettiya kazhchakal
•
john samuel
•
first edition
september 2018
•
published
chintha publishers, thiruvananthapuram
•
typesetting
star communications, thiruvananthapuram
•
cover
vinod

Rights reserved

വിതരണം
ദേശാഭിമാനി ബുക്ക് ഹൗസ്
H O തിരുവനന്തപുരം-695 035
phone: 0471-2303026, 6063026
www.chinthapublishers.com
chinthapublishers@gmail.com

ബ്രാഞ്ചുകൾ

ഹെഡ്ഡാഫീസ് ബ്രാഞ്ച് കുന്നുകുഴി • സ്റ്റാച്യു തിരുവനന്തപുരം • കെ എസ് ആർ ടി സി ബസ് സ്റ്റേഷൻ ആലപ്പുഴ • കെ എസ് ആർ ടി സി ബസ് സ്റ്റേഷൻ എറണാകുളം • മച്ചിങ്ങൽ ലെയ്ൻ തൃശൂർ • ഐ ജി റോഡ് കോഴിക്കോട് • മാവൂർ റോഡ് കോഴിക്കോട് • എൻ ജി ഒ യൂണിയൻ ബിൽഡിങ് കണ്ണൂർ • സെൻട്രൽ ബസ് ടെർമിനൽ കോംപ്ലക്സ് താവക്കര കണ്ണൂർ

CO - 2680 / 4700
ISBN - 978-93-87842-60-1

കൂട്ടം തെറ്റിയ കാഴ്ചകൾ

അനുഭവം വിചാരം

ജോൺ സാമുവൽ

ചിന്ത പബ്ലിഷേഴ്സ്
തിരുവനന്തപുരം-695 035

ജോൺ സാമുവൽ

മാവേലിക്കരയിൽ ജനനം. മാവേലിക്കര ഗവ. ഹൈസ്കൂൾ, ശാസ്താംകോട്ട ദേവസ്വം ബോർഡ് കോളേജ്, തിരുവനന്തപുരം യൂണിവേഴ്സിറ്റി കോളേജ് എന്നിവിടങ്ങളിൽ വിദ്യാഭ്യാസം. പത്രം, റേഡിയോ, ടെലിവിഷൻ എന്നീ മേഖലകളിലായി 35 വർഷത്തെ മാധ്യമപ്രവർത്തനം. കഥാകൃത്ത്, നടൻ, കമന്റേറ്റർ, കായിക ലേഖകൻ എന്നീ നിലകളിലും ശ്രദ്ധേയൻ.

പി കേശവദേവ് സാഹിത്യ പുരസ്കാരം, എസ് ബി ടി ചെറുകഥാ-ബാലസാഹിത്യ പുരസ്കാരങ്ങൾ, ദുബായ് ഗാല കഥാപുരസ്കാരം, ഫൊക്കാന കഥാപുരസ്കാരം, രചന-കൈരളി കഥാപുരസ്കാരം, ജേസി ഫൗണ്ടേഷൻ കഥാപുരസ്കാരം, കള്ളിക്കാട് ഫൗണ്ടേഷൻ പുരസ്കാരം, എൻ വി വിജ്ഞാനസാഹിത്യപുരസ്കാരം എന്നിവ ലഭിച്ചു. *ആതൻസ് മുതൽ ആതൻസ് വരെ* എന്ന കായിക ഗ്രന്ഥത്തിന് മികച്ച സ്പോർട്സ് രചനയ്ക്കുള്ള സംസ്ഥാന പുരസ്കാരവും, *വിശ്വോത്തര നാടോടിക്കഥകൾക്ക്* സംസ്ഥാന ബാലസാഹിത്യ ഇൻസ്റ്റിറ്റ്യൂട്ട് പുരസ്കാരവും ലഭിച്ചു.

കേരള സാഹിത്യ അക്കാദമി അംഗമായിരുന്നു. *ആകൽക്കറുസ, ആചാരവെടി, അ-തിഥി, ജോൺ സാമുവലിന്റെ നോവല്ലെകൾ, തഥാസ്തു (കഥാസമാഹാരങ്ങൾ), മുക്തിയുടെ തീരം, അലഞ്ഞവരുടെ മൊഴി (നോവൽ), വിശ്വോത്തര നാടോടിക്കഥകൾ, കുറേ നാടോടിക്കഥകൾ, പണ്ട് പണ്ട്, കഥോത്സവം: 100 രാജ്യം, 100 കഥ (ബാലസാഹിത്യം), ആതൻസ് മുതൽ മോസ്കോ വരെ, കാലിപ്സോക്രിക്കറ്റ് - 2007, ലോകകപ്പ് ക്രിക്കറ്റ്, ആതൻസ് മുതൽ ആതൻസ് വരെ, ലോകകപ്പിന്റെ 500 ദിനങ്ങൾ (കായികം) റിപ്വാൻ വിങ്കിൾ (വിവർത്തനം)* എന്നിവ പ്രധാന കൃതികൾ.

ഭാര്യ : രാജമ്മ ജോൺ
മക്കൾ : സൂരജ്, സെറിൻ
വിലാസം : മേടയിൽ
16/454/2, കൊച്ചാർ റോഡ്
തിരുവനന്തപുരം - 695 014
ഫോൺ : 9400591919

ഉള്ളടക്കം

കെട്ടുകാഴ്ചകളുടെ നാട്ടുമഹിമ 9
സ്വർഗ്ഗം നരകമായ ആറുനാൾ 13
യാദൃച്ഛികതകളുടെ സഹയാത്രികൻ 21
കോട്ടയം-മാനന്തവാടിയും കുഞ്ഞമ്മപ്പാലവും 39
പോരാളി 46
ജോൺ സാമുവൽ അഥവാ ജോൺ സാമുവൽ 54
എന്റെ 5 സ്വപ്നങ്ങൾ 58
അമിതവേഗത്തിലൊരു സല്യൂട്ട് 61
കല്ലറയ്ക്കുള്ളിലെ കഥ 65
നെടുംകുന്നിറങ്ങിയ ഓണം 69
മലയാളം ടെലിവിഷൻ 73
ജോൺ സാമുവലിനൊരു മുഖവുര 82
കടലാസു പൂക്കൾ 87
പെരുവഴിയമ്പലം പിറന്ന കഥ 91
അടൂരിന്റെ അഭ്രലോകത്തിൽ 97
പുതിയ പുരുഷാർത്ഥങ്ങൾ തേടുന്ന കഥകൾ 105
ഡോക്ടർ ഒരു രോഗിയാണ് 115
ദീപോജ്ജ്വലം ജീവിതം 118
മലയാറ്റൂർ പറഞ്ഞപ്പോൾ 121
ശേഷക്രിയ 126
ഓർമ്മയിൽ ജേസിയേട്ടൻ 131
ഇവൾ ഭൂമികന്യ 137
ഒരു നിറഞ്ഞ ചിരിയുടെ ഓർമ്മ 141
നന്ദനത്തിലെ അച്ഛൻ 146
കഥാകാരനിലെ മാധ്യമത്തിളക്കം 150
സർഗ്ഗയാത്രകളുടെ അടയാളപ്പെടുത്തൽ 155
കുളിസീനിൽ കണ്ണന്റെ കുരുതി 161
യാഥാർത്ഥ്യത്തിൽനിന്ന് ലേബലിലേക്ക് 166

പ്രസാധകക്കുറിപ്പ്

കാലത്തിനും സമയത്തിനുമിടയിലൂടെയുള്ള മനുഷ്യ പ്രയാണങ്ങൾ സാർത്ഥകമാകുന്നത് അവരവിടെ പതിപ്പിച്ചു പോകുന്ന വഴിയടയാളങ്ങളാണ്. സ്പർശന മുദ്രകളാണ്. അനുഭവങ്ങളുടെ വൈവിദ്ധ്യത്താൽ സമൃദ്ധമാണ് ജോൺ സാമുവലിന്റെ ജീവിതം. എഴുത്ത്, അഭിനയം, ആകാശവാണിയിലെയും ദൂരദർശനിലെയും സേവന കാലങ്ങൾ യാത്രകൾ, ചങ്ങാത്തങ്ങൾ അങ്ങനെ നീണ്ടുപോകുന്നു. ജോൺ സാമുവലിന്റെ ജീവിത പരിസരങ്ങൾ. ഉള്ളിൽ തൊടുന്ന നിരവധി ജീവിതമുഹൂർത്തങ്ങളിലൂടെയാണ് *കൂട്ടംതെറ്റിയ കാഴ്ചകൾ* എന്ന ഈ കൃതി നമ്മെ കൂട്ടിക്കൊണ്ടുപോകുന്നത്. ജോൺ സാമുവലിന്റെ ജീവിതകാലം നമ്മുടേതു കൂടിയാകയാൽ തിരിഞ്ഞു നോക്കലിന്റെയും തെരഞ്ഞുപോകലിന്റെയും അനുഭവഗന്ധം ഈ കൃതിയിൽ നുകരാം. കാലത്തിന്റെ ഈടുവയ്പുകളിലൊന്നായി മാറാവുന്ന ഈ കൃതി സസന്തോഷം വായനക്കാർക്കു മുന്നിൽ സമർപ്പിക്കുന്നു.

ചിന്ത പബ്ലിഷേഴ്സ്

വ്യക്തിജീവിതത്തിൽ രണ്ടുതരം സാക്ഷ്യങ്ങളാണുള്ളത്. ആദ്യത്തേത് സ്വയം സാക്ഷ്യപ്പെടുത്തുന്നവ. മറ്റുള്ളവരാൽ സാക്ഷ്യപ്പെടുത്തുന്നവ രണ്ടാമത്തേതും. രണ്ടും ചേർത്തുവെക്കുമ്പോഴാവും ഒരു വ്യക്തിയുടെ ചിത്രം പൂർണ്ണമാകുന്നത്. എന്നാൽ ആദ്യത്തേതിൽ സത്യസന്ധതയുടെ അസാന്നിദ്ധ്യവും, രണ്ടാമത്തേതിൽ അതിശയോക്തിയുടെ സാന്നിദ്ധ്യവുമാണ് കൂടുതലെങ്കിൽ സാക്ഷ്യപ്പെടുത്തലുകൾക്ക് സമഗ്രത നഷ്ടമാവും. സാക്ഷ്യപ്പെടുത്തലുകൾക്ക് പൂർണ്ണതയുണ്ടെങ്കിലേ മൂന്നാമതൊരാൾക്ക് ആ വ്യക്തിയെ കണ്ടെത്താൻ കഴിയൂ. വാക്കുകളിൽ കോറിയിടപ്പെടുന്ന സാക്ഷ്യങ്ങൾ അയാൾ ജീവിച്ചിരിക്കുന്നതോ ജീവിച്ചിരുന്നതോ ആയ കാലഘട്ടത്തിന്റെ കൂടി രേഖകളാണ്. അതുകൊണ്ടുതന്നെ അവ പ്രാഥമികമായി അവനോടുതന്നെ നീതി പുലർത്തുന്നവയാവണം. ഓർമ്മകളെ അതു ദീപ്തമാക്കും. അനുഭവങ്ങൾ അർത്ഥമുള്ളവയാകും.

ഒന്നും രണ്ടും സാക്ഷ്യങ്ങൾക്കു പുറമേ മൂന്നാമതൊരു സാക്ഷ്യം കൂടി ചിലരുടെ ജീവിതത്തെ സംബന്ധിച്ചുണ്ടാവും. ഒരുവന്റെ വിശ്വാസങ്ങളുടെ മേലാവും അതു പണിതുയർത്തപ്പെടുക. തികച്ചും വ്യക്ത്യധിഷ്ഠിതവും. താൻ വിശ്വാസമർപ്പിച്ചിരിക്കുന്ന പ്രത്യയശാസ്ത്രം കല്പിച്ചു നല്കുന്ന വിലയിരുത്തലിൽ ആ സാക്ഷ്യപ്പെടുത്തലിന് കാലാതീതമായ ഭാവുകത്വം ലഭിക്കുന്നു. ഏതെങ്കിലുമൊരു മതത്തിന്റെയോ പ്രസ്ഥാനത്തിന്റെയോ രാഷ്ട്രീയ വിശ്വാസങ്ങളുടെ ഭാഗമായോ ഉള്ള ചിലരുടെ ജീവിതവും മൂന്നാമത്തെ സാക്ഷ്യപ്പെടുത്തലിന് വിധേയമാകാറുണ്ട്. മൂന്നിനും പൊതുവായുള്ള സ്വഭാവം വ്യക്തിയെ അടയാളപ്പെടുത്തൽ തന്നെയാണ്. അനുഭവങ്ങളും ഓർമ്മകളും വിചാരങ്ങളും, സ്വകീയവും പരകീയവും സ്വർഗ്ഗീയവും ആകുമ്പോൾ വായനയ്ക്കു വിധേയമാകുന്ന നന്മതിന്മകൾ

കൃത്യമായി അടയാളപ്പെടുത്തപ്പെട്ടുകൊണ്ടേയിരിക്കും.
    ആഗ്രഹമില്ലാഞ്ഞിട്ടോ ആലോചിക്കാഞ്ഞതോ അല്ല, 'ഞാൻ' 'എന്റെ' എന്നീ പ്രയോഗങ്ങൾ പൂർണ്ണമായി ഒഴിവാക്കണമെന്നുണ്ടായിരുന്നിട്ടും അതിനു കഴിഞ്ഞിട്ടില്ല. അനുഭവങ്ങളും ഓർമ്മകളും വ്യക്തിയിൽ കേന്ദ്രീകൃതമായതിനാൽ പല സന്ദർഭങ്ങളിലും അവ ഒഴിവാക്കാനാവാതെ വന്നു. എങ്കിലും കഴിവതും കുറയ്ക്കാൻ ശ്രമിച്ചിട്ടുണ്ട്.
    ചില കാര്യങ്ങൾ ആവർത്തിക്കേണ്ടി വന്നിട്ടുമുണ്ട്. ആദ്യകഥ, ആദ്യ സിനിമ, ഏറ്റവും പ്രിയപ്പെട്ട കഥ, പ്രവർത്തനമണ്ഡലങ്ങൾ, ചില അനുഭവങ്ങൾ എന്നിവയെക്കുറിച്ചുള്ള പരാമർശങ്ങളിൽ ഒന്നിലേറെത്തവണ, പല കുറിപ്പുകളായാണെങ്കിലും അത്തരം ആവർത്തനങ്ങൾ വന്നുപോയിട്ടുണ്ട്. ആവർത്തന വിരസത ഒഴിവാക്കി അവ ക്രമീകരിക്കുവാൻ ശ്രദ്ധിച്ചിരുന്നു. എങ്കിലും അത്തരം തോന്നലുകളുണ്ടാകുന്നെങ്കിൽ തീരെ ഒഴിവാക്കാനാവാത്തവയായിരുന്നുവെന്നു കരുതുമല്ലോ.
    അനുഭവങ്ങളും ഓർമ്മകളും വിചാരങ്ങളും കൂടപ്പിറപ്പുകളെപ്പോലെയാണ്. അവ നമ്മെ ഒപ്പം കൂട്ടുന്നു... ആഹ്ലാദിപ്പിക്കുന്നു.. ചിന്തിപ്പിക്കുന്നു... ചിരിപ്പിക്കുന്നു.. ലോകത്തിന്റെ വാതിലുകൾ മലർക്കെ തുറന്നിടുന്നു.... ഓരോ മനസ്സിനുമുണ്ടാവും അനുഭവങ്ങളോടും ഓർമ്മകളോടും വിചാരങ്ങളോടുമുള്ള നന്ദി...
    ആ നന്ദി അറിയിച്ചുകൊണ്ട്...

ജോൺ സാമുവൽ

1

മഴത്തുള്ളികൾ മണ്ണിൽ പതിക്കുമ്പോൾ ഉയരുന്ന ഭ്രമിപ്പിക്കുന്ന ഗന്ധത്തിന് നാട്ടിൽ ഒരനുഭവം, മറുനാട്ടിൽ മറ്റൊരനുഭവം. ഗൃഹാതുരത്വത്തിന്റെ തള്ളിച്ചയിൽ മറുനാടൻ ഗന്ധം വീർപ്പുമുട്ടിക്കുമ്പോൾ നാടിന്റെ നനവ് സന്തോഷമോ സാന്ത്വനമോ ഒക്കെയാണ്. ശരീരത്തെ സ്പർശിക്കാതെ മറുനാടൻ മഴത്തുള്ളിക്ക് തടയിടാൻ ശ്രമിക്കുമ്പോൾ നാട്ടിലെ മഴയിൽ കുളിച്ചു കയറാനാവും മനസ്സു വെമ്പുക. സ്വന്തം മണ്ണിന്റെ വിളിയാണത്.

ആ വിളി കേൾക്കുന്നവന്റെ മനസ്സ് നന്മകളുടെ ഭൂമികയാണ്. ദേശസ്നേഹത്തിന്റെയും സഹജീവിക്കു നല്കേണ്ട ആദരവിന്റെയുമൊക്കെ അർത്ഥം അത്തരം മനസ്സുകളിലേ മുളപൊട്ടുകയുള്ളൂ. അതൊരു വിശ്വാസമാണ്. അതൊരു പ്രതിജ്ഞയാണ്. എല്ലാറ്റിനുമുപരി ഒരു വ്യക്തിയുടെ സ്വത്വത്തിന്റെ ആകത്തുകയാണത്.

ഋഗ്വേദം ചൊല്ലിത്തരുന്നു...

സ്വന്തം നാടിനോടും സംസ്കാരത്തോടും ഭാഷയോടും ആദരവുകാട്ടുന്നവനാണ് മഹത്ത്വത്തെ പ്രാപിക്കുക. ജീവിതത്തിൽ ആഹ്ലാദം മുഴുവൻ അവന് സ്വന്തമാകും. അവന്റെ പ്രവൃത്തികളാൽ അവന്റെ മണ്ണും സംസ്കാരവും ഭാഷയും ഒക്കെ അഭിമാനം കൊള്ളും...

ഇതിന് സാർവ്വദേശീയ പ്രസക്തിയാണുള്ളത്. അതിന്റെ അർത്ഥം ചോദിച്ചു മനസ്സിലാക്കേണ്ടത് സ്വന്തം മണ്ണിലേക്ക് മടങ്ങിയെത്തുവാൻ വെമ്പുന്ന ഒരു പ്രവാസിയോടു വേണം. അവൻ പറഞ്ഞുതരും സ്വന്തം മണ്ണിൽ കാൽചവുട്ടുമ്പോൾ ശരീരമാകെ നിറഞ്ഞു മണ്ണിനെ ചൂഴ്ന്നുനില്ക്കുന്ന ഇരുളിന്റെ കുളിർമ്മയെക്കുറിച്ചും വെളിച്ചത്തിന്റെ ചൂടിനെക്കുറിച്ചുമൊക്കെ. സ്വന്തം മണ്ണിൽ പതിക്കുന്ന മഴത്തുള്ളികളുടെ പുളകത്തിന്റെ രഹസ്യവും അയാൾ പറഞ്ഞുതരും.

"അമേരിക്കയിലും ഇംഗ്ലണ്ടിലും പോയതിനുശേഷമാണ് എന്റെ ജന്മനാടിനെ ഞാനേറെ സ്നേഹിക്കാൻ തുടങ്ങിയത്. തിരികെയെത്തുമ്പോൾ അന്തരീക്ഷത്തിൽ തങ്ങി നില്ക്കുന്ന പൊടി

ക്കണംപോലും വിശുദ്ധമായാണ് അനുഭവപ്പെട്ടത്."

സ്വാമി വിവേകാനന്ദൻ ജനിച്ച നാടിനെപ്പറ്റി ഊറ്റം കൊണ്ടത് ഇങ്ങനെയാണ്.

"സ്വർഗ്ഗത്തേക്കാൾ വലുതാണീ ജന്മഭൂമി" എന്നു മലയാളത്തിന്റെ പ്രിയപ്പെട്ട പാട്ടുകാരൻ വയലാർ രാമവർമ്മ എഴുതിയതും അതു തന്നെയാണ്... സ്വന്തം ചോരയിലെഴുതിയ ജീവിതമന്ത്രങ്ങൾ...

എന്റെ നാടിനെപ്പറ്റി 'എന്റെ നാട്' പംക്തിയിൽ എഴുതാൻ ആവശ്യപ്പെട്ടത് *മനോരമ ആഴ്ചപ്പതിപ്പി*ന്റെ പത്രാധിപരും മുൻ ലളിതകലാ അക്കാദമി ചെയർമാനുമായ കെ എ ഫ്രാൻസിസ് ആണ്. വളരെയെളുപ്പത്തിൽ കുണുങ്ങിയൊഴുകുന്നൊരു കുഞ്ഞരുവിയിലെ ഓളങ്ങൾ കണക്കെ ഞാൻ പിറന്ന മണ്ണിന്റെ ദൃശ്യങ്ങൾ മനസ്സിൽ നിറഞ്ഞു. തട്ടാരമ്പലം ദേവീക്ഷേത്രത്തിലെ ഉത്സവവും, പത്തിച്ചിറപ്പള്ളിയിലെ പെരുന്നാളാഘോഷവും, ചെട്ടിക്കുളങ്ങര അമ്പലത്തിലെ കുത്തിയോട്ടവും, മാവേലിക്കര ഗവൺമെന്റ് ഹൈസ്കൂളിലെ ഫുട്ബോൾ ഗ്രൗണ്ടും മാവേലിക്കരയിൽ നിന്ന് ചലച്ചിത്രരംഗത്തെത്തിയ മാവേലിക്കര പൊന്നമ്മയും മകൾ മായയും, നടൻ പി തോമസും, കണ്ടിയൂർ എൽ പി സ്കൂളും. കരിപ്പുഴയിലെ മുണ്ടകൻ പാടവും, മിച്ചൽ ജങ്ഷനിലെ ജോയി തീയറ്ററും, ആർട്ടിസ്റ്റ് തിരുമേനിയുടെ ചിത്രകലാ പഠനകേന്ദ്രവും, അച്ചൻകോവിലാറിന്റെ തീരത്തെ കടവുകളും, കരുണാകരക്കുറുപ്പിന്റെ പരിപ്പുവടയും പർപ്പടകബോളിയും, കൊട്ടാരം തോപ്പിലെ ശ്മശാനവും ഒക്കെ സജീവ ചിത്രങ്ങളായി മുന്നിലൂടെ ഒഴുകിനീങ്ങി...

എം എസ് ദിലീപിന് അതു പറഞ്ഞുകൊടുക്കുമ്പോൾ അത് കെട്ടുകാഴ്ചകളുടെ നാട്ടുമഹിമയായി.

മലയാളക്കരയുടെ ഉൾത്തുടിപ്പായി ഓണാട്ടുകരയുടെ സ്പന്ദനങ്ങൾ....

കെട്ടുകാഴ്ചകളുടെ നാട്ടുമഹിമ

തട്ടാരമ്പലം ദേവിക്ഷേത്രത്തിന്റെ തിരുനടയിൽനിന്നു നീളുന്നതു നാലുവഴികളാണ്. കിഴക്കോട്ടുള്ള വഴി കണ്ടിയൂർ ശിവക്ഷേത്രത്തിന്റെ തെക്കേനടയും കഴിഞ്ഞു മാവേലിക്കരയിലേക്ക്. തെക്കുവഴി ചെട്ടിക്കുളങ്ങര ക്ഷേത്രത്തിന്റെ പടിഞ്ഞാറേ നടയിൽ ചെന്നിട്ടു കായംകുളത്തേക്ക്. അച്ചൻകോവിലാറിന്റെ കൈവഴിയായ വലിയകരിമ്പുഴ കടവിലായിരുന്നു പണ്ടു വടക്കോട്ടുള്ള വഴി ചെന്നവസാനിച്ചിരുന്നത്. പടിഞ്ഞാറേക്കുള്ള വഴി കരിപ്പുഴയും കടന്നു ദേശീയപാതയിൽ നങ്ങ്യാർകുളങ്ങരയിൽ എത്തും. തട്ടാരമ്പലത്തിൽനിന്ന് അരക്കാതം ചെന്നാൽ കരിപ്പുഴപ്പാലത്തിന്റെ തെക്കുഭാഗത്തായി നോക്കെത്താദൂരത്തേക്കു നീണ്ടു കിടക്കുന്ന

മുണ്ടകപ്പാടമാണ്. പാടത്തിനു കുറുകെ നീളുന്ന വൈദ്യുതക്കമ്പികളെ താങ്ങിനിർത്തുന്ന നിരനിരയായുള്ള അസംഖ്യം കാലുകളിലൊന്നിന്റെ ചുവട്ടിൽ ഇന്നും ഓർമ്മകളുടെ ഒരു ചെറുകുടിലുണ്ട്. കൊയ്ത്തുകാലത്തു കെട്ടിപ്പൊക്കുന്ന താല്ക്കാലിക ഏറുമാടങ്ങൾ തൊട്ടുതൊട്ടുള്ള പാടങ്ങളിലെ പതിവുകാഴ്ചകളാണ്. അടുക്കിവച്ചിരിക്കുന്ന കറ്റകൾക്കും പനമ്പായ ഇട്ടുമൂടിയ മെതിച്ചുകൂട്ടിയ നെല്ക്കൂമ്പാരങ്ങൾക്കും രാത്രിയിൽ കാവൽ ഈ ഏറുമാടങ്ങളിലാണ്. ഒരു മൂലയ്ക്കു തൂക്കിയ റാന്തൽവിളക്ക്, രാത്രിയിൽ ഭക്ഷണത്തിനുള്ള പൊതിച്ചോറ്, തവളകളുടെയും ചീവീടുകളുടെയും ശബ്ദത്തിനൊപ്പം ട്രാൻസിസ്റ്ററിൽനിന്നുള്ള പാട്ടുകൾ, ഒന്നു ഞെക്കിയാൽ പാടത്തിന്റെ ഏതു കോണിലുമെത്തുന്ന നാലു ബാറ്ററിയിട്ട ടോർച്ച് ലൈറ്റ് ഇടയ്ക്കിടെ മിന്നിച്ചുനോക്കാനുള്ള കൗതുകം - ഓണാട്ടുകരയിലെ ഇത്തരം കൗതുകങ്ങൾക്ക് അന്ന് അവസാനമില്ലായിരുന്നു.

ഏറെ പ്രത്യേകതയും സംസ്കൃതിയുടെ ഔന്നത്യവുമുള്ള ആവാസകേന്ദ്രമായിരുന്നു വേണാടിനും വെൺപൊലിനാടിനും ഇടയിലുള്ള ഓണാട് അഥവാ ഓണാട്ടുകര. പണ്ടുകാലം മുതല്ക്കേ പട്ടണത്തിന്റെ എടുപ്പും പരിഷ്കാരത്തിന്റെ തുടിപ്പും ഏറിനിന്ന ഗ്രാമഭംഗിയുടെ നാടായ മാവേലിക്കരയെ ഓണാട്ടുകരയുടെ കേന്ദ്രബിന്ദുവായി കണ്ടിരുന്നതായി ചരിത്രം സാക്ഷ്യപ്പെടുത്തുന്നുണ്ട്. ഒട്ടേറെ അഹങ്കാരങ്ങളാണ് എന്നും ഓണാട്ടുകരക്കാരന്റെ ശക്തി. ഓണം ഓണാട്ടുകരക്കാരന്റെയാണെന്നും മാവേലിസാമ്രാജ്യത്തിന്റെ തലസ്ഥാനമാണു മാവേലിക്കര എന്നുമുള്ള വിശ്വാസത്തിൽ അണുവിടവിട്ടുകൊടുക്കാൻ ഞങ്ങൾ തയ്യാറല്ല.

കണ്ടിയൂർ ശാസ്ത്രത്തിന്റെ ഗരിമ ഓണാട്ടുകരക്കാരന്റെ മറ്റൊരു സ്വകാര്യ അഹങ്കാരമാണ്. ഓടനാടു വാണ ഇരവിവർമ്മ കഥാപാത്രമായ *ഉണ്ണുനീലി സന്ദേശ*വും *ഉണ്ണിയാടി ചരിത*ത്തിലെ കണ്ടിയൂർ മക്കത്തെപ്പറ്റിയുള്ള മനോഹരമായ വർണ്ണനയും ഓണത്തല്ലിന്റെ ദൃശ്യങ്ങൾ ചൊല്ലിക്കാട്ടുന്ന ചേപ്പാട്ടുകാരൻ നീലകണ്ഠൻ രചിച്ച കണ്ടിയൂർമറ്റം പടപ്പാട്ടും മതസഹിഷ്ണുതയുടെ നിത്യസ്മാരകമായ പാലിയം ശാസനവും ഓടനാട്ടിന്റെ മനസ്സിൽനിന്നും ഒരിക്കലും മായുകയില്ല.

ഓടനാടൻ കരക്കണ്ടങ്ങളിൽ വിരിയുന്ന എള്ളിൻപൂവിന്റെ ഭംഗി ലോകത്തു മറ്റൊരിടത്തുമില്ലാത്ത കാഴ്ചകളിൽ ഒന്നാണെന്നാണു ഞങ്ങൾ വിശ്വസിക്കുന്നത്. ലോകത്തിൽതന്നെ ഏറ്റവും മികവുറ്റ എള്ളിൻമണികൾ ചേപ്പാട്ടു നിന്നു ചെട്ടിക്കുളങ്ങരയും കടന്നു പെരിങ്ങാലയിലേക്കു നീളുന്ന കരക്കണ്ടങ്ങളിലാണു വിളഞ്ഞിരുന്നത്. കണ്ടിയൂരിനും വടക്കു ചെറുകോലും ചെന്നിത്തലയുമൊക്കെ എള്ളിൻ പാടങ്ങളാൽ സമൃദ്ധമായിരുന്നു.

കൗമാരകൗതുകങ്ങളുടെ നിറക്കാഴ്ചകളായിരുന്നു കുംഭമാസത്തിലെ ഭരണിനാൾ. ചരിത്രവും പാരമ്പര്യവും ആഘോഷവും ആവേശവുമെല്ലാം കൈകോർക്കുന്ന അപൂർവ്വദൃശ്യങ്ങൾ കെട്ടുകാഴ്ചകളായി ഒരു നാടിന്റെ സംസ്കൃതി വിളിച്ചോതുന്നു. കവി ശ്രീകുമാരൻ തമ്പിയും ചലച്ചിത്രകാരൻ പി പത്മരാജനും കോറിയിട്ട ഓണാട്ടുകര ചിത്രങ്ങൾ ഗ്രാമഭംഗിക

12 കൂട്ടം തെറ്റിയ കാഴ്ചകൾ

ളുടെ വർണ്ണക്കുടകളും പേറി കെട്ടുകാഴ്ചകളായി ഓണാട്ടുകരയുടെ വിവിധഭാഗങ്ങളിൽനിന്നു ചെട്ടിക്കുളങ്ങരയിലേക്ക് ഒഴുകുമ്പോൾ ഓടനാട്ടിന്റെ സമൃദ്ധമായ പച്ചത്തലപ്പുകൾ തേരിനും കുതിരകൾക്കും മുന്നിൽ തലകുമ്പിട്ടുനില്ക്കുന്നു. മറ്റംവടക്കുനിന്നു ഭീമനും ഹനുമാനും എഴുന്നള്ളുമ്പോൾ മറ്റം തെക്കു പനച്ചിമൂട്ടിലെ ആകാശംമുട്ടെയുള്ള തേരിന്റെ രൂപഭംഗിയിൽ കണ്ണുംനട്ടു സ്വയം മറന്നുനിന്ന നിമിഷങ്ങൾ എത്രയോ എത്രയോ..!

ഏതു ചോദ്യത്തിനും നിഷേധം നിറഞ്ഞ പ്രതികരണമാണെന്നു തോന്നുമെങ്കിലും 'ഓ' എന്നു നീട്ടിയുള്ള തുടക്കത്തോടെ മറുപടി നല്കുന്ന ഓടനാട്ടെ ഭാഷാസൗന്ദര്യം ഒന്നു വേറെ തന്നെയാണ്. കുടംപുളിയിട്ടുവച്ച കറികളുടെ രുചിവൈവിദ്ധ്യവും ഓണാട്ടുകരയുടെ സ്വന്തം. ഓണാട്ടുകരയുടെ ഉൾത്തുടിപ്പുകൾ പൂർണ്ണമാകണമെങ്കിൽ കലാശക്കൊട്ടായി ഒരു വെടിക്കെട്ടുകൂടി വേണം. ചെട്ടിക്കുളങ്ങര കുട്ടൻപിള്ളയുടെ കരിമരുന്നു പ്രയോഗംകൂടി ഉണ്ടെങ്കിലേ ഓണാട്ടുകരയുടെ തുടിപ്പുകൾക്കു പൂർണ്ണത കൈവരികയുള്ളൂ. സാങ്കേതികവിദ്യയുടെ മേന്മയിൽ ആകാശത്തു വിരിയിക്കുന്ന വർണ്ണക്കാഴ്ചകൾക്ക് എത്രയോ കാലം മുൻപുതന്നെ കുട്ടൻപിള്ളയാശാൻ തൊടുത്തുവിട്ട അമിട്ടുകളും വാണവും ഓണാട്ടുകരയുടെ ആകാശങ്ങളെ പ്രകാശമാനമാക്കിയിരിക്കുന്നതായി ഓരോ ഓണാട്ടുകരക്കാരനും അഭിമാനിക്കുന്നു.

(ജൂൺ - 2015)

2

പ്രകൃതിയെയും മനുഷ്യനെയും അടുത്തറിയുന്നതാണ് മോക്ഷമാർഗ്ഗം എന്ന സൈദ്ധാന്തിക ചിന്തയാവണം അവസാനമില്ലാത്ത യാത്രകളിലേക്ക് മനുഷ്യനെ നയിച്ചിട്ടുണ്ടാവുക. ഒരു യാത്രയിൽനിന്ന് സ്വന്തമാക്കാനാവുക അറിവിന്റെ വലിയൊരു ഭണ്ഡാരമാണെന്ന് ആൽബർട്ട് ഐൻസ്റ്റീന്റെ വാക്കുകൾ. യാത്രകളിൽനിന്ന് മടങ്ങുന്നതിനെ വെറുക്കുന്നുവെന്നാണ് അദ്ദേഹം പറഞ്ഞുവെച്ചത്.

യാത്രകളെപ്പറ്റിയുള്ള മാർക്ക് ട്വയിനിന്റെ നിരീക്ഷണവും പ്രസിദ്ധമാണ്. എന്തുചെയ്തു എന്നതിനേക്കാൾ എന്തു ചെയ്തില്ല എന്നോർത്ത് ഇന്നേക്ക് ഒരിരുപതുവർഷം കഴിയുമ്പോൾ ആർക്കും നിരാശ തോന്നുമത്രെ. അതിനാൽ സുരക്ഷിതമെന്നു കരുതുന്ന തുറമുഖങ്ങൾ ഉപേക്ഷിച്ച്, വെല്ലുവിളികളുടെ ചിറകിലേറി പറക്കുകയാണ് ചെയ്യേണ്ടത്. സ്വപ്നം കാണുക, അന്വേഷിക്കുക, കണ്ടെത്തുക. യാത്രാമന്ത്രങ്ങളുടെ പൊരുൾ അതുമാത്രം.

പ്രകൃതിയുടെ അഭൗമസൗന്ദര്യം ആസ്വദിക്കുന്നത് ആത്മീയതയുടെ ഔന്നത്യങ്ങളെ പ്രാപിക്കുന്നതിന് തുല്യമാണെന്ന ഭാരതീയ സങ്കല്പം യാത്രകളെ ജീവിതത്തിനപ്പുറം ആത്മാവുമായി ബന്ധിപ്പിക്കുന്നു. ഓരോ യാത്രയും ഓരോ അനുഭവമായി മാറുന്നതങ്ങനെയാണ്. വിസ്മയങ്ങളുടെ ചെപ്പുകളാണ് പുതുതായി കണ്ടെത്തുന്ന ഓരോ താഴ്വരയും ഓരോ മലമടക്കും ഓരോ തടാകവും. യാത്രാവഴികളിലൂടെ യാത്രാകാലങ്ങളിലൂടെ അവയുടെ ആനന്ദം നുകരുകയേ വേണ്ടൂ.

എല്ലാം നല്കുന്നത് പുതുമകളുടെ വസന്തം. വൈവിദ്ധ്യമാർന്ന ലക്ഷ്യങ്ങൾ, വിചിത്രമായ അനുഭവങ്ങൾ, വശ്യമായ സഞ്ചാരപഥങ്ങൾ, ഭൂമിശാസ്ത്രപരമായ വൈജാത്യങ്ങൾ, ശാസ്ത്രീയ സിദ്ധാന്തങ്ങൾ, വ്യത്യസ്തമായ കാലാവസ്ഥ, വിവിധ ജനസമൂഹങ്ങൾ, അവരുടെ ജീവിതങ്ങൾ... അങ്ങനെ പുത്തൻ അറിവുകളുടെ വലിയ ലോകത്തേക്കാണ് ഓരോ യാത്രയും നമ്മെ എത്തിക്കുന്നത്.

ഔദ്യോഗികയാത്രകളടക്കം ഇന്ത്യയിലെ ഒട്ടുമിക്ക സ്ഥലങ്ങ

ളിലും, കുറേ വിദേശരാജ്യങ്ങളിലും യാത്ര ചെയ്യുവാൻ കഴിഞ്ഞുവെങ്കിലും, ഭൂമിയിലെ സ്വർഗ്ഗം അവശേഷിച്ചിരുന്നു. കാശ്മീർ എന്നും അശാന്തമായിരുന്നതു കാരണം അങ്ങോട്ടേക്കുള്ള യാത്രകൾ പലകുറി മാറ്റിവെക്കേണ്ടതായി വന്നു. ഒടുവിൽ ശാന്തമായ രാഷ്ട്രീയ കാലാവസ്ഥയിൽ 2014 സെപ്തംബർ അഞ്ചിന് ശ്രീനഗറിലെ ഇന്ദിരാഗാന്ധി വിമാനത്താവളത്തിൽ പറന്നിറങ്ങുമ്പോൾ വലിയൊരു ദുരന്തം കാത്തിരിക്കുകയാണെന്ന് അറിയാമായിരുന്നില്ല. നൂറു വർഷത്തിനിടയിൽ സംഭവിച്ചൊരു പ്രകൃതിക്ഷോഭത്തിൽ ഭൂമിയിലെ സ്വർഗ്ഗം കലിതുള്ളിയപ്പോൾ ശ്രീനഗർ താഴ്വരയിൽ ഝലം നദിയുടെ കരയിൽ ഡാൽ തടാകത്തിനു വിളിപ്പാടകലെയുള്ള "റോയൽ ബട്ടു" എന്ന ഹോട്ടലിന്റെ മട്ടുപ്പാവിൽ ആറു ദിനരാത്രങ്ങളാണ് ഭയചകിതരായ ഒരുകൂട്ടം വിനോദസഞ്ചാരികൾക്കൊപ്പം എനിക്കും ഭാര്യക്കും ഞങ്ങളുടെ സുഹൃത്തുക്കൾക്കും കഴിച്ചുകൂട്ടേണ്ടിവന്നത്.

കാശ്മീരിന്റെ അടിത്തറയിളക്കിയ അതുപോലൊരു പ്രകൃതിക്ഷോഭവും അതേത്തുടർന്നുള്ള പെരുമഴയും മുൻപുണ്ടായത് നൂറു വർഷങ്ങൾക്കു മുൻപായിരുന്നുവെന്ന് വാർത്താമാധ്യമങ്ങൾ പറഞ്ഞുകൊണ്ടിരുന്നു. അതിനു സാക്ഷികളായിരുന്ന ആരുംതന്നെ ഈ ഘട്ടത്തിൽ അവിടെ ഉണ്ടായിരിക്കാനിടയില്ല. ഒരുപക്ഷേ, മറ്റൊരു നൂറുവർഷം കഴിഞ്ഞിട്ടാവും അതുപോലെ ഇനിയൊന്നുണ്ടാവുക. അതിനു സാക്ഷിയാകാൻ കഴിഞ്ഞത് വീണു കിട്ടിയൊരു ഭാഗ്യമല്ലേ! ഏഴാം ദിവസം സോനാമാർഗ്ഗിലൂടെ രക്ഷപ്പെട്ട് ലഡാക്ക്, കാർഗിൽ മേഖലകളിലൂടെ 'ലേ'യിലേക്ക് യാത്ര ചെയ്യാൻ ലഭിച്ച അവസരവും ഭാഗ്യമായി വേണം കരുതുവാൻ. രക്ഷാപ്രവർത്തനവുമായി അന്തരീക്ഷത്തിൽ വട്ടമിട്ടു പറക്കുന്ന ഹെലികോപ്ടറുകളുടെ ഹുങ്കാരശബ്ദത്തെ ആറു പകലുകളും ആറു രാത്രികളും പിന്തുടർന്ന് നിസ്സഹായനും നിരാശ്രയനുമായ ഒരു മനുഷ്യന് അങ്ങനെ സങ്കല്പിക്കാം. സമാധാനിക്കാം. ആ ഘട്ടത്തിൽ അവന് അതു മാത്രമേ സാദ്ധ്യമാകുമായിരുന്നുള്ളൂ. പതിനായിരം അടിക്കു മുകളിൽ അതിർത്തിയിൽ നീണ്ടുകിടക്കുന്ന പർവ്വതനിരകളിലൂടെ മനംകുളിപ്പിച്ചൊരു യാത്ര...

ഒപ്പം ഒരു കണ്ടെത്തൽ കൂടി. കിരീടങ്ങളും ചെങ്കോലുകളും അധികാര സ്വരങ്ങളുമൊക്കെ പ്രകൃതിയുടെ താണ്ഡവത്തിനു മുന്നിൽ എത്ര നിസ്സാരമാണെന്ന വലിയ ആ സത്യം. അധികാര ശബ്ദങ്ങൾക്ക് ഒന്നും ചെയ്യാനാവുകില്ലെന്ന കണ്ടെത്തൽ. അതു കേൾക്കാൻ ആരും ഉണ്ടാവുകയില്ലെന്നും, ആർക്കും രക്ഷ നല്കാനാവില്ലെന്നുമുള്ള വിറങ്ങലിപ്പിച്ച തിരിച്ചറിവുകൾ....

അതായിരുന്നു കാശ്മീർ ദുരന്തം നേരിട്ടു നല്കിയ വലിയ പാഠം... തീവ്രവാദികളോ സൈനിക നടപടികളോ അല്ല അതു നല്കിയത്. പ്രകൃതി, പ്രകൃതി മാത്രം.

ലേയിൽനിന്ന് എയർ ഇന്ത്യാ വിമാനത്തിൽ ദൽഹിയിലിറങ്ങുമ്പോൾ *മലയാളമനോരമ,* അസോഷ്യേറ്റ് എഡിറ്റർ ജോസ് പനച്ചിപ്പുറത്തിന്റെ ഫോൺ സന്ദേശം. കാശ്മീരിനെ ഉലച്ച, വിവിധ മേഖലകളിലായി കുടു

ങ്ങിപ്പോയ നാലരലക്ഷം ആളുകളിൽ ഭീതി ജനിപ്പിച്ച ദുരന്തത്തെപ്പറ്റിയുള്ള ഒരു ദൃക്സാക്ഷി വിവരണം വേണം, അക്ഷരങ്ങളിൽ.

അങ്ങനെ,

സ്വർഗ്ഗം നരകമായ ആറുനാൾ

ഒന്നാം ദിവസം

ഭൂമിയിലെ സ്വർഗ്ഗത്തിലേക്ക് പറന്നിറങ്ങുമ്പോൾ ശ്രീനഗറിലെ ഇന്ദിരാഗാന്ധി വിമാനത്താവളത്തിൽ കനത്ത മഴയായിരുന്നു. ഹോട്ടലിലേക്കുള്ള യാത്ര പ്രധാനവീഥി വിട്ട് ഇടവഴികളിലൂടെ പോകുന്നതിനു കാരണമെന്താവും?

ഡ്രൈവർ ഇക്ബാൽ തുടർച്ചയായി ഹോൺ മുഴക്കിയാണു വണ്ടിയോടിക്കുന്നത്. ഇടവഴികളിൽ വെള്ളക്കെട്ട്. ഇക്ബാലിന്റെ മുഖത്ത് ഭയപ്പാടുപോലെ. അസാധാരണമായ ധൃതിയും. പത്തുകിലോമീറ്റർകൊണ്ടു ചെല്ലേണ്ടിടത്ത് ഇരുപത്തിയാറു കിലോമീറ്റർ താണ്ടി, ഝലം, നദിക്കു കുറുകെയുള്ള സീറോ ബ്രിജും കടന്നാണ് ദാൽ തടാകത്തിനു വിളിപ്പാടകലെയുള്ള ഹോട്ടൽ റോയൽ ബട്ടുവിൽ ഞങ്ങളെ കൊണ്ടെത്തിച്ചത്. ഇക്ബാൽ തിടുക്കത്തിൽ മടങ്ങുകയും ചെയ്തു.

കോഴിക്കോട്, മഞ്ചേരി, തൃശൂർ, എറണാകുളം, കോട്ടയം, അടൂർ കൊല്ലം, തിരുവനന്തപുരം എന്നിവിടങ്ങളിൽനിന്ന് നൂറ്റിയിരുപതോളം പേർ, മുംബൈ, ചെന്നൈ, പഞ്ചാബ് എന്നിവിടങ്ങളിൽനിന്നുള്ളവർ കൂടിയാവുമ്പോൾ നൂറ്റിയൻപതോളം പേർ സഞ്ചാരികളായി ഹോട്ടലിൽ എത്തിയിരുന്നു. ഭൂമിയിലെ പറുദീസയിൽ ലഭിക്കുന്ന സമയം തെല്ലും നഷ്ടമാകരുതെന്ന ചിന്തയിൽ ഞങ്ങളിൽ ചിലർ നഗരവീഥിയിലിറങ്ങി ഹൗസ് ബോട്ടുകൾ നിരത്തിയിട്ടിരിക്കുന്ന ദാൽ തടാകത്തിലേക്കുള്ള കൈത്തോടിനു കുറുകെയുള്ള അബ്ദുല്ല ബ്രിഡ്ജിനു മുകളിൽ ഞങ്ങളെത്തി. പാലം കയറിച്ചെന്നാൽ ഷാലിമാർ പോലെ, നിഷാന്ത് പോലെ മനോഹരമായ കുട്ടികളുടെ ഉദ്യാനം. അബ്ദുല്ല ബ്രിഡ്ജിനു മുകളിൽ നിന്നാൽ പശ്ചാത്തലത്തിൽ മലകളിലൊന്നിന്റെ നിറുകയിൽ അക്ബർ കോട്ട. ഏതാനും ചിത്രങ്ങളെടുത്തു മടങ്ങിയ ഞങ്ങളെ പ്രതീക്ഷിച്ചിരുന്നത് നിരാശപ്പെടുത്തുന്ന വാർത്തയായിരുന്നു.

ഭൂമിയിലെ പറുദീസയിലെ ഏറ്റവും ആകർഷകമായ താഴ്വരകളുടെ സ്വർഗ്ഗമെന്ന് വിശേഷണമുള്ള പഹൽഗാമിലേക്കു അടുത്തദിവസം കാലത്ത് പോകാനാവില്ലെന്ന് ടൂർ മാനേജർ ജോജു അറിയിച്ചു. അനന്തനാഗ് ജില്ലയെ കടപുഴക്കിയ മഴ പഹൽഗാമിനെ ചിതറിച്ചിരിക്കുന്നു. എന്നാൽ, അതിനടുത്തദിവസം ഗുൽമാർഗ്ഗിലേക്കുള്ള യാത്രയ്ക്കു മാറ്റമില്ല.

സന്ധ്യയായി... ഉഷസ്സുമായി,
രണ്ടാം ദിവസം

രണ്ടാം ദിവസം

സെപ്തംബർ ഏഴ്. തിരുവോണ ദിവസം. ഓണസദ്യ ഉണ്ണാനായി ല്ലെങ്കിലും ഉച്ചഭക്ഷണം വിഭവസമൃദ്ധമായിരുന്നു. പഹൽഗാമിലേക്കുള്ള യാത്ര മുടങ്ങിയതിന്റെ ഖേദം കോഴിക്കോട്ടുകാരിയായ വിനീത ശിവശങ്ക രന്റെ നേതൃത്വത്തിൽ ഓണപ്പാട്ടുകൾ പാടി അകറ്റി. ചിലർ ദാൽ തടാക ത്തിനടുത്തേക്കു നടന്നു. മറ്റുചിലർ തൊട്ടടുത്തുള്ള മാർക്കറ്റിലേക്ക്. വൈകുന്നേരമായതോടെ ദാൽ ഗേറ്റിനടുത്തുള്ള ഖയ്യാം ചൗക്കിൽ അസാ മാന്യ ജനത്തിരക്ക് അനുഭവപ്പെട്ടു. ദാൽ തടാകത്തിലേക്കുള്ള കൈത്തോ ട്ടിൽ വെള്ളം ഉയരാൻ തുടങ്ങിയിരുന്നു. കേട്ടവർ കേട്ടവർ വെള്ളത്തിന്റെ വരവു കാണാനാവണം സീറോ ബ്രിഡ്ജ് വരെയുള്ള വീഥിക്കിരുവശവും തിങ്ങിക്കൂടി. ഹൗസ് ബോട്ടുകളിലൊന്ന് കൈത്തോടിന്റെ സംരക്ഷണഭി ത്തിയിൽ ഇടിച്ചുതകർന്നു മുങ്ങിയിരിക്കുന്നു. സഞ്ചാരികൾക്ക് നിരാശ യുടെ ദിനമായിരുന്നു അന്ന്. ടി വി വാർത്തകൾ കണ്ടവർ ഞെട്ടിക്കുന്ന വിവരങ്ങൾ നല്കി. ജമ്മു തകർന്നടിഞ്ഞിരുന്നു. എഴുപത്തിയഞ്ചു കിലോ മീറ്റർ അകലെയുള്ള ജവാഹർ ടണലിന്റെ ചുറ്റുപാടും നീണ്ടുനിന്നുപെയ്ത കനത്ത മഴയുടെ ഒരു ഭാഗം ജമ്മുവിലേക്കൊഴുകി അവിടം നരകമാക്കി. ടണലിന്റെ മറുഭാഗം ശ്രീനഗർ താഴ്വരയിലേക്കാണ്. വെള്ളത്തിന്റെ കുത്തൊഴുക്ക് ഏതു സമയത്തും ശ്രീനഗർ നഗരത്തെയും കീഴ്പ്പെടുത്തും. ഝലം നദി കരകവിഞ്ഞ് ഒഴുകിത്തുടങ്ങിയിരിക്കുന്നു. ദാൽ തടാകത്തിലെ ജലനിരപ്പ് അതിവേഗം ഉയരുന്നു. തടാകം നിറഞ്ഞു കവിഞ്ഞാൽ എന്താവും സ്ഥിതിയെന്ന് ആർക്കുമറിയില്ല. ഒരു വിവരം ഇതിനിടെയെത്തി. ഡ്രൈവർ ഇക്ബാലിന്റെ വീടും വീട്ടുകാരും വെള്ളത്തിന്റെ കുത്തൊഴു ക്കിൽ ഒലിച്ചുപോയിരിക്കുന്നു..

സന്ധ്യയായി.. ഉഷസ്സുമായി,
മൂന്നാം ദിവസം.

മൂന്നാം ദിവസം

പുലർച്ചെ രണ്ടര മണിയായിട്ടുണ്ടാവും. ഖയ്യാം ചൗക്കിന്റെ ഉറക്കം കെടുത്തി പൊലീസ് വാഹനങ്ങൾ മുന്നറിയിപ്പുകളുമായി തലങ്ങും വിലങ്ങും പായുന്നു. നായ്ക്കൾ കൂട്ടത്തോടെ ഓരിയിട്ടു. വീടുകളിൽ വിള ക്കുകൾ തെളിഞ്ഞു. പിന്നീടുള്ള കാഴ്ച ഹോട്ടൽമുറിയുടെ ജനാലകളി ലൂടെ നോക്കിയ ഞങ്ങളെ സ്തബ്ധരാക്കി. കൈയിൽ കിട്ടിയവയുമായി ഇരുട്ടിൽ സ്ത്രീകളും കുട്ടികളും അടക്കമുള്ളവർ എങ്ങോട്ടോ പായുന്നു. നോക്കിനില്ക്കെ ചൗക്കിന്റെ പ്രധാനവീഥിയിലേക്ക് വെള്ളം ഇരച്ചുകയ റാൻ തുടങ്ങി.

ഭൂമിയിലെ സ്വർഗ്ഗത്തിൽ മൂന്നാം ദിവസം സൂര്യനുദിച്ചത് പ്രധാനവീഥി

കളിലും ഇടവഴികളിലും അരയോളം വെള്ളത്തിൽ മുങ്ങിയിരിക്കുന്നതു കണ്ടാണ്. വാർത്താവിനിമയബന്ധങ്ങൾ അറ്റുപോയിരിക്കുന്നു. വൈദ്യുതിയും നിലച്ചു. സെപ്തംബർ ആറിനുശേഷം ഒരു മഴത്തുള്ളിപോലും വീഴാത്ത ദാൽഗേറ്റും പരിസരങ്ങളും പ്രളയത്തിൽ മുങ്ങിയത് അവിശ്വസനീയതയോടെയേ കണ്ടു നില്ക്കാനാകുമായിരുന്നുള്ളൂ.

ഞങ്ങളുടെ മനസ്സിൽനിന്ന് പഹൽഗാമിനൊപ്പം ഗുൽമാർഗ്ഗിനെപ്പറ്റിയും ഷാലിമാറിനെപ്പറ്റിയും സോനാമാർഗ്ഗിനെപ്പറ്റിയുമുള്ള ചിന്തകൾ മാഞ്ഞു. രക്ഷപ്പെടാനുള്ള മാർഗ്ഗമെന്താണ്?! കോഴിക്കോട്ടുനിന്നുള്ള ഡോ. ശിവശങ്കരന്റെ നേതൃത്വത്തിൽ ഒരു ദുരന്ത നിവാരണ സംഘം രൂപീകരിച്ചു. റിട്ട. എസ് പി എ സി തോമസിന്റെ നേതൃത്വത്തിൽ സേനാവിഭാഗങ്ങളെ ബന്ധപ്പെടാൻ ശ്രമിച്ചു. രക്ഷാവാഗ്ദാനം ഒരിടത്തുനിന്നും കിട്ടിയില്ല. അഞ്ചു കിലോമീറ്റർ അകലെയുള്ള രാജ്ഭവൻ അങ്കണത്തിലെത്തിയാൽ ഭാഗ്യമുണ്ടെങ്കിൽ ഹെലികോപ്റ്ററിൽ രക്ഷപ്പെടാനാവും. അവിടെ ഊഴംകാത്തു നില്ക്കുന്നവരുടെ എണ്ണം മുപ്പതിനായിരം.!

പിന്നീട് നായകനായിമാറിയ, വില്ലൻ എന്നു കരുതിയ ആളിന്റെ അവതാരം അന്നു രാത്രിയിൽ നടന്നു. റോയൽ ബട്ടുവിന്റെ ഉടമ ആമിർ, സുമുഖനായ ഇരുപത്തിയഞ്ചുകാരൻ. ഒരു സർക്കാരും ഒരു സേനയും രക്ഷപ്പെടുത്താനെത്തുകയില്ലെന്ന് ആമിർ തറപ്പിച്ചുപറയുമ്പോൾ ആദ്യം അയാളെ അവിശ്വസിക്കുകയായിരുന്നു. ഷിക്കാരികളിൽ പ്രളയത്തിലൂടെ രക്ഷാതുരുത്തിലെത്തിച്ച് സോനാമാർഗ്ഗ് വഴി ദ്രാസ്, കാർഗിൽ കടന്ന് ലേയിൽ എത്തിച്ച് രക്ഷപ്പെടാൻ സഹായിക്കാമെന്ന വാഗ്ദാനമായിരുന്നു ആമിറിന്റേത്. ഹോട്ടലിൽനിന്ന് തന്ത്രപൂർവ്വം പുറത്താക്കാനുള്ള സൂത്രമാണ് അതെന്നായിരുന്നു ഭൂരിപക്ഷം പേരും അഭിപ്രായപ്പെട്ടത്.

വാർത്താവിനിമയബന്ധങ്ങൾ മുഴുവൻ തകർന്നതായിരുന്നു ഏറ്റവും വലിയ പ്രതിസന്ധി. ദൈവത്തിന്റെ പദ്ധതി അവിടെയും സഹായത്തിനെത്തി. കൊച്ചിക്കാരൻ ഷാനവാസിന്റെ ഫോൺ മാത്രം പ്രവർത്തിക്കുന്നുണ്ടായിരുന്നു. ബി എസ് എൻ എൽ അടക്കം എല്ലാ ടവറുകളും തകർന്നുവീണപ്പോൾ മൂന്നാം നിലയിൽ പ്രവർത്തിച്ചിരുന്ന ഷാനവാസിന്റെ ഫോൺ കമ്പനി ഇടയ്ക്കിടെ സജീവമായിരുന്നു. ആ ഇടവേളകളിൽ കേരളത്തിലുള്ള അധികാരികളെ ബന്ധപ്പെടുന്നതിന് ഡോ. മാത്യു തോമസും അഡ്വ. പ്രേംജിത്തും അടൂരിൽനിന്നുള്ള റെജിയും മുഴുവൻ സമയവും പ്രവർത്തിച്ചു. അർദ്ധരാത്രിവരെ നീണ്ടുകൊണ്ടിരുന്ന പ്രയത്നം. മുഖ്യമന്ത്രി, ആഭ്യന്തരമന്ത്രി, പ്രതിപക്ഷ നേതാവ് തുടങ്ങി ആരെയൊക്കെ ഫോണിൽ കിട്ടാമോ അവരൊക്കെയുമായി ബന്ധപ്പെട്ടു. പലരെയും കിട്ടി, ആവലാതിപ്പെട്ടു.

പക്ഷേ, ദുഃഖകരമായ ആ യാഥാർത്ഥ്യം ഞങ്ങൾക്കുമുന്നിൽ വെളിവായി... അധികാരശബ്ദങ്ങൾ ഇത്തരം അവസരങ്ങളിൽ നിസ്സഹായമാകുന്നത്. അതു കേൾക്കാൻ ആരുമുണ്ടാവില്ലെന്നത്. ആർക്കും രക്ഷ നല്കാൻ ആവില്ലെന്ന തിരിച്ചറിവിൽ ഞങ്ങൾ വിറങ്ങലിച്ചുനിന്നു. ആരും, കൊച്ചു

കുട്ടികൾപോലും അന്നുറങ്ങിയില്ല.
സന്ധ്യയായി... ഉഷസ്സായി,
നാലാം ദിവസം

നാലാംദിവസം

റോയൽ ബട്ടുവിന്റെ മട്ടുപ്പാവിൽ ശ്മശാനഭൂമിയുടെ മൂകതയായിരുന്നു. കിഴക്കുതെക്കായി മലമുകളിൽ ദൂരദർശൻ ടവറിനോടു ചേർന്ന് ശങ്കരാചാര്യക്ഷേത്രം. പഴയ ശിവക്ഷേത്രത്തിനുള്ളിലെ ഗുഹയ്ക്കുള്ളിലിരുന്ന് നമ്മുടെ ശങ്കരാചാര്യർ അദ്വൈതസിദ്ധാന്തത്തിന്റെ ചരടുകൾ കെട്ടിമുറുക്കിയൊരു കാലത്തിന്റെ ഓർമ്മകൾ പേറുന്ന ക്ഷേത്രം. പതിനാലാം നൂറ്റാണ്ടിൽ പണിത അക്ബർ കോട്ട വടക്കുഭാഗത്തുള്ള മലമുകളിലാണ്. ചരിത്രസ്മാരകങ്ങൾക്കിടയിലൂടെ ഹുങ്കാരശബ്ദവുമായി ഹെലികോപ്റ്ററുകൾ പടയോട്ടം നടത്തുന്നതുപോലെ പാഞ്ഞു കൊണ്ടേയിരുന്നു. താഴെ നിന്നുള്ള ഞങ്ങളുടെ രോദനങ്ങൾ അതിലൊന്നുപോലും കേട്ടില്ല. നാലാംദിനം ഒരു കോപ്റ്റർ താഴ്ന്നു പറന്നു മട്ടുപ്പാവിലെത്തി കുറെ വെള്ളക്കുപ്പികൾ താഴേക്കെറിഞ്ഞു. ഒരു കുടുംബത്തിന് കുടിക്കാൻ ദിവസം ഒരു കുപ്പി വെള്ളം മാത്രം കിട്ടിയിരുന്ന ഞങ്ങൾ താഴെവീണുടയുന്ന കുപ്പികളിൽനിന്നും ഒരു തുള്ളിപോലും കുടിക്കാൻ കിട്ടിയില്ലല്ലോ എന്നുകണ്ട് കരഞ്ഞുപോയി. അതിനപ്പുറം ഒന്നും സംഭവിക്കാതെ ഹെലികോപ്റ്റർ പറന്നകലുമ്പോൾ രക്ഷാമാർഗ്ഗം വീണ്ടും അടയുകയാണെന്ന തോന്നലായിരുന്നു എല്ലാ മുഖങ്ങളിലും.

സേനാവിഭാഗങ്ങൾ വഞ്ചിയിലെത്തി രക്ഷിക്കുമെന്നും അർദ്ധരാത്രിയിലാവും അതു സംഭവിക്കുകയെന്നുമുള്ള വാർത്തകളിൽ വിശ്വസിച്ച് ഒരു പറ്റം മനുഷ്യജീവികൾ കുടിവെള്ളവും ഭക്ഷണവും മരുന്നും പ്രാഥമിക കൃത്യങ്ങൾ നിർവ്വഹിക്കാനുള്ള സാഹചര്യങ്ങൾപോലും ലഭിക്കാതെ വലിയൊരു ദുരന്തത്തെ നേരിടാൻ മനസ്സാ തയ്യാറാവുകയായിരുന്നു. സൗഹൃദങ്ങൾ മാത്രം അവർക്കു തുണയായി. ആഹാരമായി... ദാഹമടക്കാനുള്ള കുടിനീരായി..

സന്ധ്യയായി.... ഉഷസ്സുമായി,-
അഞ്ചാം ദിവസം

അഞ്ചാം ദിവസം

തമാശ...
അമ്പരപ്പ്...
നിലവിളി... പ്രാർത്ഥന...

കശ്മീരിന്റെ സൗന്ദര്യം നുകരാനെത്തിയവരുടെ വൈകാരികഭാവങ്ങൾ ഏറ്റവുമൊടുവിൽ പ്രാർത്ഥനയിലെത്തി. വല്ലപ്പോഴും കിട്ടുന്ന ഫോൺ സന്ദേശങ്ങൾ നിരാശപ്പെടുത്തിയതോടെ പ്രാർത്ഥനാഗീതങ്ങൾ

ഹോട്ടലിന്റെ ഇടനാഴികളിൽനിന്ന് ഉയർന്നുകൊണ്ടേയിരുന്നു. രക്ഷാ പ്രവർത്തനത്തിന് ചുമതലപ്പെട്ട ഒരു മലയാളി ഉദ്യോഗസ്ഥൻ വൈകി അയച്ച സന്ദേശത്തിൽ പറഞ്ഞത് പത്തടി ഉയരത്തിൽ വെള്ളം കെട്ടിനില്ക്കുന്ന, തകർന്നുകിടക്കുന്ന റോഡിലൂടെ ശ്രീനഗർ വിമാനത്താവളത്തിലെത്തി കിട്ടുന്ന വിമാനത്തിൽ കയറി സ്വയം രക്ഷപ്പെട്ടുകൊള്ളാനാണ്. ഡൽഹിയിൽ തുറന്ന കൺട്രോൾ റൂമിന്റെ ചുമതലക്കാരനായ ഉദ്യോഗസ്ഥനും അറിയിച്ചത് അതുമാത്രമാണ്. പലരുടെയും നിരാശ അരിശമായി മാറി.

നൂറ്റിയിരുപതോളം പേരുടെ രക്ഷയ്ക്കായി അധികാരകേന്ദ്രങ്ങളിൽ നിരന്തരം കേണുകൊണ്ടേയിരുന്ന ഒട്ടേറെപ്പേരെ ഓർത്തപ്പോൾ ഞങ്ങളുടെ കണ്ണുകൾ നിറഞ്ഞു. മുൻ സി ബി ഐ ജഡ്ജി പി എൻ ശാന്തകുമാരിയമ്മ, റിട്ട. എയർ മാർഷൽ ഡോ. മധുസൂദനൻ. അങ്ങനെ ഒട്ടേറെപ്പേർ. അവർക്കും തുടർച്ചയായ അഞ്ചാം ദിവസവും ഉറങ്ങാനായില്ല. അങ്ങനെ സന്ധ്യയായി... ഉഷസ്സുമായി.

ആറാം ദിവസം

ആറാം ദിവസം

രക്ഷയ്ക്കാരും എത്തുകയില്ലെന്നും സ്വയം രക്ഷപ്പെടുന്നതാണ് നല്ലതെന്നുമുള്ള ആമിറിന്റെ വാക്കുകൾ വിശ്വസിക്കാൻ ഒടുവിൽ ഞങ്ങൾ നിർബ്ബന്ധിതരായി. നൂറ്റിയൻപതു പേരിൽ മറ്റു സംസ്ഥാനക്കാരും കേരളത്തിൽനിന്നുള്ള ചിലരും തലേദിവസം വൈകിട്ട് രക്ഷപ്പെട്ടെന്ന വാർത്ത അമ്പരപ്പോടെ കേൾക്കവെ ആർക്കുവേണ്ടിയും കാക്കാതെ ആമിറിന്റെ നിർദ്ദേശപ്രകാരം പ്രവർത്തിക്കാനുള്ള കൂട്ടായ തീരുമാനമെടുത്തു. ഹോട്ടലിനു തൊട്ടുമുന്നിലെ ഇരുനില കെട്ടിടത്തിന്റെ മട്ടുപ്പാവിൽ കുടുങ്ങിപ്പോയ അഞ്ചാറു നായ്ക്കളിൽ അവശേഷിച്ചിരുന്നത് രണ്ടെണ്ണം മാത്രമായിരുന്നു എന്നതും ഞങ്ങളെ ഞെട്ടിച്ചു. അവ തളർന്നു കിടന്ന് ഉറങ്ങുകയായിരുന്നു. മറ്റുള്ളവയുടെ ജഡം ഒഴുക്കിൽപ്പെട്ട് ചുറ്റിക്കറങ്ങുന്നുണ്ടായിരുന്നു. പൊലീസിനെയും സേനാവിഭാഗങ്ങളെയും വിശ്വാസമില്ലാത്ത ഒരുപറ്റം തദ്ദേശീയരുടെ ആക്രമണം ഏതു നിമിഷവും ഉണ്ടാകാമെന്ന ആമിറിന്റെ വാക്കുകൾ ആത്മാർത്ഥത നിറഞ്ഞതാണെന്ന് ഞങ്ങൾക്കു തോന്നിത്തുടങ്ങി.

ഓപ്പറേഷൻ റോയൽ ബട്ടു ആറാം ദിവസം രാത്രി ഒൻപതുമണിക്ക് ആരംഭിച്ചത് അങ്ങനെയാണ്. ചുറ്റും തദ്ദേശീയർ ഇല്ലാത്ത സമയം. പൂനിലാവ് വീണുതുടങ്ങിയിരുന്നില്ല. രണ്ടു ഷിക്കാരികളിൽ ആമിറും സംഘവും ഹോട്ടലിൽ അവശേഷിച്ച എൺപതോളം പേരെ അർദ്ധരാത്രിയോടെ കരയ്ക്കെത്തിച്ചു. എൺപത്തിയാറു കിലോമീറ്റർ അകലെയുള്ള സോനാമാർഗ്ഗിലേക്ക്. അവിടെ നിന്നു ലേയിലേക്ക് പന്ത്രണ്ടോളം വണ്ടികളിൽ ഞങ്ങളെ കയറ്റി അയയ്ക്കുമ്പോൾ ആമിറിനോടും പിതാവ് ഉബൈദ് അഹമ്മദ്, താരിഖ്, അസ്ഹറുള്ള ജുനൈദ് തുടങ്ങിയ രക്ഷാസംഘാംഗങ്ങളോടും നിറകണ്ണുകളോടെ ഞങ്ങൾ നന്ദി പറഞ്ഞു.

സന്ധ്യയായി... ഉഷസ്സായി

പിന്നെ ഏഴാം ദിവസമായിരുന്നു. എല്ലാറ്റിൽനിന്നും നിവൃത്തരായി, ശുദ്ധീകരിക്കപ്പെട്ട ദിവസം. ലേയിലെ മരംകോച്ചുന്ന തണുപ്പ് ഞങ്ങളിൽ മരവിപ്പു സൃഷ്ടിച്ചില്ല. സ്വന്തക്കാരെ, ബന്ധുക്കളെ, സുഹൃത്തുക്കളെ എല്ലാറ്റിനുമുപരി കേരളത്തെ കാണാനുള്ള ആവേശവുമായി കുഷോക്ക് ബക്കുളറിംപോച്ചെ വിമാനത്താവളത്തിൽ നിന്ന് പ്രത്യേകം ഏർപ്പാടാക്കിയ എയർ ഇന്ത്യ വിമാനം പറന്നുയർന്നത് ഒരു ദുരന്തത്തിന്റെ ഓർമ്മകൾ എന്നെന്നേക്കുമായി അവസാനിച്ചു പോകട്ടെ എന്ന പ്രാർത്ഥനയുമായാണ്....

എങ്കിലും മനസ്സ് വിങ്ങുകയായിരുന്നു...

കശ്മീരിനെയോർത്ത്... അവിടത്തെ നിസ്സഹായരായ മനുഷ്യജീവികളെയോർത്ത് ...

(സെപ്തംബർ - 2014)

3

കേരള സാഹിത്യഅക്കാദമിയും ബാംഗ്ലൂർ മലയാളസമാജവും ചേർന്ന് നടത്തിയ സാഹിത്യ ക്യാമ്പിൽ വെച്ചാണ് കഥാകൃത്ത് ശിഹാബുദ്ദീൻ പൊയ്ത്തുംകടവിനെ പരിചയപ്പെടുന്നത്. ഒപ്പം അക്കാദമി പ്രസിഡന്റ് പെരുമ്പടവം ശ്രീധരൻ, വൈസ് പ്രസിഡന്റ് അക്ബർ കക്കട്ടിൽ, സെക്രട്ടറി ആർ ഗോപാലകൃഷ്ണൻ, എഴുത്തുകാരി ഇന്ദുമേനോൻ എന്നിവരുമുണ്ടായിരുന്നു. 2014 മാർച്ചിലായിരുന്നു ആ കണ്ടുമുട്ടൽ. കേരളത്തിൽ ഏതെങ്കിലുമൊരു വേദിയിൽവെച്ച് സന്ധിക്കാമായിരുന്നിട്ടും അന്യസംസ്ഥാനത്തുവെച്ചു കാണാനുള്ള യോഗമാണല്ലോ ഉണ്ടായതെന്നു പറഞ്ഞ് പൊട്ടിച്ചിരിച്ച ശിഹാബുദ്ദീനെ അത്ഭുതത്തോടെയാണ് നോക്കിയത്. 'മഞ്ഞുകാലം' 'ആർക്കും വേണ്ടാത്ത ഒരു കണ്ണ്', 'രണ്ട് എളേപ്പമാർ' തുടങ്ങിയ ഉള്ളുപൊള്ളിച്ച കഥകളെഴുതിയ പ്രിയപ്പെട്ട കഥാകാരന് ചിരിക്കാനറിയാമോ എന്നതായിരുന്നു എന്റെ സംശയം.

ക്യാമ്പിന്റെ ആദ്യദിവസം രാത്രിയിൽ ശിഹാബുദ്ദീൻ വീണ്ടും അത്ഭുതപ്പെടുത്തി. മലയാള സമാജത്തിന്റെ ഭാരവാഹികൾക്കൊപ്പം രാത്രി ഭക്ഷണം കഴിച്ചുകൊണ്ടിരിക്കെയായിരുന്നു അത്. മലയാളത്തിലെ പ്രമുഖ സാഹിത്യകാരന്മാരെയും നടന്മാരെയും പ്രൊഫഷണൽ താരങ്ങൾക്കുപോലും കഴിയാനാവാത്ത തരത്തിൽ മിമിക്രിയിലൂടെ അനുകരിച്ചുകൊണ്ട് ശിഹാബുദ്ദീൻ എല്ലാവരേയും വിസ്മയിപ്പിച്ചു. ചിരകാല സുഹൃത്തുക്കളെപ്പോലെയാണ് ഞങ്ങൾ ബാംഗ്ലൂരിൽ നിന്നു പിരിഞ്ഞത്.

പിന്നെ ചെറിയൊരു യാത്രയിലാണ് ഒരുമിച്ചു ചേർന്നത്. പ്രശസ്ത ഛായാഗ്രാഹകൻ സണ്ണിജോസഫ് സംവിധാനംചെയ്യുന്ന സിനിമയുടെ ലൊക്കേഷനായ പൊന്മുടിയിലേക്കുള്ള യാത്രയിൽ. ചിത്രത്തിന്റെ തിരക്കഥ ശിഹാബുദ്ദീന്റേതാണ്. യാത്രയിലുടനീളം എന്റെ സിനിമാ അനുഭവങ്ങൾ ശിഹാബുദ്ദീൻ ചോദിച്ചുകൊണ്ടേയിരുന്നു. മടക്കയാത്രയിൽ കല്ലാറിലെ തണുത്ത വെള്ളത്തിൽ കാൽകഴുകിക്കയറുമ്പോൾ ശിഹാബുദ്ദീൻ പറഞ്ഞു:

"ഒരു തികഞ്ഞ അഹങ്കാരിയുടെ ചിത്രമായിരുന്നു ബാംഗ്ലൂരിൽവെച്ചു കാണുന്നതിനുമുൻപ് താങ്കളെക്കുറിച്ച് എന്റെ മനസ്സിൽ. ഇപ്പോൾ അതു പൂർണ്ണമായും മാറിയിരിക്കുന്നു. ആരൊക്കെയാണ് അതു കുത്തിവെച്ച തെന്ന് കൃത്യമായി ഓർക്കുന്നില്ല."

ഉള്ളിന്റെയുള്ളിൽനിന്നുള്ള വാക്കുകൾ. ഒരു പുകമറയ്ക്കുള്ളിൽ പെട്ടുപോയതുപോലെയാണ് തോന്നിയത്. ഞങ്ങൾ നിശ്ശബ്ദരായി.

2016 സെപ്തംബറിൽ വീണ്ടും ശിഹാബുദ്ദീനെ കണ്ടു. തിരുവനന്തപുരത്ത് എന്റെ വീട്ടിൽവെച്ച്. ഒപ്പം കഥാകൃത്ത് വി വി കുമാറും എഴുത്തുകാരനും ആക്ടിവിസ്റ്റുമായ എസ് എൻ റോയിയും. ശിഹാബുദ്ദീൻ പറഞ്ഞു:

"വിവിധ മാധ്യമങ്ങളിൽ പ്രവർത്തിച്ച ഇത്രയേറെ അനുഭവങ്ങളുള്ള ഒരു വ്യക്തിയെപ്പറ്റി എഴുതേണ്ടത് ഒരു പത്രാധിപരെന്ന നിലയിൽ എന്റെ കർത്തവ്യമാണ്. അതു നിറവേറ്റുകയാണ്. ചന്ദ്രികയ്ക്ക് താങ്കളുടെ സുദീർഘമായ ഒരഭിമുഖം വേണം."

എസ് എൻ റോയിയെ കൂടെക്കൂട്ടിയത് അതിനായിട്ടായിരുന്നു. ഒട്ടേറെ സുദീർഘ അഭിമുഖങ്ങൾ തയ്യാറാക്കിയിട്ടുള്ള റോയിയാണ്. "യാദൃച്ഛികതകളുടെ സഹയാത്രികൻ" എന്ന ദീർഘമായ അഭിമുഖം തയ്യാറാക്കിയത്. പത്രാധിപർ അത് 2016 ഡിസംബർ 31 ന്റെ *ചന്ദ്രിക* ആഴ്ചപ്പതിപ്പിൽ കവർ സ്റ്റോറിയായി നല്കുകയും ചെയ്തു.

യാദൃച്ഛികതകളുടെ സഹയാത്രികൻ

ജീവിതത്തിന്റെ വിഭിന്ന മേഖലകളിലാണ് വിരാജിച്ചിരുന്നതെങ്കിലും നിരന്തരം കഥകളെഴുതാനുള്ള ഒരു മനസ്സ് ജോൺ സാമുവലിനുണ്ട്. തനിക്ക് മുൻപ് പലരും മെനഞ്ഞുവെച്ച കഥയുടെ സൈദ്ധാന്തികതലങ്ങളിലല്ല, എന്നാൽ അതിന്റെ ജൈവിക സമൃദ്ധിയിലാണ് എപ്പോഴും അദ്ദേഹം ഊന്നിയത്. സമകാലിക സാമൂഹ്യജീവിതത്തിന്റെ സ്പന്ദനങ്ങളും അനുരണനങ്ങളും തന്നെയാണ് തന്റെ കഥകളുടെ ഹൃദയഭൂമികയായി ഈ എഴുത്തുകാരൻ സ്വീകരിച്ചിരിക്കുന്നതും.

സങ്കീർണ്ണമായ മാനുഷിക ബന്ധങ്ങളും അതിന്റെ ഉപരിപ്ലവതകളും കപടനാട്യങ്ങളുമെല്ലാം കറകളഞ്ഞ ആക്ഷേപഹാസ്യത്തിലൂടെ ധ്വന്യാത്മകമായി അവതരിപ്പിക്കുവാനുള്ള ഒരു പ്രത്യേക സിദ്ധി ഈ എഴുത്തുകാരനുണ്ട്. ജീവിതാനുഭവങ്ങൾ കഥകൾക്കാധാരമാകാമെങ്കിലും ഭാവനയുടെ മൂശയിലാണ് കഥകൾ പൂർണ്ണമായും ഉരുവം കൊള്ളേണ്ടതെന്ന് ഈ കഥാകൃത്ത് ഉറച്ചു വിശ്വസിക്കുമ്പോഴും ആ കഥകൾക്ക് ജീവിതത്തിൽ നിന്നും ഏറെ ദൂരമില്ലെന്ന കാര്യം ശ്രദ്ധേയമാണ്. വിഷയസ്വീകരണത്തിൽ പുലർത്തുന്ന സൂക്ഷ്മതയും എഴുത്തിൽ അന്തർല്ലീനമായ പതിഞ്ഞ

താളവും ജോൺ സാമുവലെന്ന എഴുത്തുകാരനെ വ്യത്യസ്തനാക്കുന്നു.

ജീവിതത്തിന്റെ ആർദ്രലാവണ്യവും നിസ്സാരതയും ഭീകരയാഥാർത്ഥ്യങ്ങളുമെല്ലാം അരങ്ങിലെ വേഷപ്പകർച്ചകൾ പോലെ അദ്ദേഹത്തിന്റെ കഥകളിൽ നാമനുഭവിക്കുന്നു. മനുഷ്യാവസ്ഥകൾക്കുമേൽ ജാഗരൂകമായ മനസ്സ് വ്യത്യസ്ത മേഖലകളിലെ ജീവിതങ്ങളെ നിരവധി വിതാനങ്ങളിലൂടെ അവതരിപ്പിക്കുവാൻ കഥാകൃത്തിനെ പ്രാപ്തനാക്കുന്നു. മാനുഷിക മൂല്യങ്ങളിൽ അടിയുറച്ചു വിശ്വസിക്കുന്ന ഒരു എഴുത്തുകാരന് മാത്രമേ മൂല്യച്യുതിയെക്കുറിച്ചും ജീവിതത്തിന്റെ കുഴമറിച്ചിലുകളെപ്പറ്റിയും ഏറ്റവും ശക്തമായി പറയുവാൻ സാധിക്കൂ... ജീവിതത്തിന്റെ സൗന്ദര്യാത്മകതയും നിതാന്തസമസ്യകളും പ്രകാശിപ്പിക്കുന്നതോടൊപ്പം ഒരു സത്യാമ്പേഷകന്റെ വിശുദ്ധിയോടെ ജോൺ സാമുവൽ എന്ന എഴുത്തുകാരൻ തന്റെ കഥകളിലൂടെ നിരന്തരം ചെയ്തുകൊണ്ടിരിക്കുന്നതും അതു തന്നെയാണ്...

? എഴുത്തിലേക്ക് വരാനുണ്ടായ സാഹചര്യം എന്താണ്? എങ്ങനെയായിരുന്നു എഴുത്തിന്റെ ആദ്യകാലം?

ആദ്യരചന തന്നെ അവിസ്മരണീയമായ അനുഭവമായിരുന്നു ഞാനന്ന് ശാസ്താംകോട്ട ദേവസ്വം ബോർഡ് കോളേജിൽ പ്രീഡിഗ്രി രണ്ടാം വർഷം പഠിക്കുകയായിരുന്നു. ഞങ്ങളുടെ മലയാള വിഭാഗത്തിന്റെ അദ്ധ്യക്ഷനായിരുന്നു നാടകകൃത്ത് ജി ശങ്കരപ്പിള്ള സാറ്. സാഹിത്യത്തെക്കുറിച്ചൊന്നും എനിക്കന്ന് വലിയ ഗ്രാഹ്യമില്ല. എന്തൊക്കെയോ വായിക്കുമായിരുന്നു. സീരിയസ് റീഡിങ് ആണോ എന്നു ചോദിച്ചാൽ അല്ലതാനും. ശങ്കരപ്പിള്ള സാറുമായുള്ള വ്യക്തിപരമായ ഒരടുപ്പം എന്നെ സാഹിത്യതല്പരനാക്കിയെന്നതാണ് യഥാർത്ഥ്യം.

കോളേജ് യുവജനോത്സവത്തോടനുബന്ധിച്ച് നടന്ന കഥാമത്സരത്തിൽ പങ്കെടുക്കുവാൻ സാറാണ് നിർദ്ദേശിച്ചത്. ഞങ്ങളുടെ ക്ലാസിൽ നിന്നു മാത്രം മൂന്നു നാലു പേർ വേറെയുമുണ്ടായിരുന്നു. കഥയെഴുത്തിൽ മുൻപരിചയങ്ങളൊന്നുമില്ല. അമ്മയിൽനിന്ന് കഥകൾ കേട്ടുവളർന്നതും വായനയും മാത്രമാണ് കൈമുതൽ. പരീക്ഷ എഴുതാനിരിക്കുന്നതുപോലെ നല്കപ്പെട്ട വിഷയവുമായി കുറേ കുട്ടികൾ ഇരുന്നെഴുതുന്നു. കഥയെഴുത്തിന്റെ ഗൗരവമോ മറ്റു സംഗതികളോ നമുക്കറിയില്ലല്ലോ. ഫലപ്രഖ്യാപനം വന്നപ്പോൾ എന്റെ കഥയ്ക്കു ഒന്നാം സമ്മാനം. 'കടലാസുപൂക്കൾ' എന്ന കഥ. അതായിരുന്നു തുടക്കം.

എങ്കിലും പിന്നെ വളരെക്കാലത്തേക്ക് കഥകളെഴുതിയില്ല. ശങ്കരപ്പിള്ള സാറുമായുള്ള അടുപ്പം നാടകത്തിലേക്കാണ് ആകർഷിച്ചത്. ഏകാങ്കനാടകങ്ങൾ എഴുതിയും രംഗത്തവതരിപ്പിച്ചും അടുത്ത മൂന്നു നാലുവർഷങ്ങൾ. ഇതിനിടെയാണ് ശാസ്താംകോട്ടയിൽ ശങ്കരപ്പിള്ള സാറിന്റെ നേതൃത്വത്തിൽ നടന്ന ആദ്യ നാടകക്കളരിയിൽ അംഗമാകുവാൻ അവസരം ലഭിച്ചത്. രംഗകലയെക്കുറിച്ചുള്ള കാഴ്ചപ്പാടുകളെ മാറ്റിമറിച്ച അനുഭവ

മായിരുന്നു നാടകക്കളരി. സി ജെ യുടെ 1128 ൽ ക്രൈം 27 ആയിരുന്നു പ്രധാന പാഠ്യഭാഗം. അതിന്റെ അവതരണവും. ചലച്ചിത്ര-നാടകരംഗങ്ങളിലെ പ്രമുഖരായിരുന്നു നാടകക്കളരി നയിച്ചത്. ശങ്കരപ്പിള്ള സാറിനെക്കൂടാതെ സി എൻ ശ്രീകണ്ഠൻ നായർ, പ്രൊഫ. എൻ കൃഷ്ണപിള്ള; അടൂർഗോപാലകൃഷ്ണൻ, ജി അരവിന്ദൻ, മധു, പ്രാക്കുളം ഭാസി, രാമാനുജം, രാമു തുടങ്ങിയവയുടെ വലിയ നിര. ഗോപിയും, ഡി ബഞ്ചമിനും പി ബാലചന്ദ്രനും കൊച്ചുനാരായണനും ഞാനുമൊക്കെ അംഗങ്ങൾ. പിന്നീട് യൂണിവേഴ്സിറ്റി കോളേജിൽ എം എയ്ക്കു പഠിക്കുമ്പോൾ എഴുതിയ ഏകാങ്കനാടകം കോളേജിനെ പ്രതിനിധീകരിച്ച് യൂണിവേഴ്സിറ്റി യൂണിയൻ നാടക മത്സരത്തിനായി തെരഞ്ഞെടുക്കപ്പെട്ടു. എൻ കൃഷ്ണപിള്ള സാറായിരുന്നു അന്ന് മലയാള വിഭാഗം അദ്ധ്യക്ഷൻ. എം കൃഷ്ണൻനായർ, ഒ എൻ വി. തിരുനെല്ലൂർ കരുണാകരൻ, ആനന്ദക്കുട്ടൻ, കെ എം ഡാനിയൽ, നബീസാ ഉമ്മാൾ തുടങ്ങിയ പ്രഗത്ഭ അദ്ധ്യാപകരും. വീണ്ടും സാഹിത്യ ചിന്തകളിൽ വസന്തകാലം. വായനയിലും. മത്സരത്തിനെഴുതിയ ഏകാങ്ക നാടകം *മലയാള മനോരമ*യ്ക്ക് അയച്ചുകൊടുത്തു.

മനോരമയുടെ അക്കൊല്ലത്തെ വാർഷികപ്പതിപ്പിൽ 'യോഗി' എന്ന ആ ഏകാങ്കനാടകം പ്രസിദ്ധീകരിച്ചു. അതൊരു 21-കാരനെ സംബന്ധിച്ചിടത്തോളം വിലമതിക്കാനാകാത്ത അനുഭവമായിരുന്നു. കാരണം സാഹിത്യത്തിലെ കാരണവന്മാരാണ് അന്ന് വാർഷികപ്പതിപ്പിൽ എഴുതിയിരുന്നത്. എഴുത്തിലേക്ക് വരാനുള്ള ഒരു നിമിത്തമായി അത്. പിന്നെ നാടകം വിട്ട് കഥകൾ നിരന്തരം എഴുതി. ഒന്നും പ്രസിദ്ധീകരണത്തിന് അയച്ചു കൊടുത്തില്ലെന്നു മാത്രം.

? എഴുത്തിന്റെ രണ്ടാം ഘട്ടമെന്ന് പറയാം അല്ലേ? അപ്പോഴത്തേക്കും വിദ്യാഭ്യാസ കാലഘട്ടവും അവസാനിച്ചിരിക്കുമല്ലോ?

അതെ. അപ്പോഴേക്കും ആകാശവാണിയിൽ അനൗൺസറായി ജോലിയിൽ പ്രവേശിച്ചിരുന്നു. ഒപ്പം വേണുനാഗവള്ളിയും. ആകാശവാണിയുടെ പുഷ്കല കാലമായിരുന്നു അത്. എല്ലാം വലിയ എഴുത്തുകാരും കലാകാരന്മാരും. ടി എൻ ഗോപിനാഥൻ നായർ, നാഗവള്ളി ആർ എസ് കുറുപ്പ്, ജഗതി എൻ കെ ആചാരി, കെ ജി സേതുനാഥ്, എസ് രാമൻ കുട്ടിനായർ, കെ ജി മേനോൻ, ഉദയഭാനു, പത്മരാജൻ, തിരുവിഴ ജയശങ്കർ, എം ജി രാധാകൃഷ്ണൻ തുടങ്ങിയവരൊക്കെ അപ്പോഴവിടെ ഉണ്ടായിരുന്നു. സാംസ്കാരിക സമ്പന്നമായ വളരെ നല്ല ഒരു ചുറ്റുപാട്.

കൂട്ടത്തിൽ പത്മരാജനുമായി (സ്നേഹപൂർവ്വം പപ്പേട്ടൻ എന്നാണ് വിളിച്ചിരുന്നത്) ഒരു ആത്മബന്ധം ഉടലെടുത്തു. അതിന് കാരണവുമുണ്ട്. അദ്ദേഹം അപ്പോൾ നക്ഷത്രങ്ങളേ കാവൽ ഒക്കെ എഴുതി സിനിമയിലേക്ക് കടന്ന സമയമായിരുന്നു. *പെരുവഴിയമ്പലം* സംവിധാനം ചെയ്യുന്നതിന് തൊട്ടുമുമ്പുള്ള സമയം. *പ്രയാണം, ഇതാ ഇവിടെവരെ, തകര, വാടകയ്*

ക്കൊരു ഹൃദയം തുടങ്ങിയ സിനിമകളുടെ തിരക്കഥകളിലൂടെ അദ്ദേഹം മലയാളത്തിലെ എണ്ണപ്പെട്ട തിരക്കഥാകൃത്തായി മാറിയിരുന്നു. ആനുകാലികങ്ങളിൽ വരുന്ന കഥകളെക്കുറിച്ചൊക്കെ ഞങ്ങൾ ചർച്ച ചെയ്യുമായിരുന്നു. ഞാനും എഴുത്തിലേക്ക് സജീവമായി വന്നു തുടങ്ങിയ കാലമായിരുന്നു അത്. ആയിടയ്ക്കാണ് *മുക്തിയുടെ തീരം* എന്ന എന്റെ നോവൽ മനോരമ ഞായറാഴ്ചപ്പതിപ്പിൽ ഖണ്ഡശ: പ്രസിദ്ധീകരിച്ചത്. വ്യത്യസ്തമായ ഒരു പ്രണയകഥയായിരുന്നു അത്. അതുവരെ എഴുതിയ കഥകളിൽനിന്ന് രണ്ടുമൂന്നെണ്ണം പപ്പേട്ടന് വായിക്കാൻ നല്കി. *മാതൃഭൂമി*ക്കോ *കലാകൗമുദി*ക്കോ എന്തുകൊണ്ട് അയച്ചുകൊടുക്കുന്നില്ലെന്ന ചോദ്യവുമായി അദ്ദേഹം അവ മടക്കി. അങ്ങനെയാണ് 'ഹലേലുയ' എന്ന കഥ *മാതൃഭൂമി*ക്ക് അയച്ചുകൊടുത്തത്. എം ടി സാറാണ് അവിടെ പത്രാധിപർ. *മാതൃഭൂമി*യിൽ കഥ വന്നു. ഒരു തുടക്കക്കാരനെ സംബന്ധിച്ചിടത്തോളം വലിയ അംഗീകാരമായിരുന്നു അത്. പിന്നെ എസ് ജയചന്ദ്രൻ നായർ സാറിന്റെ നിർല്ലോഭമായ പ്രോത്സാഹനത്തിൽ *കലാകൗമുദി*യിലും കെ എം തരകൻ സാറിന്റെ പ്രേരണയിൽ *ഭാഷാപോഷിണി*യിലും തുടരെ എഴുതി. ആകാശവാണിയിലായിരുന്ന കാലം വായനയുടെയും എഴുത്തിന്റെയും കാലമായിരുന്നു.

? ഡി സിയുമായി ചേർന്ന് ഏറ്റവും മികച്ച കഥകൾ തെരഞ്ഞെടുത്ത് പ്രസിദ്ധീകരിക്കുകയുണ്ടായല്ലോ? ഇന്നത് സർവ്വ സാധാരണമാണെങ്കിലും അന്നത് പുതുമയേറിയ ഒരു സംരംഭമായിരുന്നു. അത്തരത്തിലുള്ള മലയാളത്തിലെ ആദ്യ സംഭവം കൂടിയാണതെന്ന് തോന്നുന്നു?

അതെ. മലയാളത്തിൽ അത്തരമൊന്ന് ആദ്യമായിരുന്നു. ആകാശവാണിയിൽ ഞങ്ങൾക്കന്ന് ഒരു റീഡേഴ്സ് ക്ലബ് ഉണ്ടായിരുന്നു. എല്ലാവർക്കും എല്ലാ വാരികകളും കാശുകൊടുത്തു വാങ്ങാനുള്ള സാഹചര്യം ഇല്ലാതിരുന്നതിനാൽ ഈ റീഡേഴ്സ് ക്ലബ് വലിയൊരു അനുഗ്രഹമായി. അന്ന് പ്രസിദ്ധീകരിച്ചിരുന്ന ഏതാണ്ടെല്ലാ വാരികകളും മാസികകളും അങ്ങനെ ഞങ്ങൾ വാങ്ങി കൈമാറ്റം ചെയ്തു വായിക്കുമായിരുന്നു. ആനുകാലികങ്ങളിലൂടെ പുറത്തുവരുന്ന നല്ല കഥകളെപ്പറ്റി പത്മരാജനുമായി ചർച്ച ചെയ്തിരുന്ന കാര്യം നേരത്തെ പറഞ്ഞുവല്ലോ. ശ്രദ്ധേയമായ കഥകളുടെ സാരാംശവും മറ്റും ഒരു നോട്ട് ബുക്കിൽ കുറിച്ചുവെക്കുന്ന സ്വഭാവവും എനിക്കുണ്ടായിരുന്നു.

അപ്പോഴാണ് ഈ ആശയം കിട്ടുന്നത്. പല വാരികകളിൽനിന്നും തെരഞ്ഞെടുത്ത പ്രശസ്തരായ എഴുത്തുകാരുടെ ഏറ്റവും നല്ല കഥകൾ ഒരു സമാഹാരമായി ഇറക്കിയാലോ എന്ന ആശയം. ഞങ്ങൾ പതിനൊന്നു കഥകൾ തെരഞ്ഞെടുത്തു. എഴുത്തുകാർക്കുള്ള ആദ്യ കത്ത് പത്മരാജന്റേതായി പോയി. സാക്ഷാൽ വൈക്കം മുഹമ്മദ് ബഷീർ തൊട്ടുള്ള ആളുകൾക്ക് അദ്ദേഹം കത്തുകളെഴുതി. ബഷീറിനെക്കൂടാതെ ഒ വി വിജയൻ, കാക്കനാടൻ, എം മുകുന്ദൻ, എം സുകുമാരൻ, സേതു, എം പി നാരായ

ണപിള്ള, പുനത്തിൽ കുഞ്ഞബ്ദുള്ള, മാധവിക്കുട്ടി, സക്കറിയ, പത്മരാ ജൻ എന്നിവരുടെ പതിനൊന്നു കഥകൾ അടങ്ങിയതായിരുന്നു ആദ്യ സമാഹാരം. ഡി സി ബുക്സ് പ്രസാധനം ഏറ്റെടുത്തു. അത്ഭുതങ്ങൾ കണക്കെ മനസ്സിൽ സൂക്ഷിച്ചിരുന്ന എഴുത്തുകാരു മായിട്ടുള്ള നിരന്തര ബന്ധത്തിന് ഈ സംരംഭം വഴിവെച്ചു. എന്റെ വായ നയെയും എഴുത്തിനെയും ഇത് ഏറെ സ്വാധീനിച്ചു. അത്തരം ആറ് സമാ ഹരങ്ങൾ കൂടി പിന്നീട് ഇറങ്ങി. കഥകൾ പോലെ തന്നെ ആ സമാഹാര ങ്ങളെ വേറിട്ടു നിർത്തിയത് അവയ്ക്കൊപ്പം ചേർത്തിരുന്ന പഠനങ്ങളാ യിരുന്നു. കെ പി അപ്പൻ, നരേന്ദ്രപ്രസാദ്, പ്രൊഫ. എം കൃഷ്ണൻ നായർ, പ്രൊഫ. എം തോമസ് മാത്യു, പ്രൊഫ. കെ എം തരകൻ, ഡോ. വി രാജ കൃഷ്ണൻ എന്നിവരുടെ ആധികാരിക പഠനങ്ങൾ മലയാള കഥയുടെ ചരിത്രം കൂടിയാണ്.

? ദൂരദർശൻ ജീവിതം എപ്പോഴാണ് സംഭവിക്കുന്നത്?

1985 ൽ. മലയാള ടെലിവിഷന്റെ തുടക്കമായിരുന്നു അത്. ഒരു പുതിയ മാധ്യമത്തിന്റെ പ്രാരംഭദശയിൽ അതിൽ ഭാഗഭാക്കാകുമ്പോൾ സ്വാഭാവി കമായും ഉണ്ടാകുന്ന തിരക്കുകളിൽപ്പെട്ടു പോയതിന്റെ ഫലമായി എഴുത്തു മുടങ്ങി. പുത്തൻ മാധ്യമം എന്നിലുള്ള എഴുത്തുകാരനെ കൈവി ടുന്നു. തികച്ചും സ്വാഭാവികമായ ഒരു പരിണാമമായിരുന്നു അത്. 85 ൽ ഒന്നോ രണ്ടോ കഥയെഴുതിയെന്നല്ലാതെ 86 മുതൽ 20 വർഷം എഴുത്ത് പൂർണ്ണമായും ഇല്ലാതെയായി. ആകാശവാണി കാലത്ത് ഇടയ്ക്ക് സ്പോർട്സ് എഴുത്തും ഉണ്ടായിരുന്നു. ഇവിടെയെത്തിയപ്പോൾ അതും നിന്നു. ദൂരദർശനിൽ സാഹിത്യവും സിനിമയുമൊക്കെ ഉണ്ടായിരുന്നുവെ ങ്കിലും പ്രധാനമായും സ്പോർട്സിന്റെ ചുമതലയായിരുന്നു എനിക്ക്. അതി നുവേണ്ടി ഏറെ യാത്രകൾ വേണ്ടിവന്നിരുന്നു. ചിത്രീകരണത്തിനും മറ്റു മായി ദിവസങ്ങൾ നീളുന്ന തയ്യാറെടുപ്പുകളും. സാഹിത്യപരമായ നിഷ്ക്രി യാവസ്ഥയെ കാര്യമായി ശകാരിച്ച സുഹൃത്തുക്കളുടെ മുന്നറിയിപ്പുകൾക്ക് വഴങ്ങാനാവുന്ന കാലമായിരുന്നില്ല അത്.

? പിന്നെ എപ്പോഴായിരുന്നു എഴുത്തിലേക്ക് മടങ്ങി വന്നത്?

2005 ലാണ് അത് സംഭവിക്കുന്നത്. അതിന് ഞാൻ ഏറ്റവും കൂടു തൽ കടപ്പെട്ടിരിക്കുന്നത് ടി എൻ ജയചന്ദ്രൻ ഐ എ എസിനോടാണ്. ഗുപ്തൻ നായർ സാറിന്റെ *മനസാസ്മരാമി* എന്ന ആത്മകഥയുടെ പ്രകാ ശനവേളയിൽ അതിന്റെ പ്രസാധകരായ റെയിൻബോ ബുക്സ് ഉടമ രാജേ ഷിനൊപ്പം അദ്ദേഹത്തെ തിരുവനന്തപുരം പ്രസ് ക്ലബ്ബിൽ വെച്ചു കണ്ടു മുട്ടി. ചടങ്ങ് ആരംഭിക്കുന്നതിന് മുൻപുള്ള കുശലം പറച്ചിലിനിടയിൽ ഞാനെത്ര പുസ്തകങ്ങൾ പ്രസിദ്ധീകരിച്ചുവെന്ന് അദ്ദേഹം ചോദിക്കുക യുണ്ടായി. ഇതേവരെ പുസ്തകങ്ങളൊന്നും ഇറക്കിയിട്ടില്ലെന്നറിഞ്ഞ

പ്പോൾ അദ്ദേഹത്തിന് അതിശയമായി. എത്ര കഥകളെഴുതിയിട്ടുണ്ടെന്നായി പിന്നെ അദ്ദേഹം. അൻപതിന് മുകളിൽ കഥകളെഴുതിയിട്ടുണ്ടെന്ന് ഞാൻ പറഞ്ഞപ്പോൾ അതിൽനിന്നും 25 കഥകൾ തെരഞ്ഞെടുത്ത് കൊടുത്താൽ താൻ പുസ്തകമാക്കിക്കൊള്ളാമെന്ന് രാജേഷ് പറഞ്ഞു. *ഹലേലൂയാ* എന്ന ആ പുസ്തകത്തിന് ആമുഖമെഴുതിയതും ടി എൻ ജയചന്ദ്രൻ സാറായിരുന്നു.

ആദ്യ കഥാസമാഹാരത്തിന്റെ ആവേശത്തിൽ മറ്റ് പതിനഞ്ചു കഥകൾ തെരഞ്ഞെടുത്തു വെച്ചിട്ട് രവി ഡി സിക്ക് കത്തയച്ചു. ഒരു കഥാസമാഹാരം ഇറക്കാൻ ആവുമോ എന്ന് തിരക്കിക്കൊണ്ട്. കത്ത് കിട്ടിയ അന്നു തന്നെ അദ്ദേഹം അത് സമ്മതിച്ചുകൊണ്ട് മറുപടിയുമെഴുതി. ഞാൻ മാറ്റർ അയച്ചുകൊടുത്തു. അങ്ങനെ ഒരു മാസത്തെ ഇടവേളയിൽ *അംശവടി* പുറത്തുവന്നു. സക്കറിയയാണ് *അംശവടി* എന്ന കഥാസമാഹാരത്തിന് ആമുഖമെഴുതിയത്. രണ്ടു പുസ്തകങ്ങൾക്കും പുരസ്കാരം കിട്ടി. പിന്നീടുവന്ന *ചിതാഭസ്മ*ത്തിന് കേശവദേവ് സാഹിത്യ പുരസ്കാരവും *ആചാര വെടിക്ക്* എസ് ബി ടി കഥാപുരസ്കാരവും *ആകൽക്കറുസയ്ക്ക് ഫൊക്കാന* ചെറുകഥാ പുരസ്കാരവും ലഭിച്ചു.

? ഇടയ്ക്ക് സിനിമയിലും ചില വേഷങ്ങൾ ചെയ്യുകയുണ്ടായല്ലോ? ഒന്നു രണ്ടെണ്ണം വളരെ ശ്രദ്ധേയമായ വേഷങ്ങളായിരുന്നു. സിനിമയിലേക്കുള്ള വരവ് എങ്ങനെയായിരുന്നു?

യാദൃച്ഛികതകൾ നിറഞ്ഞതാണ് എന്റെ സിനിമാ ബന്ധം. എസ് എസ് എൽ സി പരീക്ഷ കഴിഞ്ഞ്, തിരുവനന്തപുരത്ത് താമസമായിരുന്ന എന്റെ സഹോദരിക്കൊപ്പം അവധിക്കാലം ആഘോഷിക്കാൻ പോയി. രണ്ടാഴ്ച തിരുവനന്തപുരത്ത് താമസിച്ചു. ആനുകാലികങ്ങളുടെ കൂട്ടത്തിൽനിന്ന് മനോരമ വാർഷികപ്പതിപ്പ് വായിക്കാൻ കിട്ടിയത് അങ്ങനെയാണ്. അതിൽ ജി ശങ്കരപ്പിള്ള സാറിന്റെ *ബെഡ് നമ്പർ 15* എന്ന ഒരു നാടകമുണ്ടായിരുന്നു. രണ്ടു കഥാപാത്രങ്ങൾ മാത്രമുള്ള (ഒരു പതിനഞ്ചു വയസ്സുകാരനും 70 വയസ്സുകാരനും) നാടകമായിരുന്നു അത്. ആശുപത്രിയിൽ അടുത്തടുത്തുള്ള ബെഡ്ഡുകളിൽ കിടക്കുന്ന രണ്ടുപേർ. ബെഡ് നമ്പർ 15 ലും 16 ലും. ബെഡ് നമ്പർ 15 ൽ കിടക്കുന്ന പയ്യന് അടുത്ത ദിവസം കാലത്ത് ഓപ്പറേഷനാണ്. അതിന്റെ പശ്ചാത്തലത്തിൽ നടക്കുന്ന സംഭാഷണങ്ങളാണ് നാടകത്തിന്റെ കാതൽ. അത് വളരെ ടച്ചിങ് ആയി എനിക്ക് അനുഭവപ്പെട്ടു. എനിക്കുമന്ന് 15 വയസ്സായിരുന്നു. അതുകൊണ്ടുകൂടിയാവാം നാടകം അത്ര മേൽ ആകർഷിച്ചത്.

ഞാനീ നാടകം വാർഷികപ്പതിപ്പിൽനിന്നും വലിച്ചു കീറിയെടുത്തു. തിരിച്ച് നാട്ടിലേക്ക് പോയപ്പോൾ എന്റെ സഞ്ചിയിൽ ഈ നാടകവുമുണ്ട്. പിന്നെ എസ് എസ് എൽ സി പരീക്ഷ ജയിച്ച് ശാസ്താംകോട്ട കോളേജിൽ പ്രീഡിഗ്രിക്ക് ചേർന്നു. അവിടെയന്ന് ശങ്കരപ്പിള്ള സാറുണ്ടായിരുന്നുവെന്ന് നേരത്തെ സൂചിപ്പിച്ചിരുന്നുവല്ലോ. ഞങ്ങൾ സുഹൃത്തുക്കൾ

ഈ നാടകം അവിടെ യൂത്ത് ഫെസ്റ്റിവലിന് അവതരിപ്പിക്കുന്നു. ഞാന തുവരെ അഭിനയിച്ചിട്ടൊന്നുമില്ല. ഞാനാണ് 15 കാരന്റെ വേഷം ചെയ്തത്. നാടകം കഴിഞ്ഞ് മേക്കപ്പൊക്കെ അഴിച്ചുകൊണ്ടു നില്ക്കുമ്പോൾ ശങ്കര പ്പിള്ള സാർ ഗ്രീൻ റൂമിലേക്ക് കയറി വന്നു. തോളിൽ തട്ടി നന്നായിരുന്നു എന്നു മാത്രം പറഞ്ഞു. ഞാനന്ന് അടൂരിനടുത്ത് കടമ്പനാട്ടാണ് താമസം. പിറ്റേന്ന് ബസിൽ കോളജിലേക്കു വരുമ്പോൾ കൂടെയുണ്ടായിരുന്ന വിദ്യാർത്ഥികൾ പറഞ്ഞറിഞ്ഞു എനിക്കാണ് മികച്ച നടനുള്ള സമ്മാന മെന്ന്! വലിയ സന്തോഷമായി, അഭിനേതാവെന്ന നിലയിൽ ആദ്യ അര ങ്ങേറ്റത്തിൽ തന്നെ ഒരംഗീകരം. ഡിഗ്രി രണ്ടാം വർഷം പഠിക്കുമ്പോൾ ഈ നാടകം തന്നെ കോളജിനെ പ്രതിനിധീകരിച്ച് ഇന്റർ കൊളേജിയറ്റ് മത്സരത്തിന് പോയി. അവിടെയും നാടകത്തിന് സമ്മാനം കിട്ടുന്നു, ഞാൻ മികച്ച നടനാകുന്നു. ഈ വാർത്ത പത്രങ്ങളിൽ അച്ചടിച്ചു വരുന്നു.

ഈ വാർത്ത കണ്ടാണ് ആലപ്പുഴ ഉദയാ സ്റ്റുഡിയോയിൽനിന്നും ശങ്കരപ്പിള്ള സാർ വഴി എന്നെ ബന്ധപ്പെടുന്നത്. അപ്പച്ചനാണ് കത്തെഴു തിയതെന്നാണ് ഓർമ്മ. എന്നെയൊന്ന് ഉദയാ സ്റ്റുഡിയോയിലേക്ക് അയ ക്കണമെന്ന് പറഞ്ഞാണ് എഴുതിയിരിക്കുന്നത്. ശങ്കരപ്പിള്ള സാറിന്റെ നിർബ്ബന്ധപ്രകാരം ഞാൻ ആലപ്പുഴയ്ക്ക് പോയി അപ്പച്ചനെ കാണുന്നു. അദ്ദേഹമെന്നെ തൊട്ടപ്പുറത്തുള്ള സംവിധായകൻ കുഞ്ചാക്കോയുടെ ഓഫീസിലേക്കു കൂട്ടിക്കൊണ്ടുപോയി. എന്റെ പേരുവിവരങ്ങളൊക്കെ ചോദിച്ചറിഞ്ഞശേഷം സിനിമയിലഭിനയിക്കാൻ താല്പര്യമുണ്ടോയെന്ന് അദ്ദേഹം ചോദിച്ചു. ആകെ അമ്പരന്നുപോയിരുന്ന എനിക്ക് പെട്ടെന്നൊരു ഉത്തരം നല്കാനായില്ല. അദ്ദേഹം തുടർന്നു. ഞങ്ങളൊരു സിനിമ നിർമ്മി ക്കുന്നു. *ഒതേനന്റെ മകൻ*. അതിൽ നിങ്ങൾക്ക് പറ്റിയ ഒരു റോളുണ്ട്. ഇതേ പ്രായം. അഭിനയിക്കുന്നോ എന്ന് ചോദിച്ചു. ഉള്ളിൽ വലിയ സന്തോഷം തോന്നിയെങ്കിലും ഞാൻ അവിടെ നിന്നു പരുങ്ങുകയാണ് ചെയ്തത്. ഒടുവിൽ വീട്ടുകാരുമായി ആലോചിച്ച് പറയാമെന്ന് അറിയിച്ചു മടങ്ങി.

വീട്ടുകാർക്കും എന്തു ചെയ്യണമെന്ന് ഒരു രൂപവുമുണ്ടായിരുന്നില്ല. പക്ഷേ, ശങ്കരപ്പിള്ള സാറ് നിർബ്ബന്ധിച്ചു. ഇതൊരു വലിയ സാദ്ധ്യതയാ ണെന്നും താൻ എന്തായാലും പോകണമെന്നുമാണ് അദ്ദേഹം പറഞ്ഞത്. അതുപ്രകാരം അഭിനയിക്കാൻ താല്പര്യമുണ്ടെന്നറിയിച്ച് കത്തെഴുതി. നേരത്തെ ആവശ്യപ്പെട്ട പ്രകാരം മേയ്ക്കപ്പ് ടെസ്റ്റും നടത്തി. കണ്ണനെ ന്നായിരുന്നു കഥാപാത്രത്തിന്റെ പേര്. നസീർ സാറായിരുന്നു നായകൻ. നായകന്റെ കളിക്കൂട്ടുകാരനാണ് കണ്ണൻ. ആ കഥാപാത്രത്തിന്റെ പ്രാധാന്യം അതിനാൽ ആലോചിക്കാവുന്നതേയുള്ളൂ. സത്യൻ സാർ ഒതേ നൻ, മകനായി നസീർ സാർ, എസ് പി പിള്ളയും കവിയൂർ പൊന്നമ്മയു മായിരുന്നു എന്റെ അച്ഛനും അമ്മയുമായിട്ട് അഭിനയിച്ചത്. താരനിബിഡ മായ സിനിമ. അതിലെ പ്രശസ്തമായ 'ഗുരുവായൂരമ്പലനടയിൽ' എന്ന യേശുദാസ് പാടിയ ഗാനരംഗത്ത് ഞാനും നസീർസാറും രാഗിണിയും

കവിയൂർ പൊന്നമ്മയുമാണ് അഭിനയിച്ചത്. ഷൂട്ടിങ് കഴിഞ്ഞ് തിരിച്ചെത്തിയപ്പോൾ കോളേജിലെ ആദ്യ സിനിമാനടനു കിട്ടിയ സ്വീകരണത്തെപ്പറ്റി പ്രത്യേകം പറയേണ്ടതില്ലല്ലോ. ശാസ്താംകോട്ട കോളേജിൽനിന്ന് മുരളിയും പി ജെ രാധാകൃഷ്ണനും പിന്നീടാണ് സിനിമയിലെത്തുന്നത്.

? എന്നിട്ട് അഭിനയം തുടർന്നോ?

ഇല്ല. സിനിമ പ്രൊഫഷണൽ ആക്കുന്നതിനെപ്പറ്റിയൊന്നും ആലോചിക്കുക കൂടിയുണ്ടായില്ല. അങ്ങനൊരു സാഹചര്യവുമുണ്ടായിരുന്നില്ല. എം എയ്ക്കു ചേർന്ന് പഠിത്തത്തിൽ ശ്രദ്ധിക്കുകയാണ് ചെയ്തത്. പഠിത്തമൊക്കെ കഴിഞ്ഞ് ആകാശവാണിയിലെത്തിയപ്പോൾ റേഡിയോ നാടകങ്ങളിൽ അഭിനയിച്ചു. സമാന്തരമായി എഴുത്തും വായനയുമുണ്ട്. കെ ജി സേതുനാഥ് രചിച്ച *സർവ്വ സൗഭാഗ്യ സമ്പൽസമൃദ്ധി സഹകരണ സംഘം* എന്ന നാടകം എട്ടോളം സ്റ്റേജുകളിൽ അന്ന് അവതരിപ്പിച്ചിട്ടുണ്ട്. കരമന ജനാർദ്ദനൻ നായർ, പി സി സോമൻ, ജഗന്നാഥൻ തുടങ്ങിയവരൊക്കെ ആ നാടകത്തിൽ വേഷമിട്ടിരുന്നു.

അങ്ങനെയിരിക്കെയാണ് മറ്റൊരു അവസരം വന്നുചേരുന്നത്. അതും തികച്ചും യാദൃച്ഛികം. എൻ മോഹനന്റെ 'കത്താത്ത കാർത്തിക വിളക്ക്' എന്ന പ്രസിദ്ധ കഥയെ ആസ്പദമാക്കി ശിവൻ (ശിവൻസ് സ്റ്റുഡിയോ) *യാഗം* എന്ന പേരിൽ ഒരു സിനിമ പ്ലാൻ ചെയ്യുകയായിരുന്നു. അതിലെ ഒരു പ്രധാന കഥാപാത്രമായി എന്നെ കാസ്റ്റ് ചെയ്തു. നക്സലൈറ്റ് പ്രസ്ഥാനവുമായി ബന്ധപ്പെട്ട ഒരു കഥയായിരുന്നു അത്. ബാബു നമ്പൂതിരിയും പ്രേംജിയുമൊക്കെ ഉണ്ടായിരുന്നു. ജലജയായിരുന്നു നായിക. ഇടതുപക്ഷ ആഭിമുഖ്യമുള്ള ചെറുപ്പക്കാരന്റെ വേഷമായിരുന്നു എനിക്ക്. ഇക്കൂട്ടത്തിൽ പ്രേംജി മാത്രമാണ് അന്ന് അറിയപ്പെടുന്ന നടൻ. ദേശീയ തലത്തിൽ മികച്ച മലയാളചിത്രത്തിനും ഛായാഗ്രാഹണത്തിനുമുള്ള പുരസ്കാരങ്ങൾ *യാഗം* നേടിയിരുന്നു.

ആ സിനിമ റിലീസാകുന്നതിനും മുമ്പുതന്നെ എനിക്ക് അടുത്ത പടം വന്നു. വീണ്ടും യാദൃച്ഛികത! എം സുകുമാരന്റെ *ശേഷക്രിയ* എന്ന പ്രശസ്ത നോവൽ സിനിമയാകുന്നു. എന്റെ സഹപാഠികൂടിയായിരുന്ന രവി ആലുംമൂടിന്റെ സംവിധായകനായുള്ള അരങ്ങേറ്റം.

മാവേലിക്കര ഗവൺമെന്റ് സ്കൂളിൽ എസ് എസ് എൽ സി വരെ സഹപാഠിയായിരുന്ന രവിയെ വർഷങ്ങൾക്കുശേഷമാണ് കണ്ടുമുട്ടിയത്. ചലച്ചിത്ര-നാടക നടനെന്ന നിലയിൽ രവി അന്ന് പ്രശസ്തനായിരുന്നു. ശേഷക്രിയ കലാകൗമുദിയിൽ ഖണ്ഡശ: പ്രസിദ്ധീകരിക്കുമ്പോൾ ഓരോ അദ്ധ്യായവും ആവേശത്തോടെ വായിച്ചതിന്റെ ഇളക്കം കെട്ടടങ്ങുന്നതിനു മുൻപാണ് പ്രധാന കഥാപാത്രമായ കുഞ്ഞയ്യപ്പനെ അവതരിപ്പിക്കണമെന്ന നിർദ്ദേശവുമായി രവി സമീപിക്കുന്നത്. എം സുകുമാരൻ എന്ന കുഞ്ഞയ്യപ്പൻ. പിന്നെ എം സുകുമാരൻ എന്ന വ്യക്തിയുടെ ഭാവചലനങ്ങൾ അടുത്തും അകന്നും നിന്ന് നിരീക്ഷിക്കുവാൻ തുടങ്ങി. കുഞ്ഞയ്യപ്പൻ എന്ന

നായക കഥാപാത്രം അക്കൊല്ലത്തെ മികച്ച നടനുള്ള പുരസ്കാര ത്തിനുവരെ പരിഗണിച്ച നിലയിലേക്കെത്തിയത് അങ്ങനെയായിരുന്നു. *വിട പറയും മുൻപേ*യിലെ സേവ്യറിനെ അവതരിപ്പിച്ച നെടുമുടിവേണു വായിരുന്നു അക്കൊല്ലത്തെ മികച്ച നടൻ. അതുകൊണ്ടുതന്നെ മികച്ച നടനുള്ള പുരസ്കാരം ലഭിക്കാതെ പോയതിൽ വേദനയുമുണ്ടായില്ല. ഒരു സിനിമയുടെ എല്ലാ ജോലികളും പൂർത്തിയാക്കി ചിത്രാഞ്ജലി സ്റ്റുഡി യോയിൽ നിന്നു പുറത്തിറങ്ങിയ ആദ്യ സിനിമായായിരുന്നു *ശേഷക്രിയ*. മികച്ച കഥയ്ക്കും ഛായാഗ്രഹണത്തിനുമുള്ള അവാർഡുകൾ *ശേഷ ക്രിയ*യ്ക്കു ലഭിച്ചു.

വലിയൊരു ആകസ്മികത തൊട്ടുപിറകെ തന്നെ സംഭവിച്ചു. അക്കാ ലത്തൊരു പകലിൽ വീടിന്റെ വാതിലിലെ മുട്ടുകേട്ടു തുറക്കുമ്പോൾ സാക്ഷാൽ അടൂർ ഗോപാലകൃഷ്ണൻ വാതില്ക്കൽ. ആകെ അമ്പരന്നു പോയി. ഒപ്പം സഹസംവിധായകൻ മീരാസാഹിബും. ശാസ്താംകോട്ട നാടകക്കളരിയിൽവെച്ചും പിന്നൊരിക്കൽ ആകാശവാണിയിലും വെച്ചും കണ്ടുള്ള പരിചയമേ അദ്ദേഹവുമായി ഉണ്ടായിരുന്നുള്ളൂ. ഉപചാരവാക്കു കൾക്കു പതറവേ അദ്ദേഹം ആഗമനോദ്ദേശ്യം പറഞ്ഞു. അദ്ദേഹം സംവി ധാനം ചെയ്യുന്ന *എലിപ്പത്തായ*ത്തിൽ ഒരു വേഷം ചെയ്യണം. ചെറിയൊരു വേഷമാണ്. അത്ഭുതാദരവുകളോടെ മറുപടി നല്കി:

"ഒരൊറ്റ ഷോട്ട് മാത്രമായാലും അങ്ങയുടെ ചിത്രത്തിൽ അഭിനയി ക്കുന്നത് മഹാഭാഗ്യമാണ്."

വീണ്ടും തികച്ചും ആകസ്മികമായി ഒരു മദ്ധ്യവർത്തി സിനിമയിലെ നായകവേഷം. അഞ്ചു നായകന്മാരെ അണിനിരത്തിക്കൊണ്ട് ശ്രീകുമാ രൻ തമ്പി സംവിധാനം ചെയ്ത *ഇടിമുഴക്കം*. *മാളിക പണിയുന്നവർ*ക്കും *ഏതോ ഒരു സ്വപ്നത്തിനും* ശേഷം അദ്ദേഹം നിർമ്മിക്കുന്ന ചിത്രം. കൂടെ യുള്ള മറ്റു നായകന്മാർ ജയൻ, സുകുമാരൻ, രതീഷ്, ലാലു അലക്സ് എന്നിവർ. പിന്നെ ലെനിൻ രാജേന്ദ്രന്റെ *പ്രേംനസീറിനെ കാൺമാനില്ല*. അടൂർ ഗോപാലകൃഷ്ണന്റെ *മുഖാമുഖം*, *അനന്തരം*, സ്റ്റാൻലി ജോസിന്റെ *ആ പെൺകുട്ടി നീയായിരുന്നെങ്കിൽ* എന്നീ സിനിമകൾ. അപ്പോഴേക്കും ആകാശവാണിയിൽനിന്ന് ദൂരദർശനിൽ എത്തിയിരുന്നു. എഴുത്തു നില ച്ചതുപോലെ അഭിനയവും നിലച്ചു. ആകാശവാണിയിൽ ആയിരുന്നപ്പോൾ ഓരോ സിനിമയിലും അഭിനയിക്കാൻ പ്രത്യേകം പ്രത്യേകം അനുമതി ലഭിക്കുമായിരുന്നു. എന്നാൽ ദൂരദർശനിലെത്തിയശേഷം പിന്നീട് അഭി നയിക്കാൻ ലഭിച്ച അവസരങ്ങൾക്ക് അനുമതി ലഭിച്ചില്ല. അങ്ങനെ അഭി നയിക്കാതെ പോയ ചിത്രങ്ങളാണ് പത്മരാജന്റെ *അരപ്പട്ട കെട്ടിയ ഗ്രാമം*, ഐ വി ശശിയുടെ *വാർത്ത*, ജേസിയുടെ *നീയെത്ര ധന്യ*, ഏറ്റവുമൊടു വിൽ സത്യൻ അന്തിക്കാടിന്റെ *വീണ്ടും ചില വീട്ടുകാര്യങ്ങൾ* എന്നീ ശ്രദ്ധേ യമായ ചിത്രങ്ങൾ.

ആകസ്മികത അവിടെയും അവസാനിച്ചില്ല. 2016 ലാണ് ഒടുവിൽ അത് സംഭവിക്കുന്നത്. ഒരുനാൾ എന്നെ തേടി ഒരു ഫോൺ കോൾ.

ജയിംസ് ആന്റ് ആലീസ് എന്ന ചിത്രത്തിന്റെ പ്രൊഡ്യൂസർ കൃഷ്ണൻ സേതുകുമാറാണ്. പ്രശസ്ത ഛായാഗ്രാഹകൻ സുജിത് വാസുദേവ് സംവിധായകനാകുന്ന ഈ ചിത്രത്തിൽ മികച്ചൊരു വേഷം ചെയ്യാമോ എന്ന് അന്വേഷിച്ചുകൊണ്ടുള്ള വിളി. അവരുടെ ചർച്ചകളിൽ പൊന്തിവന്ന പേരായിരുന്നു എന്റേത്. ഡോ. കെ അമ്പാടിയാണ് ആ വേഷത്തിനു പറ്റിയ ആളായി എന്നെ നിർദ്ദേശിച്ചത്. നല്ല വേഷമാണെങ്കിൽ അഭിനയിക്കുന്നതിന് വിരോധമില്ലെന്നറിയിച്ചു. സിനിമയിൽ മുഖം കാണിക്കുക എന്ന് ആഗ്രഹിക്കുന്ന കാലം കഴിഞ്ഞുവല്ലോ. മാത്രമല്ല ദൂരദർശനിൽ നിന്നു വിരമിച്ചതിനാൽ അനുമതിയുടെ പ്രശ്നവുമില്ല. ഒരു മുഖ്യധാരാ സിനിമയിൽ ആദ്യമായി അഭിനയിക്കുന്നത് അങ്ങനെയാണ്. നല്ലൊരു വേഷം. അതിനു തൊട്ടുപിറകെ അടൂർ ഗോപാലകൃഷ്ണന്റെ *പിന്നെയും* എന്ന ചിത്രത്തിൽ അന്വേഷണ ഉദ്യോഗസ്ഥന്റെ വേഷം. ഇപ്പോൾ അഭിനയിക്കുന്നതിൽ വല്ലാത്തൊരു സംതൃപ്തി തോന്നുന്നു. അത്ഭുതങ്ങളും ആകസ്മികതകളും എപ്പോൾ വേണമെങ്കിലും സംഭവിക്കാമല്ലോ.

? *മാധ്യമത്തിന്റെ എല്ലാ ശാഖകളുമായും പരിചയിക്കാനും ഇടപഴകുവാനും അവസരം ലഭിച്ച ഒരാളാണല്ലോ? വളരെ അപൂർവ്വമായി മാത്രം സംഭവിക്കുന്ന ഒരു സംഗതിയാണത്. ഇതിൽ ഏതിനോടായിരുന്നു മാനസികമായി കൂടുതൽ ആഭിമുഖ്യം?*

അതെ, അതു ശരിയാണ്. നാടകം, സിനിമ, പത്രം, ടെലിവിഷൻ, സാഹിത്യം തുടങ്ങി അഞ്ചു മാധ്യമങ്ങളുമായി ഇടപഴകാൻ ലഭിച്ച അവസരത്തെ ഒരു വലിയ ഭാഗ്യമായാണ് കരുതുന്നത്. അപൂർവ്വം ആളുകൾക്ക് മാത്രം കിട്ടുന്ന ഭാഗ്യമാണിതെന്നു തോന്നുന്നു.

എല്ലാ രംഗത്തും ആത്മാർത്ഥതയോടെയും ആത്മ സമർപ്പണത്തോടെയും തന്നെയാണ് ജോലി ചെയ്തത്. എന്നാൽ ഏതെങ്കിലുമൊന്നിനോട് പ്രത്യേകമായ ഒരാഭിമുഖ്യം ഉണ്ടായിട്ടുണ്ടെന്നു പറഞ്ഞുകൂടാ. എല്ലാ മാധ്യമങ്ങൾക്കും അതിന്റേതായ ധർമ്മമുണ്ട്. അതറിഞ്ഞുകൊണ്ട് അതിന്റെ പൂർണ്ണതയ്ക്കായാണ് ശ്രമിച്ചതെന്ന് പറയാം. എല്ലാറ്റിലും അതിന്റേതായ ചില മുഹൂർത്തങ്ങളുണ്ട്. ആ മുഹൂർത്തങ്ങളെ ഏറ്റവും നല്ല രീതിയിൽ രേഖപ്പെടുത്തിയെടുക്കുവാനാണ് ശ്രമിച്ചത്.

? *ദൂരദർശൻ കാലം തികച്ചും വ്യത്യസ്തമായ ഒരനുഭവമായിരുന്നല്ലോ? എഴുത്തിനെ പ്രതികൂലമായി ബാധിച്ചുവെങ്കിലും ഒരു പുതിയ ദൃശ്യസംസ്കാരം സംഭാവന ചെയ്യുന്ന കാര്യത്തിൽ പങ്കുവഹിക്കാൻ കഴിഞ്ഞത് വലിയൊരു കാര്യമല്ലേ?*

തീർച്ചയായും. കേരളത്തിൽ ഒരു പുത്തൻ ദൃശ്യസംസ്കാരം കൊണ്ടുവരികയെന്ന കാര്യത്തിൽ അതിന്റെ ആദ്യകാല പ്രവർത്തകരെന്ന നിലയിൽ ഞങ്ങളൊരു നാലഞ്ചു വ്യക്തികൾ വഹിച്ച പങ്ക് വളരെ വലുതാണെന്നു വിശ്വസിക്കുന്നു. അന്ന് ഞങ്ങൾ ചെയ്തുവെച്ച കാര്യങ്ങൾ തന്നെ

യാണ് ഇപ്പോൾ പല പല പേരുകളിൽ സ്വകാര്യ ചാനലുകളൊക്കെ ചെയ്തുകൊണ്ടിരിക്കുന്നത്. സാങ്കേതികമായ വളർച്ചയിലുണ്ടായ വ്യത്യസ്തതകളല്ലാതെ ആശയപരമായി ഇന്നും വലിയ മാറ്റങ്ങൾ ഉണ്ടായിട്ടില്ല.

ഒരു സർക്കാർ മാധ്യമം എന്ന നിലയിൽ പല പരിമിതികളും ദൂരദർശന് ഉണ്ടെന്ന് സമ്മതിക്കുന്നു. എങ്കിലും സെൻസേഷണിലസത്തിന്റെ പിറകേ പോകാൻ ഞങ്ങളൊരിക്കലും തയ്യാറായിരുന്നില്ല. ഉത്തരവാദിത്വപൂർണ്ണമായ മാധ്യമധർമ്മത്തിലാണ് ഞങ്ങൾ വിശ്വസിച്ചത്.

ഒരു ഉദാഹരണം. ശ്രീമതി. ഇന്ദിരാഗാന്ധി വെടിയേറ്റു മരിച്ച സംഭവം തന്നെയെടുക്കാം. രാവിലെ 8.45 നാണ് ഇന്ദിരാഗാന്ധി വധിക്കപ്പെടുന്നത്. ബി ബി സിയിലും മറ്റും രാവിലെ 9 മണിമുതൽ തന്നെ ഇത് ഫ്ളാഷ് ആയിട്ടുവന്നു. എന്നാൽ ദില്ലിയിലെ ദൂരദർശൻ ഈ വാർത്ത പുറത്തുവിടുന്നത് ഉച്ചയ്ക്ക് രണ്ടുമണിക്കുശേഷമാണ്. എന്തുകൊണ്ട് ഇതു സംഭവിച്ചുവെന്ന് ചോദിച്ചാൽ അതായത് വാർത്തകൾ കൊടുക്കേണ്ടത് ഇങ്ങനെയാണോ എന്നു ചോദിച്ചാൽ, പല അഭിപ്രായങ്ങളുണ്ടാകും. പക്ഷേ, പിന്നീട് ദൂരദർശൻ നടപടിയാണ് ശരിയെന്നു തെളിഞ്ഞു. രാവിലെ ഈ വാർത്ത പുറത്തുവിട്ടിരുന്നെങ്കിൽ രാജ്യം കത്തിയെരിഞ്ഞേനെ. വാർത്തകൾ കേട്ടിട്ടാണല്ലോ അക്രമങ്ങൾ പൊട്ടിപ്പുറപ്പെടുന്നത്. സ്ഥിതിഗതികൾ നിയന്ത്രിക്കുന്നതിനുള്ള സമയം അധികാരികൾക്ക് അതിനുള്ളിൽ ലഭിച്ചിരുന്നു.

എന്നാൽ ഇന്നിവിടെ നമ്മുടെ ചാനലുകൾ സൃഷ്ടിക്കുന്നതെന്താണ്? പ്രശ്നങ്ങളെ ഗുരുതരമാക്കുകയും അതിലൂടെ വ്യൂവർഷിപ്പ് കൂട്ടുകയുമാണ് ചെയ്യുന്നത്. ഈ മാധ്യമ ധർമ്മം ഞങ്ങൾ പഠിച്ചിട്ടില്ല. കുവൈറ്റിലെ യുദ്ധം റിപ്പോർട്ട് ചെയ്തപ്പോൾ, ഗുജറാത്തിലെ ഭൂകമ്പം റിപ്പോർട്ട് ചെയ്തപ്പോൾ, സുനാമി റിപ്പോർട്ട് ചെയ്തപ്പോഴൊക്കെ ഉത്തരവാദിത്വ മാധ്യമപ്രവർത്തനത്തിനാണ് ഊന്നൽ കൊടുത്തത്. അതിന്റേതായ ബുദ്ധിമുട്ടുകളും ദൂരദർശൻ അനുഭവിച്ചിട്ടുണ്ടാകാം. റേറ്റിങ്ങിന്റെ കാര്യത്തിൽ ചിലപ്പോൾ മറ്റുള്ളവരേക്കാൾ താഴെ പോയിട്ടുണ്ടാകാം. പക്ഷേ, അവിടെയും ഞങ്ങൾക്കൊരു ചാരിതാർത്ഥ്യമുണ്ട്. ഞങ്ങളൊരിക്കലും പ്രശ്നങ്ങൾ വഷളാക്കിയിട്ടില്ല.

വേറൊരു സംഭവം കൂടി പറയാം. ഒരിക്കൽ ഒരു പ്രേക്ഷകന്റെ കത്ത് കിട്ടുകയുണ്ടായി. എന്റെ വ്യക്തിപരമായ പേരിലാണ് കത്ത് വന്നത്. ദൂരദർശനിൽ പ്രതികരണം അവതരിപ്പിച്ചിരുന്ന കാലം.

സാർ വളരെ ദുഃഖത്തോടെയാണ് ഞാനീ കത്തെഴുതുന്നത്. ഈ കത്ത് ശ്രദ്ധാപൂർവ്വം വായിച്ച് ഈ വിഷയം ഏറ്റെടുക്കുകയും അതിനുവേണ്ട നടപടികളെടുക്കുകയും വേണം. സംഭവം ഇങ്ങനെയായിരുന്നു- തിരുവനന്തപുരം നേമത്തിനടുത്ത് ഒരാന ലോറി ഇടിച്ചു ചരിഞ്ഞു. രാത്രിയിലാണിത് സംഭവിക്കുന്നത്. പിറ്റേന്ന് പോസ്റ്റ്മോർട്ടം നടത്തിയപ്പോൾ ക്ലോസപ്പ് ഷോട്ടുകളിൽ ആനയെ കീറുന്ന രംഗം വാർത്തയിൽ കാണിക്കുകയാണ്. ഇത് കണ്ടതിനുശേഷം തന്റെ കുട്ടി രാത്രിയിൽ പേടിയോടെ

ഞെട്ടിയുണരുന്നു. അവൻ ഭക്ഷണം കഴിക്കുന്നില്ല. ഇതാണോ മാധ്യമങ്ങൾ ചെയ്യേണ്ടത്? ഇതാണോ മാധ്യമ ധർമ്മം എന്നായിരുന്നു ആ പ്രേക്ഷകന്റെ ചോദ്യം. ഞാനുടനെ ഇതേപ്പറ്റി അന്വേഷിച്ചു അപ്പോഴാണറിയുന്നത് ആ വിഷ്വൽ സംപ്രേഷണം ചെയ്തത് ദൂരദർശൻ ആയിരുന്നില്ലെന്നും മറ്റേതോ ചാനൽ ആയിരുന്നെന്നും ദൂരദർശൻ ഒരു കാലത്തും ഇത്തരം സംഗതികൾ കാണിച്ചിട്ടില്ല. അത് ഞങ്ങളുടെ ശക്തിയായിട്ടാണ് എനിക്ക് തോന്നിയിട്ടുള്ളത്.

? ഔദ്യോഗിക ജീവിതത്തിലെ നാഴികക്കല്ലുകൾ? സംതൃപ്തി നല്കിയ പ്രോഗ്രാമുകൾ?

മൂന്നു പരിപാടികളെക്കുറിച്ച് പ്രത്യേകമെടുത്ത് പറയേണ്ടതുണ്ട്. ഒന്ന് പി ടി ഉഷയെപ്പറ്റിയുള്ള പ്രോഗ്രാം. ഉഷ ഇന്ത്യൻ കായിക രംഗം കീഴടക്കി ലോക കായിക ഭൂപടത്തിലേക്ക് കടന്നുവരുന്ന സമയമാണ്. അന്ന് ഏഷ്യൻ തലത്തിലേക്ക് വരുന്നതേയുണ്ടായിരുന്നുള്ളൂ. അവയെക്കുറിച്ച് ഗോൾഡ് അഷറിങ് ഉഷ എന്ന പേരിൽ വിശദമായ ഒരു പരിപാടി ദേശീയതലത്തിൽ സംപ്രേഷണം ചെയ്തു. അവരുടെ പരിശീലന പരിപാടി, ജീവിത മുഹൂർത്തങ്ങൾ ഒക്കെ ദൃശ്യങ്ങളാക്കിയിരുന്നു. അന്നത്തെ പ്രധാനമന്ത്രി രാജീവ് ഗാന്ധി രാജ്യത്തെ അഭിസംബോധന ചെയ്തതിനു തൊട്ടു പിന്നാലെയായിരുന്നു ഉഷയെക്കുറിച്ചുള്ള ആ പരിപാടിയുടെ സംപ്രേഷണം. ഇന്ത്യ മുഴുവൻ അതു കാണാനിടയായി. ഏറെ പ്രശംസിക്കപ്പെട്ട പരിപാടിയായിരുന്നു അത്.

ബോട്ട് റേസസ് ഓഫ് കേരള എന്ന പേരിൽ സാർക്ക് രാജ്യങ്ങളിൽ മുഴുവൻ സംപ്രേഷണം ചെയ്ത നമ്മുടെ വള്ളം കളികളെക്കുറിച്ചുള്ള പരിപാടിയാണ് മറ്റൊന്ന്. വള്ളം ഉണ്ടാക്കാൻ വേണ്ടി ആഞ്ഞിലി വെട്ടി വീഴ്ത്തുന്നതുമുതൽ വള്ളം പണിതിറക്കുന്നതുവരെയുള്ള ഘട്ടങ്ങൾ ഉൾപ്പെടുത്തിക്കൊണ്ടുള്ള പരിപാടി. ഒപ്പം നതോന്നതയിൽ സംഗീതവും. മൂന്നാമത്തേത് സിറ്റാഡൽസ് ഓഫ് ഫെയ്ത്ത് എന്ന പരിപാടി. കേരളത്തിലെ ക്രിസ്തീയ ദേവാലയങ്ങളിലെ വാസ്തുശില്പ സവിശേഷതകളായിരുന്നു വിഷയം. പള്ളികളുടെ പശ്ചാത്തലത്തിൽ ക്രിസ്ത്യാനിറ്റി എങ്ങനെയാണ് കേരളത്തിലേക്കെത്തിയെതന്ന ഒരു ചരിത്രാന്വേഷണം കൂടിയായിരുന്നു അത്. ദേശീയതലത്തിൽ ഏറെ ശ്രദ്ധിക്കപ്പെട്ട ഒരു പരിപാടിയായിരുന്നു അത്. കൂടാതെ ദൂരദർശനുവേണ്ടി 120 ലധികം ലൈവ് ടെലികാസ്റ്റുകൾ നടത്തിയിട്ടുണ്ട്. എല്ലാം കൂടി 2000 ലധികം പരിപാടികളും നിർമ്മിച്ചു.

? ദൂരദർശൻ ജീവിതം ആരംഭിച്ചതോടുകൂടി എഴുത്തും വായനയുമെല്ലാം ഏതാണ്ട് പൂർണ്ണമായും മുടങ്ങി എന്നു പറയുകയുണ്ടായല്ലോ. പിന്നെയെപ്പോഴാണ് അതിലെല്ലാം മടങ്ങിയെത്തുന്നത്?

ഇടയ്ക്ക് നാലു വർഷത്തോളം അവധിയെടുത്ത് ദൂരദർശനിൽ നിന്നു വിട്ടുനിന്നു. ദൂരദർശൻ സർക്കാർ നിയന്ത്രണത്തിൽനിന്ന് സ്വതന്ത്രമാക്കണമെന്ന ആവശ്യവുമായി രാജ്യവ്യാപകമായി പ്രൊഡക്ഷൻ പ്രൊഫഷണലുകൾ നടത്തിയ സമരത്തോടനുബന്ധിച്ച് സ്ഥലം മാറ്റപ്പെട്ടപ്പോഴാണ് അവധിയിൽ പ്രവേശിച്ചത്. അസോസിയേഷന്റെ പ്രസിഡന്റ് എന്ന നിലയിൽ പ്രവർത്തിക്കുമ്പോഴായിരുന്നു അഗർത്തലയിലേക്കുള്ള സ്ഥലം മാറ്റം. മലയാളം പരിപാടികൾ സംവിധാനം ചെയ്യാൻ വേണ്ടി തിരഞ്ഞെടുക്കപ്പെട്ട് പൂനാ ഫിലിം ഇൻസ്റ്റിറ്റ്യൂട്ടിൽ ടെലിവിഷൻ നിർമ്മാണത്തിൽ വിദഗ്ദ്ധ പരിശീലനവും നല്കി മലയാളം പരിപാടികൾ തയ്യാറാക്കാൻവേണ്ടി നിയോഗിക്കപ്പെട്ട ആൾ എന്തിന് അഗർത്തലയിൽപോയി കോക്ബുറൂക്ക് എന്ന പ്രാദേശിക ഭാഷയിൽ പരിപാടികളുണ്ടാക്കണം? അതിനോട് യോജിക്കാനാവാതെയാണ് അവധിയെടുത്തത്. ദൂരദർശൻ ഇപ്പോഴും ആ നയങ്ങൾ മാറ്റിയിട്ടില്ല. മലയാളം പരിപാടികൾ നിർമ്മിക്കാൻ തെരഞ്ഞെടുക്കപ്പെട്ടവരെ കാശ്മീരിലേക്കും ഒഡീഷയിലേക്കും ഛത്തീസ്ഗഡിലേക്കുമൊക്കെ ഇപ്പോഴും സ്ഥലം മാറ്റുന്നുണ്ട്. ഒരു കേന്ദ്രത്തിൽ തന്നെയാണെങ്കിൽ നാടകവിഭാഗം കൈകാര്യം ചെയ്യുന്നയാളിനെ കൃഷി പരിപാടികൾ നിർമ്മിക്കാൻ വീടും. സംഗീതമറിയാത്ത ആളിനെ സംഗീതമേല്പിക്കും. സാഹിത്യമറിയാത്ത പ്രൊഫഷണലിനോട് അത്തരം പരിപാടികൾ ചെയ്യാൻ ആവശ്യപ്പെടും. സംപ്രേഷണ കേന്ദ്രത്തിന്റെ തലപ്പത്തുള്ള ആളിന്റെ വ്യക്തിതാല്പര്യങ്ങൾക്കനുസരിച്ച് അത്തരം മാറ്റങ്ങളുണ്ടായിക്കൊണ്ടിരിക്കും. ദൂരദർശന്റെ ശാപമാണതെന്ന കാര്യത്തിൽ തർക്കമില്ല.

എന്തായാലും അവധിക്കാലം ഉർവ്വശീശാപം ഉപകാരമെന്നപോലെയാണ് എനിക്കനുഭവപ്പെട്ടത്. മുറിഞ്ഞുപോയ വായന വിളക്കിയെടുക്കാൻ കഴിഞ്ഞു. എഴുത്തിലേക്ക് ശക്തമായിത്തന്നെ തിരിച്ചുവരുവാനും കഴിഞ്ഞു. എന്റെ എല്ലാ പുസ്തകങ്ങളും പ്രസിദ്ധീകരിക്കപ്പെട്ടത് ഈ കാലഘട്ടത്തിനുശേഷമാണ്. ആദ്യ സമാഹാരമായ ഹല്ലേലുയ്യയുടെ പ്രസാധകൻ രാജേഷ് പ്രസാധകക്കുറിപ്പിൽ ഇങ്ങനെയെഴുതി: കാൽ നൂറ്റാണ്ടെങ്കിലും പിന്നിട്ട സാഹിത്യസപര്യയിൽ ആദ്യ സമാഹാരം പ്രസിദ്ധീകരിക്കുന്നത് ഇപ്പോൾ മാത്രമാണ് എന്ന അത്ഭുതം, കഥയെഴുതി മുഴുമിപ്പിക്കുന്നതിനു മുൻപ് പ്രസിദ്ധീകരിക്കുന്നതിനെപ്പറ്റിയും അഞ്ച് കഥകൾ പ്രസിദ്ധീകരിക്കുന്നതിനുമുമ്പ് പുസ്തക പ്രസാധനത്തെപ്പറ്റിയും ചിന്തിക്കുന്ന കഥാകൃത്തുക്കൾ ധാരാളമുള്ള ഇക്കാലത്ത് അത്ഭുതം തന്നെയാണെങ്കിൽ, അതേ അത്ഭുതത്തോടെയാണ് ഇതു പ്രസിദ്ധീകരിക്കാൻ പ്രസാധന രംഗത്ത് കുറഞ്ഞ നാളുകൾ മാത്രം പിന്നിട്ട ഞങ്ങളെ ഏല്പിച്ചതിനെയും കാണുന്നത്.

? ഒരിക്കൽ കഥകളെ വിലയിരുത്തുന്ന വേളയിൽ ആ വർഷത്തെ ഏറ്റവും മികച്ച പത്തു കഥകളിൽ എം കൃഷ്ണൻ നായർ സാർ താങ്കളുടെ മാർത്തയുടെ കത്തുകൾ എന്ന കഥയേയും ഉൾപ്പെടുത്തുകയുണ്ടായി. ആ കഥ

യെഴുതാനുള്ള പശ്ചാത്തലം എന്താണ്?

അതും യാദൃച്ഛികമായാണ് സംഭവിക്കുന്നത്. ദൂരദർശനുവേണ്ടി ഒരു പരിപാടി ചെയ്യാൻ വേണ്ടി കോട്ടയത്തുള്ള മൂലേടം എന്ന സ്ഥലത്തെത്തിയതായിരുന്നു ഞങ്ങൾ. അന്നൊക്കെ സ്റ്റുഡിയോയ്ക്ക് പുറത്തുപോയി പരിപാടികൾ ചെയ്യുകയെന്നത് ഞങ്ങൾക്ക് ആവേശകരമായ കാര്യമായിരുന്നു. അഴകപ്പനായിരുന്നു ക്യാമറാമാൻ. ഒരു ക്രിസ്മസ് ന്യൂഇയർ പരിപാടിയായിരുന്നെന്നാണ് ഓർമ്മ. ഷൂട്ടിങ് രാത്രിവരേയും നീണ്ടുപോയി. ജനറേറ്റർ വൈദ്യുതി ഉപയോഗിച്ചായിരുന്നു ചിത്രീകരണം. സിങ്ക് ചെയ്താണ് പാട്ടുസീനും മറ്റുമൊക്കെ എടുത്തിരുന്നത്. അതിനാൽ ശബ്ദമൊഴിവാക്കാൻ ജനറേറ്റർ ദൂരെ സെമിത്തേരിയുടെ ഒരു മൂലയിലാണ് വെച്ചിരുന്നത്.

ഇതിനിടയ്ക്ക് ഭക്ഷണം കഴിക്കാനുള്ള ബ്രേക്കിൽ അഴകപ്പൻ സെമിത്തേരിയോടു തൊട്ടടുത്തുള്ള കൈവരിയിൽ വിശ്രമിക്കുകയായിരുന്നു. ഒപ്പം ഞാനുമുണ്ട്. അതിന് തൊട്ടപ്പുറത്തായിരുന്നു ജനറേറ്റർ. ജനറേറ്ററിന്റെ കഠോരശബ്ദം അസ്വസ്ഥത ഉളവാക്കുന്നതായിരുന്നു. പെട്ടെന്നാണ് അഴകപ്പന്റെ വായിൽനിന്ന് ഒരു കമന്റ് വന്നത്. ഓ ഈ ശബ്ദം സഹിക്കാനാവാതെ പരേതാത്മാക്കളൊക്കെ കല്ലറകൾ പൊട്ടിച്ചു പുറത്തുവരുമോ? കമന്റ് ആസ്വദിച്ചതിനൊപ്പം അത് എന്റെ മനസ്സിൽ ഒരു കൊളുത്ത് കണക്കെ വീണു. ഒരു കഥ അവിടെ രൂപപ്പെടുകയായിരുന്നു. അക്കൊല്ലം മനോരമയിൽനിന്ന് മണർകാട് മാത്യൂ സാർ വാർഷിക പതിപ്പിലേക്ക് കഥ ആവശ്യപ്പെട്ടപ്പോൾ മാർത്തയുടെ കത്തുകൾ എന്ന കഥ പിറന്നു. എനിക്ക് ഏറ്റവും ഇഷ്ടപ്പെട്ട എന്റെ കഥകളിലൊന്ന്.

? പെണ്ണെഴുത്തിനെപ്പറ്റി?

അങ്ങനെയുമൊരെഴുത്തുണ്ടോ? എങ്കിൽ ആണെഴുത്തെന്താണെന്ന് ആദ്യം വിശദീകരിക്കുക. ശുദ്ധ അസംബന്ധമാണത്. ലിംഗം-ജാതി- വർഗ്ഗ എഴുത്തെന്ന് സർഗ്ഗാത്മക എഴുത്തു പ്രക്രിയയെ വ്യാഖ്യാനിക്കുന്നത് ഗൂഢോദ്ദേശ്യത്തോടെയാണ്. നഃസ്ത്രീ സ്വാതന്ത്ര്യമർഹതി യെന്ന് മനു പറഞ്ഞതിന്റെ ആഴങ്ങളിലേക്ക് കടന്നു ചെല്ലാൻ വിസമ്മതിക്കുന്ന മനസ്സുകളാണ് വികൃതമായി അതിനെ വ്യാഖ്യാനിച്ചിരിക്കുന്നത്. സ്ത്രീയുടെ ജീവിതത്തിന്റെ എല്ലാ ഘട്ടങ്ങളിലും അവൾക്കൊപ്പം വികാരവായ്പുകളോടെ നില്ക്കുന്നവനാണ് പുരുഷൻ. അച്ഛനായി, സഹോദരനായി, ഭർത്താവായി, മകനായി ഒക്കെ. അത്രയേ അതുകൊണ്ട് അർത്ഥമാക്കേണ്ടതുള്ളൂ. അതു നിഷേധിക്കുന്ന മനസ്സുകളെ വിഷലിപ്തമെന്നേ വിശേഷിപ്പിക്കാനാകൂ. പുരുഷന്റെ ജീവിതത്തിലും ഈ ഘട്ടങ്ങളൊക്കെയുണ്ട്. അമ്മ, സഹോദരി, ഭാര്യ, മകൾ അവരുടെ താങ്ങും തണലും സ്വീകരിക്കുവാൻ മടികാട്ടാത്ത പുരുഷനാണോ സ്ത്രീയുടെ വലിയ ശത്രു. മെയിൽ ഷോവി

നിസം എന്നുവിളിച്ച് ഇതിനെ അധിക്ഷേപിക്കേണ്ടതില്ല.

? പൈങ്കിളി സാഹിത്യം?

ഒരു ഗൂഢാലോചനയുടെ ഭാഗമാണ് ഇത്തരമൊരു വേർതിരിവും എന്നു തോന്നുന്നു. സാഹിത്യത്തിന് പൈങ്കിളിയെന്നോ പൈങ്കിളിയല്ലാ ത്തതെന്നോ വേർതിരിവുകൾ കല്പിച്ചു നല്കിയത് ഒരു വിഭാഗം എഴു ത്തുകാരെ ഇകഴ്ത്തിക്കാട്ടാനുള്ള ശ്രമമായിരുന്നു. സാഹിത്യം ജീവിത ത്തെയാണ് വ്യാഖ്യാനിക്കുന്നതെങ്കിൽ, ജീവിതസന്ദർഭങ്ങളെയും സംഘർഷങ്ങളെയുമാണ് ചിത്രീകരിക്കുന്നതെങ്കിൽ പ്രണയവും കാമവും പകയും ജീവിത യാഥാർത്ഥ്യങ്ങളും ഉൾക്കൊള്ളുന്ന ഒരു വിഭാഗം രച നയെ എങ്ങനെ അധമമെന്നു പറയാനാകും? ഒരു കാലത്ത് വായനയി ലേക്ക് ഒരു കുത്തൊഴുക്കുപോലെ ജനതയെ കൊണ്ടുവന്ന രചനകളായി രുന്നു അതെന്ന യാഥാർത്ഥ്യം വിസ്മരിക്കാനാകുമോ? നാട്ടുമ്പുറങ്ങളിലെ പൈങ്കിളികളായ കത്രീനമാരും, മറിയക്കുട്ടിമാരും ഒക്കെ ഒട്ടേറെ വായന ക്കാരുടെ പ്രിയപ്പെട്ട കഥാപാത്രങ്ങളായിരുന്നു. പലരും വായന തുടങ്ങി യതുതന്നെ അവരെ വായിച്ചുകൊണ്ടാണ്. അങ്ങനെ വരുമ്പോൾ പൈങ്കി ളിയെ അധിക്ഷേപിക്കുന്നത് ഒരു വലിയ കൂട്ടം വായനക്കാരെ അധമരായി കാണുന്നതിനു തുല്യമാണെന്ന് പറയേണ്ടി വരില്ലേ? ഓരോ എഴുത്തുകാ രനും ഓരോ മാർഗ്ഗമാണെന്ന സാധാരണതത്ത്വം വിസ്മരിച്ചു കൊണ്ടുള്ള പരിഹസിക്കലായിരുന്നു അതെന്ന് ഉറപ്പിച്ചു പറയാം. അതിനാൽ അധമ മെന്നു തീർപ്പു കല്പിച്ച് അവയെ അധിക്ഷേപിക്കേണ്ട കാര്യമില്ല. അതി നേക്കാൾ എത്രയോ അധമമായ കല്പനകളും എഴുത്തു രീതികളുമാണ് പല പുതിയ കഥകളിലും കവിതകളിലും നോവലുകളിലും കാണുന്നത്!! അധമസാഹിത്യത്തിന്റെ പ്രധാനിയുടെ പേരിലുള്ള സാഹിത്യ പുരസ്കാരം കൈനീട്ടി വാങ്ങുവാൻ പൈങ്കിളിയല്ലാത്ത എഴുത്തുകാരൻ മടി കാണി ക്കാത്തതും വൈരുദ്ധ്യാത്മക പ്രായോഗിക സമീപനമാണ്. അതിനാൽ പൈങ്കിളിയെയും പറക്കാനനുവദിച്ചേക്കുക. അതങ്ങനെ മൂളി പറന്നോട്ടെ.

? താങ്കളുടെ മികച്ച രണ്ടോമൂന്നോ കഥകൾ തെരഞ്ഞെടുക്കുകയാണെ ങ്കിൽ?

തൻകുഞ്ഞ് പൊൻകുഞ്ഞ് എന്ന പ്രമാണം സാഹിത്യരചനയുടെ കാര്യത്തിൽ കല്പിക്കുക വയ്യ. ഏതു വലിയ എഴുത്തുകാരനും എഴുതേ ണ്ടിയിരുന്നില്ല എന്ന് പിന്നീടു തോന്നിയിട്ടുള്ള രചനകളുടെ കാര്യത്തിൽ ഖേദിച്ചിട്ടുണ്ടാവാം. ഓരോ രചനയ്ക്കും ഓരോ വിധിയാണ്. ആത്യന്തിക മായി വായനക്കാരനെ വൈകാരികമായി ഉന്നതങ്ങളിലെത്തിക്കുന്ന രചന കളെയാണ് ഓരോ എഴുത്തുകാരനും ഇഷ്ടപ്പെടുക. കാരണം ഒരു വായ നക്കാരനെന്ന നിലയിൽ ആ രചന ആദ്യം തൃപ്തിപ്പെടുത്തുക എഴുത്തു കാരനെ തന്നെയാകുമല്ലോ. എന്റെ കഥകളിൽ 'മാർത്തയുടെ കത്തുക

ളെ'പ്പറ്റി നേരത്തെ പറഞ്ഞുവല്ലോ. മദ്ധ്യതിരുവിതാംകൂറിൽ പൊതുവായി കണ്ടുവരുന്ന (പ്രത്യേകിച്ചും ക്രിസ്ത്യാനി ഭവനങ്ങളിൽ) അമ്മായിഅമ്മ-മരുമകൾ പോരിന്റെ തികച്ചും വ്യത്യസ്തമായൊരു അവതരണമായിരുന്നു ആ കഥ. വായനക്കാർ ഏറെയുണ്ടായി അതിന്. പിന്നെ ഒരിറക്കം പോലെ നമ്മുടെ ജീവിതത്തിലേക്ക് കടന്നുവരുന്ന മരണത്തിന്റെ ശാന്തത നിറഞ്ഞ അനുഭവം വിഷയമായ 'ഇറക്കം' എന്ന കഥയും ഇഷ്ടമാണ്. ജീവിതത്തിലേക്ക് കടന്നുവരുന്ന പൊയ്മുഖങ്ങളില്ലാത്ത അതിഥികളുടെ കഥ പറഞ്ഞ 'അ-തിഥി', ജീവിത സായന്തനത്തിൽ മ്യൂസിയത്തിന്റെ നടപ്പാതയിൽ വെച്ചുകണ്ടുമുട്ടുന്ന പുരുഷനും സ്ത്രീയും അവരുടെ ഒറ്റപ്പെടലിന്റെ കഥ പങ്കുവെക്കുന്ന 'ചൊൽക്കാഴ്ച', ഏറ്റവും ഒടുവിൽ ഭാഷാപോഷിണിയിൽ വന്ന ചെറുപ്പക്കാരിയായ ക്ലാരയുടെ ദുരന്തം ചിത്രീകരിക്കുന്ന 'ക്ലാര'. നൂറി ലധികം വരുന്ന കഥകളിൽ എഴുത്തുകാരനേക്കാൾ വായനക്കാരനെന്ന നിലയിൽ എന്നെ ഉലച്ചിട്ടുള്ള കഥകളാണ് ഇവയെല്ലാം. അതുകൊണ്ടു തന്നെ പ്രിയപ്പെട്ടവയും.

? എഴുത്തിന്റെ രസതന്ത്രം?

നാടകത്തിൽ കഥാർസിസ് എന്ന വികാരവിരേചനം ഒരുതരം മാനസിക ശുദ്ധീകരണമാണല്ലോ. എഴുത്തുകാരനിലും സംഭവിക്കുന്നത് അതു തന്നെ. വികാരവിക്ഷോഭങ്ങൾ ഒഴിഞ്ഞു പോകുന്ന പ്രക്രിയ. പിന്നെ എഴുത്തുകാരൻ വായനക്കാരനായി മാറുന്ന അത്ഭുതകരമായ കാഴ്ചയും. ഓരോ രചനയ്ക്കുശേഷവും സംഭവിക്കുന്നത് അതാണ്. എഴുതുന്നതിനു മുമ്പ് വായനക്കാരൻ എന്ന ചിന്ത മനസ്സിലുണ്ടാവില്ല. എഴുത്തു പുരോഗമിക്കുന്തോറും അയാൾ ഒരതിഥിയെപ്പോലെ എഴുത്തുകാരനിലേക്കെത്തി ത്തുടങ്ങും. രചന പൂർത്തിയാകുമ്പോൾ വായനക്കാരൻ എഴുത്തുകാരനെ പൂർണ്ണമായും കീഴടക്കിയിരിക്കും. അതൊരു രാസപ്രക്രിയയാണ്. എഴുത്തുകാരന്റെ വരുതിയിൽനിന്നു രക്ഷപ്പെടുമ്പോഴേക്ക് അത് വായനക്കാരന്റേതായി മാറുന്നു. എഴുത്തുകാരൻ ഗ്രസിക്കപ്പെടുന്നത് വായനക്കാരനാവുമ്പോഴാവും.

ഒരു കഥയിലെ എല്ലാ വാക്കുകളും നിഘണ്ടുവിൽ നോക്കിയാൽ കണ്ടെത്താം. വാക്കുകൾ മായികമായി വിന്യസിച്ച് അവയെ കഥയാക്കി മാറ്റുന്നതിലാണ് എഴുത്തുകാരന്റെ വിജയമെന്ന് സോമർസെറ്റ് മോം പറഞ്ഞതിനോട് പൂർണ്ണമായും യോജിക്കുകയാണ്. അതാണ് എഴുത്തിന്റെ രസതന്ത്രവും.

? കേരളസാഹിത്യഅക്കാദമി സംഘടിപ്പിച്ച 'വിശ്വ മലയാള മഹോത്സവ'ത്തിന്റെ ജനറൽ കൺവീനർ ആയിരുന്നല്ലോ? അനുഭവങ്ങൾ...

സാഹിത്യഅക്കാദമി അംഗം എന്ന നിലയിൽ ആ ചുമതല സസന്തോഷം ഏറ്റെടുക്കുകയായിരുന്നു. ഇന്ത്യയിലെ മറ്റൊരു ഔദ്യോഗിക ഭാഷയിലും ഇത്രയും കുറഞ്ഞ സംഘാടന ചെലവിൽ അതുപോലൊരു

സമ്മേളനം നടന്നിട്ടില്ലെന്നാണ് തോന്നുന്നത്. ജ്ഞാനപീഠം ജേതാക്കള ടക്കം ഭാരതീയ ഭാഷകളിൽനിന്നുള്ള എഴുത്തുകാർ. മലയാളത്തിൽനിന്നും എം ടി സാർ തുടങ്ങി ഇങ്ങേയറ്റത്തെ തലമുറവരെയുള്ള പ്രമുഖർ. ബെൻ ഒക്രിയടക്കം വിദേശത്തുനിന്നെത്തിയവർ ഇരുപത്തിനാലോളം സമ്മേള നങ്ങളിലായി ഇരുന്നൂറിലധികം പ്രമുഖ എഴുത്തുകാരാണ് ഈ മഹോ ത്സവത്തിൽ പങ്കെടുത്തത്. വിജയകരമായി സംഘടിപ്പിക്കപ്പെട്ട ഈ സാഹി ത്യസംഗമത്തിന്റെ ആലോചനാവേള മുതല്ക്കേ പക്ഷേ, വിവാദങ്ങളും ഉയർന്നു. ഒരു വിഭാഗം അക്കാദമി അംഗങ്ങൾ തന്നെയാണ് അതിനു തുട ക്കമിട്ടത്. വിവിധ സമ്മേളനങ്ങളിലും സെമിനാറുകളിലും അക്കാദമി അംഗ ങ്ങൾ ആതിഥേയരായി പങ്കെടുക്കുന്നതാവും ഉചിതം എന്ന തീരുമാനം അവർക്കു സ്വീകാര്യമായിരുന്നില്ല. സെമിനാറുകളിൽ പേപ്പർ അവതരിപ്പി ക്കണമെന്ന് ചിലർ നിർബ്ബന്ധം പിടിച്ചു. സമ്മേളനങ്ങളിൽ മുഖ്യസ്ഥാന ത്തിരിക്കുവാനായിരുന്നു ചിലർക്കു താല്പര്യം. അക്കാദമി പ്രസിഡന്റ് അടക്കം എല്ലാവരും ആതിഥേയരായി പ്രവർത്തിച്ചാൽ മതിയെന്ന തീരു മാനം പക്ഷേ, മാറ്റിയില്ല. അതിന്റെ അരിശം അവർ തീർത്തത് അപവാദ ങ്ങൾ പരത്തിക്കൊണ്ടായിരുന്നു. പതിവുപോലെ സാമ്പത്തിക അഴിമതി ആരോപണവും. തികഞ്ഞ സാമ്പത്തിക അച്ചടക്കം പാലിച്ച് സമ്മേളന നടത്തിപ്പിനായി അനുവദിച്ച തുകയിൽ അൻപതു ലക്ഷത്തോളം രൂപ സർക്കാരിൽ തിരിച്ചടച്ചുകൊണ്ട് രാജ്യത്തെ തന്നെ ഏറ്റവും വലിയ സാഹി ത്യമേള പക്ഷേ, വിജയകരമായി പര്യവസാനിച്ചു. അക്കാദമി പ്രവർത്തന ങ്ങൾക്ക് കത്തിവെച്ചവർക്ക് പുറത്തുപോകേണ്ടിവരികയും ചെയ്തു. എന്നാൽ ഏറെ ദുഃഖിപ്പിച്ചത് ഇതായിരുന്നില്ല. നമ്മുടെ ചില മഹാസാ ഹിത്യകാരന്മാരുടെ നെറികെട്ട സമീപനമായിരുന്നു ഖേദകരം. ശ്രേഷ്ഠ ഭാഷയെന്നും മലയാളമെന്നുമൊക്കെ ഉറക്കത്തിലും പ്രസംഗിച്ചു നടന്ന ചിലർ വിവാദങ്ങൾക്ക് കുടപിടിച്ചു കൊടുത്തത് സംഘാടകരെ ശരിക്കും വേദനിപ്പിച്ചു. സി വി രാമൻപിള്ള സി വി രാമനായിപ്പോയ ദൗർഭാഗ്യകര മായ സംഭവമാണ് അതിനായി അവർ ഉയർത്തിക്കാട്ടിയത്. സാഹിത്യോ ത്സവത്തിന്റെ നിലവാരം അവർ വിസ്മരിച്ചു. പ്രതിമ നിർമ്മിച്ച കലാകാ രൻ കുറ്റബോധത്തോടെ മാധ്യമങ്ങൾക്കു മുന്നിൽ തെറ്റ് ഏറ്റു പറഞ്ഞിട്ടും അതു കേൾക്കുവാനുള്ള മനസ്സ് ചില മാധ്യമങ്ങൾക്കൊപ്പം മഹാസാഹി ത്യകാരന്മാർക്കും ഉണ്ടായില്ല. പറ്റിപ്പോയ തെറ്റ് പതിനെട്ടു മണിക്കൂറിനു ള്ളിൽ പുതിയ പ്രതിമ നിർമ്മിച്ച് പരിഹരിച്ചിട്ടും അക്കാദമിയുടെ അറിവി ല്ലായ്മയ്ക്ക് പരിഹാരമായില്ലെന്നതാണ് ഏറെ രസകരം. വിശ്വമലയാള മഹോത്സവത്തിന്റെ നടത്തിപ്പിൽ സംഭവിച്ചു പോയ ഒരേ ഒരു പിഴവായി രുന്നു അതെന്നും ഓർക്കണം.

(ഡിസംബർ – 2016)

4

അതിർത്തി നിശ്ചയിച്ചുകൊണ്ടാണ് ആനുകാലികങ്ങളിലും വിശേഷാൽ പതിപ്പുകളിലും വരുന്ന കഥകളും കവിതകളും ശ്രദ്ധേയമെന്നു തോന്നുന്ന മറ്റു രചനകളും വായിക്കാറുള്ളത്. ആസ്വാദനത്തിനപ്പുറത്തേക്കുള്ള കടന്നു കയറ്റമില്ലെന്നർത്ഥം. അതിനാൽ ഏതു സൃഷ്ടിയോടും ഒരു മമത അനുഭവപ്പെടും. ഒരു വായനക്കാരനെ സംബന്ധിച്ചിടത്തോളം രണ്ടുതരം സൃഷ്ടികളേയുള്ളൂ. നല്ലതും തീയതും. വായനാസുഖമുള്ളതും മനസ്സിനെ സ്പർശിക്കുന്നതുമായവ നല്ലത്. ഇതു രണ്ടുമില്ലാത്തത് തീയതും. അതിനപ്പുറമുള്ള തലത്തെപ്പറ്റി യാഥാർത്ഥ്യബോധമുള്ള ഒരു വായനക്കാരൻ അന്വേഷിച്ചു ക്ലേശിക്കേണ്ടതില്ല. ഇല്ലാത്ത അർത്ഥങ്ങൾ കണ്ടെത്തുകയോ ഉള്ളവയെ തമസ്കരിക്കുകയോ ചെയ്ത് പക്ഷം ചേരുന്നത് അവന്റെ ഉത്തരവാദിത്വത്തിൽപ്പെടുന്നില്ല. അതിന് വേറെ ആളുകളെ ഈശ്വരൻ സൃഷ്ടിച്ചിട്ടുണ്ട്. സാഹിത്യ യുദ്ധങ്ങളുടെയും കപടവാചാലതയുടെയും അങ്കിയണിഞ്ഞ സഹകരണസംഘങ്ങളുണ്ടാക്കുന്ന പണിയിൽ ഏർപ്പെട്ടിരിക്കുന്നവർ അതൊക്കെ ചെയ്തുകൊള്ളും.

മലയാള നോവൽ സാഹിത്യത്തിൽ കൃതികളെ കവച്ചുവെക്കുന്ന തരത്തിൽ ചില കഥാപാത്രങ്ങൾ അമരത്വം നേടിയത് ചരിത്രമാണ്. ഒരു പാത്തുമ്മ, ഒരു പപ്പു, ഒരു കറുത്തമ്മ, ഒരു സേതു, ഒരു രവി, ഒരു കുഞ്ഞേനാച്ചൻ ഇങ്ങനെ നീളുന്നു ആ പട്ടിക. പട്ടികയിലുൾപ്പെട്ടവരെ വീണ്ടും വീണ്ടും വായിച്ചിട്ടുള്ളപ്പോഴൊക്കെ മനസ്സിൽ ഉയർന്നുവന്നൊരു ചോദ്യമുണ്ട്. നിറമുള്ളതും ഇല്ലാത്തതുമായ അങ്കികളണിഞ്ഞെത്തിയ സഹകരണസംഘക്കാരിൽ പലരും കുഞ്ഞേനാച്ചനെ ഒഴികെയുള്ളവരെ ആവർത്തിച്ചാവർത്തിച്ച് അനശ്വരരാക്കുന്നതിൽ അമിത താല്പര്യം കാണിച്ചുകൊണ്ടേയിരിക്കുന്നതെന്തുകൊണ്ട് എന്നതായിരുന്നു ആ സംശയം.

ആരൊക്കെയോ എവിടൊക്കെയോ ഇക്കാര്യം ഉന്നയിച്ചിട്ടുണ്ടെന്ന് കേട്ടിട്ടുണ്ട്. ഒരുത്തരം ആരിൽനിന്നുമുണ്ടായില്ല. അല്ലെങ്കിൽ ഉത്തരം നല്കാൻ ബാദ്ധ്യസ്ഥരായിരുന്നവർ മനഃപൂർവ്വം

മൗനംപാലിച്ചു. അവർക്ക് മദ്ധ്യതിരുവിതാംകൂറിന്റെ മണ്ണിലെ ഒരു കഥാപാത്രത്തിന്റെ വേദനകളും ഉൽക്കണ്ഠകളും, തളർച്ചകളും, തോല്‌വികളും ആശങ്കകളും ഒന്നും മനസ്സിലായില്ലെന്നാണോ അർത്ഥമാക്കേണ്ടത്? ലോകസാഹിത്യത്തിനു പോലും കരുത്താവേണ്ട ഒരു കഥാപാത്രം കൊച്ചു കേരളത്തിന്റെ മദ്ധ്യഭാഗത്തെവിടെയോ പിറന്നു വീണു എന്ന് അഭിമാനം കൊള്ളാൻ തരത്തിൽ പാറപ്പുറത്ത് എന്നൊരു നോവലിസ്റ്റിന്റെ സർഗ്ഗശക്തി സമ്പന്നമായിരുന്നു എന്ന് എന്തുകൊണ്ട് നാം മലയാളികൾ മനസ്സിലാക്കിയില്ല? അംഗീകരിച്ചില്ല എന്നു പറയുന്നതാകുമോ കൂടുതൽ ശരി? ഓസ്കാറിലോ ലോകോത്തര ചലച്ചിത്രമേളകളിലോ *അരനാഴികനേരം* പ്രദർശിപ്പിച്ചിരുന്നുവെങ്കിൽ ആ കുഞ്ഞേനാച്ചനെ വെള്ളിത്തിരയിൽ അനശ്വരനാക്കിയ കൊട്ടാരക്കര ശ്രീധരൻനായർ വിശ്വനടനായി മാറുമായിരുന്നു എന്ന യാഥാർത്ഥ്യവും നമ്മൾക്കു മുന്നിലുണ്ട്.

1988 ലാണ് ദൂരദർശൻ ദേശീയ അംഗീകാരങ്ങൾ നേടിയ മലയാളത്തിലെ നാലു പ്രമുഖ സംവിധായകരെ ചലച്ചിത്രങ്ങൾ ഒരുക്കുവാൻ ക്ഷണിച്ചത്. അടൂർ ഗോപാലകൃഷ്ണന്റെ *മതിലുകൾ* അരവിന്ദന്റെ *മാറാട്ടം* എം ടി വാസുദേവൻ നായരുടെ *കടവ്,* കെ ജി ജോർജ്ജിന്റെ *ഒരു യാത്രയുടെ അന്ത്യം* എന്നീ സിനിമകൾ മലയാളത്തിന് ലഭിച്ചത് അങ്ങനെയാണ്. കെ ജി ജോർജ് തെരഞ്ഞെടുത്തത് പാറപ്പുറത്തിന്റെ പ്രസിദ്ധമായ 'കോട്ടയം-മാനന്തവാടി' എന്ന കഥയായിരുന്നു.

അതേപ്പറ്റിയുള്ള കുറിപ്പാണ് 'കോട്ടയം- മാനന്തവാടിയും കുഞ്ഞമ്മപ്പാലവും.' *കുഞ്ഞമ്മപ്പാലം* കാക്കനാടന്റെ ഏറ്റവും മികച്ച കഥകളിലൊന്നാണ്.

പാറപ്പുറത്തിനെപ്പോലെയല്ല, ഏറെ ആഘോഷിക്കപ്പെട്ട എഴുത്തുകാരനായിരുന്നു കാക്കനാടൻ. കെ പി അപ്പന്റെ വാക്കുകളിൽ "കാക്കനാടന്റെ കഥകൾ കവിതകളാണ്. കഥ എഴുതുക എന്നു പറഞ്ഞാൽ കാക്കനാടനെ സംബന്ധിച്ചിടത്തോളം ആരായുക എന്നാണർത്ഥം. അജ്ഞാതമായ ഏതോ ഒന്നിന്റെ ക്ഷണികദൃശ്യത്തിനുവേണ്ടി ഭ്രാന്തമായ ആവേശത്തോടെ സമുദ്രത്തിലൂടെ പായുന്ന യാനപാത്രത്തെ അനുസ്മരിപ്പിക്കുന്ന രചനകളാണ് കാക്കനാടന്റേത്."

പാറപ്പുറത്തിന്റെ എഴുത്തിനെപ്പറ്റിയുള്ള അപൂർവ്വം വിലയിരുത്തലുകളിൽ പ്രൊഫ. എം കൃഷ്ണൻനായരുടെ നിരീക്ഷണം ഏറെ ശ്രദ്ധിക്കേണ്ടതുണ്ട്.

"ചില കഥാകാരന്മാർ സ്വന്തം ലോകം സൃഷ്ടിച്ചിട്ട് മാറി നില്ക്കുന്നു. 'ഞാൻ സൃഷ്ടിച്ച ലോകത്തിന്റെ അർത്ഥമെന്തെന്ന് നിങ്ങൾ ഗ്രഹിച്ചുകൊള്ളൂ' എന്ന് അവർ പരോക്ഷമായി നമ്മോട് ആവശ്യപ്പെടുകയും ചെയ്യുന്നു. മറ്റു ചിലർ ആ രീതിയിലുള്ള ലോകം സൃഷ്ടിച്ചിട്ട് നമ്മുടെ ജീവിതത്തോട് അതിനെ ബന്ധിപ്പിക്കുന്നു. അപ്പോൾ ജീവിതത്തിന്റെ അർത്ഥം സാകല്യാവസ്ഥയിൽ നമുക്ക് ബോദ്ധ്യപ്പെടുന്നു. പാറപ്പുറത്തിന്റെ രീതി ഇതാണ്. അദ്ദേഹത്തിന്റെ കഥകൾ വായിച്ചാൽ നമ്മൾക്ക് പ്രക്ഷു

ബ്ധരാകാതിരിക്കാൻ വയ്യ."

"കോട്ടയം-മാനന്തവാടിയുടെയും കുഞ്ഞമ്മപ്പാല"ത്തിന്റെയും രചനയ്ക്ക് പിന്നിൽ അദൃശ്യമായ ഒരു 'കൈ'യുടെ അപ്രധാനമല്ലാത്തൊരു സ്വാധീനം ഉണ്ടായിരുന്നു. സർഗ്ഗാത്മകതയെ അല്ല, അതിലേക്കെത്തിച്ച സാഹചര്യമൊരുക്കുന്നതിലായിരുന്നു ആ സ്വാധീനം...

അതേപ്പറ്റിയാണ് ചന്ദ്രിക ആഴ്ചപ്പതിപ്പിൽ എഴുതിയ ഈ ലേഖനം...

കോട്ടയം-മാനന്തവാടിയും കുഞ്ഞമ്മപ്പാലവും

മലയാള കഥാസാഹിത്യത്തിലെ എണ്ണപ്പെട്ട രണ്ടുരചനകളാണ് 'കോട്ടയം-മാനന്തവാടിയും' 'കുഞ്ഞമ്മപ്പാല'വും. ആദ്യത്തേത് പാറപ്പുറത്തിന്റെ രചന. രണ്ടാമത്തേത് കാക്കനാടന്റെയും. വ്യത്യസ്ത വഴികളിലൂടെ സഞ്ചരിച്ച് നമ്മുടെ കഥയെ സമ്പന്നമാക്കിയ രണ്ടെഴുത്തുകാരുടെ ഈ കഥകൾക്കുമുണ്ട് സവിശേഷതകളേറെ. മദ്ധ്യവർഗ്ഗത്തിൽപ്പെട്ട മദ്ധ്യതിരുവിതാംകൂറുകാരുടെ ജീവിതം നിറങ്ങളുടെ അകമ്പടിയേറെയില്ലാതെ പാറപ്പുറത്ത് വരച്ചുകാട്ടുമ്പോൾ വിഹ്വലതകളുടെ സമുദ്രങ്ങളേറിപ്പായുന്ന മനുഷ്യമനസ്സുകളെ പഠന വിഷയമാക്കുകയായിരുന്നു കാക്കനാടൻ.

രണ്ടു കഥകളെക്കുറിച്ചുള്ള നിരൂപണ ലേഖനമോ പഠനമോ അല്ല ഇത്. അസാധാരണത്വം നിറഞ്ഞ രണ്ടു കഥകളുടെയും രചനയിൽ അറിഞ്ഞോ അറിയാതെയോ ചെറിയ തോതിലെങ്കിലുമുള്ള പങ്ക് അവകാശപ്പെടുവാൻ അവസരം നല്കുന്നു എന്നതാണ് മലയാളത്തിലെ മനോഹരങ്ങളായ ഈ കഥകളുമായി എനിക്കുള്ള ബന്ധം. രണ്ടു കഥകൾക്കും ഏറെ വായനക്കാർ ലഭിച്ചു. രണ്ടു കഥകളെയും നിരൂപകർ ഏറെ വാഴ്ത്തി. കഥകൾ വായിക്കുമ്പോഴും നിരൂപകർ നല്ല വാക്കുപറഞ്ഞപ്പോഴും മനസ്സു സന്തോഷിച്ചു.

കുഞ്ഞമ്മപ്പാലം തൊള്ളായിരത്തി എഴുപത്തിയേഴിലും കോട്ടയം-മാനന്തവാടി എൺപതിലുമാണ് എഴുതപ്പെട്ടത്. ഡി സി ബുക്സിനു വേണ്ടി ഓരോ വർഷവും മികച്ച കഥകളുടെ സമാഹാരം എഡിറ്റു ചെയ്തുകൊണ്ടിരുന്ന കാലഘട്ടം. എഴുപത്തിയേഴിൽ കാക്കനാടൻ കുഞ്ഞമ്മപ്പാലവും എൺപതിൽ പാറപ്പുറത്ത് കോട്ടയം-മാനന്തവാടിയും പതിനൊന്നു കഥകൾക്കായി എഴുതി. വൈക്കം മുഹമ്മദ് ബഷീർ, തകഴി എന്നിവരിൽ തുടങ്ങി വിക്ടർ ലീനസും ശിവകുമാറും ടി വി കൊച്ചുബാവയും വരെ അണിനിരന്ന 'പതിനൊന്നു കഥകൾ' ഓരോ വർഷവും കരുത്തുള്ള കഥകളുമായി പുറത്തു വന്നത് മലയാള കഥയുടെ വസന്തകാലത്തെ ഓർമ്മിപ്പിക്കുന്നു. അറുപതോളം മികച്ച കഥാകൃത്തുക്കളാണ് നമ്മുടെ കഥാസാഹിത്യത്തെ അനുഗ്രഹിച്ചത്. അങ്ങനെ കുഞ്ഞമ്മപ്പാലവും കോട്ടയം-മാനന്തവാടിയും മലയാളത്തിനു ലഭിച്ചു. സ്നേഹനിർഭരവും ഊഷ്മളവു

മായ വ്യക്തിബന്ധം രണ്ടു കഥകളുടെയും പിറവിക്ക് പിന്നിലുണ്ടായിരുന്നു.

കൺമുന്നിൽ മരണം

അനിവാര്യമായ മരണത്തിനു മുന്നിൽ പകച്ചു നില്ക്കേണ്ടിവരുന്ന മനുഷ്യരുടെ കഥയാണ് കോട്ടയം-മാനന്തവാടി. ഒരു ദുരന്തനാടകംപോലെ അത് വായനക്കാരനെ വേട്ടയാടുന്നു. വിശ്രുത ഇറ്റാലിയൻ കഥാകൃത്ത് സീസേർ പവേസയുടെ 'സൂയിസൈഡ്സ്' എന്ന കഥ വായിച്ചു തീരുമ്പോഴുണ്ടാകുന്ന അമ്പരപ്പും അതുളവാക്കുന്ന നിസ്സഹായതയും വായനക്കാരനെ പിടിച്ചുലയ്ക്കുന്നതുപോലെയുള്ള അനുഭവം.

ഏറ്റം സംതൃപ്തി നല്കിയ സിനിമയേതെന്ന ചോദ്യത്തിന് പ്രശസ്ത ചലച്ചിത്രകാരൻ കെ ജി ജോർജ് ഒരിക്കൽ മറുപടി നല്കി- *യാത്രയുടെ അന്ത്യം.* മലയാളിക്ക് വേറിട്ട ദൃശ്യാനുഭവമായിരുന്ന *സ്വപ്നാടനം.* സിനിമയുടെ വ്യാകരണത്തിന് പുത്തൻ അർത്ഥതലങ്ങൾ നല്കിയ *ആദാമിന്റെ വാരിയെല്ല്,* ചടുലമായ ദൃശ്യസമ്പന്നതയാൽ ശ്വാസമടക്കിയിരുന്നു മാത്രം കണ്ടുതീർത്ത *യവനിക,* ആക്ഷേപഹാസ്യത്തിന്റെ നേർചിത്രമായ *പഞ്ചവടിപ്പാലം* തുടങ്ങിയ ചിത്രങ്ങളേക്കാൾ മനസ്സുകൊതിച്ച സിനിമയായി കെ ജി ജോർജ് കണ്ടത് *യാത്രയുടെ അന്ത്യത്തെ*യായിരുന്നു.

മലബാറിലെ തരിശുഭൂമികളിൽ പണിയെടുത്തു പൊന്നുവിളയിച്ച മദ്ധ്യതിരുവിതാംകൂറിലെ കർഷകരുടെ ജീവിതവും കഥാപാത്രങ്ങളുടെ നൊമ്പരവും നിറഞ്ഞു നില്ക്കുന്ന 'കോട്ടയം-മാനന്തവാടി' എന്ന കഥയുടെ ദൃശ്യാവിഷ്കാരമാണ് യാത്രയുടെ അന്ത്യം.

കഥാപാത്രത്തിന്റെ പേരിൽ അനശ്വരത നേടിയ സാഹിത്യകൃതികൾ മലയാളത്തിൽ വിരലിലെണ്ണാവുന്നവ മാത്രമാണ്. പപ്പുവിനെപ്പോലെ, കറുത്തമ്മയെപ്പോലെ, സേതുവിനെപ്പോലെ രവിയെപ്പോലെ ഒരു കുഞ്ഞേനാച്ചൻ മലയാള നോവൽ സാഹിത്യത്തിൽ അമരത്വം നേടിയത് നോവലിസ്റ്റ് എന്ന നിലയിൽ പാറപ്പുറത്തിനെ വേറിട്ടു നിർത്തുന്നുവെങ്കിലും ചെറുകഥാകൃത്തെന്ന നിലയിൽ സ്ഥാനം നല്കി ആദരിക്കുവാൻ നിരൂപകർ തയ്യാറായിരുന്നില്ല.

നിണമണിഞ്ഞ കാല്പാടുകൾ, അന്വേഷിച്ചു കണ്ടെത്തിയില്ല, ആദ്യകിരണങ്ങൾ, അരനാഴിക നേരം, ആകാശത്തിലെ പറവകൾ തുടങ്ങിയ സവിശേഷ രചനകൾ സമ്മാനിച്ച കഥാകാരന്റെ 'കോട്ടയം-മാനന്തവാടി' എന്ന ചെറുകഥയ്ക്ക് നിമിത്തമാകാനുള്ള ഭാഗ്യമായിരുന്നു എന്റേത്. 80 ലെ പതിനൊന്നു കഥകൾക്ക് വേണ്ടിയായിരുന്നു പാറപ്പുറത്ത് കോട്ടയം മാനന്തവാടി എഴുതിയത്. ആനുകാലികങ്ങളിൽ പ്രത്യക്ഷപ്പെടാതിരുന്നതാവാം ഒരുപക്ഷേ, ഈ കഥയുടെ വായനയ്ക്ക് പലർക്കും അന്ന് അവസരം ലഭിക്കാതിരുന്നത് (പിന്നീട് ഒരു വിശേഷാൽ പ്രതിയിൽ ഈ കഥ പ്രസിദ്ധീകരിച്ചതായി ഓർക്കുന്നു)

ഇന്ത്യയിലെ പ്രമുഖ സംവിധായകരെ അണിനിരത്തി ദൂരദർശൻ സിനിമകൾ നിർമ്മിച്ചപ്പോൾ കെ ജി ജോർജ് തെരഞ്ഞെടുത്തത് പാറപ്പു

റത്തിന്റെ കോട്ടയം-മാനന്തവാടി ആയിരുന്നു അടൂർ ഗോപാലകൃഷ്ണന്റെ *മതിലുകൾ*, അരവിന്ദന്റെ *മാറാട്ടം*, എം ടിയുടെ *കടവ്* എന്നിവയായിരുന്നു മറ്റു മലയാള ചിത്രങ്ങൾ.

തെളിമ നിറഞ്ഞ കഥയും കഥപറച്ചിലും. യഥാതഥ പശ്ചാത്തലവും സമീപനവും. കഥ പറയുന്ന ആൾ (വി കെ വി എന്ന സാഹിത്യകാരൻ) മരണക്കിടക്കയിലുള്ള ബന്ധുവിനെക്കാണാൻ കോട്ടയത്തുനിന്ന് മാനന്തവാടിക്കുള്ള ബസിൽ കയറുന്നു. അതിൽ ഒരു വിവാഹപ്പാർട്ടി. വധുവിന്റെ അച്ഛൻ ബസിൽവെച്ച് പെട്ടെന്നു മരിക്കുന്നു. എങ്കിലും വിവാഹം മുടങ്ങാൻ പാടില്ല. ഒരു കൂട്ടർ ബസിൽനിന്ന് ശവമിറക്കിയിട്ട് വധുവുമായി വിവാഹപ്പന്തലിലേക്ക് പോകുന്നു. മറ്റൊരു സംഘം ശവവുമായി നാട്ടിലേക്ക്. കഥ പറയുന്ന ആൾ എല്ലാത്തിനും സാക്ഷി. ഒടുവിൽ അയാൾ ബന്ധുവീട്ടിലെത്തുമ്പോൾ അവിടെയും മരണത്തിന്റെ മണം. ബന്ധുവും യാത്രയായിരിക്കുന്നു. സർവ്വസാധാരണമായ സംഭവങ്ങൾ. അതിലേറെ സാധാരണമായ പശ്ചാത്തലം. യാത്രയിൽ ഒപ്പമുണ്ടായിരുന്ന കഥപറയുന്ന ആളായ പാറപ്പുറത്ത് അതു പ്രതിപാദിച്ചു കഴിയുമ്പോൾ ഒരു ദുരന്തനാടകം കണ്ട പ്രതീതിയാണുണ്ടാവുക.

ചെറുകഥയുടെ സൗന്ദര്യം കഥ പറച്ചിലിലും ഘടനാപരമായ ഒതുക്കത്തിലുമാണ് നിലകൊള്ളുന്നതെങ്കിൽ കോട്ടയം-മാനന്തവാടി ലക്ഷണയുക്തമായ കഥയാണ്. ഈ നിരീക്ഷണം പ്രൊഫ. എം കൃഷ്ണൻ നായരുടേതാണ്. കഥയുടെ പിറവിക്ക് കാരണക്കാരനാകാൻ കഴിഞ്ഞതുപോലെ അതിന്റെ ദൃശ്യഭാഷ്യത്തിലും പങ്കാളിയാകാൻ കഴിഞ്ഞത് മറ്റൊരു യാദൃച്ഛികത. *യാത്രയുടെ അന്ത്യ*ത്തിന്റെ തിരക്കഥ രചിച്ചത് ഞങ്ങളൊരുമിച്ചായിരുന്നു - കെ ജി ജോർജിനൊപ്പം ഞാനും.

"രാത്രി കൃത്യം പന്ത്രണ്ടു മണിക്ക് മരിച്ചു. മരണ നിമിഷംവരെ ബോധമുണ്ടായിരുന്നു. നീ വന്നോയെന്ന് പലതവണ ചോദിച്ചു. ഒടുവിൽ പറഞ്ഞു. അവനിപ്പോൾ വണ്ടിയിലുണ്ടാവും. വണ്ടിയിലിരുന്ന് അവനെന്റെ മരണം കാണും..."

മരണത്തിന്റെ അനിവാര്യതയും അതിന്റെ നിഗൂഢസ്വഭാവവും അനുഭവപ്പെടുത്തുന്ന അപൂർവ്വ സുന്ദരമായ സൃഷ്ടിയാണ് 'കോട്ടയം-മാനന്തവാടി.'

ഇന്നലെകളിലേക്ക് ഒരുപാലം

തമ്മിൽ പരിചയപ്പെടുന്ന നിമിഷം തന്നെ സ്വന്തം പേര് നഷ്ടമാകുന്ന ആ എഴുത്തുകാരൻ മലയാളത്തിന് പ്രിയപ്പെട്ടവനായിരുന്നു. തന്നേക്കാൾ മുതിർന്നവർക്ക് ബേബിയും പ്രായംകുറഞ്ഞവർക്ക് ബേബിച്ചായനുമായി മാറിക്കൊണ്ടേയിരുന്ന ജോർജ് വർഗ്ഗീസ് കാക്കനാടൻ. അപൂർവ്വങ്ങളിൽ അപൂർവ്വമായ മാസ്മരികതയായിരുന്നു അത്. സ്വന്തം ആഘോഷവലയത്തിൽ പെടാത്തവർ പോലും എന്തുകൊണ്ട് കാക്കനാടൻ എന്ന പേരിനു

പകരം ബേബിയെന്നോ ബേബിച്ചായെന്നോ വിളിച്ചു? മലയാളത്തിന്റെ പ്രിയപ്പെട്ട കഥാകാരൻ എഴുത്തിന്റെ ശക്തിയിലൂടെ, നന്മയിലൂടെ ആദ്യം മനസ്സ് കീഴടക്കുകയും പിന്നെ വെറും മനുഷ്യനായി ഒരനിയനെപ്പോലെ അല്ലെങ്കിൽ ജ്യേഷ്ഠനെപ്പോലെ സ്വകാര്യ സന്തോഷമായി മാറുകയും ചെയ്തുപോന്നതു കാരണമാവണം അങ്ങനെയൊക്കെ സംഭവിച്ചത്.

പ്രീഡിഗ്രി പഠനകാലത്താണ് 'ശ്രീചക്രം' *മാതൃഭൂമി*യിൽ പ്രസിദ്ധീകരിച്ചുവന്നത്. അന്ന് അത് അതാസ്വദിക്കുവാനുള്ള ശേഷിയുണ്ടായിരുന്നില്ല. ഡിഗ്രി കാലമെത്തുമ്പോൾ *പറങ്കിമല*, *മലയാള നാട്ടിലൂ*ടെ ഒരു കൊടുങ്കാറ്റായി വീശിയപ്പോൾ ഏതൊരു ചെറുപ്പക്കാരനെയുംപോലെ ആ കറമ്പിപ്പെണ്ണിന്റെയും അവളുടെ ചെക്കന്റെയും നെടുവീർപ്പുകൾ ഏറ്റുവാങ്ങി. കോളേജ് ആർട്സ് ക്ലബ് ഭാരവാഹിയായി കലോത്സവത്തിന് കാക്കനാടനെ ക്ഷണിക്കുവാൻ പ്രേരിപ്പിച്ചത് പറങ്കിമലയുടെ ചരിത്രകാരനെന്ന ആവേശത്തിലാണ്. കാക്കനാടൻ വന്നു. കണ്ടു. കീഴടക്കി. മൂന്ന് വാക്കുകളിൽ വലിയൊരു സൗഹൃദം ഉടലെടുത്തു.

കൊല്ലം ശാസ്താംകോട്ടയുടെ സാറ്റലൈറ്റ് നഗരമായിരുന്നു. കാക്കനാടൻ കൊല്ലത്ത് *മലയാള നാടി*ന്റെ പത്രാധിപർ. കണ്ടുമുട്ടലുകൾക്ക് ഒട്ടേറെ അവസരങ്ങൾ. സന്ധ്യകൾക്ക് സൗഹൃദചരവിയുണ്ടെന്ന കണ്ടെത്തൽ നടത്തിയത് ഈ എഴുത്തുകാരനാണെന്ന് വിശ്വസിപ്പിച്ചുകൊണ്ട് നാളുകൾ നീങ്ങി. പിന്നീട് കാക്കനാടൻ പത്രാധിപർ അല്ലാതെയായി. പക്ഷേ, സൗഹൃദവലയം വിപുലമായിക്കൊണ്ടേയിരുന്നു.

നാളുകൾ കഴിഞ്ഞ് ഒരു സൗഹൃദസന്ധ്യക്കിടയിൽ ഒരു വെളിപാടുപോലെ കൈപിടിച്ചു വലിച്ചുകൊണ്ട്, എങ്ങോട്ടേക്ക് എന്നു ചോദിക്കുവാനുള്ള സാവകാശം പോലും നല്കാതെ ജനറൽ ആശുപത്രിക്ക് പിറകിലെ വഴിയിലൂടെ തിരക്കിട്ട് ചിന്നക്കടയിലേക്ക് ബേബിച്ചായൻ നടന്നു. ചിന്നക്കടയിൽനിന്ന് ആശ്രാമത്തിലേക്കുള്ള വഴിയിൽ പുതിയപാലം പണി തീർന്ന കാലമാണ്. പുതിയ പാലത്തിന്റെ കൈവരിയിൽ ചാരി അല്പം താഴത്തായുള്ള പൊളിഞ്ഞു നീക്കിയിട്ടില്ലാത്ത പാലത്തിലേക്ക് നോക്കി ബേബിച്ചായൻ വിലപിച്ചു:

"എന്റെ കുഞ്ഞമ്മേ നിന്റെ ഗതി ഇതായല്ലോ....."

പഴയ പാലത്തിന്റെ കൈവരികൾ തുരുമ്പുപിടിച്ച് പലയിടത്തും പൊടിഞ്ഞുവീണിരുന്നു. അവയ്ക്ക് മുകളിലേക്ക് പടർന്നു കിടക്കുന്ന ആകാശമുല്ലയും കമ്യൂണിസ്റ്റ് പച്ചയും. കുണ്ടും കുഴിയുമായി പാലത്തിന്റെ യാത്രാപഥം.

അതേ ഉപേക്ഷിക്കപ്പെട്ട പാലം. ഇനി ആർക്കും വേണ്ടാത്ത പാലം. അതായിരുന്നു കുഞ്ഞമ്മപ്പാലം. കുഞ്ഞമ്മപ്പാലത്തോട് ബേബിച്ചായന് ഇത്രയേറെ സ്നേഹം തോന്നാനുള്ള കാരണമെന്തെന്നോർത്ത് അമ്പരന്നു നില്ക്കുകയായിരുന്നു അപ്പോൾ.

വൈകാതെ അതിന്റെ അർത്ഥം മനസ്സിലായി. അക്കൊല്ലം പതിനൊന്നു കഥകൾക്കുവേണ്ടി കാക്കനാടനെഴുതിയത് കുഞ്ഞമ്മപ്പാലത്തിന്റെ

കഥയായിരുന്നു... കുഞ്ഞമ്മ എന്ന വേശ്യയുടെ കഥ... സമാഹാരത്തിലെ ഏറ്റം മികച്ച കഥ തന്റേതായിരിക്കണമെന്ന വാശിയിലെഴുതിയ തികവേറിയ കഥയായി മാറി അത്.

കുഞ്ഞമ്മ എന്ന വേശ്യ കഥ പറയുന്ന ആളിൽ ഉണർത്തിയ ഒടുങ്ങാത്ത വിസ്മയമാണ് കഥാതന്തു. ഈ വിസ്മയം സ്ഥിരമായി ലഭിക്കാനാവണം അയാൾ വ്യഭിചരിച്ചു നോക്കി. പക്ഷേ, വ്യഭിചാരം മരണമായിരുന്നു. ആദ്യവിസ്മയത്തിൽ മരണം സംഭവിച്ചു. പിന്നെ പുനർജ്ജനിച്ചയാൾ വിസ്മയം ഒരിക്കൽക്കൂടി സ്ഥാപിച്ചെടുക്കുവാൻ അലഞ്ഞു നടന്നു. പക്ഷേ, ആ അലച്ചിലിലും കറുത്ത സമുദ്രംപോലെ അലയടിച്ചു കയറിയത് മരണം തന്നെയായിരുന്നു. തിരിച്ചുവന്ന് വീണ്ടും കുഞ്ഞമ്മയെ പ്രാപിക്കുമ്പോൾ അയാൾക്ക് തന്റേതു മാത്രമായ നിഗൂഢമായ ഒരുതരം നിർവൃതിയുണ്ടായി. ശ്മശാനപുഷ്പത്തിന്റെ ഗന്ധംപോലെ അതു മരണത്തിൽനിന്ന് അയാളെ ജീവിതത്തിലേക്ക് കൊണ്ടുവന്നു. അവൾ പ്രതിനിധാനം ചെയ്യുന്ന ആ പഴയ പാലം അയാളുടെ ജീവിതത്തിന്റെ ആകെയുള്ള തുരുത്താണ്. അയാളുടെ ഉഷ്ണഭൂമിയിലെ ഏക ശാദ്വലബിന്ദുവാണ്. നഗരവാസികളുടെ അനുഷ്ഠാനങ്ങളിൽ അയാൾ പങ്കാളിയല്ല. കുഞ്ഞമ്മപ്പാലം ഉപേക്ഷിച്ച് പുതിയപാലം പണിത നഗരവാസികൾ തൊഴിലാളിയുടെ ശക്തിയെയും ആത്മാർത്ഥതയെയും ഉപേക്ഷിച്ചവരാണ്.

ഒടുവിൽ കഥയിലൂടെ വായനക്കാരനിലേക്ക് പകരുന്ന നിസ്തുല ഭാവമായ എതിർപ്പിന്റെ സ്വരം ഇങ്ങനെ ഗർജ്ജിക്കുന്നു:

"പക്ഷേ നിന്റെ പേരിലുള്ള പാലം പൊളിച്ചു കളയാൻ എന്റെ കൊക്കിൽ ശ്വാസമുള്ള കാലത്തോളം കുഞ്ഞമ്മേ ഞാൻ സമ്മതിക്കില്ല. ചിതലുപിടിച്ച, ചിരങ്ങുപിടിച്ച, ഈ പാലത്തെ കെട്ടിപ്പുണർന്ന് അവളുടെ ചലവും ചോരയും നക്കി നാവു നനച്ചാവും ഞാൻ ചാവുക....

ആ അവകാശമെങ്കിലും എനിക്ക് വേണം. ആരുടെയും ആരുമല്ലാത്ത എനിക്ക്...."

മനുഷ്യജീവചൈതന്യത്തെ കാട്ടിത്തരുന്ന പരുക്കൻ ചൂണ്ടുവിരലെന്നാണ് നരേന്ദ്രപ്രസാദ് പതിനൊന്ന് കഥകളുടെ പഠനത്തിൽ 'കുഞ്ഞമ്മപ്പാല'ത്തെ വിശേഷിപ്പിച്ചത്:

"രാഷ്ട്രീയമായ രോഷത്തിന്റെയും ധർമ്മപരമായ പ്രക്ഷോഭത്തിന്റെയും, മാന്യതയുടെ നിരാകരണത്തിന്റെയും സ്വരങ്ങൾ സമ്മേളിക്കുന്ന ഈ കഥ മലയാളസാഹിത്യത്തിലെ കഴിഞ്ഞ ദശാബ്ദത്തിലെ ഏറ്റവും വലിയ ഉപലബ്ധിയാണ്."

നിഷേധം വിഭ്രാമകമായ അലർച്ചയുടെ ഖേദധ്വനിയായി മാറുന്ന ഈ കാക്കനാടൻ കഥയുടെ ബീജാവാപത്തിന് സാക്ഷ്യം വഹിക്കാൻ കഴിഞ്ഞതിന്റെ ധന്യതയെപ്പറ്റി ഇനി കൂടുതൽ പറയേണ്ടതില്ലല്ലോ.

(ഒക്ടോബർ - 2014)

5

ആയിരത്തിത്തൊള്ളായിരത്തി തൊണ്ണൂറ്റിരണ്ട് നവംബർ 25, വ്യാഴം സാങ്കേതിക കാരണങ്ങളാലല്ലാതെ ഒരു തത്സമയ വാർത്താസംപ്രേഷണം ആദ്യമായി തടസ്സപ്പെട്ടത് അന്നായിരുന്നു. ലോക ടെലിവിഷൻ സംപ്രേഷണ ചരിത്രത്തിൽതന്നെ അത്തരമൊരു സംഭവം ആദ്യമായിരുന്നു. എന്നാണ് പറയപ്പെടുന്നത്. അവകാശങ്ങൾക്കു വേണ്ടിയുള്ള പോരാട്ടങ്ങളിൽ ഏതറ്റംവരെയും പോകാനുള്ള മലയാളിയുടെ വിപ്ലവവീര്യത്തിന്റെ ഉദാഹരണമായി അതു ചൂണ്ടിക്കാണിക്കപ്പെട്ടു. തിരുവനന്തപുരം ദൂരദർശന്റെ വൈകുന്നേരത്തെ വാർത്താ ബുള്ളറ്റിനാണ് സ്റ്റുഡിയോയിലേക്ക് ആർത്തലച്ചു കയറിയ ഒരു കൂട്ടം ജീവനക്കാരുടെ മുദ്രാവാക്യം വിളികൾക്കിടയിൽ തടസ്സപ്പെട്ടത്.

സ്ക്രീനിൽ വാർത്താ അവതാരക. സ്റ്റുഡിയോക്കുള്ളിലെ ക്യാമറയ്ക്കു മുന്നിലൂടെ ഒരു കൈ വാർത്താവായനക്കാരിക്കു മുന്നിലെ മേശമേലുള്ള ബുള്ളറ്റിനിലേക്കു നീളുന്നു. ഉച്ചത്തിൽ മുദ്രാവാക്യം വിളികൾ. ഞൊടിയിടയ്ക്കുള്ളിൽ അതു സംഭവിച്ചു. ബുള്ളറ്റിൻ ആ കൈ തട്ടിയെടുക്കുന്നു. ഒപ്പം തന്നെ 'തടസ്സം' കാർഡ് കാണിച്ച് വാർത്താസംപ്രേക്ഷണം മുടങ്ങുന്നു. എല്ലാം മുൻകൂട്ടി തയ്യാറാക്കിയ തിരക്കഥപോലെ. സർക്കാരിന്റെ നിയന്ത്രണത്തിൽനിന്ന് ദൂരദർശനെ വിടുവിച്ച് സ്വയംഭരണാവകാശം നല്കണമെന്ന ആവശ്യവുമായി അഖിലേന്ത്യാ തലത്തിൽ ദൂരദർശൻ പ്രൊഡക്ഷൻ പ്രൊഫഷണലുകൾ നടത്തിയ സമരത്തിനിടെയാണ് അധികാരികളെ ഞെട്ടിച്ച ആ സംഭവമുണ്ടായത്. ഒപ്പം കാണികളും ഞെട്ടി. സംഘടനയുടെ സംസ്ഥാന പ്രസിഡന്റായിരുന്ന എന്നെ ഒന്നാം പ്രതിയും സെക്രട്ടറി ടി ചാമിയാരെ രണ്ടാം പ്രതിയുമാക്കി ക്രിമിനൽ കേസ് രജിസ്റ്റർ ചെയ്തു. മറ്റു പതിമൂന്നുപേർക്കെതിരെ എഫ് ഐ ആർ. ഒട്ടും വൈകിയില്ല എന്നെ അഗർത്തലയിലേക്കും ചാമിയാരെ ബാംഗ്ലൂരിലേക്കും സ്ഥലം മാറ്റി. കേസ് സംബന്ധിച്ച കാര്യങ്ങൾക്ക് എളുപ്പം കോടതിയിൽ ഹാജരാകാമല്ലോ!

പിന്നീടായിരുന്നു ക്ലൈമാക്സ്. കേസ് നല്കിയവർ തന്നെ അതു പിൻവലിച്ചു. സമരവുമായി ബന്ധപ്പെട്ട ഒത്തുതീർപ്പായിരുന്നില്ല യഥാർത്ഥ ത്തിൽ അത്. വാർത്ത തടസ്സപ്പെട്ടതിനു പിന്നിൽ വലിയൊരു ഗൂഢാലോ ചനയുണ്ടായിരുന്നുവെന്ന കണ്ടെത്തലാണ് അതിലേക്കു നയിച്ചത്. സമരം പരാജയപ്പെടുത്തണമെന്ന് ആർക്കൊക്കെയോ താല്പര്യമുണ്ടായിരുന്നു വത്രേ. പ്രൊഡക്ഷൻ പ്രൊഫഷണലുകളുടെ അസോസിയേഷനിൽപ്പെട്ട ആരും വാർത്ത തടസ്സപ്പെടുത്തിയ സംഘത്തിൽ ഉണ്ടായിരുന്നില്ല. അവർ സ്റ്റുഡിയോക്കുവെളിയിൽ സമാധാനപരമായ സമരം നടത്തുകയായിരുന്നു. വാർത്താ സംപ്രേഷണം മുടങ്ങിയേക്കുമെന്നൊരു സംസാരം രണ്ടുമൂന്നു ദിവസങ്ങളായി ചിലർ മനഃപൂർവ്വം പ്രചരിപ്പിച്ചിരുന്നു. സമരത്തെ എതിർത്ത വരുടെ അടവായിരുന്നു അതെന്ന് വൈകിയാണ് മനസ്സിലാകുന്നത്.

ഒന്നാം പ്രതിയായ ഞാൻ വാർത്ത മുടങ്ങിയ സമയം അടുത്തൊരു ബന്ധുവിന്റെ ചികിത്സയുമായി ബന്ധപ്പെട്ട് തലസ്ഥാനത്തെ ഒരാശുപത്രി യിലായിരുന്നു. ആശുപത്രി അഡ്മിഷൻ സംബന്ധിച്ച രേഖകൾ ഒപ്പിട്ടു നല്കിയ ഏതാണ്ട് അതേ സമയത്തുതന്നെയാണ് സംപ്രേഷണം തടസ്സ പ്പെടുന്നത്. ചാമിയാർ അന്ന് തലസ്ഥാനത്തു തന്നെയുണ്ടായിരുന്നില്ല. ഇക്കാര്യങ്ങൾ വെളിപ്പെട്ടതോടെ വാർത്തകൾ മനഃപൂർവ്വം തടസ്സപ്പെടു ത്തിയവർ തിരക്കിട്ടു മുൻകൈയെടുത്ത് കേസ് പിൻവലിക്കുകയായിരുന്നു. അന്നത്തെ സാഹചര്യത്തിൽ കേന്ദ്രം ഡയറക്ടർ എം എസ് രുഗ്മിണിക്ക് അങ്ങനെയൊക്കെ ചെയ്യേണ്ടിവന്നു. പിന്നീട് രോഗശയ്യയിൽവെച്ച് കുറ്റ ബോധത്തോടെ അവർ ഇക്കാര്യം സംസാരിക്കുകയും ചെയ്തു. വാർത്ത കൾ മുടങ്ങിയപ്പോൾ കാട്ടിയ "തടസ്സം" കാർഡിന് പിന്നണിയായി നല്കിയ സംഗീതമാണ് ഏറെ രസകരം. സാധാരണ നല്കാറുള്ള ഉപകരണസം ഗീതത്തിനുപകരം എ ആർ റഹ്മാന്റെ ഒരു പ്രശസ്തഗാനം - "രുക്കുമ ണീ... രുക്കുമണീ.. അക്കംപക്കം എന്ന സത്തം..". അതും തിരക്കഥയനു സരിച്ചുതന്നെയായിരുന്നു. എം എസ് രുഗ്മിണിക്ക് അരിശം തോന്നാൻ വേറെ കാരണമൊന്നും വേണ്ടല്ലോ.

സമരം അതോടെ അവസാനിച്ചില്ല. സമരം തുടരവേ ജീവനക്കാർക്കു മുന്നിൽ ദൂരദർശന്റെ പ്രവേശനകവാടം അടഞ്ഞുകിടന്നു. ഡയറക്ടറും ജീവനക്കാരും അപ്പുറവും ഇപ്പുറവും നിന്നുകൊണ്ടുള്ള വാക്കുതർക്കം ഒരു തിരക്കഥപോലെ സാജൻ എബ്രഹാം എന്ന പത്രപ്രവർത്തകൻ നവം ബർ 29-ാം തീയതിയിലെ പത്രത്തിൽ ചിത്രങ്ങൾ സഹിതം എഴുതി. അതി ങ്ങനെ വായിക്കാം:

കുടപ്പനക്കുന്ന് ദൂരദർശൻ കേന്ദ്രത്തിന്റെ പ്രധാനവാതിൽ. പൊലീസ് അകത്ത്. പ്രൊഡക്ഷൻ സ്റ്റാഫ് പുറത്ത്.

പച്ചസാരിയുടുത്ത് ഓഫീസിൽ നിന്നിറങ്ങി നടപ്പാതയിലൂടെ ഡയ റക്ടർ എം എസ് രുഗ്മിണി ഗേറ്റിനടുത്തേക്ക്.

മുദ്രാവാക്യങ്ങളുടെ പശ്ചാത്തല സംഗീതം.

വ്യാഴാഴ്ച വൈകുന്നേരം രണ്ടാം നമ്പർ സ്റ്റുഡിയോയിലേക്ക് തള്ളി

ക്കയറി വാർത്താവായന തടസ്സപ്പെടുത്തിയവരുടെ പേരുകളുമായി ഹെഡ്കോൺസ്റ്റബിൾ സമരക്കാരുടെ മുന്നിൽ. മുദ്രാവാക്യം വിളികൾ എയറിൽ. സമരക്കാർ അകത്തുകയറരുതെന്ന നോട്ടീസ് മതിലിൽ, തുടർന്ന് നടന്ന ഡയലോഗുകളുടെ കൂട്ടപ്പൊരിച്ചിലിൽ നിന്ന് ചില സാമ്പിളുകൾ.

ജോൺസാമുവൽ : മാഡം, ഞങ്ങൾ എത്രനേരം ഇങ്ങനെ നില്ക്കണം?
രുഗ്മിണി : നിങ്ങൾക്കിഷ്ടമുള്ളിടത്തോളം നിന്നോ.
സമരക്കാർ : മാഡം, ഈ ചെയ്യുന്നത് ശരിയാണോ?
രുഗ്മിണി : ഞാൻ അഡ്വക്കറ്റ്സിനെ കൺസൾട്ട് ചെയ്തു.
സമരക്കാർ : സ്റ്റുഡിയോയിൽ 50 പേർ തള്ളിക്കയറി. അവരിൽ 13 പേരെ എങ്ങനെ തെരഞ്ഞെടുത്തുവെന്ന് ഞങ്ങൾക്കറിയണം.
രുഗ്മിണി : ഞാൻ രണ്ടു പേർക്കെതിരെയേ കേസ് കൊടുത്തിട്ടുള്ളൂ. 13 പേർക്കെതിരെ സർക്കാർ എഫ് ഐ ആർ ആണ്.
ജോൺ സാമുവൽ: ഞങ്ങളുടെ പേര് തെരഞ്ഞെടുത്തത് ഉപജാപക സമിതിയാണ്.
ഡയറക്ടറുടെ മുഖം ചുവക്കുന്നു.
രുഗ്മിണി : പ്രോഗ്രാംസ് ബീൻ ഡിസ്റപ്റ്റഡ് (കോപാകുലയായി)
സമരക്കാർ : ചൂടാവാതെ മാഡം.
രുഗ്മിണി : എഫ് ഐ ആർ ഫയൽ ചെയ്തത് ഡയറക്ടർ ജനറലിന്റെ നിർദ്ദേശപ്രകാരമാണ്.
നിരവധി ശബ്ദങ്ങളുയരുന്നു. സമരക്കാരിൽ ഒരാൾ ചാടി മുന്നോട്ട്:
"ദേ ഒരുമാതിരി മറ്റേ.." നാലുപേർ ക്ഷുഭിതന്റെ വാപൊത്തി തൂക്കിയെടുത്തുകൊണ്ടുപോകുന്നു.
സമരക്കാർ : ഞങ്ങൾ പ്രോഗ്രാം അലമ്പിയിട്ടില്ല മാഡം. ക്യാമറാമാനെ തിരിച്ചുവിളിച്ചതേയുള്ളൂ.
രുഗ്മിണി : എന്റെ കൈയിൽ ടേപ്പുണ്ട്.
ജോൺ സാമുവൽ: ഇന്നലെ 10 മിനിട്ട് ട്രാൻസ്മിഷൻ ബ്ലാങ്കായില്ലേ? അവർക്കെതിരെ നടപടിയെടുക്കാത്തതെന്ത്?
രുഗ്മിണി : ചട്ടപ്പടിസമരം പണിമുടക്കായി മാറിയെന്ന് അഞ്ചുമണിക്ക് ഡീസന്റായി നിങ്ങൾക്കു പറയാമായിരുന്നു. ക്യാമറാമാനെ പിൻവലിക്കുന്നുവെന്ന് നിങ്ങൾ 7.25 നും പറഞ്ഞില്ല.
(ഡയറക്ടർ കൈ ചൂണ്ടി ആക്രോശിക്കുമ്പോൾ പ്രസ് ഫോട്ടോഗ്രാഫർമാരുടെ ഫ്ളാഷുകൾ ചടപടാ മിന്നുന്നു.)

രുഗ്മിണി : (ഫോട്ടോഗ്രാഫർമാരെ ചൂണ്ടി) ഇവരെയൊക്കെ നിങ്ങൾ വിളിച്ചുവരുത്തിയതല്ലേ?

ജോൺ സാമുവൽ: അതവരുടെ ജോലിയാണ് മാഡം. പ്രശ്നമുണ്ടായാൽ അവർ പടമെടുക്കും. (വീണ്ടും ഫ്ളാഷുകൾ മിന്നുന്നു)

സമരക്കാർ : ചർച്ച നടക്കുമ്പോൾ ആക്ഷൻ എടുക്കാറില്ല. ഇതെന്തു കേന്ദ്രം?

രുഗ്മിണി : ഇതൊരു പ്രത്യേക കേന്ദ്രമാണ്.

സമരക്കാർ : മന്ത്രി പറയുന്നു, ഡയറക്ടർ ജനറൽ പറയുന്നു. ദ്രോഹ നടപടികൾ ഇല്ലെന്ന്. പല ഡയറക്ടർമാരെയും കണ്ടിട്ടുണ്ട്. ഇതെന്തൊരു....

രുഗ്മിണി : ഇതിന്റെ പേരിൽ എനിക്കെതിരെ എന്താക്ഷനും വരട്ടെ. നോക്കിക്കോളാം.

സമരക്കാർ : മാഡം ഏഷ്യാനെറ്റിൽ ചേരുമെന്നു പറഞ്ഞതു ശരിയായില്ല. സ്ഥാപനത്തോടു കൂറു വേണം.

രുഗ്മിണി : ഓ....

സമരക്കാർ : ഞങ്ങൾ ഘെരാവോ ചെയ്തില്ല. ഘെരാവോ ചെയ്തിരുന്നെങ്കിൽ ആരും അനങ്ങില്ലായിരുന്നു മാഡം.

രുഗ്മിണി : (ചിരിച്ചുകൊണ്ട്) ഓ...

സമരക്കാർ : ഞങ്ങളെ പൊലീസിനെക്കൊണ്ട് വിരട്ടാനാണോ ഭാവം?

രുഗ്മിണി : പൊലീസിനെക്കണ്ട് നിങ്ങൾ പേടിക്കില്ലെന്നു കണ്ടല്ലേ ഞാൻ തന്നെ ഇവിടെ വന്നു നില്ക്കുന്നത്.

സമരക്കാർ : മാഡം, ഇതു ദുരുപദിഷ്ടമാണ്.

രുഗ്മിണി : എന്ത്?

സമരക്കാർ : ദുരുപദിഷ്ടം എന്ന വാക്കേ ഇതിനു ചേരൂ...

രുഗ്മിണി : ചാമിയാരെ, ഇന്ത്യയിലൊരു കേന്ദ്രത്തിലും ഇതുപോലൊന്ന് സംഭവിച്ചിട്ടില്ല.

ചാമിയാർ : ദേർ വാസ് ഡിസ്റപ്ഷൻ എവരിവെയർ.

രുഗ്മിണി : അങ്ങനെ പറയരുത്.

ജോൺ സാമുവൽ: പ്രൊഡക്ഷൻ സ്റ്റാഫിലെ മികച്ചവരെല്ലാം ഞങ്ങളോടൊപ്പമാണ്. ഞങ്ങളില്ലെങ്കിൽ ദൂരദർശനില്ല. ഈ ദൃശ്യമാധ്യമമില്ല.

രുഗ്മിണി : ഓ...

ജോൺ സാമുവൽ: മാഡം, ഇത്തരത്തിലുള്ള ഏറ്റുമുട്ടലിലേക്കു പോകരുത്. പൊലീസിടപെട്ടാൽ ഡയറക്ടറും ജീവനക്കാരും തമ്മിലുള്ള ബന്ധമാണു നഷ്ടപ്പെടുക.

രുഗ്മിണി : ഞാൻ കൊടുത്ത കേസിൽ രണ്ടു പ്രതികളേയുള്ളൂ.

അതു വേണമെങ്കിൽ പിൻവലിക്കാം.

ചാമിയാർ : മാഡം ഞങ്ങൾ സമരമാർഗ്ഗത്തിലാണെന്ന കാര്യം മുൻകൂട്ടി അറിയാമായിരുന്നതല്ലേ...?

രുഗ്മിണി : എന്നെ നിങ്ങൾ അറിയിച്ചില്ല. എനിക്ക് ഉത്തരവാദിത്വങ്ങളുണ്ട്.

ചാമിയാർ : മാഡം ഞങ്ങളെ മുഴുവൻ അറസ്റ്റ് ചെയ്യണം. 53 പേരെയും. അല്ലെങ്കിൽ സിറ്റുവേഷൻ വഷളാകും. എന്തെങ്കിലും അരുതാത്തതു സംഭവിച്ചാൽ ഉത്തരവാദിത്വം മാഡത്തിനായിരിക്കും.

നിശ്ശബ്ദത.

ജോൺ സാമുവൽ: ഇതു കഴിഞ്ഞാൽ ഞങ്ങൾ തിരിച്ചു വരേണ്ടവരാണ്.

സമരക്കാർ : മാഡം, ഞങ്ങൾ ഇവിടെനിന്നു പോകില്ല.

രുഗ്മിണി : ഇവിടെത്തന്നെ നിന്നോ...

സമരക്കാർ : മാഡത്തിന്റെ കാർ ഞങ്ങളുടെ ശവത്തിനു മുകളിലൂടെയേ കടന്നുപോകൂ....

രുഗ്മിണി : അതു സാരമില്ല.

സമരക്കാർ അലറുന്നു.

മാഡം...

രുഗ്മിണി തിരിഞ്ഞു നടക്കുന്നു. ഷെയിം ഷെയിം വിളികൾക്കൊപ്പം കൂക്കു വിളി.

സമാപ്തം.

ഇതായിരുന്നു ആ സമരകഥ. ഇരുപത്തിയഞ്ചു വർഷങ്ങൾക്കുശേഷം ഇന്നാലോചിക്കുമ്പോൾ സമരംകൊണ്ട് എന്തുനേടി എന്ന വലിയ ചോദ്യം അതിനു നേതൃത്വം കൊടുത്തവർക്കും ഉണ്ട്. ദൂരദർശന്റെ പ്രവർത്തനത്തിലോ ലക്ഷ്യത്തിലോ ഒരു മാറ്റവും സംഭവിച്ചില്ല. പ്രസാർഭാരതി കോർപ്പറേഷനായി മാറിയെങ്കിലും പ്രവർത്തനസ്വാതന്ത്ര്യം അകലെത്തന്നെയാണ്. വാർത്താവിതരണ പ്രക്ഷേപണ മന്ത്രാലയത്തിനുകീഴിൽ ചിറകുകൾ കൂട്ടിക്കെട്ടപ്പെട്ട സ്വാതന്ത്ര്യം ലേശവുമില്ലാത്തൊരു സ്വതന്ത്ര സ്ഥാപനം!

1975 ൽ ആകാശവാണിയിൽ അനൗൺസറായി ചേരുമ്പോൾ വാർത്തകൾ വായിച്ചിരുന്ന 'റാണി' പ്രോഗ്രാം എക്സിക്യൂട്ടീവ് എം എസ് രുഗ്മിണിയായി തിരുവനന്തപുരം ആകാശവാണിയിലുണ്ടായിരുന്നു. അന്നുമുതല്ക്ക് വ്യക്തിപരമായി അങ്ങേയറ്റത്തെ സൗഹൃദമുണ്ടായിരുന്നു ഞങ്ങൾ തമ്മിൽ. ദൂരദർശൻ കാലയളവിലും അതു തുടർന്നു. സമരം നടക്കുമ്പോഴും അതവസാനിച്ച് തിരികെ ജോലിയിൽ പ്രവേശിക്കുമ്പോഴും സൗഹൃദത്തിന് ഒരു കുറവുമുണ്ടായിരുന്നില്ല. എന്നല്ല ദൂരദർശൻ പരിപാടികളുടെ നിർവ്വഹണത്തിൽ പരിപൂർണ്ണ സ്വാതന്ത്ര്യവും തന്നിരുന്നു. പക്ഷേ, വായനക്കാരെ രസിപ്പിച്ച ആ കൊച്ചുതിരക്കഥ ഇരുവരും ബദ്ധശത്രുക്കളാണെന്ന ധാരണയാണ് ജനിപ്പിച്ചത്. നോവലിസ്റ്റ് ജി വിവേകാനന്ദന്റെ വാക്കുകളാണ് എം എസ് രുഗ്മിണിയെ ഓർക്കുമ്പോഴൊക്കെ മന

സ്സിലെത്തുന്നത്. സമരത്തിന്റെ ഘട്ടത്തിൽ എന്നെ സമാധാനിപ്പിച്ചുകൊണ്ട് അദ്ദേഹം പറഞ്ഞു:

"ധൈര്യവും തന്റേടവുമുള്ള ഉദ്യോഗസ്ഥയാണവർ. ആള് പാവമാണ്. മനസ്സ് ശുദ്ധവും."

2006 ൽ എം എസ് രുഗ്മിണി ക്യാൻസർരോഗബാധിതയായി അന്തരിച്ചു. പ്രശസ്ത പത്രപ്രവർത്തകനായ തോമസ് ജേക്കബ് 'കഥക്കൂട്ട്' എന്ന തന്റെ പംക്തിയിൽ ഇക്കാര്യങ്ങൾ ഓർത്തെടുത്തു. വ്യക്തിജീവിതത്തിലും ഔദ്യോഗിക ജീവിതത്തിലും തികഞ്ഞ ഒരു പോരാളിയായിരുന്ന എം എസ് രുഗ്മിണിക്ക് ആദരവേകിക്കൊണ്ടുള്ള കുറിപ്പായിരുന്നു അത്...

പോരാളി

ദൂരദർശന്റെ തിരുവനന്തപുരം കേന്ദ്രം മുൻ ഡയറക്ടർ എം എസ് രുഗ്മിണിയുടെ മരണവാർത്ത ഓർമ്മയുടെ സ്ക്രീനിൽ ഒരു പഴയ സംഭവത്തെ പുനഃസംപ്രേഷണം ചെയ്തു. കുടപ്പനക്കുന്നിലെ ദൂരദർശൻ കേന്ദ്രത്തിൽ നടന്ന പഴയ സമരത്തിന്റെ പുനഃസംപ്രേഷണം. ബാംഗ്ലൂർ ദൂരദർശനിലായിരുന്നു രുഗ്മിണി. അവിടെനിന്ന് 1992 ഏപ്രിലിലാണു തിരുവനന്തപുരം കേന്ദ്രത്തിന്റെ ചുമതലയേല്ക്കുന്നത്. ദൂരദർശനിലെത്തുന്നതിനു മുമ്പ് ആകാശവാണിയിലായിരുന്നു.

എം എസ് രുഗ്മിണിയെ അറിയാത്തവർക്കുവേണ്ടി 'വാർത്തകൾ വായിക്കുന്നത് റാണി' എന്നു പറഞ്ഞു തുടങ്ങുന്ന ആകാശവാണിയിലെ ഒരു പഴയ വാർത്താവായനക്കാരിയുടെ സ്വരം ഓർമ്മിക്കുന്നുണ്ടോ? ആ റാണി എം എസ് രുഗ്മിണിയായിരുന്നു!

രുഗ്മിണി ദൂരദർശന്റെ തിരുവനന്തപുരം കേന്ദ്രത്തിലെത്തി അധികം മാസങ്ങൾ കഴിയുന്നതിനുമുമ്പേ സമരം തുടങ്ങി. പ്രൊഡക്ഷൻ സ്റ്റാഫിന്റെ സമരം. സ്റ്റുഡിയോകളിൽ കയറാൻ അധികാരമുള്ള പ്രൊഡക്ഷൻ ഉദ്യോഗസ്ഥർ സമരത്തിനിറങ്ങിയാൽ ഏതുവരെ പോകും? അതുവരെ അവർ പോവുകയും ചെയ്തു! അതും പ്രേക്ഷകന്റെ കൺമുന്നിൽ. ഇന്നത്തെപ്പോലെ സംഭവങ്ങളുടെ തത്സമയ സംപ്രേഷണമൊന്നും ഇല്ലാത്ത കാലമായിരുന്നിട്ടും ആ കാഴ്ച ഉടനടി വീടുകളിലെ സ്വീകരണമുറിയിലുമെത്തി.

1992 നവംബർ 25 വ്യാഴാഴ്ച. സന്ധ്യക്കുള്ള വാർത്ത തുടങ്ങി. ഇപ്പോഴത്തേതുപോലെ മുന്നിലുള്ള 'ടെലി പ്രോപ്റ്ററിൽ നോക്കിയല്ല, കൈയിലെ കടലാസു നോക്കിയാണ് അക്കാല വായന. വാർത്ത പുരോഗമിക്കുമ്പോൾ അതാ ടീവി സ്ക്രീനിൽ വാർത്ത വായിക്കുന്നയാളുടെ അരികിൽ ഒരു കൈ പ്രത്യക്ഷപ്പെടുന്നു. അടുത്ത നിമിഷം വായിക്കുന്നയാളുടെ കൈയിലെ കടലാസും തട്ടിപ്പറിച്ച് ആ കൈ സ്ക്രീനിൽനിന്നു മാറുന്നു. അന്തംവിട്ടിരിക്കുന്ന വായനക്കാരിയുടെ മുഖം അല്പംനേരം കാണിച്ച്, അന്തംവിട്ട ക്യാമറയും നിശ്ശബ്ദമാകുന്നു. സ്ക്രീനിൽ ആ പതിവു വാചകങ്ങൾ പ്രത്യക്ഷപ്പെടുന്നു. 'സാങ്കേതിക തകരാർമൂലം സംപ്രേഷണത്തിൽ

തടസ്സമുണ്ടായതിൽ ഖേദിക്കുന്നു!'

കാണാൻ മറ്റൊരു മലയാള വാർത്തയും ചാനലും ഇല്ലാത്ത കാലമായതുകൊണ്ട് എന്തു ചെയ്യണമെന്നറിയാതെ കുന്തം വിഴുങ്ങിയിരിക്കുന്ന പാവം പ്രേക്ഷകന്റെ ക്ലോസപ് ഓരോ സ്വീകരണമുറിയിലും.

സമരത്തിന്റെ ഭാഗമായിരുന്നു വാർത്ത തട്ടിപ്പറിക്കൽ. അങ്ങനെയൊരു സംഭവം ദൂരദർശന്റെ ചരിത്രത്തിൽ ആദ്യമായിരുന്നു..

സംഗതി ടി വി സ്ക്രീനിൽനിന്നു പുറത്തുവന്ന് കുടപ്പനക്കുന്നാകെ ചൂടു പിടിപ്പിച്ചു. സ്റ്റുഡിയോയിൽ തള്ളിക്കയറിയവരിൽ രണ്ടുപേർക്കെതിരെ ഡയറക്ടർ രുഗ്മിണി കേസ് കൊടുത്തു. 13 പേർക്കെതിരെ സർക്കാർ നിർദ്ദേശപ്രകാരം എഫ് ഐ ആർ ഫയൽചെയ്തു.

ഇത്രയും പശ്ചാത്തലം. ഇനി, ഈ സംഭവത്തെത്തുടർന്നുള്ള ശനിയാഴ്ചയിലേക്കു പോവാം. ഈ ഫ്ളാഷ് ബാക്കിലെ ശക്തിനായിക എന്ന നിലയിലാണ് രുഗ്മിണിയെ ഞാനിപ്പോഴും ഓർക്കുന്നത്.

ഫ്ളാഷ് ബാക്ക് തുടങ്ങുന്നു. ദൂരദർശൻ കേന്ദ്രത്തിലെ പ്രധാന വാതിൽ. പൊലീസ് അകത്ത്. പ്രൊഡക്ഷൻ സ്റ്റാഫ് പുറത്ത്. പച്ചസാരിയുടുത്ത് ഓഫീസിൽ നിന്നിറങ്ങി. നടപ്പാതയിലൂടെ ഡയറക്ടർ എം എസ് രുഗ്മിണി ഗേറ്റിനരികിലേക്ക്. മുദ്രാവാക്യങ്ങളുടെ പശ്ചാത്തലസംഗീതം, വ്യാഴാഴ്ച രണ്ടാം നമ്പർ സ്റ്റുഡിയോയിലേക്കു തള്ളിക്കയറി വാർത്താവായന തടസ്സപ്പെടുത്തിയവരുടെ പേരുമായി ഹെഡ് കോൺസ്റ്റബിൾ സമരക്കാരുടെ മുന്നിൽ. മുദ്രാവാക്യം വിളികൾ എയറിൽ. സമരക്കാർ അകത്തു കയറരുതെന്ന നോട്ടീസ് മതിലിൽ. തുടർന്നുവന്ന ഡയലോഗുകളുടെ കൂട്ടപ്പൊരിച്ചിലിൽനിന്ന് ചില സാമ്പിളുകൾ.

സമരനേതാവായ ജോൺ സാമുവൽ: മാഡം ഞങ്ങൾ എത്രനേരം ഇങ്ങനെ നില്ക്കണം?

രുഗ്മിണി : നിങ്ങൾക്കിഷ്ടമുള്ളിടത്തോളം നിന്നോ...

സമരക്കാർ : ചർച്ച നടക്കുമ്പോൾ ആക്ഷൻ എടുക്കാറില്ല. ഇതെന്തു കേന്ദ്രം?

രുഗ്മിണി : ഇതൊരു പ്രത്യേക കേന്ദ്രമാണ്.

സമരക്കാർ : മന്ത്രിപറയുന്നു, ഡയറക്ടർ ജനറൽ പറയുന്നു. ദ്രോഹനടപടി ഇല്ലെന്ന്. പല ഡയറക്ടർമാരെയും കണ്ടിട്ടുണ്ട് ഇതെന്തൊരു..

രുഗ്മിണി : ഇതിന്റെ പേരിൽ എനിക്കെതിരെ എന്താക്ഷനും വരട്ടെ നോക്കാം.

സമരക്കാർ : ഞങ്ങളെ പൊലീസിനെക്കൊണ്ടു വിരട്ടാനാണോ ഭാവം?

രുഗ്മിണി : പൊലീസിനെ കണ്ടു നിങ്ങൾ പേടിക്കില്ലെന്നു കണ്ടല്ലേ ഞാൻതന്നെ ഇവിടെ വന്നുനില്ക്കുന്നത്.

ജോൺ സാമുവൽ : മാഡം, പ്രൊഡക്ഷൻ സ്റ്റാഫിലെ മികച്ചവരെല്ലാം ഞങ്ങളോടൊപ്പമാണ്. ഞങ്ങളില്ലെങ്കിൽ ദൂരദർശനില്ല. ദൃശ്യമാധ്യമമില്ല.

രുഗ്മിണി : ഓ!....
സമരക്കാർ : മാഡം, ഞങ്ങൾ ഇവിടെനിന്നു പോവില്ല.
രുഗ്മിണി : ഇവിടെ നിന്നോ.
സമരക്കാർ : മാഡത്തിന്റെ കാർ ഞങ്ങളുടെ ശവത്തിനു മുകളിലൂടെയേ കടന്നുപോവൂ.
രുഗ്മിണി : അതു സാരമില്ല.

ഒരു സർക്കാർ സ്ഥാപനമേധാവി ജീവനക്കാരുടെ സമരത്തോട് ഇത്രയും ശക്തമായി പ്രതികരിച്ച മറ്റൊരു ഉദാഹരണം എന്റെ കൈയിലില്ല.

ഇനി കുറെക്കൂടി പഴയൊരു കഥ. തൊഴിലാളിയും തൊഴിലുടമയും തമ്മിൽ നടന്ന രസികൻ അങ്കത്തിന്റെ കഥയാണിത്.

തൃശൂരിൽനിന്നു പ്രസിദ്ധീകരിച്ചിരുന്ന *തൊഴിലാളി* പത്രത്തിന്റെ പത്രാധിപസമിതിയിൽ പ്രമുഖനായി കെ ആർ ചുമ്മാർ ജോലി ചെയ്യുന്ന കാലം (അദ്ദേഹം *മനോരമ*യിലെത്തിയത് പിന്നീടാണ്) ജീവനക്കാരുടെ പ്രശ്നങ്ങളിൽ, ഉടമയും ചീഫ് എഡിറ്ററുമായ ഫാ. വടക്കന്റെ ചില നിലപാടുകളോട് ചുമ്മാറിന് ശക്തമായ വിയോജിപ്പ്. അദ്ദേഹം *തൊഴിലാളി*യിലെ തൊഴിലാളികളുടെ നേതൃത്വം ഏറ്റെടുത്തു. തുടർന്ന്, തൃശൂർ ഹൈറോഡിൽ മണിക്കൂറുകൾ നീണ്ട പരസ്യമായ പ്രസംഗപ്പോര് ആയിരുന്നു. ലോകത്തിൽ അതിനു മുമ്പും പിമ്പും അങ്ങനെ ഒരു മുതലാളിയും തൊഴിലാളിയും തമ്മിൽ വാക്പയറ്റ് നടത്തിയിട്ടില്ല. ഉജ്ജ്വല വാഗ്മിയായ ചുമ്മാർ (ചുമ്മാർ ഒരുകാലത്ത് കേരളത്തിലെ ഏറ്റവും നല്ല രണ്ടോ മൂന്നോ പ്രസംഗകരിലൊരാളായിരുന്നു. വിമോചന സമരകാലത്ത്, മന്നത്ത് പത്മനാഭൻ തൃശൂരിൽ പ്രസംഗിക്കാനെത്തുമ്പോൾ സമ്മേളനത്തിൽ ആളെക്കൂട്ടാൻവേണ്ടി ചുമ്മാറും പ്രസംഗിക്കുന്നു എന്നുവരെ അറിയിപ്പു നടത്തിയിട്ടുണ്ട് സംഘാടകർ) റോഡിൽ ഒരുവശത്തുള്ള കെട്ടിടത്തിന്റെ മട്ടുപ്പാവിൽ മൈക്ക് വച്ച് വടക്കനച്ചനെതിരെ ശക്തമായ വാക്ശരങ്ങൾ അഴിച്ചുവിട്ടു. അതുകേട്ടതോടെ എതിർവശത്തുള്ള കെട്ടിടത്തിന്റെ രണ്ടാം നിലയിൽ, കേരളം എക്കാലവും കണ്ട ഗംഭീര പ്രസംഗകനായ ഫാ. വടക്കൻ വന്നു. മറ്റൊരു മൈക്ക് സെറ്റുമായി. ചുമ്മാറിന്റെ പ്രസംഗം നിലയ്ക്കാൻ കാക്കാതെ അച്ചന്റെ പ്രസംഗം. അച്ചൻ നിർത്തുന്നു; ചുമ്മാർ തുടങ്ങുന്നു. ചുമ്മാർ നിർത്തിയേടത്തുനിന്ന് വീണ്ടും അച്ചൻ തുടരുന്നു. തൃശൂർ പൂരത്തിന് തിരുവമ്പാടിയുടെയും പാറമേക്കാവിന്റെയും കൂട്ടപ്പൊരിച്ചിൽ ആസ്വദിക്കുന്ന ഹരത്തോടെ ജനങ്ങൾ ഈ പ്രസംഗവെടിക്കെട്ടിനും സാക്ഷ്യം വഹിച്ചു.

അവസാനം പൂരംവെടിക്കെട്ടിലെന്നപോലെ ആരും തോറ്റുമില്ല. ജയിച്ചുമില്ല. രണ്ടുപേരും പ്രസംഗം നിർത്തി. ചുമ്മാർ സാധാരണപോലെ *തൊഴിലാളി* ഓഫീസിൽ അദ്ദേഹത്തിന്റെ കസേരയിൽ. അച്ചൻ ചീഫ് എഡിറ്ററുടെ മുറിയിലും. സൗഹൃദത്തിന് ഒരു കോട്ടവുമില്ല. പ്രശ്നം രമ്യമായി പരിഹരിക്കപ്പെട്ടു.

(ഡിസംബർ - 2007)

6

"പേഴ്സണാലിറ്റി ആന്റ് സോഷ്യൽ സൈക്കോളജി" എന്ന വിഷയത്തിൽ 2010 ൽ കൊളറാഡോ യൂണിവേഴ്സിറ്റി ഒരു ഗവേഷണ പ്രബന്ധത്തിന് ഡോക്ടറേറ്റ് നല്കി. വ്യക്തികളെ സംബന്ധിക്കുന്ന ഒട്ടേറെ രസകരങ്ങളായ കണ്ടെത്തലുകൾ ഉൾക്കൊള്ളിച്ചുകൊണ്ടുള്ളതായിരുന്നു വിൻസ്‌ലെറ്റ് വില്യംസ് എന്ന ഗവേഷക വിദ്യാർത്ഥിയുടെ പ്രബന്ധം.

തന്റെ സുഹൃത്തുകൂടിയായ കാതറിൻ പിയേഴ്സ് എന്ന പെൺകുട്ടി കണ്ടെത്തിയ വരനെ പരിചയപ്പെടാനെത്തിയ കാതറിന്റെ പിതാവ് ആളിനെ കണ്ടപ്പോൾ സ്തബ്ധനായി നിന്നുപോയത്രെ. അദ്ദേഹത്തിന്റെ മുത്തച്ഛന്റെ അതേ ഛായ. അതേ ഉയരം. അതേ നോട്ടം, അതേ ചിരി. മുഖഭാവങ്ങൾക്കും രീതികൾക്കും ഉണ്ട് അത്ഭുതപ്പെടുത്തുന്ന സാമ്യം. മറ്റൊരു രാജ്യത്തുനിന്നുള്ള ആളായതിനാൽ ഒരു വിധത്തിലുമുള്ള ജൈവബന്ധംപോലും ഉണ്ടാകാനിടയില്ല.

കൗതുകകരമായ ഈ വിഷയമായിരുന്നു വിൻസ്‌ലെറ്റ് ഗവേഷണത്തിന് തെരഞ്ഞെടുത്തത്. കുടുംബാംഗങ്ങളിൽ ആരെങ്കിലുമായുള്ള സാദൃശ്യം പെട്ടെന്ന് ഒരാളെ ആകർഷിക്കുമെന്നുള്ള കണ്ടെത്തലായിരുന്നു പ്രബന്ധത്തിന്റെ കാതൽ. കാതറിൻ തന്റെ പിതാമഹന്റെ ഫോട്ടോപോലും കണ്ടിട്ടുണ്ടായിരുന്നില്ല. അതേ ഛായയാണ് ചെറുപ്പക്കാരനുള്ളതെന്ന് അറിയാതെയാണ് ആകൃഷ്ടയായതും പ്രണയിച്ചതും. ഡി എൻ എ യിലെ സാമ്യവും ഇത്തരം കണ്ടുമുട്ടലുകൾക്കുള്ള സാദ്ധ്യത വർദ്ധിപ്പിക്കുമത്രെ. അങ്ങനെ ഒത്തുചേരുന്നവരുടെ വിവാഹജീവിതം മറ്റുള്ളവരുടേതിനേക്കാൾ ഭദ്രമായിരിക്കുമെന്നും വിൻസ്‌ലൈറ്റ് സ്ഥാപിച്ചു.

ഇനി ദൽഹിയിലേക്കെത്താം. 2007 ലെ മഞ്ഞുകാലം. *മംഗളം* ദിനപ്പത്രത്തിന്റെ ദൽഹി ബ്യൂറോ ചീഫും പ്രമുഖ പത്രപ്രവർത്തകനുമായ ആർ ഗോപീകൃഷ്ണനൊപ്പം രാത്രി ഭക്ഷണത്തിന് ദൽഹി പ്രസ് ക്ലബ് കാന്റീനിന്റെ പ്രധാന ഹാളിലെത്തിയ എനിക്കുമുണ്ടായി ഏറക്കുറെ സാമ്യമുള്ള ഒരനുഭവം. 'ഇതു താനല്ലയോ അതെ'ന്ന 'വർണ്യത്തിലാശങ്ക'യെന്നപോലെ. ഹാളിന്റെ ഒരു മൂല

യിൽ മറ്റൊരു പത്രപ്രവർത്തക സുഹൃത്ത് ജോമി തോമസിനൊപ്പമിരുന്ന പരിചയമില്ലാത്ത യുവാവ് ഞങ്ങളെ കണ്ടപ്പോൾ കൈകൾ വീശി. എതിർമൂലയിലെ ടേബിളിൽ ഇരിക്കുമ്പോൾ അവർ ഞങ്ങൾക്കു സമീപമെത്തി. സ്വയം പരിചയപ്പെടുത്തിക്കൊണ്ട് യുവാവ് പറഞ്ഞു:

"ജോൺ സാമുവൽ"

പിന്നെയുണ്ടായത് സ്വയം നഷ്ടമാകുന്നതുപോലെയുള്ള അനുഭവമായിരുന്നു. അപരിചിതൻ സ്വന്തംപേരുമായി പരിചിതനാകുമ്പോഴുള്ള അവിശ്വസനീയതയിൽ പൊതിഞ്ഞ, നർമ്മം നിറഞ്ഞ അനുഭവം. സ്വന്തം പേരുള്ള മറ്റൊരാൾ ലോകത്ത് ജീവിച്ചിരിക്കുന്നു എന്ന അറിവായിരുന്നില്ല അത്ഭുതപ്പെടുത്തിയത്. ഒരേപോലെ ഒൻപതുപേർകൂടി ലോകത്തിന്റെ ഏതെങ്കിലുമൊക്കെ മൂലകളിൽ ഉണ്ടായിരിക്കും എന്നു പറയുമ്പോൾ ഒരേ പേരിലുള്ള കുറേപ്പേരുണ്ടെന്ന അറിവ് അത്ഭുതപ്പെടുത്തില്ല. എങ്കിലും അതിനൊക്കെ അപ്പുറത്ത് ആ കണ്ടുമുട്ടൽ എന്നെയെത്തിച്ചു.

ഞാൻ, ജോൺ സാമുവൽ എന്നു പേരുള്ള അപരനെ നോക്കി. തമ്മിൽ യാതൊരു സാമ്യവുമില്ല. മുഖം നീണ്ടുകൂർത്തതാണ്. കഷണ്ടി കയറിത്തുടങ്ങിയിട്ടില്ല. നീളം അല്പം കൂടിയുണ്ട്. വണ്ണം കുറവ്. നിറവും വ്യത്യാസം. ഒന്നിച്ചു നിന്നാൽ എന്തെങ്കിലുമൊരു സാമ്യം കണ്ടെത്താനാവില്ല. എന്നാൽ ഇവയൊഴികെ മറ്റു പലതിലും സമാനതകൾ. നാട്, പഠിച്ച കോളജ്, അച്ഛനമ്മമാരുടെ പേരുകൾ, പ്രവർത്തന മേഖലകൾ, എഴുത്ത്, അഭിയനം തുടങ്ങി പലതും ഒരുപോലെ. അതാണ് ശരിക്കും അവിശ്വസനീയമായിരുന്നത്.

പ്രമുഖ പത്രപ്രവർത്തകനായ ജോൺ മുണ്ടക്കയം തന്റെ ദൽഹി സുഹൃത്തിൽനിന്ന് ഇക്കാര്യം അറിയുന്നു. രസകരമായ ഒരു 'സ്റ്റോറി'യുടെ വകുപ്പ് ആ കണ്ടുമുട്ടലിൽ ഉണ്ടെന്നു കണ്ടെത്തിയ അദ്ദേഹം രണ്ട് ജോൺ സാമുവൽമാരെയും തിരുവനന്തപുരത്ത് ഒരുമിപ്പിച്ചു. വീണ്ടുമുള്ള ആ കണ്ടുമുട്ടൽ പകർത്താൻ ഫോട്ടോഗ്രാഫർ എൻ ജയചന്ദ്രനെ ഏർപ്പാടു ചെയ്തു. അങ്ങനെയാണ് അവിശ്വസനീയം എന്ന് വായനക്കാർക്ക് നിശ്ചയമായും തോന്നിയേക്കാവുന്ന അക്ഷരങ്ങളിൽ അച്ചടിമഷി പുരളുന്നത്...

ജോൺ സാമുവൽ അഥവാ ജോൺ സാമുവൽ

ഡൽഹി പ്രസ് ക്ലബ്ബിന്റെ ഒഴിഞ്ഞ മൂലയിലിരുന്ന ജോൺ സാമുവലിന്റെ അടുത്തെത്തി ഒരു അപരിചിതൻ കൈനീട്ടി.

"ജോൺ സാമുവൽ"

ജോൺ സാമുവൽ ആ കൈപിടിച്ചു കുലുക്കിക്കൊണ്ടു പറഞ്ഞു:

"അതെ. ജോൺ സാമുവൽ താങ്കൾ?"

"ജോൺ സാമുവൽ"

അപരിചിതൻ വീണ്ടും അങ്ങനെ പറഞ്ഞപ്പോൾ ഒരു പന്തികേട്.

“താങ്കളുടെ പേര്?” ജോൺ സാമുവൽ വീണ്ടും ചോദിച്ചു.

“ഞാനും ഒരു ജോൺസാമുവൽ തന്നെ.” അയാൾ പരിചയപ്പെടുത്തുകയാണ്. എന്നിട്ട് ഒന്നുകൂടി വിശദീകരിച്ചു.

“എന്റെ വീട് അടൂരിനടുത്ത് കടമ്പനാട്.”

“അതെന്റെ നാടാണല്ലോ.”

ഒന്നാമൻ ജോൺ സാമുവലിനു നന്നായി ദേഷ്യം വന്നു.

“ഞാൻ പഠിച്ചതു ശാസ്താംകോട്ട കോളേജിൽ.”

ആഗതൻ വീണ്ടും പറഞ്ഞു.

“അതു ഞാൻ പഠിച്ച കോളേജാണല്ലോ?” ഒന്നാമൻ ജോൺ സാമുവലിന് ആകെ ഒരു പന്തികേടു തോന്നി. ആഗതൻ തന്നെ കളിയാക്കുകയാണോ?

“ഞാനവിടെ ആർട്സ് ക്ലബ് സെക്രട്ടറിയായിരുന്നു.”

“ഞാനും.”

ജോൺ സാമുവൽ തന്റെ ഒരപരനെ എന്നപോലെ ആഗതനെ ആപാദചൂഡം ഒന്നുഴിഞ്ഞു. തന്നെക്കാൾ ചെറുപ്പം. രൂപത്തിലും വലിയ സാദൃശ്യമില്ല. സത്യമോ മിഥ്യയോ?

ഒടുവിൽ സാമ്യമില്ലായ്മയുടെ ഒരു പഴുതിനായി ശ്രമിച്ചു.

“എന്റെ പിതാവ് സി സാമുവൽ. താങ്കളുടേയോ?’

“എന്റെ പിതാവ് പി സാമുവൽ.”

ഇതെന്തൊരു കഷ്ടം. കൂടുതൽ ചോദിക്കാൻ ഒന്നാമൻ ജോൺ സാമുവൽ ഭയപ്പെട്ടു. സമാനതകൾ ഇനി താങ്ങാൻ വയ്യ. ഒന്നുകിൽ ആഗതൻ അടിച്ചു ഫിറ്റായിരിക്കുന്നു. അല്ലെങ്കിൽ തന്നെ പരിഹസിക്കാൻ ഇറങ്ങിപ്പുറപ്പെട്ടിരിക്കുന്നു.

ഒടുവിൽ മുന്നിൽ നില്ക്കുന്ന മറ്റേ ജോൺ സാമുവൽ ഒരു യാഥാർത്ഥ്യമാണെന്നും പറഞ്ഞതൊക്കെ സത്യമാണെന്നും മനസ്സിലായതോടെ ഇരുവരും ബാല്യത്തിൽ വഴിപിരിഞ്ഞപോയെ ഇരട്ടകളുടെ പുനസമാഗത്തിലെന്നപോലെ പരസ്പരം ആശ്ലേഷിച്ചു.

ഇരുന്നു സംസാരിച്ചപ്പോൾ മഞ്ഞുരുകിക്കൊണ്ടിരുന്നു. കേട്ടതെല്ലാം സത്യം. പക്ഷേ, അവിശ്വസനീയം. ഒരാൾ ദൂരദർശനിൽ സീനിയർ പ്രൊഡ്യൂസർ, കഥാകൃത്ത്. മറ്റേയാൾ ബാങ്കോക്ക് ആസ്ഥാനമായി പ്രവർത്തിക്കുന്ന രാജ്യാന്തര മനുഷ്യാവകാശ സംഘടനയിൽ ഉയർന്ന പദവി വഹിക്കുന്നു.

ഒരേ പേരുമായി ഒരേ നാട്ടിൽ ജനിച്ച് ഒരേ കോളേജിൽ പഠിച്ചിട്ടും പരസ്പരം അറിയാതെ പോയവർ. സമാനതകൾ പിന്നെയുമുണ്ടായിരുന്നു. രണ്ടുപേരും പത്രപ്രവർത്തകർ, കഥാകൃത്തുക്കൾ. ഒരാൾ ജോൺ സാമുവൽ എന്നും മറ്റേയാൾ ജെ എസ് അടൂർ എന്നും പേരുവച്ച് എഴുതുന്നു.

ബങ്കോക്കുകാരനായ ജോൺ സാമുവൽ കേരളം വിട്ടതോടെ കഥയെഴുത്തു നിർത്തി. തന്റെ പേരുള്ള ഒരാൾ കഥാകൃത്തായി ചിരപ്രതിഷ്ഠ നേടി എന്ന തിരിച്ചറിവും കാരണമായിരുന്നു. മനുഷ്യാവകാശ പ്രശ്നങ്ങ

ളെക്കുറിച്ച് ഏഷ്യയിലെ ഒട്ടേറെ ഇംഗ്ലീഷ് പത്രങ്ങളിൽ സ്ഥിരമായി എഴുതിക്കൊണ്ടിരുന്ന ജോൺ സാമുവൽ മലയാളത്തിൽ ആ പേരുവച്ച് ഒന്നുരണ്ടു ലേഖനങ്ങൾ എഴുതി.

ഒടുവിൽ താനെഴുതിയ ലേഖനങ്ങളൊക്കെ മറ്റൊരാളുടെ പേരിൽ വരവുവയ്ക്കപ്പെടുകയാണെന്ന് അറിഞ്ഞപ്പോഴാണ് പേര് ജെ എസ് അടൂർ എന്നാക്കിയത്.

രാഷ്ട്രീയ സാമൂഹിക രംഗങ്ങളിൽ വിശകലനം നടത്തി ഒട്ടേറെ ലേഖനങ്ങൾ എഴുതിയിട്ടുള്ള ജോൺ സാമുവൽ മാധ്യമരംഗത്തു പ്രവർത്തിക്കുന്നവരുടെ ബോഗ്ഗ് ആയ ഫോർത്ത് എസ്റ്റേറ്റിൽ സ്ഥിരം എഴുത്തുകാരനാണ്.

കഥാകൃത്തും സിനിമാനടനുമായ ദൂരദർശനിലെ ജോൺ സാമുവൽ അടൂർ ഗോപാലകൃഷ്ണന്റേതുൾപ്പെടെ ചില ചിത്രങ്ങളിൽ അഭിനയിക്കുകയും ചെയ്തു. രണ്ടു സിനിമകളിൽ നായകനുമായിരുന്നു. ആകാശവാണിയിൽ അനൗൺസറായി തുടക്കം. പിന്നെ വാർത്തകൾ വായിച്ചു. പിന്നെ സ്പോർട്സ് ലേഖകനായി. ഒടുവിൽ ദൂരദർശനിൽ എത്തി. ഇന്ദ്രപ്രസ്ഥത്തിലെ പ്രസ് ക്ലബ്ബിൽ നാടകീയമായി കണ്ടുമുട്ടാൻ ഇരുവർക്കും വഴിയൊരുക്കിയതു രണ്ടുപേരുടെയും സുഹൃത്തായ മറ്റൊരു പത്രലേഖനും.

(സെപ്തംബർ - 2005)

7

സ്വപ്നം കാണുന്നതായി ഒരു സ്വപ്നം! ഏറെ കൗതുകം നിറഞ്ഞതാവും അങ്ങനൊരു സ്വപ്ന ക്കാഴ്ച. സ്വപ്നം കാണുമ്പോൾ അതിൽ പിശു ക്കുകാട്ടരുതെന്നൊരു പറച്ചിലുണ്ട്. സ്വപ്നത്തിലാ വുമ്പോൾ ഒരു പവൻ സ്വർണ്ണത്തിനു പകരം ഒരു ടൺ സ്വർണ്ണം തന്നെയായാൽ എന്താ കുഴപ്പം? ഒന്നോ രണ്ടോ മുറിയുള്ള ഒരു സാധാരണ വീടിനേക്കാൾ കേന്ദ്രീ കൃത ശീതീകരണ സംവിധാനമുള്ള ഒരു കൊട്ടാരം തന്നെ സ്വപ്നം കണ്ടുകൂടെ? വെറുമൊരു സൈക്കിൾ സ്വപ്നം കാണുന്നതിനേ ക്കാൾ നല്ലതല്ലെ ഒരു റോൾസ് റോയിസ് കാണുന്നത്. പാളയംതോടൻ പഴത്തിനു പകരം ആപ്പിൾ, രണ്ടുരൂപയുടെ ബോൾപെന്നിനു പകരം മോണ്ട് ബ്ലാക്ക് പേന, ഒരു കോട്ടൺ സാരിക്കു പകരം പത്ത് കാഞ്ചീപുരം, ഒരു ലക്ഷത്തിനു പകരം ഒരു കോടിയുടെ ലോട്ടറി, തോട്ടുംകര സാഹിത്യ പുരസ്കാരത്തിനു പകരം ജ്ഞാനപീഠം... അങ്ങനെയങ്ങനെ എന്തെല്ലാം സാദ്ധ്യത കൾ!

ഈ സാദ്ധ്യതകൾക്ക് ഒരു പൊതുസ്വഭാവമുണ്ടെന്നാണ് സ്വപ്നങ്ങളുടെ സ്വഭാവം സംബന്ധിച്ചുള്ള പഠനങ്ങൾ വ്യക്തമാ കുന്നത്. പുരാണകഥകളിൽ സ്വപ്നങ്ങൾ വിശകലനം ചെയ്യുന്ന വരെക്കുറിച്ചുള്ള പരാമർശങ്ങളുണ്ട്. മഹാരാജാക്കന്മാർ ഈ ഗണ ത്തിൽപ്പെടുന്നവരെ തങ്ങളുടെ ഉദ്യോഗവൃന്ദത്തിൽ നിയമിക്കാറു ണ്ടായിരുന്നു. സ്വപ്നങ്ങളെക്കുറിച്ചുള്ള പഠനശാഖയായ ഒനീറോ ളജിയിൽ വൈകാരികവും മാനസികവുമായ സന്തുലിതാവസ്ഥ നിലനിർത്തുന്നതിനുള്ള ഉപാധിയായിട്ടാണ് സ്വപ്നങ്ങളെ കാണു ന്നത്. ഭൂത-വർത്തമാന-ഭാവി കാലങ്ങളെ ബന്ധിപ്പിക്കുന്ന മന സ്സിന്റെ ബോധതലങ്ങളിലുണ്ടാകുന്ന പ്രതിപ്രവർത്തനങ്ങളുടെ ഫലമായി സംഭവിക്കുന്ന സ്വപ്നങ്ങൾ ആദ്യ രണ്ടുകാലങ്ങളുടെ അനുഭവത്തിൽനിന്ന് മൂന്നാമത്തേതിലേക്കുള്ള തയ്യാറെടുപ്പിന് മനു ഷ്യമനസ്സിനെ സജ്ജമാക്കുമത്രെ. അപകടങ്ങളെയും ഭീഷണിക ളെയും നേരിടുന്നതിന് മുൻകൂട്ടിയെടുക്കുന്ന തയ്യാറെടുപ്പു കൂടി യാണത്.

സ്വപ്നങ്ങളൊരുക്കുന്ന അർത്ഥതലങ്ങൾ അടിസ്ഥാനപരമായി മനസ്സിന്റെ അവസ്ഥ തന്നെയാണ്. കൈയകലത്ത് നഷ്ടമാകുന്ന ആഗ്രഹങ്ങൾ സ്വപ്നങ്ങളുടെ ഭൂമികയിലേക്ക് നാമറിയാതെ നമ്മെ കൂട്ടിക്കൊണ്ടുപോകുന്നു. പിന്നെ അയഥാർത്ഥമായ ഒരന്തരീക്ഷത്തിൽ അവയെ നേരിടുന്നതിന് തൊട്ടടുത്തുവരെ നമ്മെ കൊണ്ടെത്തിക്കുന്നു. അടഞ്ഞ കണ്ണുകൾക്കുള്ളിലെ ത്വരിത ചലനങ്ങൾ (റാപ്പിഡ് ഐ മൂവ്മെന്റ് - REM) ഒരു നിമിഷം കൊണ്ട് മുറിയുമ്പോൾ സ്വപ്നവും മുറിയുന്നു. ഏറെ രസകരം, കണ്ട സ്വപ്നത്തിന്റെ തൊണ്ണൂറുശതമാനവും ഉണർന്നുകഴിയുമ്പോൾ മറന്നുപോകുന്നു എന്നതാണ്. നിറങ്ങളിലോ, കറുപ്പിലും വെളുപ്പിലുമോ ഉള്ള ദൃശ്യങ്ങൾ ചേരുംപടി ചേർക്കുവാനാവുകയുമില്ല.

ചന്ദ്രിക വാരികയുടെ അവസാനപേജിൽ തുടർച്ചയായി പ്രസിദ്ധീകരിച്ചിരുന്ന വായനക്കാരെ ഏറെ ആകർഷിച്ച ഒരു പംക്തിയുണ്ടായിരുന്നു- 'എന്റെ 5 സ്വപ്നങ്ങൾ' ഒട്ടേറെ പ്രമുഖർ തങ്ങളുടെ സ്വപ്നങ്ങളെപ്പറ്റിയെഴുതി. കണ്ടവയല്ല, കാണാനാഗ്രഹിക്കുന്നവയും താത്ത്വികമായി സ്വപ്നങ്ങളുടെ ഗണത്തിൽപെടുമല്ലോ. എന്നോട് അഞ്ചു സ്വപ്നങ്ങളെപ്പറ്റി എഴുതാൻ ആവശ്യപ്പെടുമ്പോൾ കണ്ട സ്വപ്നങ്ങളുടെ ഒരു കണക്കെടുപ്പു നടത്തുവാൻ ശ്രമിച്ചു നോക്കി. അപ്പോഴാണ് സ്വപ്നപഠന ശാഖയുടെ കണ്ടെത്തലുകളിലെ ശരികളെപ്പറ്റി ബോദ്ധ്യം വന്നത്. സ്വപ്നങ്ങൾ ഒട്ടുമിക്കവയും മാഞ്ഞുപോയിരിക്കുന്നു. കാണാനാഗ്രഹിക്കുന്ന സ്വപ്നങ്ങളെപ്പറ്റി ചിന്തിക്കുകയാവും ഉചിതമെന്ന് മനസ്സു പറഞ്ഞു. ഉണർന്നിരിക്കെത്തന്നെ അഞ്ചു സ്വപ്നങ്ങൾ ഒന്നൊന്നായി വ്യക്തതയോടെതന്നെ മനസ്സിലേക്കെത്തി. അത്ഭുതപ്പെടുത്തുന്നതായിരുന്നു അവയുടെ ആകത്തുക. എല്ലാം മനസ്സ് ആഗ്രഹിക്കുന്നവ. നടക്കാനിടയില്ലല്ലോ എന്ന് മനസ്സിൽ ശങ്കയുയർത്തിയ സ്വപ്നങ്ങൾ....

എന്റെ 5 സ്വപ്നങ്ങൾ

വന്യം: ബംഗളൂരുവിൽ ഈയിടെ നടന്ന ഒരു സാഹിത്യ സമ്മേളന വേദിയിൽ മന്ത്രിയോ, എം പിയോ എം എൽ എയോ ബ്ലോക്ക് പ്രസിഡന്റോ മണ്ഡലം സെക്രട്ടറിയോ അടക്കം ഒരു രാഷ്ട്രീയക്കാരനെയും കണ്ടില്ല. ഇവിടെ എന്റെ കേരളത്തിൽ സാഹിത്യകാരന്മാർക്ക് മുൻതൂക്കമുള്ള, സാഹിത്യ കുതുകികൾക്ക് വേണ്ടിയുള്ള ഒരു സാഹിത്യ സമ്മേളന വേദി വന്യമായ സ്വപ്നമാണെപ്പോഴും.

ദീപ്തം: തണുപ്പറയ്ക്കുള്ളിൽ സൂക്ഷിച്ചുവെച്ചതിനുശേഷം ലഭിക്കുന്ന കുട്ടനാട്ടിലെ കരിമീനിനുപോലും രുചി നഷ്ടമായിരിക്കുന്ന ഇക്കാലത്ത് അറുപതുകളും എഴുപതുകളും സമ്മാനിച്ച തിളക്കമാർന്ന ആ ദിനങ്ങൾ സ്വപ്നത്തിലെങ്കിലും വീണ്ടും വന്നിരുന്നെങ്കിൽ എന്നാഗ്രഹിച്ചുപോ

കുന്നു.

രൗദ്രം: കപ്പ നടുന്നതുമുതൽ കായികം, സാഹിത്യം, സംസ്കാരം, സാമൂഹ്യം, കല, സിനിമ, നാടകം, കച്ചവടം, ചിത്രരചന, ആതുര സേവനം, ഭക്തി, വിഭക്തി എന്നുവേണ്ട സൂര്യനു താഴെയുള്ള എന്തിനെയുംകുറിച്ച് ആധികാരികമായിത്തന്നെ ചില രാഷ്ട്രീയക്കാർ ഗർജ്ജിച്ചുകളയും. ജന്മനാ സിദ്ധിയില്ലാത്തവർ ഇത്തരം രൗദ്രഗർജ്ജനങ്ങൾ അവസാനിപ്പിച്ച് ഭരണ പരമായ കാര്യങ്ങൾ നേരെ നോക്കി നടത്തുന്ന ഒരു 'ഭരണവർഗ്ഗ സംസ്കാരം' എന്ന സ്വപ്നം.

ഹൃദ്യം: തുമ്പു കെട്ടിയിട്ട ചുരുൾമുടിയിൽ തുളസിക്കതിർ ചൂടി, കാൽവിരൽ തുമ്പിനാൽ കളം വരയ്ക്കുന്ന ഒരു മലയാളി പെൺകുട്ടിയെ സ്വപ്നത്തിലെങ്കിലും കാണാനാവാതെ വന്നിരിക്കുന്നു. ആഗോളീകരണ ത്തിന്റെ ചിറകിലേറി സൗഭാഗ്യങ്ങൾ മാത്രം തേടിപ്പോകുന്നവർ മറന്നു പോകുന്ന പ്രണയത്തിന്റെ തുടിപ്പുകൾ മനസ്സിൽ പേറുന്ന ഒരു മലയാളി പെൺകുട്ടിയെ, ആണത്തമുള്ള ഒരു മലയാളിച്ചെക്കനെ സ്വപ്നത്തിലാ യാലും തരക്കേടില്ല ഒന്നു കണ്ടുമുട്ടാൻ കഴിഞ്ഞിരുന്നെങ്കിൽ..!

സൗമ്യം: വഴിമാറിയില്ലെങ്കിൽ കേൾക്കേണ്ടിവരുന്ന തെറിയഭിഷേക ത്തിൽ (പൊലീസ് ഉൾപ്പെടെ) സ്വയം നിന്ദ അനുഭവിച്ച് താനൊരു മനുഷ്യ ജീവിതന്നെയോ എന്നു സംശയിക്കുമ്പോഴാണ് ഈ സൗമ്യസ്വപ്ന വക ഭേദത്തിന് പ്രസക്തി ലഭിക്കുന്നത്. ഇക്കൂട്ടർ എന്നാണോ സൗമ്യതയു ടെയും സംസ്കാരത്തിന്റെയും പാഠങ്ങൾ അഭ്യസിച്ച്, സൗമ്യമായി ചിന്തിച്ച്, സൗമ്യമായി ഉറങ്ങി, സൗമ്യമായി സ്വപ്നം കാണുവാൻ സ്വപ്നം കാണുക.

(ഏപ്രിൽ – 2014)

8

സ്വകാര്യടെലിവിഷൻ ചാനലുകളുടെ പ്രവർത്തനരീതി കൃത്യമായറിയില്ല. ദൂരദർശനിൽ സംപ്രേഷണ ഘട്ടത്തിലെത്തുന്ന പരിപാടികൾ ഏകോപിപ്പിച്ച് വിടവും ചടവും നികത്തി, ഒരുക്കിയെടുത്ത് കാണികളിലേക്കെത്തിക്കുന്നതിന് സീനിയർ ആയ ഒരു പ്രോഗ്രാം പ്രൊഫഷണലിനെ നിയോഗിക്കാറുണ്ട്. സംപ്രേഷണത്തിന്റെ ബ്ലൂപ്രിന്റ് എന്ന് വിശേഷിപ്പിക്കാവുന്ന ഫിക്സഡ് പോയിന്റ് ചാർട്ട് (എഫ് പി സി) നടപ്പാക്കുന്നതിനെപ്പറ്റിയല്ല പരാമർശിക്കുന്നത്. ഏതു സംപ്രേഷണ സ്ഥാപനത്തിലും പരമ പ്രധാനമാണ് എഫ് പി സി. അതിൽനിന്ന് കഴിവതും വ്യതിചലിക്കാതെയാവും ദിവസേനയുള്ള സംപ്രേഷണം ഒരുക്കുക.

പത്തുവർഷത്തോളം ആ ചുമതല വഹിച്ചശേഷമാണ് ദൂരദർശന്റെ പടിയിറങ്ങിയത്. മാനേജ്മെന്റിലെ നിർണ്ണായക സ്ഥാനം. എല്ലാ വിഭാഗങ്ങളേയും ഏകോപിപ്പിക്കുന്നതിനും സംപ്രേഷണം കുറ്റമറ്റതായി നടത്തുന്നതിനും ചുമതലപ്പെട്ടയാൾ. സ്വകാര്യചാനലുകളിൽനിന്ന് വ്യത്യസ്തമാണ് ദൂരദർശന്റെ സംപ്രേഷണഘടന. പബ്ലിക് ബ്രോഡ്കാസ്റ്റർ എന്ന നിലയിൽ രാജ്യത്തോടുള്ള ഉത്തരവാദിത്വം പരമപ്രധാനമാണ്. വിനോദ പരിപാടികൾ തയ്യാറാക്കി വിപണനം ചെയ്ത് സ്വന്തം കാലിൽ നില്ക്കാൻ പ്രാപ്തി നേടണമെന്ന് പറയുന്നതോടൊപ്പം പൊതുജനങ്ങൾക്കു പ്രയോജനപ്രദമായ ദൈനംദിന കാര്യങ്ങൾപോലും അവരിലേക്ക് എത്തിച്ച് ജനതയെ ഉദ്ബുദ്ധരാക്കുവാൻ ദൂരദർശന് കടമയുണ്ട്.

ഉത്തരവാദസംപ്രേഷണം എന്ന് അതിനെ വിശേഷിപ്പിക്കാം. സർക്കാരിന്റെ ക്ഷേമപ്രവർത്തനങ്ങൾക്കും വികസന പരിപാടികൾക്കും മുൻഗണന നല്കുകയാണെന്നതാണ് ഒരുത്തരവാദിത്വം. സ്വകാര്യ ചാനലുകൾ ചലച്ചിത്ര സംബന്ധിയായ പരിപാടികളും നൃത്ത പരിപാടികളും തമാശ പ്പരിപാടികളും അടങ്ങുന്ന വിനോദ ജനുസ്സിൽപ്പെടുന്ന മെഗാഷോകൾ അവതരിപ്പിക്കുമ്പോൾ അതിൽനിന്നു വ്യത്യസ്തമായി നാട്ടിലെ ഏറ്റവും മികച്ച ഗ്രാമത്തെ, അവിടുത്തെ വികസനപ്രവർത്തനങ്ങളുടെ അടിസ്ഥാനത്തിൽ

കണ്ടെത്തുന്ന മെഗാഷോകളാണ് ദൂരദർശൻ ഒരുക്കുക. കേരളത്തിലെ പഞ്ചായത്തുകളിലെ സുസ്ഥിരവികസന മാതൃകകൾ മത്സരിച്ച തിരുവനന്തപുരം ദൂരദർശന്റെ 'ഗ്രീൻ കേരള എക്സ്പ്രസ്' എന്ന മെഗാഷോ ഓർക്കുക. വീട്ടുവിശേഷം, സാമൂഹ്യപാഠം തുടങ്ങിയ പരിപാടികളും ഈ ഗണത്തിൽപ്പെടുന്നു.

അവയവദാനം, ക്യാൻസർസുരക്ഷ, വൈദ്യുതി ഉപയോഗം, ജലസംരക്ഷണം, പേപ്പട്ടി വിഷബാധ, സ്ത്രീസുരക്ഷ, ബാലാവകാശം, റോഡപകടങ്ങൾ തുടങ്ങിയ വിഷയങ്ങളെ അടിസ്ഥാനമാക്കിയുള്ള ലഘുചിത്രങ്ങളും നിശ്ചല ദൃശ്യങ്ങളും ക്യാപ്ഷനുകളും മറ്റും അതാത് വാരാഘോഷങ്ങളുടെ സമയത്ത് സംപ്രേഷണത്തിൽ ഉൾപ്പെടുത്തുന്നതിന്റെ ചുമതല പരിപാടികളുടെ ഏകോപനം നിർവ്വഹിക്കുന്ന ഉദ്യോഗസ്ഥന്റേതാണ്.

അത്തരമൊരു പ്രധാന വിഷയമാണ് റോഡപകടങ്ങൾ. വർഷംതോറും റോഡപകടങ്ങളുടെ എണ്ണം കൈവിരലുകളിൽ ഒതുക്കാവുന്നതിനപ്പുറമുള്ള ശതമാനക്കണക്കിലേക്ക് ഉയരുന്നത് ഞെട്ടിപ്പിക്കുന്ന കാര്യമാണല്ലോ. ജനങ്ങളെ ബോധവാന്മാരാക്കുന്നതിനായി ഒട്ടേറെ ചെറുതും വലുതുമായ പരിപാടികൾ അങ്ങനെ സംപ്രേഷണം ചെയ്യാറുണ്ട്. റോഡിൽ പാലിക്കേണ്ട നിയമങ്ങൾ, ഡ്രൈവർമാർ നിർബ്ബന്ധമായും അറിഞ്ഞിരിക്കേണ്ട കാര്യങ്ങൾ, സീറ്റ്ബെൽറ്റും ഹെൽമെറ്റും ധരിക്കേണ്ടതിന്റെ പ്രാധാന്യം, എതിരെവരുന്ന വാഹനങ്ങൾക്കു നല്കേണ്ട കരുതൽ അങ്ങനെ പലതും. എല്ലാ ദിവസവും റോഡ് സുരക്ഷ സംബന്ധിച്ച ഒരിനമെങ്കിലും കാണാതിരിക്കില്ല.

അങ്ങനെയിരിക്കെ ഒരുനാൾ എറണാകുളത്തു നിന്ന് തിരുവനന്തപുരത്തേക്ക് കാറോടിച്ചു വരികയായിരുന്നു. മഴക്കാലത്തിനു തൊട്ടുപിറകേയുള്ള ഒരു ദിവസം. കുഴിയോ കുളമോ എന്നു തിരിച്ചറിയാനാവാത്ത വിധം തകർന്നു കിടക്കുന്ന ദേശീയ പാത. സമയദൈർഘ്യം കൂടിക്കൊണ്ടിരിക്കെ വലിയ പ്രശ്നങ്ങളില്ലാത്ത ഒരുസ്ട്രെച്ച്. ആശ്വാസത്തോടെ സ്റ്റിയറിങ് പിടിക്കാനാവുന്നു. സ്വാഭാവികമായും ആക്സിലേറ്ററിൽ കാൽ കൂടുതൽ അമർന്നിരിക്കണം.

അപ്പോൾ പിടി വീണു. കൃത്യം ആ സ്ട്രെച്ചിൽ തന്നെ പരിശോധന നടത്തിയ പൊലീസ് വാഹനത്തിന്റെ കാമറ എഴുപതിനു പകരം എഴുപത്തിയഞ്ച് കിലോമീറ്റർ വേഗത കാണിച്ച കാറിനെ കൈകാട്ടി നിർത്തി. കാറിനടുത്തേക്കെത്തിയ ഉദ്യോഗസ്ഥൻ വേഗത രേഖപ്പെടുത്തിയ ഉപകരണം കാട്ടിയതിനൊപ്പം ഫൈൻ രസീതും നീട്ടി. മുഖത്തേക്കു നോക്കി ചിരിച്ചുകൊണ്ട് പരിചിതഭാവത്തിൽ അദ്ദേഹം പറഞ്ഞു:

"റോഡിൽ അമിതവേഗം പാടില്ലെന്ന് രാവിലെയും വൈകിട്ടും ജനങ്ങളോട് പറയാറുള്ളത് മറന്നുപോയി, അല്ലേ സാർ?"

അദ്ദേഹം എന്നെ തിരിച്ചറിഞ്ഞിരിക്കുന്നു. പ്രതികരിക്കാതെ നിശ്ശബ്ദനാകവെ തുടരെ ഉച്ചത്തിൽ ഹോൺ മുഴക്കിക്കൊണ്ട് അമിത വേഗതയിൽ മൂന്നുകാറുകൾ ഞങ്ങളെ കടന്നുപോയി. പൊലീസ് ഉദ്യോഗസ്ഥൻ തിരിഞ്ഞു നിന്ന് വാഹനങ്ങളെ നോക്കി ഉറച്ച ചുവടോടെ സല്യൂട്ടടിച്ചു.

ഇനി വായിക്കുക...

അമിതവേഗത്തിലൊരു സല്യൂട്ട്

മാന്യമായ ഒരു ശിക്ഷയുടെ കഥ. ഒപ്പം നമ്മുടെ പൊലീസിന്റെ ശുഷ്കാന്തിയും വിട്ടുവീഴ്ചയില്ലാത്ത കൃത്യനിർവ്വഹണത്തിനുള്ള അഭിനന്ദനക്കുറിപ്പും കൂടിയാകുന്നു ഇത്.

സംഭവം ഇങ്ങനെ:

ദേശീയപാതയിലൂടെ എറണാകുളത്തുനിന്നു തിരുവനന്തപുരത്തേക്കുള്ള യാത്ര. മാതൃകാ വീഥിയായ അരൂർ മുതൽ ചേർത്തല വരെയുള്ള വഴി നിറയെ ചെറുതും വലുതുമായ കുണ്ടും കുഴികളും. 'പാമ്പും കോവണിയും' ചിത്രമത്സരത്തിലെപ്പോലെ ഇടയ്ക്കിടെ വഴി സുഗമം. വീണ്ടും കുഴികൾ. പിന്നെ തരക്കേടില്ല. സ്ട്രെച്ച്. വീണ്ടും നടുവൊടിക്കുന്ന ഗർത്തങ്ങൾ. വഴി ഭേദപ്പെട്ടതാകുമ്പോൾ നാം അല്പം വേഗം കൂട്ടും. ദുർഘടങ്ങളിൽ നഷ്ടപ്പെട്ട സമയം കുറച്ചെങ്കിലും വീണ്ടെടുക്കാമല്ലോ. ശാരീരിക ശിക്ഷകൾ തുടരെ ഏറ്റുവാങ്ങി കരുനാഗപ്പള്ളിയും ചവറയും കഴിഞ്ഞു നീണ്ടകര പാലത്തിനു തൊട്ടുമുമ്പ് അരക്കിലോമീറ്റർ വരുന്ന മെച്ചപ്പെട്ട സ്ട്രെച്ചിലെത്തുമ്പോൾ വണ്ടിയുടെ വേഗം നാമറിയാതെ അല്പം കൂടിപ്പോകുന്നു...

അപ്പോൾ, വളരെപെട്ടെന്ന് ഇടതുവശത്തുനിന്നൊരു പൊലീസുകാരൻ റോഡിലേക്കു ചാടി വീണു വണ്ടി നിർത്താൻ ആവശ്യപ്പെടുന്നു.

പിടികൂടാൻ സാദ്ധ്യതകൾ രണ്ടാണ്.

ഒന്ന്: മൊബൈൽ ഫോൺ കൈയിലുണ്ടായിരിക്കണം- ഇല്ല.

രണ്ട്: സീറ്റ് ബെൽറ്റ് ധരിച്ചിട്ടുണ്ടാവില്ല- ഉണ്ട്.

ഹാവൂ രക്ഷപ്പെട്ടു.

ആയിരത്തിമുന്നൂറു രൂപയുടെ ലാഭം എന്ന ആശ്വാസത്തിൽ കാറിന്റെ ഗ്ലാസ് താഴ്ത്തുമ്പോൾ നേരിയ ഒരു ചിരിയോടെ തികഞ്ഞ മാന്യതയോടെ പൊലീസുകാരൻ അടുത്തേക്കുവന്നു പറഞ്ഞു:

"സാർ താങ്കൾ ഓവർ സ്പീഡായിരുന്നു."

അമ്പരപ്പോടെ ചോദിച്ചു പോയി:

"ഓവർ സ്പീഡോ?" അത്ര വേഗത്തിലായിരുന്നില്ലല്ലോ വന്നത്.

വേഗം രേഖപ്പെടുത്തുന്ന ക്യാമറപോലുള്ള ഉപകരണം പൊലീസുകാരൻ നീട്ടി:

സ്ക്രീനിൽ വണ്ടിയുടെ വേഗം 75 കിലോമീറ്റർ!

ഹൈവേയിൽ 75 കിലോമീറ്റർ വേഗം ഒരു വേഗമാണോയെന്നു മനസ്സിൽ തർക്കിക്കവേ എസ് ഐ കാറിനടുത്തേക്കുവന്നു. ശാന്തമായ മുഖത്തോടെ, അങ്ങേയറ്റം മാന്യത കാട്ടി ചിരിച്ചുകൊണ്ടുതന്നെ അദ്ദേഹം പറഞ്ഞു:

"ഈ സ്ട്രെച്ചിൽ 70 കിലോമീറ്ററാണു വേഗത്തിന്റെ പരിധി."

അപ്പോൾ ഞാൻ അഞ്ചു കിലോമീറ്റർ കൂടുതൽ വേഗത്തിൽ സഞ്ചരിച്ചിരിക്കുന്നു. വേഗം അത്രയല്ലേയുള്ളൂ എന്നു സംശയം ചോദിക്കാൻ തുടങ്ങുമ്പോൾ തുടരെ ഫോൺ മുഴക്കി അതിവേഗത്തിൽ ഒരു വാഹനം വളവു തിരിഞ്ഞുവന്നു. വാഹനം കണ്ടതും എസ് ഐ അടക്കമുള്ള പൊലീസുകാർ എന്നെയും എന്റെ വണ്ടിയെയും മറന്നെന്നപോലെ കാലുകൾ ഇളക്കിച്ചവിട്ടി നീണ്ട ഒരു സല്യൂട്ട്...!

ഒരു പൊലീസ് വാഹനമായിരുന്നു അത്. തൊട്ടുപിറകിൽ അതുപോലെ ഹോൺ മുഴക്കി ദേശീയപതാക പറത്തി കേരളസ്റ്റേറ്റ് എന്ന ബോർഡ് വച്ച മറ്റൊരു കാർ. പൊലീസുകാർ അതിനും കൊടുത്തു ഒരു സല്യൂട്ട്. കണ്ണടച്ചുതുറക്കുന്നതിനു മുൻപ് രണ്ടു വാഹനങ്ങളും നീണ്ടകര പാലം കടന്നുപോയി. രണ്ടിനെയും പിന്തുടർന്നു കൊടിയും ബോർഡുമില്ലാത്ത മറ്റൊരു കാറും.

നേരിയ ചിരിയോടെ എസ് ഐ മുഖത്തേക്കു നോക്കി. ഞാൻ രക്ഷപ്പെട്ടിരിക്കുന്നു എന്നൊരു തോന്നൽ എനിക്കുണ്ടായി. എന്തായാലും ആ കാറുകളുടെയത്ര വേഗം എന്റെ വണ്ടിക്കുണ്ടായിരുന്നില്ലല്ലോ!

സൗമ്യതയോടെ എസ് ഐ പറഞ്ഞു:

“വേഗ പരിധി ലംഘിച്ചാൽ 300 രൂപയാണ് ഫൈൻ..!” എന്റെ മറുപടിക്കായി കാത്തുനില്ക്കാതെ രസീതെഴുതാൻ അദ്ദേഹം പേരു ചോദിച്ചു. തിരിച്ചൊരു ചോദ്യത്തിനു പ്രസക്തിയുണ്ടായിരുന്നതിനാൽ ധൈര്യപൂർവ്വം ചോദിച്ചു.

“ആ പോയ കാറുകളുടെ വേഗം എത്രയായിരുന്നു സാർ...?”

ഔദ്യോഗിക കൃത്യനിർവ്വഹണത്തിനു പോകുമ്പോഴുള്ള വേഗത്തിന് ഫൈനില്ല എന്നാവും അദ്ദേഹത്തിന്റെ മറുപടി എന്നെനിക്കു തീർച്ചയായിരുന്നു. മൂന്നാമത്തെ കാറും ആ കൂട്ടത്തിൽപ്പെടുമോ എന്ന ചോദ്യം എന്നിൽനിന്നുയർന്നില്ല. അതിനു മുൻപേ രസീതു ബുക്കിൽ 300 എന്നെഴുതി പേരിനായി സൗമ്യതയോടെ അദ്ദേഹം എന്റെ മുഖത്തേക്കു നോക്കി. റോഡിലെ ശാരീരിക-സാമ്പത്തിക ശിക്ഷകളേറ്റു വാങ്ങാൻ വിധിക്കപ്പെട്ടവനാണ് വെറും പൗരൻ എന്ന തിരിച്ചറിവു താങ്കൾക്കുണ്ടായിരിക്കുന്നുവെന്നു താൻ വിശ്വസിക്കുന്നു എന്ന ഭാവമായിരുന്നു ആ മുഖത്ത്.

(ഒക്ടോബർ - 2009)

9

കല്ലറകൾക്കുള്ളിൽ എന്നും കഥകളുണ്ട്. പ്രത്യേകിച്ചും മദ്ധ്യതിരുവിതാംകൂറിലെ ഏറിയ പങ്ക് ക്രിസ്തീയ കുടുംബങ്ങളുടെയും കല്ലറക ളിൽ അത്തരം കഥകൾ അടക്കം ചെയ്യപ്പെട്ടിരി ക്കുന്നു. അവയുടെ ഇതിവൃത്തം ഒട്ടേറെ സാഹി ത്യസൃഷ്ടികൾക്ക് വിഷയമായിട്ടുണ്ട്. അവയെ അടിസ്ഥാനമാക്കി സിനിമകളുണ്ടായിട്ടുണ്ട്. ആ കഥകളുടെ വെളി ച്ചത്തിൽ നമ്മുടെ ജനാധിപത്യ സംവിധാനം നിയമനിർമ്മാണ ങ്ങൾപോലും നടത്തിയിട്ടുണ്ട്.

എന്നിട്ടും അവസാനിച്ചിട്ടില്ല ആ പ്രതിഭാസം. ലോകാവസാ നത്തോളം നീളുന്നൊരു തുടർക്കഥയായി അത് സംഭവിച്ചുകൊ ണ്ടേയിരിക്കുന്നു. ക്രിസ്തീയ ഭവനങ്ങൾ എന്നു പറഞ്ഞത് ഞാനുൾപ്പെടുന്ന മതവിഭാഗത്തിലെ സംഭവങ്ങളുടെ വെളിച്ചത്തി ലാണ്. മറ്റു മത വിഭാഗങ്ങളിൽ അത്തരം കഥകളില്ലെന്ന് അതു കൊണ്ട് അർത്ഥമാക്കേണ്ടതില്ല. ജാതിമതഭേദമെന്യേ ഭൂഖണ്ഡങ്ങളിലാകെ അതു വ്യാധികണക്കെ പടർന്നുകിടക്കുന്നു. മതവിശ്വാസങ്ങളുടെ വ്യത്യസ്തതയനുസരിച്ച് ചിലവ കല്ലറക ളിൽ, ചിലവ മണ്ണിൽ, അടക്കം ചെയ്യപ്പെട്ടിരിക്കും. ചിലവയെ അഗ്നി ഏറ്റുവാങ്ങിയിരിക്കും. വ്യത്യാസം അതുമാത്രം.

മകനെ അതിരറ്റു സ്നേഹിക്കുന്ന അമ്മ. ചില കഥകളിൽ അച്ഛൻ അവനു ജന്മം നല്കിയപ്പോഴേ മരണപ്പെട്ടിരിക്കും. അല്ലെ ങ്കിൽ മറുവഴികൾ തേടിപ്പോയിരിക്കും. അമ്മ ഏറെ കഷ്ടപ്പെട്ടാവും അവനെ വളർത്തിവലുതാക്കിയിരിക്കുക. മകന് ജോലി ലഭിച്ച് വിവാഹപ്രായമെത്തുമ്പോൾ അമ്മ തന്നെ അവന് ഒരു കൂട്ടിനെ കണ്ടെത്തുന്നു. പിന്നീടാണ് കഥയുടെ ഗതിമാറ്റം. തന്റെ പുരുഷ നുമേൽ ആധിപത്യം സ്ഥാപിക്കാൻ ശ്രമിക്കുന്ന അമ്മയെ ഒഴി വാക്കാൻ ശ്രമിക്കുന്ന മരുമകളെയാണ് പിന്നെ നാം കാണുന്നത്. അന്നോളം തനിക്കൊപ്പമുണ്ടായിരുന്ന പ്രിയ പുത്രന്റെ മുൻഗണ നയിൽനിന്ന് മാറ്റിനിർത്തപ്പെടുന്നതിൽ അമ്മയ്ക്ക് ഖേദം, സ്നേഹം സ്നേഹത്തോട് ഏറ്റുമുട്ടുകയാണ്. ഇരുവർക്കുമിടയിൽ ഗതികിട്ടാപ്രേതം കണക്കെ മകൻ എന്ന ഭർത്താവ്! കഥ പിന്നെ

എങ്ങോട്ട് വേണമെങ്കിലും ഒഴുകാം.

പാവം ഒരമ്മായിയമ്മയുടെയും അതിനേക്കാൾ പാവമായ ഒരു മരുമകളുടെയും മറ്റൊരു കഥ നാം കേട്ടിട്ടുണ്ട്. ബൈബിളിൽ ഇസ്രായേൽ രാജ്യത്തിലെ മോവാബ് പ്രദേശത്തുകാരിയായ ഒരു നവോമിയും അവരുടെ മകൻ കില്ലോന്റെ ഭാര്യ രൂത്തും. മകന്റെ മരണത്തോടെ മരുമകളെ സ്വന്തം ഭവനത്തിലേക്ക് മടക്കി അയയ്ക്കുവാൻ നവോമി ആവതു ശ്രമിച്ചിട്ടും രൂത്ത് പിന്മാറുന്നില്ല. അവൾ അമ്മായിയമ്മയോടു പറഞ്ഞു:

"നിന്നെ വിട്ടു പിരിയുവാനും നിന്റെ കൂടെ വരാതെ മടങ്ങിപ്പോകുവാനും എന്നോടു പറയരുതേ. നീ പോകുന്നിടത്ത് ഞാനും പോരും. നീ പാർക്കുന്നിടത്ത് ഞാനും പാർക്കും. നിന്റെ ജനം എന്റെ ജനം. നിന്റെ ദൈവം എന്റെ ദൈവം. നീ മരിക്കുന്നിടത്ത് ഞാനും മരിച്ച് അടക്കപ്പെടും. മരണത്തിലല്ലാതെ ഞാൻ നിന്നെ വിട്ടുപിരിയുകയില്ല."

ഒരു കഥയ്ക്കപ്പുറം വലിയ സന്ദേശമാണ് രൂത്ത്. ഒപ്പം അവളെ സ്വന്തം മകളെപ്പോലെ സ്നേഹിച്ച നവോമിയും. ഈ കഥയടങ്ങുന്ന വേദപുസ്തകം പ്രാർത്ഥനാമുറിയിൽ സൂക്ഷിച്ചിട്ടുള്ള കുടുംബങ്ങളിലെ നവോമിമാരും രൂത്തുമാരും പരസ്പരം ഏറ്റുമുട്ടുമ്പോൾ മുറിയുന്ന സ്നേഹത്തിന്റെ കണ്ണികൾ ഏറെ ചിന്തിപ്പിച്ചിട്ടുണ്ട്.

യൂണിവേഴ്സിറ്റി കോളേജിൽ എം എ വിദ്യാർത്ഥിയായിരിക്കുമ്പോൾ എന്റെ അദ്ധ്യാപകനായിരുന്നു പ്രൊഫ. എം കൃഷ്ണൻനായർ സാർ. സാഹിത്യവാരഫലവുമായി മലയാള സാഹിത്യ നിരൂപണശാഖയ്ക്ക് വ്യത്യസ്തമായൊരു മുഖം നല്കിയ കൃഷ്ണൻനായർ സാറിനെ ബഹുമാനാദരവുകളോടെയാണ് ഞങ്ങൾ വിദ്യാർത്ഥികൾ കണ്ടിരുന്നത്. അക്കൂട്ടത്തിൽ കവി വി മധുസൂദനൻനായരും സാറിന്റെ മകൾ രാധയും ഉണ്ടായിരുന്നു. നിശിതമായ വിമർശനം ഏറ്റുവാങ്ങി ചിറകു കരിഞ്ഞു വീണ എഴുത്തുകാർ അദ്ദേഹത്തിനെതിരെ പടവാളോങ്ങിയ നിരവധി സന്ദർഭങ്ങൾ അക്കാലത്തുണ്ടായിട്ടുണ്ട്. അക്കാരണം കൊണ്ടുതന്നെ അദ്ദേഹത്തെ കാണുമ്പോൾ ഒരുചുവട് പിന്നോട്ടു വെക്കുമായിരുന്നു. പക്ഷേ, കൃഷ്ണൻനായർ സാർ ആ ചുവടുകൂടി മുന്നോട്ടുവെച്ച് ഞങ്ങൾ വിദ്യാർത്ഥികളോട് അദ്ധ്യാപകനെന്നതിനപ്പുറമുള്ള വാത്സല്യം കാട്ടി. മലയാളകഥയുടെയും കവിതയുടെയുമൊക്കെ അവസാനവാക്കായ അദ്ദേഹത്തിന്റെ ശിഷ്യരായ ഞങ്ങൾ അഭിമാനിച്ചു.

എം എ കഴിഞ്ഞ് രണ്ടു വർഷത്തെ പത്രപ്രവർത്തനത്തിനുശേഷം ആകാശവാണിയിൽ ജോലി ചെയ്യുമ്പോഴാണ് കഥയെഴുത്തിൽ സജീവമാകുന്നത്. പ്രമുഖ ആനുകാലികങ്ങളിൽ കഥകൾ വന്നു തുടങ്ങിയതോടെ കഥാകൃത്തെന്ന നിലയിൽ അംഗീകരിക്കപ്പെട്ടത് മനസ്സിന് സന്തോഷം നല്കുമ്പോഴും കഥകളെപ്പറ്റി കൃഷ്ണൻനായർ സാർ എന്തു പറയുന്നു എന്നറിയുന്നതിനുള്ള ആകാംക്ഷയായിരുന്നു ഓരോ തവണയും. സാഹിത്യ വാരഫലം അപ്പോഴേക്ക് *കലാകൗമുദിയിൽ* ആരംഭിച്ചിരുന്നു.

പക്ഷേ, ശിഷ്യനാണെന്ന ഒരു പരിഗണനയും അദ്ദേഹം നല്കിയി

ട്ടില്ല. യൂണിവേഴ്സിറ്റി കോളേജിന് മുന്നിലും സ്റ്റാച്യുവിലും കണ്ടുമുട്ടിയ പ്രിയശിഷ്യനെപ്പറ്റി സ്നേഹപൂർവ്വം പരാമർശിച്ചുകൊണ്ട് അദ്ദേഹത്തിന്റേതായ ശൈലിയിൽ കഥകളെ വിലയിരുത്തി. ചിലപ്പോൾ കർക്കശമായി. ചിലപ്പോൾ തലോടലോടെ...

എന്നാൽ എന്നിലെ കഥാകാരന് അദ്ദേഹം നല്കിയ വലിയൊരു പുരസ്കാരമാണ് ആ ഓർമ്മകളെ ധന്യമാക്കുന്നത്. 1987 ൽ ആയിരുന്നു അത്. അക്കൊല്ലം മലയാളത്തിൽ പ്രസിദ്ധീകരിച്ച മികച്ച പത്തു കഥകളിൽ ഒന്നായി കൃഷ്ണൻനായർ സാർ 'മാർത്തയുടെ കത്തുകൾ' എന്ന എന്റെ രചനയെ തെരഞ്ഞെടുത്തു. ഏത് എഴുത്തുകാരനും മനസ്സുകൊണ്ട് കൊതിച്ചിരുന്ന ആ അംഗീകാരത്തിന്റെ ഓർമ്മകളിലേക്കാണ് 'പിറവി' എന്ന പംക്തിയിൽവന്ന ആ കുറിപ്പ് കൂട്ടിക്കൊണ്ടു പോകുന്നത്.

കല്ലറയ്ക്കുള്ളിലെ

കഥ

നക്ഷത്രപ്പൂക്കൾ കണ്ണുചിമ്മുന്ന തെളിഞ്ഞ ആകാശത്തിനു കീഴെ തണുപ്പുവാരിയണിഞ്ഞു കിടക്കുന്ന താഴ്വാരങ്ങളിൽ ആഹ്ലാദത്തിരയിളക്കുന്ന ക്രിസ്മസ് രാത്രികളുടെ ആരംഭം-ഏതാണ്ട് ഇരുപതു വർഷങ്ങൾക്കുമുമ്പാണ്. ചന്ദ്രികയിൽ മുങ്ങി പ്രകൃതി. കനക്കുന്ന നിശ്ശബ്ദത. സമയം അർദ്ധരാത്രിയോടടുത്തു. കോട്ടയം മൂലേടം സി എസ് ഐ പള്ളിയോടുചേർന്നുള്ള സെമിത്തേരിയുടെ അരമതിലിൽ ചാരി ഇരിക്കവേയാണ് ആ കഥയുടെ വിത്തു വീണതും കിളിർക്കാൻ പാകമായി മനസ്സിൽ പൊടുന്നനെ മുള പൊട്ടിയതും.

ദൂരദർശന്റെ പ്രത്യേക ക്രിസ്മസ് പരിപാടിക്കുവേണ്ടി കാരൾഗീതങ്ങൾ ചിത്രീകരിക്കാനാണ് ഞങ്ങളുടെ സംഘം പള്ളിയിലെത്തിയത്. രണ്ടു ഗാനങ്ങൾ ചിത്രീകരിക്കുമ്പോഴേക്കും രാത്രി പതിനൊന്നുമണി കഴിഞ്ഞിരുന്നു. ഒരു പാട്ടുകൂടിയുണ്ട്. നേരിയ വിശ്രമത്തിനും രാത്രിഭക്ഷണത്തിനുമായി അരമണിക്കൂർ നേരത്തെ ഇടവേള. മനസ്സിനും ശരീരത്തിനും അയവിനായി ഒരു സിഗരറ്റ് വലിക്കണമെന്ന് ക്യാമറാമാൻ അളകപ്പന് മോഹം. വികാരിയച്ചനടക്കമുള്ള ഗായകസംഘത്തിന്റെ നോട്ടത്തിൽ നിന്നകന്ന് ഞങ്ങൾ സെമിത്തേരിക്കടുത്തേക്ക് മാറിനിന്നു. ചിത്രീകരണത്തിനായി പ്രവർത്തിച്ചിരുന്ന ഡീസൽ ജനറേറ്റർ സെമിത്തേരിക്കുള്ളിലാണ് വച്ചിരുന്നത്. ജനറേറ്ററിന്റെ കാതു തുളയ്ക്കുന്ന ശബ്ദം. വിശ്രമം കാതിനും ആവശ്യമാണല്ലോ എന്ന ചിന്തയിൽ ജനറേറ്റർ ഓഫ് ചെയ്യാൻ പറഞ്ഞു. ജനറേറ്ററിന്റെ പ്രവർത്തനം നിലച്ചതും ഭീതിപ്പെടുത്തുന്ന നിശ്ശബ്ദത അവിടമാകെ നിറഞ്ഞതും ഒരുമിച്ചായിരുന്നു.

നനുത്ത മഞ്ഞിൻതിരയിൽ പൊതിഞ്ഞ് നിരനിരയായി ശവക്കല്ലറകളിൽ ഭീതിദമായ നിശ്ശബ്ദത മുറിച്ചുകൊണ്ട് ആത്മഗതമെന്നോണം അള

കപ്പൻ പറഞ്ഞു.

"ഹാവൂ! ഇതിനകത്തു കിടക്കുന്നവർ ജനറേറ്ററിന്റെ ശബ്ദം കേട്ട് എഴുന്നേറ്റോടാഞ്ഞതു ഭാഗ്യം.."

കണ്ണുകൾ തൊട്ടടുത്ത കല്ലറയുടെ എഴുത്തിലേക്കു നീണ്ടു. കറുത്ത ഗ്രാനൈറ്റിൽ ഭംഗിയായി നിർമ്മിച്ച ആ കല്ലറയിൽ എൺപതുവയസ്സുള്ള ഒരമ്മയാണ് അന്ത്യവിശ്രമം കൊള്ളുന്നതെന്ന് അരണ്ട വെളിച്ചത്തിൽ വായിച്ചറിഞ്ഞു. കഥ ചിറകുവിരിച്ച നിമിഷം-

ആ അമ്മയ്ക്ക് മാത്തുക്കുട്ടി എന്ന പേരിൽ ഒരു മകൻ ഉണ്ടായിരുന്നിരിക്കാം. അവന് ജോലി അമേരിക്കയിൽ. അമേരിക്കയിലെ മകന് ഭാര്യയായി ഒരു നഴ്സിനെ കണ്ടെത്തിയാലുണ്ടാവുന്ന സാമ്പത്തിക ഭദ്രതയെപ്പറ്റി ആ അമ്മ ചിന്തിച്ചിരിക്കണം. പക്ഷേ, മകന്റെ മനസ്സിൽ എന്നോ കുടിയേറിയ വെളുത്തു സുന്ദരിയായ ഒരു പെൺകുട്ടി ഉണ്ടായിരുന്നെന്നും മനസ്സില്ലാ മനസ്സോടെ മകനെ അത്രമേൽ സ്നേഹിച്ചിരുന്ന അമ്മ അവളെ വിവാഹം കഴിക്കാൻ അനുവദിച്ചെന്നും ഊഹിക്കാം. മകൻ മടങ്ങിപ്പോയ നാളുകളിൽ അമ്മായിയമ്മയ്ക്കൊപ്പം നിന്ന, സ്ത്രീധനം കൊണ്ടുവരാത്ത മരുമകൾക്ക് മദ്ധ്യതിരുവിതാംകൂറിലെ ശരാശരി ക്രിസ്ത്യൻ കുടുംബങ്ങളിൽ കണ്ടുവരുന്നതുപോലെയുള്ള ദുരിതങ്ങൾ ഒന്നൊന്നായി ഏല്ക്കേണ്ടി വന്നിരിക്കാം. ഏറെ നാൾ കഴിയും മുൻപ് എൺപതുകാരിയായ അമ്മ മരിച്ചിരിക്കാം. സംസ്കാരത്തിൽ പങ്കെടുക്കാൻ മകൻ പറന്നെത്തിയിരിക്കും. ഭർത്താവിന്റെ സ്നേഹം അപ്പാടെ കൈയടക്കാൻ അവൾ അമ്മായിയമ്മയ്ക്കായി മാർബിൾ കല്ലുകൾ പാകിയ ഒന്നാംതരം ശവക്കല്ലറ ഒരുക്കിയിരിക്കാം. സംസ്കാരത്തിനുശേഷം രാത്രിയിൽ ഏറെ നാളിനുശേഷം ഭർത്താവിനെ അടുത്തു കിട്ടിയതിന്റെ ഉന്മാദത്തിൽ അയാളുടെ ചെവിയിൽ എപ്പോഴോ അവൾ ഇങ്ങനെ മുരണ്ടിരിക്കാം:

- കർത്താവിന്റെ രണ്ടാംവരവിൽ മൃതരായവർ കല്ലറകൾ തകർത്ത് അവനോടൊപ്പം ഉയർത്തെഴുന്നേല്ക്കുമെന്ന് അച്ചൻ ഒരിക്കൽ പ്രസംഗിച്ചു. പക്ഷേ, ഇവർ ഉയിർത്തെഴുന്നേല്ക്കാൻ ഞാൻ സമ്മതിക്കില്ല. സിമന്റിനൊപ്പം വെള്ളത്തിനു പകരം ഐസുകട്ടയിട്ടാണ് കെട്ടിയിരിക്കുന്നത്. മുകളിൽ കനത്ത മാർബിളുമുണ്ട്. ലോകാവസാനത്തോളം പൊട്ടാതിരിക്കും..!

'മാർത്തയുടെ കത്തുകൾ' എന്ന ആ കഥ മനോരമ വാർഷികപ്പതിപ്പിലാണ് പ്രസിദ്ധീകരിച്ചത്. പ്രൊഫ. എം കൃഷ്ണൻനായർ സാർ തെരഞ്ഞെടുത്ത അക്കൊല്ലത്തെ മികച്ച പത്തു കഥകളിൽ മാർത്തായുടെ കത്തുകളും ഉണ്ടായിരുന്നു. *ഹല്ലേല്ലുയ്യ* (ജേസി ഫൗണ്ടേഷൻ പുരസ്കാരം), *അംശവടി* (രചനാ അവാർഡ്, ദുബായ് ഗാലാ പുരസ്കാരം), *ചിതാഭസ്മം* (പി കേശവദേവ് സാഹിത്യ പുരസ്കാരം) എന്നീ കഥകൾക്കു ലഭിച്ച കീർത്തിമുദ്രകൾക്കൊപ്പമോ അതിനേക്കാളുമുപരിയോ നില്ക്കുന്നതാണ് ആ കഥയ്ക്ക് കൃഷ്ണൻനായർ സാർ നല്കിയ അംഗീകാരം.

(ജനുവരി - 2008)

10

തൊള്ളായിരത്തി അറുപത്തിയേഴിൽ ശാസ്താംകോട്ട നാടകക്കളരിയിൽ വെച്ചാണ് പ്രശസ്ത ചലച്ചിത്രകാരൻ അടൂർ ഗോപാലകൃഷ്ണൻ സാറിനെ ആദ്യമായി കാണുന്നത്. ഫിലിം സൊസൈറ്റി പ്രസ്ഥാനത്തെപ്പറ്റി ഒരു പ്രീഡിഗ്രി വിദ്യാർത്ഥിക്ക്, അതും ഒരു നാട്ടിൻപുറത്തുകാരന് ഏറെയൊന്നും അറിയാനുള്ള സാദ്ധ്യതയുണ്ടായിരുന്നില്ലല്ലോ. അന്ന് നാടകസംബന്ധിയായ കാര്യങ്ങളെപ്പറ്റിയാണ് അദ്ദേഹത്തിൽനിന്ന് കേൾക്കാനായത്. പിന്നെ യൂണിവേഴ്സിറ്റി കോളേജിൽ എം എ വിദ്യാർത്ഥിയായിരുന്ന കാലത്ത് KL04877 എന്ന നമ്പരുള്ള വെളുത്ത പ്രീമിയർ പദ്മിനി കാർ ഓടിച്ചുപോകുന്ന സമൃദ്ധമായ നീണ്ടതലമുടിയുള്ള ഇന്ത്യയിലെ പേരുകേട്ട സംവിധായകനായി മാറിയ അടൂർ സാറിനെ പലകുറി കണ്ടു. ചില വേദികളിൽ നേരിൽ കാണുകയും ചെയ്തു. പക്ഷേ, അദ്ദേഹത്തിന് എന്നെ അറിയാമായിരുന്നില്ലല്ലോ.

ഭക്തിവിലാസത്തിന്റെ (ആകാശവാണി) മുറ്റത്തു വെച്ചായിരുന്നു ശാസ്താംകോട്ടയ്ക്കുശേഷം പരസ്പരമുള്ള കണ്ടുമുട്ടൽ. തെക്കുവശത്തെ വാകമരത്തിന്റെ ചുവട്ടിൽ പത്മരാജനുമായി സംസാരിച്ചുകൊണ്ടുനിന്ന അദ്ദേഹത്തിന്റെ അടുക്കലേക്കു ചെല്ലുമ്പോൾ പത്മരാജനാണ് പരിചയപ്പെടുത്തിയത്. *യാഗം* പൂർത്തിയാക്കി *ശേഷക്രിയ*യുടെ ഷൂട്ടിങ് നടക്കുന്ന സമയം. ഒരു നടൻ എന്ന നിലയിൽ എന്നെ അന്ന് തിരിച്ചറിഞ്ഞുവോ എന്നറിഞ്ഞുകൂടാ. ശാസ്താംകോട്ട വിശേഷം ഓർമ്മിപ്പിച്ചപ്പോൾ സ്വതസിദ്ധമായ പതിയെയുള്ള മന്ദസ്മിതം.

പിന്നീട് അടൂർ സാറിനെ കണ്ടുമുട്ടുന്നത് തിരുവനന്തപുരത്ത് ഡി പി ഐ ജങ്ഷനു സമീപമുള്ള എന്റെ വാടക വീട്ടിൽവെച്ചാണ്. ഒരുനാൾ, മുൻവശത്തെ വാതിലിൽ മുട്ടുകേട്ടു തുറക്കുമ്പോൾ മലയാള സിനിമയെ ലോകത്തിനു മുന്നിലെത്തിച്ച സംവിധായകൻ മുന്നിൽ. ഒപ്പമുണ്ടായിരുന്നത് മീരാസാഹിബ് എന്ന അദ്ദേഹത്തിന്റെ പ്രധാന സംവിധാനസഹായി ആയിരുന്നുവെന്ന് പിന്നീട് മനസ്സിലാക്കാനായി. ഇരുവർക്കും വീടറിയാമായിരുന്നില്ല. വീട് തിരക്കികണ്ടുപിടിച്ചാണെത്തിയിരിക്കുന്നത്. ഒരു നിമിഷം അത്ഭുതവും

അമ്പരപ്പുംകൊണ്ട് ശബ്ദിക്കാനാവാതെ നിന്നുപോയി. മുഖത്തെ അമ്പര പ്പിച്ച് ശ്രദ്ധിച്ചുകൊണ്ട് അദ്ദേഹം വന്ന കാര്യം അറിയിച്ചു.

പുതിയ സിനിമ *എലിപ്പത്തായം ഷൂട്ടിങ്* തുടങ്ങുന്നു. അതിലൊരു വേഷമുണ്ട്. ചെറിയതാണ്. എന്നാൽ പ്രധാനപ്പെട്ടതും. ഒരൊറ്റ ഷോട്ടാ ണെങ്കിലും അഭിനയിക്കുമെന്നുള്ള ആത്മാർത്ഥമായ മറുപടി അദ്ദേഹ ത്തിന് ഇഷ്ടമായെന്നു തോന്നുന്നു. എന്നാൽ അന്നുമിന്നും ഉത്തരം കിട്ടാ ത്തൊരു ചോദ്യം അവശേഷിക്കുന്നു. അദ്ദേഹത്തെപ്പോലെ ഉന്നതനാ യൊരു സംവിധായകൻ എന്തിന് ഒരു റോളിനുവേണ്ടി ഒരു നടനെത്തേടി യെത്തി? കാണണമെന്ന് താല്പര്യമുണ്ടെന്നറിയിച്ചാൽ മതി ഏതു നടനും അദ്ദേഹത്തിനടുത്തെത്തുമായിരുന്നുവല്ലോ. അതാണ് അടൂർ ഗോപാല കൃഷ്ണൻ എന്നോർക്കവെ മനസ്സു നിറഞ്ഞു.

എലിപ്പത്തായം ദേശീയ ബഹുമതികളും ബ്രിട്ടീഷ് ഫിലിം ഇൻസ്റ്റി റ്റ്യൂട്ട് പുരസ്കാരവും നേടി മലയാള സിനിമയ്ക്ക് അന്താരാഷ്ട്രതലത്തിൽ വിലാസം ഉണ്ടാക്കിക്കൊടുത്തു. വർഷങ്ങൾക്കുശേഷമാണ് വേറെയും അത്ഭുതം സംഭവിക്കുന്നത്. തിരുവനന്തപുരം അന്താരാഷ്ട്ര ചലച്ചിത്രോ ത്സവത്തിനെത്തിയ പ്രശസ്ത ചലച്ചിത്ര നിരൂപകൻ ഡെറിക്ക് മാൽക്കം *എലിപ്പത്തായ*ത്തിലെ മത്തായിക്കുട്ടിയെ തിരിച്ചറിഞ്ഞ നിമിഷമായിരുന്നു അത്. മത്തായിക്കുട്ടിയെ അവതരിപ്പിച്ച നടന്റെ സീനിലെ മുഖഭാവത്തെ പ്പറ്റി അദ്ദേഹം പറയുമ്പോൾ ശരിക്കും അഭിമാനം തോന്നി. *അനന്തര* ത്തിലെ നായകനായ അജയന്റെ ബാല്യകാലം അവതരിപ്പിച്ച നടൻ സൂരജ് മകനാണെന്നു പറഞ്ഞപ്പോൾ അദ്ദേഹത്തിന് അത്ഭുതം തോന്നി. ആശ്ലേ ഷിച്ചുകൊണ്ട് അദ്ദേഹം പറഞ്ഞ വാക്കുകൾ ഇപ്പോഴും ചെവിയിലുണ്ട്.

“ഹീ വാസ് മാർവലസ്.”

*എലിപ്പത്തായ*ത്തിലെ മത്തായിക്കുട്ടിക്കുശേഷം കൊച്ചുകൊച്ചു കഥാ പാത്രങ്ങളെപ്പോലും സിനിമയുടെ സാരഭാഗമാക്കുന്ന മാന്ത്രികസ്പർശ മുള്ള സംവിധായകന്റെ മറ്റു മൂന്നു സിനിമകളിൽക്കൂടി പിന്നീടഭിനയിച്ചു- *മുഖാമുഖം, അനന്തരം,* ഏറ്റവുമൊടുവിൽ *പിന്നെ*യും.

2014 ലെ ഓണക്കാലത്ത് ദുബായിൽനിന്നു പ്രസിദ്ധീകരിക്കുന്ന *ഗൾഫ് ന്യൂസ്* ഇംഗ്ലീഷ് ദിനപത്രം ഓണത്തെക്കുറിച്ച് ഒരു പ്രത്യേക പതിപ്പ് ഇറക്കുവാൻ തീരുമാനിച്ചപ്പോൾ അടൂർ സാറിന്റെ ഓണസ്മരണകളട ങ്ങുന്ന ഒരഭിമുഖം തയ്യാറാക്കുന്നതിന് എന്നെ സമീപിച്ചു. ഒരു ദിവസം മുഴുവൻ അദ്ദേഹത്തിന്റെ കുട്ടിക്കാലത്തെ ഓണത്തെപ്പറ്റി ഞങ്ങൾ സംസാ രിച്ചു. ആ ലേഖനത്തിൽ ചേർത്തതും ചേർക്കാത്തതുമായ കാര്യങ്ങൾ ഉൾപ്പെടുത്തിക്കൊണ്ട് മലയാളത്തിലും എഴുതി ഒരു ലേഖനം. 2014 ലെ ഓണക്കാലത്ത് *മനോരമ* വാരികയിൽ അതു പ്രസിദ്ധീകൃതമായി.

നെടുംകുന്നിറങ്ങിയ ഓണം

നെടുംകുന്നിറങ്ങിയ ഓണം

ഗോപാലി ഒരുനാൾ വീണ്ടും നെടുംകുന്നിനു മുകളിലെത്തി. മനസ്സിലേക്കു കുട്ടിക്കാലത്തിന്റെ ഓർമ്മകൾ ചിറകടിച്ചെത്തി. പണ്ടു ഗോപാലിക്കൊപ്പം നെടുംകുന്നിനു മുകളിൽ തലപ്പന്തു കളിക്കാനും കിളിത്തട്ടിൽ കെട്ടിമറിയാനും ഒട്ടേറെ കുട്ടികളുണ്ടായിരുന്നു. കുന്നിന്റെ നെറുകയിൽനിന്നാൽ വിശാലമായ ലോകം കാണാം. വൃക്ഷത്തലപ്പുകൾക്കു മുകളിലായി അങ്ങകലെ ഒരു നീലക്കരപോലെ ശാസ്താംകോട്ട കായൽ.

അടൂരിനടുത്ത് ഏറത്തു വില്ലേജിന്റെ ഭാഗമായ മണക്കാല എന്ന ഗ്രാമത്തിലെ പൊതുസ്ഥലമായിരുന്നു അന്നു നെടുംകുന്ന്. പുറമ്പോക്ക് ഭൂമി. മണക്കാലയ്ക്കപ്പുറം വിശാലമായ ഒരു ലോകമുണ്ടെന്നു ഗോപാലിക്കും കൂട്ടുകാർക്കും കാട്ടിക്കൊടുത്ത മൊട്ടക്കുന്ന്. ഓണക്കാലത്തു കുട്ടികളുടെ ആരവങ്ങളാൽ മൂടപ്പെടുന്ന നെടുംകുന്ന് ഗോപാലിയുടെ ബാല്യത്തിന്റെ ഭാഗമായിരുന്നു.

ഗോപാലി വളർന്നുവലുതായി. ഒരു നാടിന്റെ പേരു സ്വന്തം പേരാക്കി മാറ്റിയ വിശ്വപൗരനായി വളർന്നു. അതേ, അടൂർ ഗോപാലകൃഷ്ണൻ. മലയാള സിനിമയുടെ മഹത്തരമായ പാരമ്പര്യം ലോകത്തിനു മുന്നിലെത്തിച്ച ചലച്ചിത്രകാരൻ. ഫോറസ്റ്റ് ഉദ്യോഗസ്ഥനായ അച്ഛൻ മാധവനുണ്ണിത്താനൊപ്പം ചെങ്കോട്ടയിൽ ജീവിച്ചിരുന്ന കാലത്തു തമിഴത്തി വാല്യക്കാരിയാണു കൊച്ചു ഗോപാലകൃഷ്ണനെ ഗോപാലി എന്ന് ആദ്യം വിളിച്ചത്. ഏറ്റവുമടുത്ത ബന്ധുക്കളും ചാർച്ചക്കാരും പിന്നീട് ആ പേരുതന്നെ വിളിച്ചു. സ്കൂൾ പഠനത്തിനായി അമ്മ വീടായ മൗട്ടത്ത് തറവാട്ടിൽ എത്തുന്നതോടെയാണു ഗോപാലി കുറുമ്പുകാരനായ കുട്ടിയാവുന്നത്. കളിയിൽ മാത്രം താല്പര്യമുള്ള കുട്ടി. നാലാം ക്ലാസുവരെ ഒറ്റ വിഷയത്തിനും പത്തിൽ കൂടുതൽ മാർക്ക് നേടാനായിട്ടില്ല എന്നത് ഒരു നേട്ടമായിത്തന്നെ ഓർമ്മിക്കുന്ന ഗോപാലി പക്ഷേ, ഒരു ക്ലാസിലും തോറ്റില്ല. കാരണം അമ്മാവൻ മൗട്ടത്ത് ഗോപാലനുണ്ണിത്താൻ കുടുംബംവക സ്ഥലത്തു സ്ഥാപിച്ച സ്കൂളിലായിരുന്നു പഠനം.

ഗോപാലിയുടെ കുട്ടിക്കാലത്ത് ആകെയുണ്ടായിരുന്നത് രണ്ടേ രണ്ട് ആഘോഷങ്ങളായിരുന്നു. ശ്രീചിത്തിര തിരുനാൾ മഹാരാജാവിന്റെ തിരുന്നാളാഘോഷവും ഓണവും. വർഷത്തിൽ രണ്ടുപ്രാവശ്യമാണു പുത്തനുടുപ്പുകൾ ലഭിച്ചിരുന്നത്. സ്കൂൾ തുറക്കുന്ന സമയത്തും ഓണത്തിനും. ഓണം അങ്ങനെയാണു ഗോപാലിക്കു പ്രിയപ്പെട്ടതായത്. അതിരുകളില്ലാത്ത ആഘോഷവേളയായിരുന്നു അത്.

തിരുവനന്തപുരത്ത് ആക്കുളം കായലിന്റെ കിഴക്കേ കരയിൽ തലയുയർത്തി നില്ക്കുന്ന മനോഹരമായ കുന്നിൻപുറത്ത് നാലുകെട്ടോടു

കൂടിയ സുദർശനത്തിൽ ഭാര്യ സുനന്ദയ്ക്കൊപ്പം താമസിക്കുന്ന അടൂരിന് എന്നും എല്ലാ നിമിഷവും ആ ഓർമ്മകൾ കൂട്ടിനുണ്ട്. സുദർശനത്തിന്റെ അന്തരീക്ഷം അതാണ്. വിശാലമായ പുരയിടം നിറയെ മാവും പ്ലാവും തെങ്ങും വാഴയും പേരയുമൊക്കെ... തൊടിയിൽ മുല്ലയും ചെത്തിയും മുക്കുറ്റിയും നാലുമണിപ്പൂവും. പടിപ്പുരയോടു ചേർന്നുള്ള മുളങ്കൂട്ടം കൂടിയാകുമ്പോൾ തനി ഗ്രാമീണ അന്തരീക്ഷം.

പണ്ടു നാലാം ഓണത്തിന്റന്ന് ഇരുൾ വീഴും വരെ നെടുംകുന്നിനു മുകളിലായിരിക്കും ഗോപാലിയും കൂട്ടുകാരും. കണ്ണിൽ ഇരുട്ടു കയറും വരെ കളി തന്നെ കളി.

നെടുംകുന്നിറങ്ങിവന്നാൽ സമൃദ്ധമായ ഭക്ഷണമാണ്. ഉച്ചസദ്യവട്ടത്തിന്റെ ഒരാവർത്തനം. ഉച്ചയ്ക്കുള്ള ഭക്ഷണത്തേക്കാൾ ഗോപാലിക്കിഷ്ടം വൈകുന്നേരം ആ വിഭവങ്ങൾക്കുണ്ടാകുന്ന രുചിഭേദമായിരുന്നു. പിന്നീട് ലോകമെമ്പാടുമുള്ള രുചി വൈവിദ്ധ്യങ്ങൾ അനുഭവിച്ചിട്ടുണ്ടെങ്കിലും ഓണനാളുകളിലെ രുചി നാവിൽനിന്ന് ഒരു നാളും വിട്ടുമാറിയിട്ടില്ലെന്ന് അടൂർ ഗോപാലകൃഷ്ണൻ സാക്ഷ്യപ്പെടുത്തുന്നു. ഏകമകൾ, മുംബൈ പൊലീസ് സ്പെഷ്യൽ ബ്രാഞ്ച് ചുമതല വഹിക്കുന്ന ഐ പി എസ് ഉദ്യോഗസ്ഥയായ അശ്വതിയുടെ മകൻ താഷിന് നെടുംകുന്ന് കയറിനടന്ന ഗോപാലിയുടെ പ്രായമാണിപ്പോൾ. പേരക്കുട്ടിയുടെ പ്രായത്തിലുള്ള കുട്ടികൾക്കു പണ്ടു തനിക്കു കിട്ടുന്ന സൗഭാഗ്യം ലഭിക്കുന്നുണ്ടോ എന്ന കാര്യത്തിൽ അടൂരിനു പക്ഷേ, തീർച്ച പോരാ.

ഗോപാലിയിൽനിന്ന് അടൂർ ഗോപാലകൃഷ്ണനിലേക്കെത്തുമ്പോൾ ഓണത്തിനും മാറ്റം സംഭവിച്ചിരിക്കുന്നു. ഓണം ഇന്നു കുട്ടികൾക്ക് നെടുംകുന്നിനു മുകളിലെ അവസാനമില്ലാത്ത ഉല്ലാസനിമിഷങ്ങളല്ല. അതു ചാനലുകളിൽ ആഘോഷദൃശ്യങ്ങളായിരിക്കുന്നു. അല്ലെങ്കിൽ ആഘോഷങ്ങൾക്കു പകരമായ അവധിക്കാല ഉല്ലാസയാത്രകളായി മാറിയിരിക്കുന്നു. എങ്കിലും പായസം വയ്ക്കാൻ മലയാളി മറക്കുന്നില്ലെന്നതാണ് ആശ്വാസകരം.

ലോകം മുഴുവൻ ഓണം ആഘോഷിക്കുന്ന കാലഘട്ടത്തിലാണു നാം ജീവിക്കുന്നത്. മലയാളക്കരയ്ക്കൊപ്പമോ അതിലേറെയോ, മലയാളികളുള്ള സ്ഥലങ്ങളിലെല്ലാം ആഘോഷിക്കപ്പെടുന്നു എന്നതാണ് ഓണം എന്ന സങ്കല്പത്തിന്റെ നന്മയും മേന്മയും. മലയാളിത്തം അതിന്റേതായ എല്ലാ സൗന്ദര്യത്തോടും സജീവമാകുന്നതും ഓണനാളുകളിലാണ്. മലയാളി എന്നും അടുത്ത ഓണത്തിനായി കാത്തിരിക്കുന്നു. പ്രതീക്ഷകളുടെ ഉത്സവമാണത്. പ്രത്യാശകളുടെ ഉത്സവമാണത്. മലയാളിയുടെ മാത്രം ഉത്സവം. അവന്റെ സ്വത്വത്തിന്റെ ഉത്സവം.

(സെപ്തംബർ - 2014)

11

മലയാള ടെലിവിഷൻ കൺചിമ്മിയത് തൊള്ളായിരത്തി എൺപത്തിയഞ്ചിന്റെ ആദ്യദിനം സായാഹ്നത്തിലായിരുന്നു. ടാഗോർ തീയറ്ററിൽ നടന്ന ഉദ്ഘാടന ചടങ്ങുകളുടെ തത്സമയ സംപ്രേഷണം മലയാളികളുടെ സ്വീകരണമുറികളിൽ മലയാള ഭാഷയിൽ എത്തിച്ചുകൊണ്ടായിരുന്നു തുടക്കം. അതാതു ദിവസത്തെ സംപ്രേഷണത്തിന്റെ ചുമതലക്കാരനാണ് ഒ-ഇൻ-സി എന്ന ചുരുക്കപ്പേരിൽ അറിയപ്പെടുന്ന ഓഫീസർ ഇൻ ചാർജ്. മലയാള ടെലിവിഷൻ കഥയിലെ ആദ്യ ഒ ഇൻ സി എന്ന അത്യപൂർവ്വ ബഹുമതി എന്നിൽ ഏല്പിക്കപ്പെടുമ്പോൾ മനസ്സിൽ ആഹ്ലാദവും അഭിമാനവും തിരയടിച്ചു.

പിന്നെ ഇരുപത്തിയഞ്ച് സംവത്സരങ്ങൾ. മലയാള ടെലിവിഷൻ സംപ്രേഷണത്തിന്റെ വളർച്ച അതിനുശേഷവും കൗതുകപൂർവ്വം നോക്കിക്കാണുകയായിരുന്നു. ഒരു മണിക്കൂർ സംപ്രേഷണം രണ്ടു മണിക്കൂറായി വർദ്ധിപ്പിച്ചപ്പോഴും, പിന്നീട് ഉച്ചയ്ക്ക് മൂന്നുമണി മുതൽ എട്ടുമണിവരെ ദീർഘിപ്പിച്ചപ്പോഴും, ഒടുവിൽ ഇരുപത്തിനാലു മണിക്കൂറും സംപ്രേഷണം നടക്കുമ്പോഴും ഉത്തരവാദപ്പെട്ട ചുമതലകൾ ഏറെയുണ്ടായിരുന്നു.

തിരുവനന്തപുരം ദൂരദർശൻ സംപ്രേഷണം ആരംഭിച്ച് പത്തു വർഷത്തിനുശേഷമായിരുന്നു സ്വകാര്യ മേഖലയിലെ ആദ്യ മലയാള ചാനലിന്റെ തുടക്കം. മറ്റൊരു ദശകം കൂടി കഴിഞ്ഞപ്പോൾ ചാനലുകളുടെ എണ്ണത്തിൽ വൻ വർദ്ധനവാണുണ്ടായത്. ഇപ്പോഴും ഉണ്ടായിക്കൊണ്ടിരിക്കുന്നു. വാർത്തകൾക്കു മാത്രമായി ചാനലുകൾ, ജനപ്രിയ പരിപാടികൾക്കു മാത്രമായി ചാനലുകൾ, രണ്ടും ചേർന്നുള്ള ചാനലുകൾ... അങ്ങനെയുള്ള വളർച്ച. വർദ്ധന. ഗുണപരമാണോ എന്ന സംശയം ചാനലുകളുടെ എണ്ണം കൂടിക്കൊണ്ടിരുന്നപ്പോഴൊക്കെ പ്രേക്ഷകർക്കും തോന്നിയിട്ടുണ്ടാവണം.

സീരിയലുകളുടെ അതിപ്രസരം പരിപാടികളുടെ നിലവാരത്തെ കൂപ്പുകുത്തിച്ചപ്പോൾ, ഉള്ളടക്കത്തിന്റെ കാര്യത്തിൽ വിട്ടുവീഴ്ചകൾക്കു വഴങ്ങാൻ അനുമതിയില്ലാത്ത ദൂരദർശനിൽനിന്ന് പ്രേക്ഷകർ കൊഴിഞ്ഞുപോകുന്ന അവസ്ഥയുണ്ടായി. ദ്വയാർത്ഥ

പ്രയോഗത്തോടെയുള്ള സംഭാഷണങ്ങളും അപഥസഞ്ചാരങ്ങളുടെ ഉദ്ഘോഷണങ്ങളുമൊക്കെയായി മിനിസ്ക്രീൻ വിറകൊള്ളുമ്പോൾ ഒഴുക്കിനൊത്തു നീന്താനാവാതെ ദൂരദർശൻ വിറങ്ങലിച്ചു നിന്നുവെന്നത് യാഥാർത്ഥ്യമാണ്.

വാർത്തകളുടെ കാര്യത്തിലും ഇതു തന്നെയാണ് അവസ്ഥ. വ്യക്തി ജീവിതങ്ങളിലേക്കും സ്വകാര്യതകളിലേക്കും ഒളികാമറയുമായെത്തുന്ന വാർത്താസംസ്കാരം ഇല്ലാത്ത ഒരു ചാനലിന് മത്സരത്തിന്റെ ട്രാക്കിൽ ഓടുവാനാവില്ലെന്ന് പ്രേക്ഷകർക്കുതന്നെ അറിയാമായിരുന്നു. എങ്കിലും ദൂരദർശൻ തങ്ങളുടെ ഉറച്ച മാധ്യമധർമ്മത്തിന്റെ മർമ്മം കൈവിടാതെ ഓടിക്കൊണ്ടേയിരുന്നു.

കാഴ്ചകളുടെ റേറ്റിങ്ങിന്റെ കാര്യത്തിൽ ഇത് വല്ലാത്ത ഏറ്റക്കുറച്ചിലുകളാണ് സൃഷ്ടിച്ചത്. സമതുലിതവും അസത്യം വിളമ്പാത്തതുമായ വാർത്തകൾക്കായി പ്രേക്ഷകർ എത്തുക ദൂരദർശന്റെ മുന്നിലേക്കാണെങ്കിലും അപ്പുറത്തും ഇപ്പുറത്തുമുള്ള വെടിക്കെട്ടുകൾ കാണാനും അവർ അതേ താല്പര്യം കാട്ടുന്നു.

ദൂരദർശൻ എന്തുകൊണ്ട് പ്രേക്ഷകരിൽ നിന്നകന്നു അല്ലെങ്കിൽ പ്രേക്ഷകർ എന്തുകൊണ്ട് ദൂരദർശനിൽനിന്ന് അകലാൻ ശ്രമിക്കുന്നു എന്ന ചോദ്യങ്ങൾ ഉറക്കെ ഉന്നയിക്കപ്പെട്ടിട്ടുണ്ട്. ഏറെ ചർച്ചകൾക്ക് അതു വിഷയമായി. ഉത്തരവാദപ്പെട്ട മാധ്യമപ്രവർത്തനത്തിൽനിന്ന് പിന്നോട്ടില്ലെന്ന ഉറച്ച തീരുമാനവുമായി ദൂരദർശൻ മുന്നോട്ടു പോവുകയായിരുന്നു എന്നതാണ് യാഥാർത്ഥ്യം. തിരുവനന്തപുരം ദൂരദർശന്റെ ആദ്യ പ്രോഗ്രാം ഉപദേശക സമിതി അംഗങ്ങളായ പ്രേംനസീർ, അടൂർ ഗോപാലകൃഷ്ണൻ, എം ടി വാസുദേവൻ നായർ, ഡോ. കെ ജി അടിയോടി, പന്തളം സുധാകരൻ തുടങ്ങിയവർ നല്കിയ മാർഗ്ഗ നിർദ്ദേശങ്ങൾക്കനുസരിച്ച് പരിപാടികൾ വിഭാവനം ചെയ്യുകയും കെ കുഞ്ഞികൃഷ്ണന്റെ നേതൃത്വത്തിലുള്ള ഒരു സംഘം ടെലിവിഷൻ പ്രവർത്തകർ അതു നടപ്പിലാക്കുകയും ചെയ്തുകൊണ്ടാണ് അതിനു തുടക്കംകുറിച്ചത്. അത്തരമൊരു ദൃശ്യമാധ്യമസംസ്കാരത്തിൽ എളിയ പങ്കു വഹിക്കാനായത് ജീവിതത്തിലെ മഹാഭാഗ്യമായി കരുതുകയും ചെയ്യുന്നു.

ഈ വിഷയം അടിസ്ഥാനപ്പെടുത്തിയാണ് *സെക്രട്ടറിയേറ്റ് സർവ്വീസ്* മാസിക, 2014 ലെ തങ്ങളുടെ ഓണപ്പതിപ്പിൽ ഒരു ഫീച്ചർ പ്രസിദ്ധീകരിച്ചത്. ഏറെനാൾ ദൂരദർശന്റെ വീട്ടുവിശേഷം എന്ന ജനപ്രീതി നേടിയ പരിപാടിയുടെ അവതാരകയും പ്രമുഖ വ്യക്തികളെ ടെലിവിഷൻ പ്രേക്ഷകർക്ക് പരിചയപ്പെടുത്തുകയും ചെയ്ത എ ലീനയായിരുന്നു തനിക്കു കൂടി പരിചിതമായ ഒരു മാധ്യമ സ്ഥാപനത്തെപ്പറ്റി സ്വകാര്യ ചാനലുകളുമായുള്ള താരതമ്യത്തിലൂടെ ആ ഫീച്ചർ തയ്യാറാക്കിയത്. അന്നും ഇന്നും എന്നും പ്രസക്തമാണ് ഇതിന്റെ ഉള്ളടക്കം.

മലയാളം
ടെലിവിഷൻ

ഒരു ജനാധിപത്യ സമ്പ്രദായത്തിൽ വാർത്തകൾക്കുള്ള പ്രാധാന്യം നമുക്കറിയാം. പൊതുജനാഭിപ്രായത്തിലധിഷ്ഠിതമാണ് ജനാധിപത്യം. ഒരു സർക്കാരിനെ രൂപീകരിക്കുവാനും പിരിച്ചുവിടാനും കഴിവുള്ള ഈ അഭിപ്രായം ഉരുത്തിരിയുന്നത് പ്രധാനമായും വാർത്തകളിലൂടെയാണ്. വാർത്താമാധ്യമങ്ങളിലൂടെയാണ് ഈ പ്രക്രിയ നടക്കുന്നത്. ഇതിൽ വലിയൊരു പങ്ക് പത്രങ്ങൾ വഹിക്കുന്നുവെങ്കിലും ആദ്യമെത്തുന്നത് റേഡിയോയിലൂടെയും ദൃശ്യമാധ്യമങ്ങളിലൂടെയുമാണ്. ഇവ സത്യസന്ധമായും നിഷ്പക്ഷമായും ജനങ്ങളിലേക്ക് എത്തിക്കേണ്ടതും അതുകൊണ്ടുതന്നെ അത്യാവശ്യമാണ്.

ഒരു കാലത്ത് അച്ചടി മാധ്യമങ്ങൾ മാത്രമായിരുന്നു ഈ കർത്തവ്യം നിർവ്വഹിച്ചിരുന്നത്. ദിനപ്പത്രങ്ങളുടെ പങ്ക് അന്ന് അഭിപ്രായ രൂപീകരണത്തിൽ മുൻപന്തിയിൽ നിന്നിരുന്നു. ചായക്കടകളിലും ആൽത്തറകളിലും ചന്തകളിലും മറ്റും വായന അറിയുന്നവർ പത്രം ഉറക്കെ വായിക്കുകയും മറ്റുള്ളവർ ചുറ്റിനുമിരുന്ന് അത് കേൾക്കുകയും ചർച്ച ചെയ്യുകയും മറ്റും ചെയ്യുന്നത് കേരള ഗ്രാമങ്ങളിലെ നിത്യകാഴ്ചയായിരുന്നു. ക്രമേണ തല്പരകക്ഷികൾ പത്രങ്ങൾ തുടങ്ങുവാനും തങ്ങൾക്കനുസരണമായി വാർത്തകൾ വളച്ചൊടിച്ച് അച്ചടിക്കുവാനും തുടങ്ങി.

പിന്നീട് റേഡിയോയുടെ വരവായി. അത് ഒരത്ഭുതമായിരുന്നു. വൈദ്യുതി പ്രചാരത്തിലില്ലാതിരുന്ന അക്കാലത്ത് എല്ലാ വീടുകളിലും റേഡിയോ അസാധാരണമായ ഒന്നായിരുന്നു. ഉദ്യാനങ്ങളിലും മറ്റ് പൊതുസ്ഥലങ്ങളിലും സ്ഥാപിച്ചിരിക്കുന്ന റേഡിയോയുടെ മുന്നിൽ ആളുകൾ വാർത്തകൾ കേൾക്കുവാൻ തടിച്ചു കൂടിയിരുന്നു. ട്രാൻസിസ്റ്റർ എന്ന അത്ഭുതപ്പെട്ടിയും പ്രചാരണത്തിൽ വന്നു. വാർത്തകൾ അതിവേഗം ജനങ്ങളിലേക്കെത്തിക്കുന്നു എന്നതായിരുന്നു റേഡിയോയുടെ മഹിമ. വാർത്താ പ്രസരണത്തിലെ ഇത്തരം വിപ്ലവങ്ങൾ തുടർന്നുകൊണ്ടേയിരിക്കുന്നു. പഴയ കാലവാർത്തകൾ കൈകാര്യം ചെയ്തിരുന്നവർ രംഗത്ത് തുടർന്നുണ്ടായ മാറ്റങ്ങൾ, വളർച്ച - തളർച്ചകൾ, എല്ലാത്തിനും സാക്ഷിയായവർ, അവരുടെ അനുഭവങ്ങൾ, നേട്ടകോട്ടങ്ങൾ ഒക്കെ തിരിഞ്ഞു നോക്കുന്നത് കേവലം രസാവഹം മാത്രമല്ല വിജ്ഞാനത്തിന്റെ വീഥികളിൽ വിളക്ക് തെളിയിക്കുന്നവയുമായിരിക്കും. ഇന്ന് വളരെ വർണ്ണാഭമായ ദൃശ്യങ്ങളടക്കം ദൃശ്യമാധ്യമങ്ങൾ വാർത്തകൾ നല്കുമ്പോൾ റേഡിയോ എന്ന ശ്രവ്യമാധ്യമത്തിന്റെ പ്രസക്തിയെക്കുറിച്ച് ആലോചിച്ച് പോവുക സ്വാഭാവികം. ഇതേക്കുറിച്ച് ആകാശവാണിയിലും ദൂരദർശനിലും സജീവ സാന്നിദ്ധ്യമായിരുന്ന ജോൺ സാമുവൽ പറയുന്നത് ഇങ്ങനെ:

“റേഡിയോയുടെ പ്രസക്തി ഒരുകാലത്തും നഷ്ടപ്പെട്ടിട്ടില്ല. നഷ്ടപ്പെ

ടുകയുമില്ല. റേഡിയോ വന്നപ്പോൾ ദിനപ്പത്രത്തിന്റെ പ്രസക്തി നഷ്ടപ്പെട്ടെന്നു പറഞ്ഞിരുന്നതുപോലെ മാത്രം!" വിശ്വസനീയതയുടെ കാര്യത്തിൽ റേഡിയോ മുന്നിട്ടു നില്ക്കുന്നുവെന്നാണ് അദ്ദേഹത്തിന്റെ വ്യക്തിപരമായ അഭിപ്രായം. "ടെലിവിഷന്റെ ശബളിമയിൽ റേഡിയോയുടെ ആകർഷണീയത നഷ്ടമായിട്ടുണ്ടെന്നത് ടെലിവിഷൻ പ്രവർത്തകർ നടത്തുന്ന തീർത്തും അടിസ്ഥാനമില്ലാത്ത പ്രചരണം മാത്രമാണ്. വിശകലനങ്ങളെന്നും ചർച്ചകളേന്നുമുള്ള പേരുകളിൽ ചില ചാനലുകൾ നടത്തുന്ന പേക്കൂത്തുകളെക്കാൾ എത്രയോ മുമ്പിലാണ് റേഡിയോ വാർത്തകളും ചർച്ചകളും. ഒന്നുമില്ലെങ്കിലും ആക്രോശിക്കുന്ന മുഖങ്ങളെ കാണേണ്ടി വരുന്നില്ലല്ലോ."

1959 ൽ ആണ് ഭാരതത്തിൽ ആദ്യമായി പരീക്ഷണാടിസ്ഥാനത്തിൽ ടെലിവിഷൻ സംപ്രേഷണം ആരംഭിച്ചത്. വിദ്യാഭ്യാസ പരിപാടിയിലായിരുന്നു തുടക്കം. 1976 ൽ ദൂരദർശൻ നിലവിൽ വന്നു. കറുപ്പിലും വെളുപ്പിലുമായിരുന്നു സംപ്രേഷണം. രാജ്യത്ത് ടി വി സെറ്റുകളുടെ എണ്ണം തുലോം കുറവായിരുന്നു. 1982 ലെ ഡൽഹി ഏഷ്യൻ ഗെയിംസിനോടനുബന്ധിച്ചാണ് കളർ ട്രാൻസ്മിഷൻ തുടങ്ങിയത്. അന്നുമുതൽ ഇന്ത്യൻ ടെലിവിഷന്റെ സുവർണ്ണ കാലഘട്ടം ആരംഭിക്കുകയായി. 1985 ജനുവരി ഒന്നാം തീയതി മുതലാണ് ടെലിവിഷൻ മലയാളം സംസാരിച്ച് തുടങ്ങിയത്. അന്ന് കേരളത്തിൽ പിച്ചവച്ചു തുടങ്ങിയ ദൂരദർശൻ വാർത്താ പ്രക്ഷേപണത്തിന്റെ പുതിയ തലങ്ങളിലേക്ക് ജനങ്ങളെ എടുത്തുയർത്തി. വാർത്തകൾ മാത്രമല്ല അതിന്റെ ദൃശ്യങ്ങളും ജനങ്ങളെ കോരിത്തരിപ്പിച്ചു.

ആദ്യാനുഭവങ്ങൾ

1984 അവസാനത്തോടെ തിരുവനന്തപുരത്ത് സ്റ്റുഡിയോ പ്രവർത്തനം സജ്ജമായ കാലയളവിൽ തന്നെ വാർത്താവിതരണ പ്രക്ഷേപണമന്ത്രാലയം ഇന്ത്യൻ പ്രാദേശിക ഭാഷകളിൽ ടി വി പരിപാടികൾ തയ്യാറാക്കുന്നതിനുവേണ്ടി പ്രോഗ്രാം ഉദ്യോഗാർത്ഥികളെ തേടുന്നതോടൊപ്പം മലയാളത്തിനുവേണ്ടിയും ഉദ്യോഗാർത്ഥികളെ തെരഞ്ഞെടുക്കുകയും അങ്ങനെ കുറേപ്പേർ ദൂരദർശനിൽ എത്തുകയും ചെയ്തു. തിരുവനന്തപുരം നിവാസികൾ നേരത്തെതന്നെ ടി വി പരിപാടികൾ കണ്ടുതുടങ്ങിയിരുന്നു. ഡൽഹിയിൽനിന്നുള്ള ഹിന്ദിഭാഷയിലെ പരിപാടികൾ വഴുതക്കാട്ടുള്ള ടാഗോർ തിയേറ്ററിൽ സജ്ജമാക്കിയിരുന്ന ശക്തി കുറഞ്ഞ ഒരു ട്രാൻസ്മിറ്റർ ഉപയോഗിച്ചാണ് സംപ്രേഷണം നടത്തിയിരുന്നത്.

"പൂനയിലെ പ്രശസ്തമായ ഫിലിം ഇൻസ്റ്റിറ്റ്യൂട്ടിലെ പ്രായോഗിക പരിശീലനത്തിനുശേഷം 1984 ഒക്ടോബറിൽ തിരുവനന്തപുരത്ത് എത്തുകയുണ്ടായി. ഇവിടത്തെ സ്റ്റുഡിയോയും മറ്റും പണിതീർന്നുവരുന്നതേ ഉണ്ടായിരുന്നുള്ളൂ. തുടക്കക്കാർക്ക് ഉണ്ടാകുന്ന എല്ലാ ബുദ്ധിമുട്ടുകളിലൂടെയും ഞങ്ങൾ കടന്നുപോയി. എല്ലാം ഉണ്ടാക്കുക എന്ന ചുമതല ഞങ്ങ

ളിൽ വന്നുചേർന്നു. മുൻ അനുഭവങ്ങളുമില്ല. പത്രപ്രവർത്തനം പഠിക്കുമ്പോൾ കിട്ടിയ അറിവും പൂനയിലെ പരിശീലനത്തിലൂടെ സ്വരൂപിച്ച പാഠങ്ങളും മാത്രമായിരുന്നു കൈമുതൽ. എന്നിട്ടും 1985 ജനുവരി രണ്ടാം തീയതി ഞങ്ങൾ (ഒന്നാം തീയതി ആദ്യദിവസ ഉദ്ഘാടന ചടങ്ങുകളുടെ തത്സമയ സംപ്രേഷണം മാത്രമാണ് നടന്നത്) മലയാളത്തിലെ ആദ്യ ടെലിവിഷൻ വാർത്തസംപ്രേഷണം ചെയ്തു."

പൂനയിലെ പരിശീലത്തിനുശേഷം മലയാള ടെലിവിഷൻ ചരിത്രത്തിന് നാന്ദികുറിക്കുവാൻ നിയോഗം ലഭിച്ചവരിൽ ഒരാളെന്ന അഭിമാനത്തോടെ ജോൺ സാമുവൽ മറക്കാൻ പറ്റാത്ത ഒരനുഭവം പങ്കിട്ടു. "കോഴിക്കോട്ടു നിന്ന് ഒരു കവറേജ് കഴിഞ്ഞുള്ള മടക്കയാത്ര, കാറിലാണ്. കടുത്ത വൈദ്യുതി നിയന്ത്രണത്തിന്റെ നാളുകൾ. കോട്ടയ്ക്കൽ ഭാഗത്ത് ദേശീയ പാതയിൽ വഴിവിളക്കുകൾ കത്തിക്കിടക്കുന്നു. രാവിലെ പത്തുമണിയോടടുത്ത സമയം. വൈദ്യുതിയുടെ അനാവശ്യമായ ഉപഭോഗം! മനസ്സിലെ മാധ്യമ പ്രവർത്തകൻ ഉണർന്നു. വണ്ടി നിർത്തി നാട്ടുകാരോട് വിവരം തിരക്കിയപ്പോൾ അത് പതിവ് സംഭവമാണെന്നാണ് മറുപടി ലഭിച്ചത്. തോന്നുമ്പോൾ വന്ന് വിളക്കുകൾ അണയ്ക്കുകയാണത്രേ പതിവ്. ക്യാമറാമാനോട് അത് പകർത്തുവാനുള്ള നിർദ്ദേശം നല്കി. തിരുവനന്തപുരത്തെത്തി അന്ന് വൈകുന്നേരത്തെ വാർത്തയിൽ ദൃശ്യങ്ങൾ സഹിതം റിപ്പോർട്ട് നല്കി. പിന്നീടുണ്ടായ പുകിൽ വിവരണാതീതമായിരുന്നു. വൈദ്യുതി ജീവനക്കാർ ദൂരദർശനുള്ള വൈദ്യുതി വിച്ഛേദിച്ചാണ് പ്രതികരിച്ചത്. തൊഴിലാളി യൂണിയൻ വക വിശദീകരണമുണ്ടായി. ലൈറ്റ് കത്തിക്കിടക്കുന്നതിനു കാരണം ലൈൻ പരിശോധനയായിരുന്നുവത്രേ! തീർത്തും അവിസ്മരണീയമായ അനുഭവം."

ഇന്നത്തെപ്പോലെ വാർത്ത ലഭിക്കുക അന്ന് എളുപ്പമായിരുന്നില്ല. പരിമിതമായ സാങ്കേതിക സൗകര്യങ്ങളേ അന്നുണ്ടായിരുന്നുള്ളൂ. സാങ്കേതിക പരിമിതികളുടെ ഉച്ചസ്ഥായിയിലായിരുന്നു ആ ദിനങ്ങൾ! ചണ്ഡീഗഡിൽനിന്നും കൊണ്ടുവന്ന കണ്ടം വയ്ക്കാറായ ഒരു ഒ ബി വാനായിരുന്നു സംപ്രേഷണ പാനൽ. ഉറക്കെയൊന്ന് കൈകളൂന്നിയാൽ സാങ്കേതിക തകരാറ് ഉറപ്പ്. തത്സമയ വാർത്ത സംപ്രേഷണത്തിനിടയിൽ പല ദിവസങ്ങളിലും കാമറ നിശ്ചലമാകുമായിരുന്നു. അന്ന് ഏറ്റവും കൂടുതൽ മലയാളികൾ കണ്ടിട്ടുള്ളത് ഗ്രാഫിക്സ് ആർട്ടിസ്റ്റ് കൈകൊണ്ട് എഴുതി തയ്യാറാക്കിയ 'തടസ്സം.' എന്ന ക്യാപ്ഷനായിരിക്കും. ചിലപ്പോൾ ദൃശ്യം നഷ്ടപ്പെട്ട് ശബ്ദം മാത്രം കേൾക്കും. മറ്റ് ചിലപ്പോൾ ശബ്ദമില്ലാതെ വായനക്കാർ ഗോഷ്ടികൾ കാണിക്കും. തുടക്കക്കാരായതിനാൽ ഞങ്ങളും പ്രേക്ഷകരും ഒരുപോലെ രസിച്ചിരുന്നു.

രാവിലെ തന്നെ ദൂരദർശനിൽ എത്തി ആകാശവാണി വാർത്തകൾ കേട്ട്, പത്രമാധ്യമങ്ങൾ വായിച്ച് സ്വന്തമായി വാങ്ങിക്കൊണ്ടുവന്ന വെള്ളക്കടലാസിൽ കാർബൺ പേപ്പർ ചേർത്ത് സ്വന്തം കൈകൊണ്ട് എഴുതിയ വാർത്തയാണ് അന്ന് സംപ്രേഷണം ചെയ്തിരുന്നത്. വിവിധ വകുപ്പുക

ളിലേക്കാണ് ഇവരെ നിയമിച്ചതെങ്കിലും ഓരോരുത്തരുടെയും പരിപാടി തയ്യാറാക്കുമ്പോൾ എല്ലാവരും സഹകരിക്കുമായിരുന്നു. വിവിധ അഭിപ്രായങ്ങൾ ക്രോഡീകരിച്ച് അന്ന് ചെയ്തിരുന്ന പരിപാടികൾ കുറച്ചുകൂടി പ്രസക്തമായി ഇവർക്ക് തോന്നുന്നു. താമസിയാതെ പി ടി ഐ, യു എൻ ഐ തുടങ്ങിയ വാർത്താ ഏജൻസികളുടെ സഹായവും ടെലിപ്രിന്റുമൊക്കെ വന്നു. ആദ്യ കാല വാർത്ത ബുള്ളറ്റിനുകൾ പിറന്നത് അങ്ങനെയൊക്കെയാണ്. ഇപ്പോൾ ഏറ്റവും പുതിയ ഇ എൻ പി എസ് സമ്പ്രദായത്തിലെത്തിനില്ക്കുന്നു.

ഇംപാക്ട് എന്ന വിശേഷണത്തോടെ ഇപ്പോൾ കണ്ടുവരുന്നത് മനപൂർവ്വം സൃഷ്ടിക്കപ്പെടുന്ന ചില താല്പര്യങ്ങളുടെ പുറകേയുള്ള പോക്കാണ്. അതുകൊണ്ടുതന്നെ അവയുടെ പ്രസക്തി നഷ്ടമാകുന്നുവെന്നും അതറിഞ്ഞുകൊണ്ടുതന്നെയാണ് ആ ജനുസ്സിൽപ്പെട്ട വാർത്തകൾ പടച്ചുവിടുന്നതെന്ന യാഥാർത്ഥ്യം നാം മനസ്സിലാക്കേണ്ടതുണ്ട് എന്നുമാണ് ജോൺ സാമുവലിന്റെ ചിന്താഗതി. രാഷ്ട്രീയ-സാമുദായിക താല്പര്യങ്ങൾക്കനുസരിച്ച് വാർത്തകൾ വാർത്തെടുക്കുന്ന രീതി ഈ കാലഘട്ടത്തിൽ വ്യാപകമാണ്. മാധ്യമസ്വാതന്ത്ര്യം എന്ന മിഥ്യ ആ നിലയിലേക്ക് ഉടച്ചുവാർക്കപ്പെട്ടിരിക്കുന്നു എന്നതാണ് യാഥാർത്ഥ്യം. ചില ചാനലുകളുടെ നിലനില്പുതന്നെ അത്തരം വാർത്താ നിർമ്മാണങ്ങളുടെ അടിസ്ഥാനത്തിലാണെന്ന സത്യം നിഷേധിക്കേണ്ടതില്ല. സാമൂഹ്യ അനീതികൾക്കെതിരെ വാളുയർത്തുന്നവർ ചിലതിനെ തമസ്കരിക്കുന്നതിന്റെ അടിസ്ഥാനം മറ്റെന്താണെന്ന് അദ്ദേഹം ചോദിക്കുന്നു.

പഴയകാല വാർത്താ സംപ്രേഷണവും ഇന്നത്തേതുമായി അജഗജാന്തരമുണ്ട്. അടിസ്ഥാന കാരണം സാങ്കേതിക മുന്നേറ്റം തന്നെയായിരിക്കും. ചാനലുകളുടെ അതിപ്രസരം വാർത്താസംപ്രേഷണരംഗത്ത് മൂല്യച്ചോർച്ചയുണ്ടാക്കിയിട്ടുണ്ട്. പണ്ട് വാർത്താ സംപ്രേഷണത്തിനുമുമ്പ് വിദഗ്ദ്ധ പരിശോധന നടത്തിയശേഷമാണ് സംപ്രേഷണം ചെയ്തിരുന്നത്.

ചാനൽ മത്സരങ്ങളുടെ ഭാഗമായി ആദ്യം വാർത്ത നല്കുന്നതിനുള്ള വ്യഗ്രതയിൽ പുനഃപരിശോധനപോലും ചെയ്യാതെ വാർത്തകൾ സംപ്രേഷണം ചെയ്യുന്നതുമൂലമുണ്ടാകുന്ന പ്രത്യാഘാതങ്ങൾ നിരവധിയാണ്. ഇത് കുറ്റകരമായ അനാസ്ഥയായാണ് ജോൺ സാമുവൽ കാണുന്നത്. മുൻ രാഷ്ട്രപതി കെ ആർ നാരായണന്റെ ചരമവാർത്ത അദ്ദേഹത്തിന്റെ മരണത്തിനുമുമ്പ് ബ്രേക്കിങ് ന്യൂസായി ഒരു ചാനൽ നല്കിയത് അദ്ദേഹം ഓർമ്മിപ്പിക്കുന്നു. ഇങ്ങനെ നിരുത്തരവാദപരമായി പെരുമാറുന്ന ചാനലുകളുടെ ലൈസൻസ് റദ്ദാക്കുന്നതിനുള്ള നിയമം കൊണ്ടുവരേണ്ടതുണ്ട്. മത്സരവിജയമല്ല ആധികാരികതയുടെ മുദ്രയാവണം അന്തസ്സായ മാധ്യമ പ്രവർത്തനം എന്നദ്ദേഹം ഊന്നിപ്പറയുന്നു.

പഴയകാല വാർത്താ പ്രക്ഷേപണവുമായി തുലനം ചെയ്ത് നോക്കുമ്പോൾ ഇന്ന് സെൻസേഷനു പുറകെയുള്ള പാച്ചിലിൽ അല്ലെങ്കിൽ പരസ്യം ലക്ഷ്യമാക്കിയുള്ള റേറ്റിങ്ങിൽ താഴെപ്പോകാതിരിക്കാനുള്ള വെമ്പ

ലിൽ മാനുഷിക ധർമ്മംപോലും വിസ്മരിച്ചുകൊണ്ടുള്ള മാധ്യമപ്രവർത്തനത്തിൽ പല ടെലിവിഷൻ പ്രവർത്തകരും മാധ്യമ ഉടമകളും ഏർപ്പെടുന്നത് ദുഃഖകരമായ അവസ്ഥയാണെന്നാണ് ജോൺ സാമുവൽ പറയുന്നത്. വ്യക്തികളെ തേജോവധം ചെയ്യുന്നതും കരിതേച്ചുകാണിക്കുന്നതുമാണ് മാധ്യമപ്രവർത്തം എന്ന് തെറ്റിദ്ധരിച്ചിരിക്കുന്നവരുമേറെയുണ്ട്. മാധ്യമ സ്വാതന്ത്ര്യം എന്ന വ്യാജേനയുള്ള ഇത്തരം ജല്പനങ്ങൾ പുച്ഛിച്ചു തള്ളുകതന്നെ വേണമെന്ന പക്ഷക്കാരനാണ് അദ്ദേഹം. വ്യക്തി ജീവിതങ്ങളിലേക്ക് ഒളികാമറയെത്തിച്ച് മാധ്യമ പ്രവർത്തനം നടത്തിയ *തെഹൽക്ക* മേധാവിയുടെ തനിനിറം കണ്ടതല്ലേയെന്ന് അദ്ദേഹം ചോദിക്കുന്നു.

മാറിയ പരിതസ്ഥിതിയിൽ വാർത്തകൾക്ക് വേഗത ആവശ്യമാണെങ്കിലും അതിന്റെ വിശ്വാസ്യത കാത്തുസൂക്ഷിക്കേണ്ടത് മാധ്യമധർമ്മമാണ്. അത് ആരും മറന്നുകൂടാ.

വാർത്താ സംപ്രേഷണരംഗത്ത് വളരെയധികം മാറ്റങ്ങൾ ഉണ്ടായിട്ടുണ്ട്. സാങ്കേതിക വിപ്ലവത്തിന്റെ അനുരണനങ്ങൾ വാർത്താ സംപ്രേഷണത്തിന്റെ മാറ്റ് കൂട്ടിയിട്ടുണ്ട്. എന്നാലും പഴയ വാർത്താവായനക്കാരെ ഇന്നും പുതിയ തലമുറപോലും മനസ്സിൽ ആരാധിക്കുന്നു. ഈ മാസ്മരികതയുടെ രഹസ്യമെന്തായിരിക്കും?

പഴയ വാർത്താവായനക്കാരെക്കുറിച്ച് പറയുമ്പോൾ 'old is gold' എന്ന വിശേഷണമാണ് ജോൺ സാമുവൽ അവർക്ക് നല്കുന്നത്. അവർ സൃഷ്ടിച്ചത് ഒരു ചരിത്രമാണ്. ചരിത്രത്തിന്റെ ആവർത്തനങ്ങൾക്ക് സൗന്ദര്യം നഷ്ടപ്പെടുമെന്ന് അദ്ദേഹം അടിവരയിടുന്നു. ദൂരദർശൻ വാർത്തകൾ ഇക്കാര്യത്തിൽ മാതൃകയാണെന്നും നല്ല മലയാളം പറയണമെന്ന് ആത്മാർത്ഥമായി ആഗ്രഹിക്കുന്നത് ഈ ഒരു ചാനൽ മാത്രമാണെന്നും മറ്റുള്ളവ മലയാളത്തെ നിരന്തരം ബലാത്സംഗത്തിന് വിധേയമാക്കുകയാണെന്നും എന്തിനേയും ഏതിനേയും വിമർശിക്കുന്ന നമ്മുടെ സാഹിത്യ-സാംസ്കാരിക നായകന്മാർപോലും ഇത് കണ്ടില്ലെന്ന് നടിക്കുന്നുവെന്നും അദ്ദേഹം പരിഭവിക്കുന്നു. തങ്ങളെക്കുറിച്ചുള്ള പരിപാടികൾ വരുന്നതിൽ മാത്രം സംതൃപ്തരാണ് പലരും. അതിനപ്പുറമുള്ള ഭാഷാ സ്നേഹമൊന്നും പലർക്കുമില്ലെന്നതിൽ അദ്ദേഹം ദുഃഖിക്കുന്നു.

വാർത്താ സംപ്രേഷണത്തിൽ ഒഴിച്ചുകൂടാൻ കഴിയാത്ത ഒന്നാണല്ലോ കായിക വാർത്തകൾ. ടെലിവിഷന്റെ പ്രചാരത്തോടെ കായിക വിനോദങ്ങൾക്ക് അതിപ്രധാനമായ ഒരു സ്ഥാനം പ്രേക്ഷകർക്കിടയിലുണ്ട്. മുൻപ് ഇത് നേരമ്പോക്കും സൗഹൃദപരവും രാജ്യങ്ങൾ തമ്മിലുള്ള ആശയവിനിമയവുമൊക്കെയായിരുന്നെങ്കിൽ ഇന്ന് കായിക വിനോദത്തിന് അതിവിപുലമായ ഒരു കച്ചവടസാദ്ധ്യത കൂടിയുണ്ട്. എന്നാൽ സ്പോർട്സ് എന്നത് മലയാള ടെലിവിഷനിൽ അന്യം നിന്നുപോയിരിക്കുന്നുവെന്നാണ് ഒരു സ്പോർട്സ് ലേഖകൻ കൂടിയായിരുന്ന ജോൺ സാമുവലിനു പറയുവാനുള്ളത്. കായിക വാർത്തകൾക്ക് സമയം നീക്കിവയ്ക്കുവാൻ ശ്രമി

ക്കുന്നുണ്ടെങ്കിലും കായിക പരിപാടികൾ ദൂരദർശൻ പോലും ഇപ്പോൾ അവഗണിക്കുന്നുണ്ടെന്ന് ചൂണ്ടിക്കാട്ടുന്നു. അപ്പോഴും സെലിബ്രിറ്റി ക്രിക്കറ്റ് മത്സരങ്ങളുടെ തത്സമയ സംപ്രേഷണം കാട്ടി ഒരു ചാനലും അതിലെ കമൻന്റേറ്റർമാരും ടെലിവിഷൻ പ്രേക്ഷകരെ ശിക്ഷിച്ചു കൊണ്ടേയിരിക്കുന്ന കാര്യവും അദ്ദേഹം ഓർമ്മിപ്പിക്കുന്നു.

ഇന്ന് വളരെയധികം രാഷ്ട്രീയ കളികൾ നടക്കുന്ന രംഗമാണ് കായിക ലോകം. ഉയർന്നു വരുന്ന താരങ്ങളെ തലയിലെടുത്തു നടക്കുന്ന മാധ്യമങ്ങൾ പെട്ടെന്ന് അവരെ മുൻനിരയിൽ കാണാതാകുമ്പോൾ എന്തുപറ്റിയെന്ന് അന്വേഷിക്കാറില്ല. പരിശീലകരുടെയും രക്ഷിതാക്കളുടെയും സ്വാർത്ഥ താല്പര്യങ്ങൾ ഏറെയാണിവിടെ. ഉയർന്നു വരുന്നവരെ താഴോട്ട് വലിക്കുകയും തങ്ങൾക്ക് വേണ്ടവരെ ഉയർത്തിക്കൊണ്ടുവരികയും ചെയ്യുന്ന പ്രവണത ഈ രംഗത്ത് വളരെ പ്രത്യക്ഷമാണ്. ഇതൊക്കെ മനസ്സിലാക്കുവാനോ പിന്തുടരുവാനോ മാധ്യമങ്ങൾ മെനക്കെടാറില്ല.

ജോൺ സാമുവൽ പറയുന്നത് വാർത്തകളുടെ നിറത്തിന് നിശ്ചലമായും മാറ്റമുണ്ടായിട്ടുണ്ടെന്നാണ്. നിറം ഇടയ്ക്കിടയ്ക്ക് മാറ്റുന്നതിലും ചിലർക്ക് അതിയായ താല്പര്യമാണുള്ളത്. പാർട്ടി ചാനലുകളും മതസ്ഥാപനങ്ങളുടെ ചാനലുകളും നമ്മുടെ സാംസ്കാരിക രംഗത്ത് സൃഷ്ടിച്ചിരിക്കുന്നത് ഒട്ടേറെ ദുരന്തമുഖങ്ങളാണ്.

ഇവിടെ നിറമേതായാലും അത് തിരിച്ചറിയാനുള്ള സാമാന്യ ബോധവും ജാഗ്രതയുമാണ് പ്രേക്ഷകനെ സംബന്ധിച്ചിടത്തോളം പ്രധാനം.

ബി ബി സി, സി എൻ എൻ പോലെയുള്ള ലോകശ്രദ്ധ പിടിച്ചുപറ്റുന്ന ഉന്നത ശ്രേണിയിലെ ചാനലുകൾ ധാരാളമുണ്ട്. ഉയർന്ന സാങ്കേതിക വിദ്യകൾ ലഭ്യമായതുമൂലവും വേണ്ടവിധത്തിൽ അവയെ ഉപയോഗപ്രദമാക്കുന്നതുകൊണ്ടുമൊക്കെ മികച്ച പ്രകടനം കാഴ്ച വയ്ക്കാൻ അവയ്ക്ക് സാധിക്കുന്നു.

ബി ബി സി പോലെയുള്ള ലോകോത്തര ചാനലുകളെ തട്ടിച്ചു നോക്കുമ്പോൾ നിലവാരപരമായും സാങ്കേതികപരമായും മേല്ക്കൈ അവർക്ക് ഉണ്ടെന്ന് സമ്മതിക്കാതിരിക്കാനാവില്ലെങ്കിലും നാം അത്രയേറെ പിന്നോക്കം നില്ക്കുന്നുവെന്നും പറയാനാവില്ല. എങ്കിലും മാധ്യമധർമ്മം മറന്നുള്ള പ്രവൃത്തികളിൽ ബി ബി സിയും സമ്പൂർണ്ണ സത്യസന്ധത പുലർത്തുണ്ടെന്ന് വിശ്വസിക്കുന്നില്ലായെന്ന് പറയുകയാണ് ജോൺ സാമുവൽ.

ചുരുക്കത്തിൽ ഇന്ന് പ്രേക്ഷകൻ നേരിടുന്ന പ്രതിസന്ധി മറികടക്കാൻ അവനെ പ്രാപ്തനാക്കുംവിധം വാർത്തയുടെ ഘടനയിലും ഉള്ളടക്കത്തിലും വിന്യാസത്തിലും വിതരണത്തിലും മാറ്റം വരുത്തുവാൻ ദൃശ്യമാധ്യമങ്ങൾക്ക് കഴിയണം. മത്സരത്തിൽ പിന്നോക്കം പോയാലും ഈ മാറ്റം യാഥാർത്ഥ്യമാക്കാൻ ബോധപൂർവ്വം ശ്രമിക്കലാണ് ഉത്തരവാദിത്വപ്പെട്ട വാർത്താ ചാനലിന്റെ ലക്ഷണം. വാർത്തകൾ വാർത്തകളായി അവ

തരിപ്പിക്കപ്പെടണമെന്നും അല്ലാതെ വെറും അട്ടഹാസങ്ങളായും താൻ പോരിമയുടെയും അഹന്തയുടെയും അഭ്യാസ പ്രകടനങ്ങളായി അതിനെ കാണരുതെന്നും ആത്യന്തികമായി അത് ചെന്നെത്തുന്നത് പൊതു ജന സമക്ഷമാണെന്നുമുള്ള ചിന്ത എപ്പോഴുമുണ്ടായിരിക്കണം ഒരു മാധ്യമ പ്രവർത്തകന്. ദിനംപ്രതി മാധ്യമരംഗം മാറ്റങ്ങളുടെ മണിമുഴക്കവുമായാണ് ചലിച്ചുകൊണ്ടിരിക്കുന്നത്. വിപ്ലവകരമായ സാങ്കേതിക വിദ്യകളുടെ വിസ്ഫോടനമാണ് ഇതിന് ആക്കം കൂട്ടുന്നത്. മാധ്യമങ്ങളുടെ വളർച്ച യുടെ വേഗതയിൽ ചില മൂല്യങ്ങൾ തച്ചുടയ്ക്കപ്പെടുന്നുണ്ട്. പക്ഷേ, ഈ പ്രയാണം അനിവാര്യമാണ്. പ്രബുദ്ധരായ, രാജ്യസ്നേഹികളായ, വിശാല വീക്ഷണമുള്ള പൗരന്മാരെ സൃഷ്ടിച്ചെടുക്കുക തന്നെയാകട്ടെ മാധ്യമങ്ങ ളുടെ ലക്ഷ്യം. വിവിധ ഭാഷകളുടെയും സംസ്കാരങ്ങളുടെയും വേഷ ഭൂഷാദികളുടെയും വിശ്വാസങ്ങളുടെയും നാടായ ഭാരതം ഐക്യത്തോടെ മുന്നേറുന്നതിൽ മാധ്യമങ്ങളുടെ പങ്ക് നിസ്സീമമാണ്. ഗൗരവമുള്ളതുമാണ്. മാർഗ്ഗവ്യതിചലനത്തിൽനിന്ന് മാധ്യമങ്ങളെ നിയന്ത്രിക്കുവാൻ പ്രേക്ഷക രായ നാം ജാഗരൂകരായിരിക്കേണ്ടതുണ്ട്.

(സെപ്തംബർ - 2014)

12

സൗഹൃദങ്ങളുടെ 'തമ്പുരാക്കന്മാർ' ഓരോ ദേശത്തും ഓരോ കാലത്തും ഉണ്ടായിക്കൊണ്ടേ യിരിക്കും. അത്തരമൊരു തമ്പുരാൻ ഒരിക്കൽ എനിക്ക് സുഹൃത്തായുണ്ടായിരുന്നു - കള്ളിക്കാട് രാമചന്ദ്രൻ. സുഹൃത്തുക്കളോടൊപ്പമല്ലാതെ ഒരി ക്കലെങ്കിലും കള്ളിക്കാടിനെ കണ്ടുമുട്ടാനായിട്ടി ല്ലെന്നത് ശരിക്കും അത്ഭുതപ്പെടുത്തിയിരുന്നു. സിനിമാ-സാഹിത്യ ചർച്ചാവേദികളിലും ചലച്ചിത്രോത്സവങ്ങളിലും സജീവസാന്നിദ്ധ്യ മായിരുന്ന കള്ളിക്കാട് രാമചന്ദ്രൻ തുടക്കത്തിൽ അകലത്തുനിന്ന ഒരു പരിചയക്കാരൻ മാത്രമായിരുന്നു. *കലാകൗമുദി*യിൽ കായി കലേഖനങ്ങൾ എഴുതിയിരുന്ന കാലത്താണ് *കലാകൗമുദി* പത്രാ ധിപസമിതിയംഗവും മികച്ചൊരു കളിയെഴുത്തുകാരനുമായിരുന്ന കള്ളിക്കാടുമായി അടുക്കുന്നതും സൗഹൃദത്തിന്റെ മലർക്കെ തുറന്നുതന്ന വാതിലിലൂടെ അകത്തേക്കു കടക്കുന്നതും.

പിന്നെ *ആദാമിന്റെ വാരിയെല്ല്* എന്ന സിനിമയുടെ തിരക്ക ഥാകൃത്തായി കള്ളിക്കാട് പലരെയുമെന്നപോലെ എന്നെയും മോഹിപ്പിച്ചു. കെ ജി ജോർജിന്റെ ചലച്ചിത്രജീവിതത്തിലെ മികച്ച സൃഷ്ടികളിലൊന്നായ *ആദാമിന്റെ വാരിയെല്ലി*നെ ഒരു ചലച്ചിത്ര സ്വരൂപമായി വാർത്തെടുക്കുന്നതിൽ സിനിമയുടെ മർമ്മം ഗ്രഹിച്ച കള്ളിക്കാട് രാമചന്ദ്രൻ ഏറെ ക്ലേശിക്കേണ്ടി വന്നില്ല. പൂനാ ഫിലിം ഇൻസ്റ്റിറ്റ്യൂട്ടിൽനിന്നും ചലച്ചിത്ര പഠനത്തിൽ ബിരുദവുമായി സിനിമാ മോഹങ്ങളുടെ തേരിലേറി നാട്ടിൽ മടങ്ങിയെത്തിയ കള്ളി ക്കാട് പക്ഷേ, എന്തുകൊണ്ട് സിനിമാരംഗത്ത് സജീവമായില്ല എന്ന ചോദ്യം പലപ്പോഴും അത്ഭുതപ്പെടുത്തിയിട്ടുണ്ട്.

വാഗ്മി ആയിരുന്നില്ല കള്ളിക്കാട് രാമചന്ദ്രൻ. പക്ഷേ, ഏതൊരു വാഗ്മിയെയും വെല്ലുന്ന അശാന്ത ചിന്തകളുടെ ചിറക ടികൾ രാമചന്ദ്രനിലുണ്ടായിരുന്നു. അക്ഷരങ്ങൾകൊണ്ട് കള്ളി ക്കാട് അതു നേടിയെടുത്തു. ഏറെ സ്വപ്നങ്ങൾ ബാക്കിവെച്ചാണ് പേട്ടയിലെ ഭവനത്തിന്റെ സ്വീകരണമുറിയിൽ കള്ളിക്കാട് രാമച ന്ദ്രൻ ഒരു നാൾ നിശ്ശബ്ദനായി കിടന്നത് - പ്രിയപ്പെട്ട സുഹൃത്തു ക്കൾക്കിടയിൽ. എന്തൊക്കെയായിരുന്നില്ല കള്ളിക്കാട് എന്ന്

പലരും സ്വയം ചോദിക്കുന്നുണ്ടായിരുന്നു. തിരക്കഥാകൃത്ത്, സിനിമാ നിരൂപകൻ, നോവലിസ്റ്റ്, കഥാകൃത്ത്, കായികലേഖകൻ, ഫീച്ചർ എഴുത്തുകാരൻ അങ്ങനെ എഴുത്തിന്റെ വിവിധ മേഖലകളിൽ വ്യക്തിമുദ്ര പതിപ്പിച്ചയാൾ.

ഒരുനാൾ കള്ളിക്കാട് വിളിച്ചു. *ശേഷക്രിയ*യുടെ പ്രിവ്യൂ കണ്ടതിനു ശേഷമായിരുന്നു ആ വിളി. ഉടൻ ഒന്നു കാണണം. കുഞ്ഞയ്യപ്പന്റെ രാഷ്ട്രീയ ദുരന്തം വരച്ചു കാട്ടിയ ചിത്രത്തിൽ കുഞ്ഞയ്യപ്പനായെത്തിയ എനിക്ക് നടനെന്ന നിലയിൽ ഒരു മുഖവുര തയ്യാറാക്കുന്നതിനായിരുന്നു ആ ക്ഷണം. ചലച്ചിത്ര പ്രസിദ്ധീകരണമെന്ന നിലയിൽ കലാകൗമുദിയുടെ ഫിലിം മാഗസിൻ മികച്ച പ്രചാരം നേടി നില്ക്കുന്ന കാലമാണ്. ഓരോ ലക്കത്തിലും ഓരോ നടനുമായുള്ള വിശദമായ അഭിമുഖവുമായി ഇറങ്ങുന്ന ഫിലിം മാഗസിനിൽ മൂന്നുപേജ് വരുന്ന ഒരു ലേഖനം, ഒരാമുഖമെന്ന നിലയിൽ കള്ളിക്കാട് രാമചന്ദ്രൻ എഴുതി.

വ്യക്തി എന്ന നിലയിലും നടൻ എന്ന നിലയിലുമുള്ള കള്ളിക്കാടിന്റെ ആ വിലയിരുത്തൽ ഒരു പുതുമുഖനടനെ സംബന്ധിച്ചിടത്തോളം അവിസ്മരണീയമായിരുന്നു. ആ കണ്ടുമുട്ടലും വിശദമായ അഭിമുഖവും അതേത്തുടർന്ന് കള്ളിക്കാട് രാമചന്ദ്രൻ എഴുതിയ മുഖവുരയും...

ജോൺ സാമുവലിനൊരു മുഖവുര

വിപ്ലവചിന്ത കത്തിനില്ക്കുന്ന ഒരു മനസ്സ്. പാവപ്പെട്ടവരുടെ അത്താണിയായ ചുവന്നതത്ത്വശാസ്ത്രം ഹൃദിസ്ഥമാക്കാനുള്ള ആവേശം. അത് ശക്തമായൊരു പൊതുജന മാധ്യമത്തിലൂടെ പുനരാവിഷ്കരിക്കാനുള്ള ശേഷി. ഇത് പതിവുവഴികൾ വിട്ടുപോകുന്ന ഒരഭിനേതാവിന്റെ സിദ്ധികളെ അതിനനുസൃതമായി തിളക്കിയെടുക്കുന്ന ഘടകങ്ങളിലൊന്നാണ്. നമ്മുടെ ചലച്ചിത്രവേദിയിലേക്ക് കടന്നുവരുന്ന ചെറുപ്പക്കാരിൽ പലരും പുതിയ സിനിമാ സംസ്കാരത്തിന്റെ വക്താക്കളായി മാറുന്നത് അതുകൊണ്ടാണ്. മാടമ്പികൾക്ക് കണ്ടു രസിച്ചിരിക്കാനും വിപ്ലവചിന്തയുള്ളവരുടെ ചിന്തയ്ക്ക് മഞ്ഞുകട്ടവയ്ക്കാനും ബോധപൂർവ്വം പുറത്തിറക്കുന്ന നേരം കൊല്ലി സൃഷ്ടികളോട് അതുകൊണ്ടുതന്നെയാണ് ഇത്തരം ചെറുപ്പക്കാർ വൈമനസ്യം കാട്ടുന്നത്. ഹൃദയത്തിൽ അഗ്നിപർവ്വതം പോലെ പുകഞ്ഞുനില്ക്കുന്ന നൂറുനൂറു പ്രശ്നങ്ങളിലേക്ക് ഇറങ്ങിച്ചെല്ലാനും നിർദ്ധാരണങ്ങൾ കണ്ടെത്താനും ഈ പുതിയ തലമുറയ്ക്ക് തീർച്ചയായും പങ്കുണ്ട്. ഇത്തരത്തിൽ ചലച്ചിത്രവേദിയിലേക്ക് കടന്നുവരുന്ന ഒരു ചെറുപ്പക്കാരനുണ്ട് നമുക്ക്. ജോൺ സാമുവൽ. ഒരുപക്ഷേ, നിങ്ങൾ ജോൺ സാമുവലിനെ ഒരു നടനെന്ന നിലയിൽ കണ്ടിരിക്കാൻ ഇടയില്ല. അദ്ദേഹം അഭിനയിച്ച സിനിമകൾ സങ്കേതിക പ്രക്രിയകളുടെ വിവിധ

ഘട്ടങ്ങൾ കടന്നുവരുന്നതേയുള്ളൂ. വെള്ളിത്തിരയിൽ ജോൺ സാമുവൽ എന്ന നടനെത്താൻ ഇനിയും സമയമെടുക്കും. *ഇടിമുഴക്കം* എന്ന ശ്രീകുമാരൻ തമ്പിയുടെ ചിത്രത്തിലെ ജോൺ സാമുവലിനെ ഒരുപക്ഷേ ചിലർ ഇതിനകം കണ്ടിരിക്കും. അതിനുമുമ്പുള്ള രണ്ടു ചിത്രങ്ങളിലെ ഈ നടന്റെ അഭിനയവ്യക്തിത്വം ഇനിയും വിലയിരുത്താൻ ഇരിക്കുന്നതേയുള്ളൂ. പക്ഷേ, ഒന്നു നമുക്ക് നിസ്സംശയം പറയാൻ കഴിയും. ജോൺസാമുവൽ എന്ന നടന് താൻ വിശ്വസിക്കുന്ന സിനിമാസങ്കല്പങ്ങളിൽ അടിയുറച്ച ധാരണകളുണ്ട്. ആ ധാരണകൾക്ക് പുതിയ ഭ്രമങ്ങൾ ഒരിക്കലും വഴങ്ങിക്കൊടുക്കുകയുമില്ല. കൈയിൽക്കിട്ടുന്നതെന്തും സ്വന്തമായി ഒരു താരപരിവേഷത്തിന്റെ വലയിൽക്കുരുങ്ങി വീഴാനും ജോൺ സാമുവലിനെ കിട്ടില്ല. ചെറുപ്പത്തിലേ തന്റെ മനസ്സിനെ കീഴടക്കിയ ചില ചിന്താധാരകൾക്ക് അനുസൃതമായ കഥാപാത്രങ്ങൾക്ക് പുനർജ്ജന്മം നല്കാനാണ് ഈ നടൻ ആഗ്രഹിക്കുന്നത്.

സിനിമയെക്കുറിച്ച് എല്ലാമറിയുന്ന ഒരു ഭാവം ആ മുഖത്തു കാണില്ല. പുതിയ പാതകൾ തേടിയെത്തുന്ന ഒരു ഏകാന്ത പഥികന്റെ തന്റേടമാണ് ജോൺ സാമുവലിൽ. അതുകൊണ്ടുതന്നെയാണ് പുതിയ സിനിമാസംസ്കാരത്തിന്റെ പാതയിലേക്ക് ഈ ചെറുപ്പക്കാരൻ നടന്നുചെല്ലുന്നത്.

മലയാള സിനിമയിൽ ഒട്ടേറെ ചലനങ്ങൾ സൃഷ്ടിച്ചേക്കാനിടയുള്ള *യാഗം* എന്ന ചലച്ചിത്രത്തിലാണ് ജോൺ സാമുവൽ തന്റെ അഭിനയജീവിതത്തിനു തുടക്കമിട്ടത്. ജോൺ സാമുവലിന്റെ അഭിനയ സങ്കല്പങ്ങൾക്കെല്ലാം ആ തുടക്കം തന്നെ ഒരു വഴി കണ്ടെത്തലായിരുന്നു. എൻ മോഹനന്റെ "കത്താത്ത കാർത്തികവിളക്കാ"ണ് യാഗമായി പരിവർത്തിച്ചത്.

ആദർശങ്ങളുടെയും സങ്കല്പങ്ങളുടെയും അഗ്നിപുഷ്പങ്ങൾ വിരിയുന്ന യുവാക്കളുടെ മനസ്സ്. കർമ്മചൈതന്യത്തെ ഏതു വഴിക്ക് തിരിച്ചുവിടണമെന്നു തിട്ടമില്ലാതെ അലയുന്നവർ. തങ്ങൾ വിശ്വസിക്കുന്ന ഒരു സങ്കല്പലോകം കൺമുമ്പിൽ കണ്ടേ അടങ്ങൂ എന്ന വ്യാമോഹം. അതിന് എന്തെങ്കിലും ചെയ്യണം. അല്ലെങ്കിൽ ഈ ജീവിതംതന്നെ വ്യർത്ഥമല്ലേ? പിന്നെ അതിനുവേണ്ടിയുള്ള തീവ്രശ്രമം. കണ്ണടച്ചുതുറക്കും മുമ്പ് ആ സങ്കല്പം കടൽത്തീരത്തെ മണൽക്കൊട്ടാരംപോലെ തിരമാലകൾ വിഴുങ്ങി. യുവാക്കളുടെ മനസ്സിൽ നിരാശയും വിദ്വേഷവും പകയും ചീറി. ഇവിടെ ഒരു അതിവിപ്ലവപ്രസ്ഥാനം ജനിക്കുകയായിരുന്നു. ആ വിപ്ലവക്കാറ്റിൽപ്പെട്ട ഉണ്ണിനമ്പൂതിരി എന്ന ചെറുപ്പക്കാരനെ നക്സലിസത്തിലേക്കു നയിക്കുന്നതിൽ പ്രധാന പങ്കുവഹിച്ച ഒരു വിപ്ലവനേതാവ് യാഗത്തിലുണ്ട്. ശ്രീധരൻ.

ഈ ശ്രീധരൻ എന്ന കഥാപാത്രത്തെ അവതരിപ്പിക്കുന്നത് ജോൺ സാമുവലാണ്. മനുഷ്യ സ്നേഹത്തിന്റെ പനിനീർപ്പൂവുകൾ വിടർന്നു നില്ക്കുന്ന ഉണ്ണിയുടെ കവിഹൃദയത്തിൽ വിപ്ലവത്തിന്റെ തീനാളം കത്തിജ്വലിപ്പിച്ചത് ശ്രീധരനാണ്. ഒരു യഥാസ്ഥിതിക നമ്പൂതിരി കുടുംബത്തിലെ

ഉണ്ണിയെ ജന്മിത്തത്തിനെതിരെ ഒരു പടവാളാക്കാൻ ശ്രീധരൻ വഹിക്കേണ്ട പങ്കിനെക്കുറിച്ച് ജോൺ സാമുവൽ നന്നായി പഠിച്ചിരുന്നു. ആ അതിവിപ്ല വകാരിയെ രൂപത്തിലും ഭാവത്തിലും തന്മയത്വത്തോടെ ജോൺ സാമു വൽ അവതരിപ്പിച്ചു. നാട്ടിലാകെ പ്രക്ഷോഭം കത്തിപ്പടർന്നപ്പോൾ ശ്രീധ രൻ എന്ന വിപ്ലവകാരിയിലും അമ്മയും ജീവിതവും ഒരു ദൗർബല്യമായി രുന്നു. 'ബന്ധന'മെന്ന ബാദ്ധ്യത മനസ്സിന്റെ കോണിൽ ഒരു വേദനയായി നില്ക്കുന്നത് നമുക്ക് കൺമുമ്പിൽ കാണാൻ കഴിയുംവിധമാണ് ജോൺ സാമുവലിന്റെ ഒതുക്കവും ചിട്ടയുമുള്ള അഭിനയം.

"ഒരു വിപ്ലവകാരിയുടെ മനസ്സും പെരുമാറ്റവും ഉൾക്കൊള്ളാൻ എനിക്കു കഴിഞ്ഞു. ശ്രീധരൻ ആ ഗ്രാമത്തെ മാർക്സിസം പഠിപ്പിച്ചു. ചർച്ചാ ക്ലാസുകളിലൂടെ ജന്മിത്തത്തിനെതിരെ തീകത്തിച്ചു. അവസാനം ശ്രീധരൻ പൊലീസിനു കീഴടങ്ങുന്നു. ഇത് ഒരു അതിവിപ്ലവകാരിയുടെ ജീവിതമാണ്. ആ ജീവിതത്തിന്റെ ഭാഗമാകാൻ എനിക്കു കഴിഞ്ഞു." അത് ആത്മവിശ്വാസത്തോടെ ജോൺ സാമുവൽ പറയുന്നു.

യാഗത്തിൽനിന്ന് ജോൺ സാമുവൽ എത്തുന്നത് *ശേഷക്രിയ*യി ലാണ്. എം സുകുമാരന്റെ അതിശക്തമായ ഒരു നോവലാണ് സിനിമയായി രൂപം മാറുന്നത്. *ശേഷക്രിയ* ഇനിയും തിയേറ്ററുകളിൽ എത്താനിരിക്കു ന്നതേയുള്ളൂ. *ശേഷക്രിയ*യിൽ ഒരു കുഞ്ഞയ്യപ്പനുണ്ട്. തീ കത്തി നില്ക്കുന്ന വിപ്ലവം എന്ന ലേബലൊട്ടിച്ച ഒരു രാഷ്ട്രീയ പാർട്ടിയിലെ അടി യുറച്ച ഒരു സാധാരണ പ്രവർത്തകൻ. ഈ കുഞ്ഞയ്യപ്പന്റെ ജീവിതം കുപ്പി ക്കല്ലുപോലെ വീണുടയുന്നു. ഒപ്പം പട്ടിണി മാത്രം എന്നും സമ്പത്താ യുള്ള ഒരു കുടുംബവും. കുഞ്ഞയ്യപ്പൻ വിപ്ലവ രാഷ്ട്രീയപ്രസ്ഥാനത്തിൽ ജീവിതമർപ്പിച്ച ഒരു പ്രവർത്തകൻ. താനൊരു രാഷ്ട്രീയക്കുഞ്ഞാടായി മാറു ന്നത് കുഞ്ഞയ്യപ്പന് വൈകിപ്പോലും അറിയാൻ കഴിഞ്ഞില്ല!

ഒരു കമ്യൂണിസ്റ്റുകാരനായത് കുഞ്ഞയ്യപ്പന് അഷ്ടിക്ക് വക നല്കി ക്കൊണ്ടിരുന്ന ജോലി നഷ്ടപ്പെടുത്തിയിടം മുതലാണ് ശേഷക്രിയ തുട ങ്ങുന്നത്. ആ പിരിച്ചുവിടൽ കുഞ്ഞയ്യപ്പന്റെ വിശ്വാസത്തിൽ വിള്ളലേതും വീഴ്ത്തിയില്ല. പാർട്ടിയിലെ അടിയുറപ്പുണ്ടല്ലോ അത് കുഞ്ഞയ്യപ്പനിലുമു ണ്ടായിരുന്നു. കുടിലിനുള്ളിലെ കൊടും പട്ടിണിയും രോഗദുരിതങ്ങളും ഒരു സമൂഹത്തിന്റെയാകെ വ്യഥയായി കണ്ട കുഞ്ഞയ്യപ്പന്റെ മനസ്സ് ഒരു പുതിയ വെളിച്ചത്തിനുവേണ്ടി ദാഹിക്കുകയായിരുന്നു. കിട്ടിയ ജോലി യെല്ലാം നഷ്ടമായി പുറത്തിറങ്ങിയ കുഞ്ഞയ്യപ്പന് പാർട്ടി തന്നെ ഒരഭയം നല്കി. പാർട്ടി ഓഫീസിലൊരു ജോലി. അവിടെയും കുഞ്ഞയ്യപ്പനു നില്ക്കാൻ കഴിഞ്ഞില്ല. തന്റെ ജീവിതവും തത്ത്വശാസ്ത്രവും ക്രൂശിക്ക പ്പെടുന്നത് പാർട്ടി ഓഫീസിലിരുന്നു നേരിൽക്കണ്ടപ്പോൾ കുഞ്ഞയ്യപ്പൻ പൊട്ടിത്തകർന്നു. രാഷ്ട്രീയ നേതൃത്വം പതിനായിരങ്ങളെ വഞ്ചിക്കുന്നത് തകർന്ന ഹൃദയവുമായി നോക്കിക്കാണുന്ന കുഞ്ഞയ്യപ്പൻ, ഈ തലമുറ യുടെയാകെ പ്രതീകമാണ്. സുകുമാരൻ ഒരു നോവലിലൂടെ കരുപ്പിടിപ്പി ച്ചെടുത്ത കുഞ്ഞയ്യപ്പൻ, ജോൺ സാമുവലിന്റെ കൈകളിൽ ഭദ്രമായി,

ശേഷക്രിയയിലെ ഈ നായകൻ ചെറുപ്പക്കാരുടെയാകെ സഹതാപവും കാരുണ്യവും നേടിയെടുക്കുമെന്നതു തീർച്ചയാണ്. ജോൺ സാമുവലിലെ നടനെ കണ്ടെത്താൻ *ശേഷക്രിയ*യിലെ കുഞ്ഞയ്യപ്പനു കഴിഞ്ഞിരിക്കുന്നു. *യാഗ*ത്തിൽ അതിവിപ്ലവകാരിയായിരുന്നെങ്കിൽ, ശേഷക്രിയയിൽ വിപ്ലവ നേതൃത്വം തലച്ചോറിൽ വിശ്വാസം കുത്തിനിറച്ച് ജീവിതം ചണ്ടിയാക്കപ്പെട്ട ഒരു സാധാരണ പ്രവർത്തകനായി മാറി, ജോൺ സാമുവൽ.

തീർന്നില്ല. പിന്നീട് ജോൺ സാമുവലിന് അഭിനയിക്കാൻ കിട്ടിയ കഥാപാത്രവും വിപ്ലവപ്രസ്ഥാനത്തിൽപ്പെട്ടയാളാണ്. ശ്രീകുമാരൻതമ്പിയുടെ *ഇടിമുഴക്ക*ത്തിലെ കിട്ടൻ. ഈ പുലയക്കിടാത്തൻ തന്റെ പെങ്ങളുടെ ജീവിതം മാടമ്പികൾ കശക്കിയെറിയുന്നതു കണ്ട് കത്തിജ്വലിച്ചു. ഫ്യൂഡൽ വ്യവസ്ഥിതിക്കെതിരെ ഒരു ഗ്രാമമൊന്നാകെ ഇളകി. കിട്ടൻ ഉൾപ്പെടെ അഞ്ചു യുവാക്കൾ ആ സമരനിരയുടെ മുന്നണിപ്പോരാളികളായി.

അഭിനയിച്ച ചിത്രങ്ങളിലെ കഥാപാത്രങ്ങളെല്ലാം ജോൺ സാമുവലിന്റെ മനസ്സിന് ഇണങ്ങുന്നതായിരുന്നോ എന്ന ചോദ്യത്തിന് അതെ എന്ന് ആത്മധൈര്യത്തോടെ ഈ ചെറുപ്പക്കാരൻ മറുപടി പറയുന്നു. അതിന് കാരണവും നിരത്തിവയ്ക്കാനുണ്ട്. "എനിക്ക് സിനിമയിൽ അഭിനയിക്കാൻ മാത്രമാണ് മോഹമെങ്കിൽ ഇതിനകം എത്ര ചിത്രങ്ങളിൽ വേണമെങ്കിലും അഭിനയിക്കാമായിരുന്നു. അതു മാത്രമല്ല എന്റെ ലക്ഷ്യം. അഭിനയത്തിന് പുതിയ മാനങ്ങൾ കണ്ടെത്തുകയും മനസ്സിനിണങ്ങുന്ന കഥാപാത്രങ്ങളായി ജീവിക്കുകയുമാണ് ഞാൻ താലോലിക്കുന്ന 'സങ്കല്പം' " - ജോൺ സാമുവൽ പറഞ്ഞു.

> പഴയ സിനിമക്കാരെ ചവിട്ടിമെതിച്ചുകൊണ്ട് ഒരു പുതിയ സിനിമാ സംസ്കാരം കണ്ടെത്തുക എന്നതിനോട് ഞാൻ യോജിക്കുന്നില്ല. നസീറിനെയും മധുവിനെയും ഷീലയേയും ഒക്കെ തള്ളിപ്പറയുന്നതിൽ എന്തുകാര്യം? അവർ നമ്മുടെ മലയാള സിനിമയുടെ വളർച്ചയുടെ പടവുകളിലെ നിർണ്ണായകശക്തികൾ തന്നെയാണ്. *മുറപ്പെണ്ണി*ലെയും *ഇരുട്ടിന്റെ ആത്മാവിലെ*യും നസീറിന്റെ അഭിനയം പുതിയ തലമുറയ്ക്ക് എങ്ങനെ മറക്കാനാവും? *ചെമ്മീനി*ലെ മധുവിന്റെ പരീക്കുട്ടി നമ്മുടെയൊക്കെ മനസ്സിൽ ഇന്നും ജീവിക്കുന്നു, ഒരു ദുഃഖമായി ഒരോർമ്മയായി. ഇത് പുതിയ സിനിമക്കാർ ഒരു പാഠമായിക്കാണണം. ഒരു പന്തത്തിൽനിന്ന് ആയിരം പന്തങ്ങൾ കൊളുത്തിപ്പടർത്താനാണ്- യുവസിനിമക്കാർ നേതൃത്വം നല്കേണ്ടത്.

ജോൺ സാമുവൽ പറയുന്നു. നാടകവേദികളിൽനിന്നും അഭിനയം ഉറപ്പിച്ചെടുത്ത ജോൺ സാമുവൽ ഭാഗ്യങ്ങളുടെ ഉയരങ്ങളിലെത്താൻ അർഹതയുള്ള നടൻതന്നെയാണ്. അംഗീകാരം അത്ര വളരെ അകലെയുമല്ല.

(ആഗസ്ത് - 1980)

13 സാമൂഹ്യക്രമത്തിൽ 'ആദ്യഫല'ത്തിന്റെ പ്രസക്തി ഭൗതികഘടകങ്ങളെ അടിസ്ഥാനപ്പെടുത്തിയുള്ളതാണെങ്കിൽ ഫലപ്രാപ്തി വിലയിരുത്തപ്പെടുന്നത് അതിന്റെ ആത്മീയാംശങ്ങൾ ഉൾക്കൊണ്ടുകൊണ്ടാവും. കണ്ണിനു മുന്നിലെത്തുന്ന ഭൗതിക സാഹചര്യത്തിനുപരിയായി ആത്മാവുമായി ബന്ധപ്പെട്ടുള്ള വിശകലനത്തിനാണ് പ്രാമുഖ്യം എന്നർത്ഥം. ഭൗതിക സാഹചര്യത്തിന്റെ ഉപഭോക്താവായി മറ്റൊരാൾകൂടി എത്തുമ്പോൾ ആത്മാവുമായി ബന്ധപ്പെടുത്തിയുള്ളത് സ്വകീയാനുഭവമായി തുടരും.

നട്ടുവളർത്തിയ ചെടിയിൽ ആദ്യപൂവ് വിരിയുമ്പോൾ ഉണ്ടാകുന്ന ആനന്ദം, വളമിട്ട് വെള്ളമൊഴിച്ച് വളർത്തിയ ഫലവൃക്ഷം പൂത്തു കായ്ച്ച് ആദ്യഫലം നല്കുമ്പോഴുള്ള ആഹ്ലാദം, ആദ്യ ജാതന്റെ പിറവി നല്കുന്ന സായൂജ്യം... ഇതൊക്കെ ഭൗതികാഹ്ലാദങ്ങൾക്കപ്പുറത്തായി മനസ്സിനെ തരളിതമാക്കുന്ന വികാരങ്ങളാണ്. അത് ആത്മാവിന്റെ ആഹ്ലാദമാണ്. ഉന്മാദമാണ്. മനസ്സിൽനിന്ന് ഒരിക്കലും മായാത്ത തുടിപ്പുകൾ.

ആദ്യമായ എന്തും അവിസ്മരണീയമാവും. ആദിയിലെ വചനം. ആദ്യപാപം. ആദ്യത്തെ പക. ആദ്യത്തെ ചതി. ആദ്യ പ്രണയം. ആദ്യ ചുംബനം. ആ ആദ്യാനുഭവങ്ങൾ വ്യക്തിയുടെയും ചരിത്രത്തിന്റെയും ഭാഗമായിത്തീരുന്നു. കാർഷികവൃത്തിയിൽനിന്നുള്ള ആദ്യഫലങ്ങൾ ദേവനോ ദേവിക്കോ കാഴ്ചയായി അർപ്പിക്കുക വഴി നമ്മുടെ സാംസ്കാരിക ജീവിതത്തിൽ സമൃദ്ധിയുടെ വായ്ത്താരികളായി അവ മാറി. ഒരു കലാകാരന്റെ കലാജീവിതത്തെ കരുപ്പിടിപ്പിക്കുന്നതിൽ ആദ്യ സൃഷ്ടിക്ക് സൂക്ഷ്മവും നിർണ്ണായകവുമായ സ്ഥാനമാണുള്ളത്.

ആരും ഹൃദയത്തിൽ സൂക്ഷിക്കുന്നയാവും ആദ്യാനുഭവം. ആദ്യകഥ, ആദ്യ കവിത, ആദ്യ നോവൽ, ആദ്യ ചിത്രം ആദ്യ സിനിമ, ആദ്യ നാടകം ഒന്നും പതിരായിപ്പോകരുതെന്നു മാത്രം.

ഇറ്റലിയിലെ കാൻസാസ് നഗരത്തിൽ ഒരു പത്രറിപ്പോർട്ടറായിരുന്നതിനുശേഷം യുദ്ധകാലത്ത് റെഡ്ക്രോസിന്റെ ആംബു

ലൻസ് ഡ്രൈവറായി സേവനമനുഷ്ഠിച്ച ഏണസ്റ്റ് ഹെമിങ്‌വേ തന്റെ ആദ്യ നോവലിന്റെ പിറവിയുടെ ഓർമ്മ പങ്കുവയ്ക്കുന്നത് ഏറെ ആഹ്ലാദത്തോടെയാണ്. യുദ്ധാനന്തരം വിവാഹിതനായി എന്തെങ്കിലും കൃഷിപ്പണി ചെയ്തു ജീവിക്കണമെന്ന ആഗ്രഹത്തോടെ നാട്ടിലേക്കു മടങ്ങിയ ഹെമിങ്‌വേ കൂട്ടുകാരനുമൊത്ത് കാളപ്പോരു കാണാൻ സ്പെയിനിലേക്ക് ഒരു യാത്ര നടത്തി. എന്തെങ്കിലും എഴുതണമെന്ന് ഏറെക്കാലമായുള്ള ആഗ്രഹത്തിനുമേൽ ഒരു തീപ്പൊരിയായി വീണത് ആ യാത്രയും, ഒപ്പമുണ്ടായിരുന്ന കൂട്ടുകാരും, കാളപ്പോരിന്റെ ആവേശവുമായിരുന്നു. ഒരു വർഷം കൊണ്ട് അങ്ങനെ ഹെമിങ്‌വേ തന്റെ ആദ്യ നോവൽ എഴുതിപ്പൂർത്തിയാക്കി - *ദി സൺ ആൾസോ റൈസ്* എഴുത്തുകാരനെന്ന നിലയ്ക്ക് ഹെമിങ്‌വേക്ക് അംഗീകാരം നേടിക്കൊടുത്ത കൃതി.

പതിനഞ്ചാം നൂറ്റാണ്ടിൽ യൂറോപ്പിൽ ചിത്രകലയുടെ പ്രതീകമായി വാഴ്ത്തപ്പെട്ട "ബർത്ത് ഓഫ് വീനസ്" വരയ്ക്കുന്നതിന് പത്തുകൊല്ലം മുമ്പാണ് സാന്ദ്രേ ബോത്തിസെല്ലി "ഫോർറ്റിട്യൂഡ്" എന്ന ചിത്രവുമായി രംഗത്തുവന്നത്. സഹനശക്തി, ആത്മനിയന്ത്രണം, വിവേകം, നീതി എന്നീ നാല് ഭൗതിക ധർമ്മങ്ങൾ ഇഴചേർന്ന ചിത്രം സാന്ദ്രേ വരച്ചു തീർത്തപ്പോൾ ഫ്ളോറൻസിലെ പ്രധാന കോടതിമുറിയെ അലങ്കരിക്കുവാനായി അതു തെരഞ്ഞെടുക്കപ്പെട്ടു. ക്രിസ്തീയ ധർമ്മങ്ങളായ വിശ്വാസം, പ്രത്യാശ, അനുകമ്പ എന്നിവയുടെ പ്രതീകമായ ചെങ്കോലുമേന്തി സിംഹാസനത്തിൽ ഇരിക്കുന്ന ഒരു യുവതിയെയാണ് സാന്ദ്രേ നിറക്കൂട്ടുകളിൽ പകർത്തിയത്. ബർത്ത് ഓഫ് വീനസിനെക്കാൾ മനസ്സുകൊണ്ട് ഇഷ്ടപ്പെടുന്നത് ഫോർറ്റിട്യൂഡ് ആണെന്ന് ചിത്രകാരി സാക്ഷ്യപ്പെടുത്തുന്നു.

ഏതു കലാകാരന്റെയും എഴുത്തുകാരന്റെയും ആദ്യ സൃഷ്ടിക്കു പിന്നിൽ അത്തരമൊരു കഥയുണ്ടാവും. രചനാപരമായൊരു സൗന്ദര്യബോധവുമായി അതിനു ബന്ധമുണ്ടാവണമെന്നില്ല. അവനെ രസിപ്പിച്ചൊരനുഭവമാവും അത്. അല്ലെങ്കിൽ പ്രേരണയായിത്തീർന്നൊരനുഭവം. ആദ്യ കഥയെഴുത്തിനു പിന്നിൽ എനിക്കും അത്തരമൊരു അനുഭവമുണ്ട്. ഒരു പതിനാറുകാരന്റെ അനുഭവം...

"എന്റെ ആദ്യത്തെ കഥ" എന്ന മനോരമ വാരികയിലെ പരമ്പരയിൽ എഴുതിയത്.

കടലാസു
പൂക്കൾ

ശാസ്താംകോട്ടയുടെ പ്രശസ്തി അറുപതുകളുടെ മദ്ധ്യംവരെ രണ്ട് കാര്യങ്ങളിലായിരുന്നു.

ഒന്ന്- വാനരപ്പട

രണ്ട് - വെള്ളിക്കൊലുസുപോലെ ചുറ്റിക്കിടക്കുന്ന ശുദ്ധജലതടാകം.

ശാസ്താംകോട്ടയുടെ ഗ്രാമഭംഗിയുടെ ഈ ഘടകങ്ങളെ ഒരു കൊളു

ത്തുപോലെ വിളക്കിച്ചേർത്തുകൊണ്ട് ഒരു കലാലയം ഉയർന്നുവന്നത്. അറുപതുകളുടെ ഉത്തരാർദ്ധത്തിലാണ്. ശുദ്ധജലതടാകം കിന്നരി ചാർത്തുന്ന കുന്നിൻനിറുകയിൽ, അന്തരീക്ഷത്തിന്റെ കാര്യത്തിൽ ഒരു പക്ഷേ, ലോകത്ത്, ഏതെങ്കിലുമൊരു കലാശാലയ്ക്ക് അവകാശപ്പെടാനാവാത്ത ശാന്തതയും സുഭഗതയും നിറഞ്ഞ ദേവസ്വം ബോർഡ് കോളേജ്.

അന്നും കുന്നിൻപുറത്ത് വീശിയടിക്കുന്ന കാറ്റിനു സുഗന്ധവും കുളിർമ്മയുമുണ്ടായിരുന്നു. ആ കാറ്റിൽ ശാസ്താംപാട്ടിന്റെ മർമ്മരമുണ്ടായിരുന്നു.

കാറ്റിന്റെ കുളിർമ്മയും, കാറ്റിന്റെ താളവും പറങ്കിമാവിൻതോട്ടത്തിന്റെ ഈറൻതണലിൽ ഹൃദ്യമായ ഉച്ചയുറക്കത്തിനു കിടക്കയൊരുക്കുന്നത് അനുഭവിച്ചു മാത്രമറിയേണ്ടുന്ന സുഖമാണ്.

കോളേജ് വളരെ പെട്ടെന്നാണ് കേരളത്തിന്റെ സാഹിത്യ സാംസ്കാരിക രംഗങ്ങളിൽ പ്രശസ്തമാവാൻ തുടങ്ങിയത്. സർഗ്ഗധനനായ ജി ശങ്കരപ്പിള്ള സാർ മലയാള വിഭാഗത്തിന്റെ തലവനായി നിയമിതനായതുമുതല്ക്കായിരുന്നു അത്.

നാടകക്കളരിപ്രസ്ഥാനത്തിന് തുടക്കംകുറിച്ചത് ശാസ്താംകോട്ട കുന്നിൻമുകളിലാണ്. എൻ കൃഷ്ണപിള്ള, സി എൻ ശ്രീകണ്ഠൻനായർ, എം ഗോവിന്ദൻ, അടൂർ ഗോപാലകൃഷ്ണൻ, ജി അരവിന്ദൻ, എം വി ദേവൻ, മധു, രാമാനുജം, പ്രാക്കുളം ഭാസി, ഭരത്ഗോപി, കൊച്ചു നാരായണപിള്ള തുടങ്ങിയ പ്രഗത്ഭരുടെ നിരതന്നെയുണ്ടായിരുന്നു കളരിയിൽ കൂട്ടത്തിൽ പ്രീഡിഗ്രി രണ്ടാംവർഷ വിദ്യാർത്ഥിയായിരുന്ന ഞാനും.

ശങ്കരപ്പിള്ളസാർ ഈ കളരിയിൽവച്ച് എന്നെ ശ്രദ്ധിക്കുവാൻ തുടങ്ങിയെന്നു പിന്നീടാണറിഞ്ഞത്. അതിനും നാലോ അഞ്ചോ വർഷംമുമ്പ് ശങ്കരപ്പിള്ള സാർ *മനോരമ* വാർഷികപ്പതിപ്പിലെഴുതിയ 'ബെഡ് നമ്പർ 15' എന്ന ലഘുനാടകം ഞങ്ങളുടെ സംഘം അക്കൊല്ലത്തെ കോളേജ് വാർഷികത്തോടനുബന്ധിച്ചുള്ള നാടകമത്സരത്തിൽ അവതരിപ്പിച്ചു. പ്രധാന കഥാപാത്രത്തെ അവതരിപ്പിച്ച ഞാൻ മികച്ച നടനായി തെരഞ്ഞെടുക്കപ്പെട്ടതിനു പുറമേ മികച്ച അവതരണത്തിനും സംവിധാനത്തിനും രംഗസംവിധാനത്തിനുമുള്ള അവാർഡുകളും ഞങ്ങളുടെ സംഘം നേടി.

നാടകക്കളരിയിലെ പ്രവർത്തനവും, സ്റ്റേജിലെ പ്രകടനവും കണ്ട ശങ്കരപ്പിള്ളസാർ അദ്ദേഹത്തിന്റെ സ്വകാര്യശേഖരത്തിലെ സാഹിത്യ സംബന്ധിയായ ഒട്ടേറെ പുസ്തകങ്ങൾ വായിക്കുവാൻ തന്നു.

കോളേജിൽ സാഹിത്യ മത്സരങ്ങൾ സംഘടിപ്പിക്കുന്നതിനു നേതൃത്വം നല്കിയതും ശങ്കരപ്പിള്ളസാറായിരുന്നു. അടുത്തവർഷം സാഹിത്യമത്സരങ്ങളുടെ സമയമായപ്പോൾ സാർ ചോദിച്ചു.

"താൻ ഏതിനത്തിലാ ചേരുന്നത്?"

സാഹിത്യം വായിക്കുക മാത്രമല്ലാതെ ഒരു വരിയെങ്കിലും എഴുതി

യിട്ടില്ലാത്ത എന്റെ മുഖത്തെ പതർച്ച കണ്ടാവണം സാർ തന്നെ ഇന ങ്ങൾ നിശ്ചയിച്ചു.

ചെറുകഥ, കവിതാപാരായണം.

താളം തെറ്റിച്ചതുകൊണ്ടോ ഈണത്തിൽ ചൊല്ലാനുള്ള കെല്പി ല്ലാത്തതുകൊണ്ടോ കവിതാപാരായണത്തിൽ സമ്മാനം ലഭിച്ചില്ല.

ചെറുകഥാ മത്സരത്തിന്റെ ഫലം ഒരാഴ്ച വൈകിയേ അറിയൂ.

കോളേജിലെ ആ ക്ലാസ് മുറിയിലിരുന്നനുഭവിച്ച സർഗ്ഗനൊമ്പര ത്തിന്റെ ചീളുകൾ ഇന്നും ഓർമ്മയിൽ തറച്ചുനില്ക്കുന്നു.

കഥാമത്സരത്തിന്റെ വിഷയം ഒരു തലക്കെട്ടാണ്-കടലാസുപൂക്കൾ.

ഒരു മണിക്കൂറിനുള്ളിൽ കഥ പൂർത്തിയാക്കി ഏല്പിക്കണം. ഇരുപ തോളംപേർ കടലാസു പൂക്കൾ വിരിയിച്ച് ചെറുകഥാകൃത്തുക്കളായി വില സുവാൻ കൊണ്ടുപിടിച്ചെഴുത്തു തുടങ്ങി. വളരെ ലാഘവത്തോടെ മത്സ രത്തെ കണ്ടതുകൊണ്ടാവാം എഴുതിത്തുടങ്ങാൻ ബുദ്ധിമുട്ടുണ്ടായിരു ന്നില്ല.

ഒരു നിമിഷം ചിന്തിച്ചു.

അന്തരീക്ഷം കോളേജ്. കോളേജിനിണങ്ങുന്ന വിഷയം പ്രണയമാ ണല്ലോ. പ്രണയം ദുരന്തത്തിൽ കലാശിക്കുമ്പോൾ സംഗതി കലക്കുമെന്ന ചിന്ത വളരെ പെട്ടെന്ന് കഥയുടെ ആദ്യവാക്ക് പേനത്തുമ്പിലെത്തിച്ചു. കഥയെഴുതി അവസാനിപ്പിച്ചത് ഇപ്പോഴും ഓർക്കുന്നു..

എല്ലാം എല്ലാം കടലാസുപൂക്കൾ മാത്രമായിരുന്നു..

ഒരാഴ്ചത്തെ കാത്തിരിപ്പിനുശേഷം ഫലപ്രഖ്യാപനം. ഒന്നാം സമ്മാനം എനിക്ക്. പിന്നീടറിഞ്ഞു മാർക്കിട്ടതും സ്ഥാനങ്ങൾ നിർണ്ണയി ച്ചതും ശങ്കരപ്പിള്ള സാറായിരുന്നു. ഒപ്പം തുമ്പമൺ രവിസാറും.

അപ്പോൾ മാത്രമാണ് എനിക്ക് എന്നെ, എന്നിലെ കഥാകാരനെ വിശ്വ സിക്കാനായത്. പിന്നീട് കഥയെഴുതുവാനുള്ള ആത്മവിശ്വാസം നല്കി യതും ആ വിശ്വാസമായിരുന്നു - പിന്നെയെഴുതിയ കഥകളെക്കുറിച്ച് കാണുമ്പോഴൊക്കെ തുറന്ന് അഭിപ്രായം പറയാൻ ശങ്കരപ്പിള്ളസാർ മടി ച്ചിരുന്നില്ല. ദൂരദർശനിൽ പ്രൊഡ്യൂസറായി തെരഞ്ഞെടുക്കപ്പെട്ട വിവരം അറിയിച്ചപ്പോൾ മറുപടി വന്നു.

"എഴുത്തു മുടക്കരുത്. കടലാസുപൂക്കളുടെ 'സുഗന്ധം' നഷ്ടപ്പെടാ തിരിക്കുവാൻ ശ്രമിക്കണം..."

ഒരു തേങ്ങലായി ആ വരികൾ ഇന്നും മനസ്സിൽ.. ശങ്കരപ്പിള്ള സാർ നമ്മെ വിട്ടുപോയ പുതുവർഷദിനത്തിന്റെ ആവർത്തനങ്ങളിൽ തേങ്ങലും ആവർത്തിക്കുന്നു...

(ജൂലൈ - 1992)

14

ആദ്യകാല മലയാളസിനിമകളുടെ ടൈറ്റിലുകളിൽ 'തിരനാടകം' എന്നൊരു കാർഡുണ്ടായിരുന്നു. അന്ന് സിനിമയ്ക്കടിസ്ഥാനമായ കഥ തിരനാടകമായിട്ടാണ് അറിയപ്പെട്ടിരുന്നത്. പുരാണങ്ങളെയും ഇതിഹാസങ്ങളെയും ഉപജീവിച്ചായിരുന്നു ഏറിയ പങ്ക് സിനിമകളും. സാമൂഹ്യകഥകൾ സിനിമയായപ്പോഴും തിരനാടകം തുടർന്നു. കഥയെഴുത്തുകാരൻ ആവണമെന്നില്ല തിരനാടകം രചിക്കുക. സംവിധായകനുമല്ലാതെ പലപ്പോഴും മൂന്നാമതൊരാളാവും അതു നിർവ്വഹിക്കുക. അക്കാലത്ത് തിരനാടകം വെള്ളിത്തിരയിലെ നാടകം തന്നെയായിരുന്നു.

കഥ, തിരക്കഥ, സംഭാഷണം എന്ന ടൈറ്റിൽ വന്നു തുടങ്ങുന്നത് മലയാള സിനിമയുടെ വളർച്ചയിലെ ശ്രദ്ധേയ ഘട്ടത്തോടെയാണ്. സ്ക്രീൻ പ്ലേ എന്ന തിരനാടകം തിരക്കഥയായി മാറിയത് പ്രമുഖ സാഹിത്യകാരന്മാർ രംഗപ്രവേശം ചെയ്തതോടെയാണ്. പി ഭാസ്കരൻ, മുട്ടത്തുവർക്കി, തോപ്പിൽ ഭാസി, എസ് എൽ പുരം സദാനന്ദൻ, പി ജെ ആന്റണി എന്നിവർക്കുശേഷം എം ടി വാസുദേവൻനായരിൽ എത്തുന്നതോടെ തിരക്കഥയ്ക്കായി പ്രാമുഖ്യം. ലക്ഷണമൊത്ത തിരക്കഥയെന്ന വിശേഷണമാരംഭിക്കുന്നത് എം ടിയുടെ രചനകളിലൂടെയാണ്. അടൂർ ഗോപാലകൃഷ്ണനും കെ ജി ജോർജും തിരക്കഥയുടെ മർമ്മം കണ്ടറിഞ്ഞ ചലച്ചിത്രകാരന്മാരായിരുന്നു. സി രാധാകൃഷ്ണനും ശ്രീകുമാരൻ തമ്പിയും മികച്ച തിരക്കഥകളുമായി എത്തിയപ്പോൾ വെള്ളിത്തിരയിലെ നാടകം 'കഥചൊല്ലലായി' മാറി. കഥയും തിരക്കഥയും സംഭാഷണവും ചേർന്ന് ഒറ്റവാക്കിൽ രചന എന്ന ആകത്തുകയുമായി. സംഭാഷണത്തേക്കാൾ ദൃശ്യത്തിനാണ് പ്രാധാന്യമെന്ന് അവർ കാട്ടിത്തന്നു.

പിന്നീടാണ് പി പത്മരാജൻ എന്ന കഥാകാരന്റെ രംഗപ്രവേശം. *പ്രയാണം* എന്ന ഭരതൻ ചിത്രത്തിന് തിരക്കഥയെഴുതിക്കൊണ്ട്. വ്യത്യസ്തമായിരുന്നു പത്മരാജന്റെ വഴി. സിനിമ എന്ന കച്ചവടരൂപത്തെ കലയോട് അടുപ്പിക്കുവാനുള്ള ബോധപൂർവ്വമായ ശ്രമം അദ്ദേഹത്തിൽ നിന്നുണ്ടായി. എം ടി തുടങ്ങിവെച്ചത്

പൂർത്തിയാക്കുകയാണെന്നതുപോലെ അദ്ദേഹം സംവിധാനം ചെയ്ത *പെരുവഴിയമ്പലം, ഒരിടത്തൊരു ഫയൽവാൻ* എന്നിവയൊഴികെ മറ്റെല്ലാ സിനിമകളും ജനപ്രീതിയുടെ അളവുകോലുകൊണ്ടുകൂടി അളക്കാവുന്ന വയായിരുന്നു. ഒപ്പം കലാപരമായ മൂല്യത്തിന്റെ കാര്യത്തിൽ ഒരു വിട്ടു വീഴ്ചയ്ക്കും തയ്യാറായിരുന്നില്ല ആ ചലച്ചിത്രകാരൻ.

ആകാശവാണിയിൽ സഹപ്രവർത്തകരായിരുന്ന ഞങ്ങൾക്കിടയിൽ അസാധാരണമായ ഒരു സൗഹൃദമുണ്ടായിരുന്നു. പ്രക്ഷേപണത്തിന്റെ ആദ്യപാഠങ്ങൾ ചൊല്ലിത്തന്നത് അദ്ദേഹമാണ്. തിരുവിതാംകൂർ റേഡി യോയുടെ കാലം മുതല്ക്കേ അനൗൺസർമാരായിരുന്ന ഇന്ദിരാ പൊതു വാൾ (പിന്നീട് ഇന്ദിരാജോസഫ്), പറവൂർ സഹോദരിമാരായ ശാരദാ മണി, രാധാമണി എന്നിവരും പിന്നീടെത്തിയ കെ പി ഉദയഭാനുവും തിരു വിഴാജയശങ്കറും, നടൻ സോമശേഖരൻ നായരും പിന്നെ പത്മരാജനും നീണ്ട കാലത്തിനുശേഷം ആകാശവാണിയിൽ അനൗൺസർമാരായെ ത്തിയ മൂവർ സംഘത്തിന് (എനിക്കൊപ്പം വേണു നാഗവള്ളിയും സുമം ഗലാദേവിയും) ആദ്യപാഠങ്ങൾ പറഞ്ഞുതന്നു. ഒരുപക്ഷേ, സാഹിത്യ ത്തിലുള്ള താല്പര്യമാവണം പത്മരാജനുമായി കൂടുതൽ അടുക്കാൻ കാരണം. *നക്ഷത്രങ്ങളെ കാവൽ* എന്ന നോവലിന്റെ വായനയിലൂടെയാണ് പത്മരാജൻ എന്ന എഴുത്തുകാരൻ അനേകർക്കൊപ്പം എനിക്കും പ്രിയങ്ക രനായത്.

അനൗൺസ്മെന്റ് ചുമതലകൾക്കിടയിൽ വീണു കിട്ടുന്ന സമയത്ത് ഞങ്ങൾ കഥകളെപ്പറ്റി സംസാരിച്ചു. പുതിയ പുസ്തകങ്ങളെപ്പറ്റി സംസാ രിച്ചു. സിനിമയെപ്പറ്റി സംസാരിച്ചു. അങ്ങനെ എന്റെ വിളിപ്പേരായ 'സണ്ണി' എന്നു വിളിക്കുന്ന നിലയിലേക്കു അടുപ്പം വളർന്നു. അദ്ദേഹം എനിക്ക് പപ്പേട്ടൻ ആയി. അപ്പോഴേക്ക് മലയാളത്തിലെ എണ്ണപ്പെട്ട തിരക്കഥാകൃത്തായി അദ്ദേഹം മാറിയിരുന്നു. *പെരുവഴിയമ്പല*ത്തിലൂടെ സംവിധായകനാവുകയും ചെയ്തു.

*പെരുവഴിയമ്പല*ത്തെപ്പറ്റിയും പപ്പേട്ടനെപ്പറ്റിയും ഓർക്കുമ്പോ ഴൊക്കെ ഏറെ കൗതുകകരമായ ഒരു ചോദ്യം മനസ്സിൽ ഉയർന്നുവരാ റുണ്ട്:

"ഞാനില്ലായിരുന്നെങ്കിൽ *പെരുവഴിയമ്പലം* എന്ന സിനിമ ഉണ്ടാകു മായിരുന്നോ?"

വിഡ്ഢിത്തവും ഒപ്പം അഹന്തയും നിറഞ്ഞ ആ ചോദ്യം അർത്ഥ രഹിതമായൊരു ചെറുചിരിയാണ് ഉയർത്താറുള്ളത്. മലയാള സിനിമ പത്മ രാജന് ചുറ്റുമായിരുന്ന അക്കാലത്ത് നിശ്ചയമായും *പെരുവഴിയമ്പല*ത്തി ലൂടെത്തന്നെ അദ്ദേഹം സംവിധായകനാകുമായിരുന്നു. അന്നത്തെ പ്രമുഖ നിർമ്മാതാക്കളിലാരോടെങ്കിലും തന്റെ നിശ്ചയം അറിയിക്കേണ്ട താമസ മേയുള്ളൂ.

പക്ഷേ, പ്രേംപ്രകാശ് തന്നെ ആ ചിത്രം നിർമ്മിക്കണമെന്ന് ആരോ തീരുമാനിച്ചിരുന്നു. ഞാൻ തന്നെ അദ്ദേഹത്തെ പപ്പേട്ടന് പരിചയപ്പെടു ത്തണമെന്നും ആ ആൾ തീരുമാനിച്ചിരുന്നു. ആദ്യ വരവിൽ തന്നെ പ്രേംപ്ര കാശിനെ സ്കൂട്ടറിനു പിറകിൽ കയറ്റി പൂജപ്പുരയിൽ ഡോ. പൈ റോഡി

ലുള്ള പപ്പേട്ടന്റെ വാടകവീട്ടിൽ എത്തിച്ചിരുന്നില്ലെങ്കിൽ അങ്ങനെയൊക്കെ സംഭവിക്കുമായിരുന്നോ? രണ്ടാമതെത്തിയപ്പോൾ പ്രേംപ്രകാശ് നിർദ്ദേശിച്ച കഥ ചെയ്യാൻ പപ്പേട്ടന് താല്പര്യമില്ലെന്നു പറഞ്ഞ് വീണ്ടും സ്കൂട്ടറിലേറ്റി പപ്പേട്ടനടുത്തേക്കു പോകാതെ മടക്കി അയച്ചിരുന്നെങ്കിലോ?

ചിലപ്പോൾ പ്രേംപ്രകാശ് മടങ്ങിപ്പോകുമായിരുന്നിരിക്കാം. അല്ലെങ്കിൽ മറ്റൊരു വഴിയിലൂടെ പിന്നീടൊരിക്കൽ പത്മരാജനെ തേടിയെത്തുമായിരുന്നിരിക്കാം. മലയാളത്തിലെ ഏറ്റവും മികച്ച ചിത്രങ്ങളിലൊന്നിന്റെ പിറവിക്ക് തികച്ചും അപ്രധാനമായൊരു പങ്ക് വഹിക്കേണ്ട ദൗത്യം ആരോ എന്നെ ഏല്പിച്ചിരിക്കുന്നുവെന്നത് പക്ഷേ, യാഥാർത്ഥ്യമായിരുന്നു.

ഒരു നിയോഗംപോലെ..........

അതേപ്പറ്റിയാണ് പയ്യന്നൂർ സതീഷ് ബാബുവിന്റെ പനോരമയുടെ ഓണപ്പതിപ്പിലെഴുതിയത്.

പെരുവഴിയമ്പലം
പിറന്ന കഥ

മുപ്പത്തിയാറു വർഷമാകുന്നു *പെരുവഴിയമ്പലം* പ്രദർശനത്തിനെത്തിയിട്ട്. പി പത്മരാജൻ മലയാളത്തിന് സമ്മാനിച്ച ഏറ്റവും മികച്ച ചിത്രങ്ങളിലൊന്ന്. പത്മരാജന്റെ ആദ്യ സംവിധാന സംരംഭം. തൊള്ളായിരത്തിയെഴുപത്തിയഞ്ചു മുതൽ എഴുപത്തിയെട്ടുവരെയുള്ള മൂന്നു വർഷത്തിനുള്ളിൽ *പ്രയാണം, തകര, ഇതാ ഇവിടെവരെ, രാപ്പാടികളുടെ ഗാഥ, വാടകയ്ക്കൊരു ഹൃദയം* എന്നീ തിരക്കഥകളിലൂടെ മലയാളത്തിന് പുതിയൊരു ദൃശ്യഭാഷ്യം സമ്മാനിച്ച പത്മരാജന്റെ സംവിധാന സംരംഭത്തെ ഏറെ പ്രതീക്ഷകളോടെയാണ് മലയാളികൾ കാത്തിരുന്നത്.

ഐസക് ന്യൂട്ടന്റെ കണ്ടുപിടിത്തത്തിന് ആപ്പിൾപ്പഴം ഹേതുവായതുപോലെ പത്മരാജന്റെ ആദ്യ ചിത്രത്തിന്റെ പിറവിക്ക് ചെറിയ തോതിലെങ്കിലും ഞാൻ കാരണക്കാരനാകാൻ ലഭിച്ച ഭാഗ്യത്തെപ്പറ്റി ഓർമ്മിക്കുക രസകരമാകും.

ആ കഥയിലേക്ക്...

അല്ല, യാഥാർത്ഥ്യത്തിലേക്ക്...

പത്രപ്രവർത്തകനിൽനിന്ന് പ്രക്ഷേപകനിലേക്കുള്ള എന്റെ മാറ്റം സംഭവിക്കുന്നത് തൊള്ളായിരത്തിയെഴുപത്തിയഞ്ചിലാണ്. അതിനും മുൻപ് യൂണിവേഴ്സിറ്റി കോളേജിൽ എം എ വിദ്യാർത്ഥി ആയിരിക്കുമ്പോൾ നാടക കലാകാരനായി ആകാശവാണിയിലെത്തിയെങ്കിലും, അനൗൺസറായി ആകാശവാണിയുടെ ഔദ്യോഗിക ഭാഗമാകുമ്പോഴാണ് അതിനുള്ളിലെ സാംസ്കാരികവലയത്തിന്റെ വൈപുല്യം മനസ്സിലാകുന്നത്. അന്ന് കേരളത്തിന്റെ സാംസ്കാരിക രംഗം കൊഴുപ്പിച്ചിരുന്നവരുടെ ഒരു വലിയ സംഘമായിരുന്നു ആകാശവാണിയിൽ. അതിൽ ഏറ്റവും അടുപ്പം കാത്തു സൂക്ഷിച്ചവരിലൊരാളായിരുന്നു പി പത്മരാജൻ. അതിനു

കാരണവുമുണ്ടായിരുന്നു. കഥാകൃത്തെന്ന നിലയിൽ ഏറെ പ്രശസ്തനായ വ്യക്തി. പ്രയാണത്തിന് തിരക്കഥയെഴുതി ആ വർഷമാണ് പത്മരാജൻ സിനിമയിലേക്കു കടക്കുന്നത്. സംവിധായകനെന്ന നിലയിൽ ഭരതന്റെ അരങ്ങേറ്റ ചിത്രം. ലൊക്കേഷനിൽനിന്ന് മടങ്ങിയെത്തുന്ന പത്മരാജൻ *പ്രയാണ*ത്തിന്റെ ഷൂട്ടിങ് വിശേഷങ്ങൾ പറയും. അങ്ങനെ സൗഹൃദ ത്തിന്റെ കുളിർമ്മയിൽ പി പത്മരാജൻ പപ്പേട്ടനായി മാറി. അക്കാലത്താണ് ഞാനും കഥകളെഴുതിത്തുടങ്ങിയത്. *മാതൃഭൂമി, കലാകൗമുദി* തുടങ്ങി യവയിൽ വരുന്ന കഥകളെപ്പറ്റി അഭിപ്രായങ്ങളും ഒപ്പം എഴുത്തിൽ ശ്രദ്ധി ക്കേണ്ട കാര്യങ്ങളുമൊക്കെ ചർച്ച ചെയ്ത് പപ്പേട്ടൻ ശരിക്കുമൊരു ജ്യേഷ്ഠനെപ്പോലെയായി. ഔദ്യോഗിക ബന്ധത്തിനപ്പുറമുള്ള ഒരടുപ്പം. വീട്ടിലെ പേരു ചൊല്ലി വിളിക്കുന്നതുവരെയെത്തിയ അടുപ്പം.

തൊള്ളായിരത്തി എഴുപത്തിയാറിലാണ് മലയാള ചെറുകഥാ സാഹി ത്യത്തിലെ ഏറ്റവും ശ്രദ്ധേയമായ പുസ്തകം ഡി സി ബുക്സ് പുറ ത്തിറക്കുന്നത്. പതിനൊന്നു കഥകൾ. മലയാളത്തിൽ ഒരു വർഷം പുറ ത്തിറങ്ങുന്ന ഏറ്റവും മികച്ച കഥകളുടെ സമാഹാരം. ഏറെ പുതുമയുള്ള പ്രസിദ്ധീകരണമായിരുന്നു അത്. അത്തരമൊരാശയത്തെപ്പറ്റി പപ്പേട്ടനോടു സംസാരിക്കുമ്പോൾ കഥകൾ തെരഞ്ഞെടുക്കുന്നതിലും അതിൽ ചേർക്കു ന്നതിന് പഠനം തയ്യാറാക്കുന്നതിനുമായി കെ പി അപ്പനെ ബന്ധപ്പെടുന്ന തിലും മുൻകൈ എടുത്തത് പപ്പേട്ടനായിരുന്നു. എഡിറ്ററായി ഞാനും. *മലയാള മനോരമ* പത്രാധിപർ കെ എം മാത്യുവിന്റെ പരിചയപ്പെടുത്ത ലിലൂടെ ഡി സി കിഴക്കേമുറിയുമായി പ്രസിദ്ധീകരണത്തെപ്പറ്റി സംസാ രിച്ചു. അത്തരമൊരു പുസ്തകത്തിന്റെ പ്രസക്തി മുൻകൂട്ടി കണ്ട ഡി സി സാർ ഉടനെ പ്രസിദ്ധീകരണമേറ്റെടുത്തു. തുടർച്ചയായി ഏഴു സമാഹാര ങ്ങളാണ് അങ്ങനെ പുറത്തു വന്നത്. വൈക്കം മുഹമ്മദ് ബഷീറിൽ തുടങ്ങി ടി വി കൊച്ചു ബാവ വരെയുള്ള നാല്പത്തിയഞ്ചോളം കഥാകാ രന്മാരുടെ മികച്ച രചനകൾ ഏഴു സമാഹാരങ്ങളിലായി പുറത്തുവന്നു., കെ പി അപ്പൻ, നരേന്ദ്രപ്രസാദ്, എം തോമസ് മാത്യു എം കൃഷ്ണൻ നായർ, ഡോ. കെ എം തരകൻ, വി രാജകൃഷ്ണൻ തുടങ്ങിയവരുടേ തായി ഓരോ സമാഹാരത്തിലും സമകാലീന മലയാളകഥയുടെ ചരിത്ര രേഖകളായി മാറിയ പഠനങ്ങളും.

ഇതിനിടെ പപ്പേട്ടൻ മുഴുവൻ സമയ ചലച്ചിത്രകാരനായി മാറിയി രുന്നു. ആദ്യ മൂന്നു വർഷങ്ങളിൽ തെരഞ്ഞെടുത്ത കഥകളുടെ പിന്നിൽ ഒരു മിച്ചു പ്രവർത്തിച്ചത് കൂടുതൽ അടുക്കുവാനുള്ള സാഹചര്യം സൃഷ്ടിച്ചു. *ഇതാ ഇവിടെ വരെ, വാടകയ്ക്ക് ഒരു ഹൃദയം* എന്നീ ചിത്രങ്ങൾ ജന പ്രീതി നേടിയതോടെ പപ്പേട്ടന് സിനിമയിൽ തിരക്കു കൂടിയ വർഷമായി രുന്നു തൊള്ളായിരത്തി എഴുപത്തിയെട്ട്. അതിനിടയിലാണ് *പെരുവഴിയ മ്പലം മാതൃഭൂമി* ആഴ്ചപ്പതിപ്പിൽ ഖണ്ഡശ്ശ പ്രസിദ്ധീകരിച്ചു തുടങ്ങിയത്.

കൃത്യമായ തീയതി ഓർമ്മയില്ല, തൊള്ളായിരത്തി എഴുപത്തിയെട്ട് സെപ്തംബറിലെ ഒരു ദിവസം അനൗൺസ്മെന്റ് ഡ്യൂട്ടി കഴിഞ്ഞ് വീട്ടി

ലേക്കു മടങ്ങാൻ സ്കൂട്ടർ സ്റ്റാർട്ടു ചെയ്യുമ്പോഴാണ് ഭക്തിവിലാസത്തിന്റെ ഗേറ്റ് കടന്ന് ശുഭ്രവസ്ത്രധാരിയായ ഒരു ചെറുപ്പക്കാരൻ നടന്നുവരുന്നത് കണ്ടത്. നല്ല പരിചയമുള്ള മുഖം. പെട്ടെന്നുതന്നെ തിരിച്ചറിയുകയും ചെയ്തു. ചലച്ചിത്ര നടൻ പ്രേംപ്രകാശ്, കൈയിലൊരു പുസ്തകമുണ്ട്. സ്കൂട്ടറിനടുത്തെത്തുമ്പോൾ പരസ്പരം അഭിവാദ്യം ചെയ്തു. ശിവൻ സംവിധാനം ചെയ്ത യാഗത്തിന്റെ ആദ്യ ഷെഡ്യൂൾ കഴിഞ്ഞ സമയമായിരുന്നു അത്. പ്രസിദ്ധീകരണങ്ങളിൽ വന്ന സ്റ്റില്ലുകളിലൂടെ പ്രേംപ്രകാശ് എന്ന കറിയാച്ചൻ എന്നെയും തിരിച്ചറിഞ്ഞു. ഒപ്പം ആകാശവാണിയിൽ ഇഷ്ടഗാനങ്ങളുടെ അവതാരകൻ എന്ന നിലയിലും.

വൈകുന്നേരം നാലുമണിയോടടുത്ത സമയമാണ്. കുശലപ്രശ്നങ്ങൾക്കൊപ്പം പത്മരാജനെ കാണുകയാണ് തന്റെ യാത്രോദ്ദേശ്യം എന്ന കാര്യം കറിയാച്ചൻ വെളിപ്പെടുത്തി. ഒരു സിനിമാ നിർമ്മിക്കാനുദ്ദേശിക്കുന്നു. തിരക്കഥ പത്മരാജന്റേതാവണം. കൈയിലിരുന്ന പുസ്തകം കാട്ടിക്കൊണ്ട് കറിയാച്ചൻ പറഞ്ഞു:

"നല്ലൊരു ഇംഗ്ലീഷ് നോവലാണ്. ഇതിനെ അടിസ്ഥാനമാക്കി ഒരു സിനിമ" സ്ക്രിപ്റ്റ് അദ്ദേഹം ചെയ്യണം. സംവിധാനം ഐ വി ശശി.

ഡ്യൂട്ടി കഴിഞ്ഞ് ഉച്ചയോടെ പപ്പേട്ടൻ പൊയ്ക്കഴിഞ്ഞിരുന്നു. സാരമില്ല വഴിയുണ്ടാക്കാം എന്നു പറഞ്ഞ് കറിയാച്ചനെ സ്കൂട്ടറിന് പുറകിൽ കയറ്റി പപ്പേട്ടന്റെ വീട്ടിലേക്കു വിട്ടു. അന്ന് പൂജപ്പുരയിൽ ഡോ. പൈ റോഡിലായിരുന്നു പപ്പേട്ടന്റെ താമസം.

പ്രേംപ്രകാശിന് സ്വയം പരിചയപ്പെടുത്തേണ്ടി വന്നില്ല. ചിലരുമായി വളരെപ്പെട്ടെന്ന് സൗഹൃദങ്ങൾ സ്ഥാപിക്കുന്ന കാര്യത്തിലും അതു സൂക്ഷിക്കുകയും തുടരുകയും ചെയ്യുന്നതിലും ഏറെ ശ്രദ്ധിക്കാറുള്ള പപ്പേട്ടൻ വേഗം തന്നെ കറിയാച്ചനുമായി സൗഹൃദത്തിലായി. പുസ്തകം ഏല്പിച്ചുകൊണ്ട് കാര്യങ്ങൾ വിശദീകരിച്ച കറിയാച്ചൻ സ്വയം നിർമ്മിക്കാനുദ്ദേശിക്കുന്ന ആദ്യചിത്രത്തിന് പപ്പേട്ടന്റെ സ്ക്രിപ്റ്റ് ഉറപ്പാക്കിയിട്ടാണ് കോട്ടയത്തേക്കു മടങ്ങിയത്.

ഏറെ സന്തോഷവാനായിരുന്നു കറിയാച്ചൻ. രണ്ടാഴ്ചയ്ക്കുള്ളിൽ ഒരു തീരുമാനം ഉണ്ടാകും. അനുകൂലമായിത്തന്നെ. പപ്പേട്ടന്റെ അടുത്തുതന്നെ എത്തിച്ചതിനുള്ള നന്ദി കരമന വഴി റെയിൽവേ സ്റ്റേഷനിലേക്കുള്ള സ്കൂട്ടർ യാത്രയ്ക്കിടയിൽ ഒന്നിലേറെ തവണ പറഞ്ഞു. ഒപ്പം പപ്പേട്ടനെ കാര്യങ്ങൾ ഓർമ്മിപ്പിക്കാൻ മറക്കരുതേയെന്നും.

രണ്ടാഴ്ച കഴിഞ്ഞ് കറിയാച്ചൻ വരുന്നതിന് മുൻപുതന്നെ പപ്പേട്ടൻ തീരുമാനമെടുത്തു. കറിയാച്ചൻ കൊണ്ടുവന്ന കഥകൊണ്ട് ഒരു തിരക്കഥ എഴുതുന്നതിന് താല്പര്യമില്ല. അടുത്തതായി എഴുതുന്ന തിരക്കഥ സ്വയം സംവിധാനം ചെയ്യുവാനാണ് ഉദ്ദേശിക്കുന്നത്. മനസ്സിൽകൊണ്ടു നടക്കുന്ന സിനിമാ ചിന്തകളുടെ സാർത്ഥകമായ സാക്ഷാൽക്കാരമാണ് ആഗ്രഹിക്കുന്നത്.

അപ്പോൾ?

പെരുവഴിയമ്പലത്തിന്റെ തിരക്കഥയെഴുത്ത് തുടങ്ങുന്നു.

കൂട്ടം തെറ്റിയ കാഴ്ചകൾ
ജോൺ സാമുവൽ

കറിയാച്ചനോടെന്തു പറയും?
താടിയുഴിഞ്ഞുകൊണ്ട് പതിവുള്ള ചിരിയുമായി പപ്പേട്ടൻ മൗനം പാലിച്ചതേയുള്ളൂ.

കൃത്യം രണ്ടാഴ്ച കഴിഞ്ഞപ്പോൾ കറിയാച്ചൻ ആകാശവാണിയിലെത്തി. ആകാശവാണിയിൽ വെച്ച് കാണാനായില്ലെങ്കിൽ ഒരുമിച്ച് വീട്ടിലേക്കു പോകാം എന്നായിരുന്നു ചിന്തിച്ചത്. ഒരു സിനിമാ നിർമ്മാതാവിന്റെ ആശങ്കകളെപ്പറ്റിയും പ്രതീക്ഷകളെപ്പറ്റിയും യാതൊരു ധാരണയുമില്ലാതിരുന്നതിനാൽ കറിയാച്ചനോട് തുറന്നുതന്നെ കാര്യം പറയാൻ സാധിച്ചു.

പപ്പേട്ടന് ആ കഥ ചെയ്യുന്നതിന് താല്പര്യമില്ല. അടുത്ത തിരക്കഥ *പെരുവഴിയമ്പലമാണ്*. അതു സംവിധാനം ചെയ്യുന്നതും പപ്പേട്ടൻ തന്നെയാവും. *മാതൃഭൂമിയിൽ* പ്രസിദ്ധീകരിച്ചുകൊണ്ടിരുന്ന നോവൽ കറിയാച്ചൻ വായിക്കുന്നുണ്ടായിരുന്നു. കറിയാച്ചന്റെ മുഖമൊന്നു വികസിച്ചു. കറിയാച്ചൻ പറഞ്ഞു:

"ജോൺ ആ സിനിമ ഞാൻ നിർമ്മിക്കാം അദ്ദേഹംതന്നെ സംവിധാനം ചെയ്യട്ടെ. നമുക്കൊരുമിച്ചുപോയി സംസാരിക്കാം. ജോൺതന്നെ കാര്യം അവതരിപ്പിക്കണം."

സ്നേഹപൂർവ്വമുള്ള നിർബ്ബന്ധമായിരുന്നു അത്. ആദ്യയാത്രയുടെ ഒരാവർത്തനംകൂടി. കറിയാച്ചനെ സ്കൂട്ടറിനു പുറകിലിരുത്തി വീണ്ടും പപ്പേട്ടന്റെ വീട്ടിലേക്ക്. കറിയാച്ചനെ കണ്ടയുടൻ പപ്പേട്ടൻ പറഞ്ഞു:

"ആ കഥ ശരിയാവില്ല. മാത്രമല്ല വേറൊരു പദ്ധതിയാണ് മനസ്സിലുള്ളത്. സണ്ണി (എന്നെയുദ്ദേശിച്ച്) പറഞ്ഞില്ലേ?"

കറിയാച്ചൻ എന്റെ മുഖത്തേക്കു നോക്കി. കറിയാച്ചന്റെ വാക്കുകൾ ഞാൻ ആവർത്തിക്കുക മാത്രമേ ചെയ്തുള്ളൂ. *പെരുവഴിയമ്പലം* കറിയാച്ചൻ നിർമ്മിക്കും. സംവിധാനം പി. പത്മരാജൻ.

അങ്ങനെ *പെരുവഴിയമ്പലം* എന്ന സിനിമ പിറന്നു. അതിനുശേഷം ഇളം കാറ്റിൽ ഒരില പൊഴിയുംപോലെ ഞാൻ സൗമ്യനായി മാറിനിന്നു. കറിയാച്ചനുമായി പപ്പേട്ടനുള്ള ആഴമേറിയ സൗഹൃദത്തിന്റെ തുടക്കവും അതായിരുന്നു.

സിനിമാഭിനയം ഒരു തൊഴിലായി കണ്ടില്ലെങ്കിലും ഒരു മോഹമായിരുന്ന കാലഘട്ടമായിരുന്നു എന്നെ സംബന്ധിച്ചിടത്തോളം. പിന്നീട്, *യാഗം ശേഷക്രിയ, എലിപ്പത്തായം* എന്നീ ചിത്രങ്ങൾ പൂർത്തിയാക്കി. പക്ഷേ, ഒരു വേഷത്തിനായി ഒരിക്കലും പപ്പേട്ടനെ സമീപിച്ചില്ല. അറിഞ്ഞു തരട്ടെ എന്ന ചിന്തയായിരുന്നിരിക്കണം മനസ്സിൽ. ഒടുവിൽ തരികയും ചെയ്തു. *അരപ്പെട്ട കെട്ടിയ ഗ്രാമത്തിൽ* എന്ന പപ്പേട്ടന്റെ ഏറ്റവും മികച്ച സിനിമയിലെ ശ്രദ്ധേയമായ വേഷത്തിലേക്ക് (നാലുപേരിൽ ഒരാൾ) എനിക്കു വിളി വന്നു. ഷൊർണ്ണൂർ ടി ബിയിൽ ഉടൻ എത്തിച്ചേരണമെന്ന് രാധാ ലക്ഷ്മി ചേച്ചി വഴിയാണ് അറിയിച്ചത്. അപ്പോൾ പക്ഷേ, സ്റ്റാൻലി ജോസിന്റെ ആ *പെൺകുട്ടി നീയായിരുന്നെങ്കിൽ* എന്ന ചിത്രത്തിന്റെ ലൊക്കേഷനിലായിരുന്നു. നഷ്ടമായത് ഒരു നടനു ലഭിക്കാമായിരുന്ന മികച്ചൊരു വേഷമായിരുന്നു. അതിലുള്ള അനിഷ്ടം പിന്നീട് കണ്ടപ്പോൾ പപ്പേട്ടൻ നേരിട്ടു പറയുകയും ചെയ്തു.

15

ഉത്തമനായ ഒരാതിഥേയൻ ആരെപ്പോലെയായിരിക്കണമെന്ന ചോദ്യത്തിന് ദൽഹിയിലെത്തിപ്പെട്ടിട്ടുള്ള മലയാളികളായ കലാ സാഹിത്യ സാംസ്കാരിക സിനിമാ രംഗങ്ങളിലെ എല്ലാ വർക്കും ഒരേ ഉത്തരമാകും ഉണ്ടാവുക- മാവേലിക്കര രാമചന്ദ്രൻ. സവിശേഷമായ വാർത്താ അവതരണരീതികൊണ്ട് മലയാളികൾക്ക് സുപരിചിതനായ മാവേലിക്കരയുടെ സ്വന്തം രാമചന്ദ്രൻ.

മാവേലിക്കരക്കാരനാണ് ഞാനും. മാവേലിക്കര ഗവൺമെന്റ് ഹൈസ്കൂളിൽ പ്രധാന അദ്ധ്യാപകനായിരുന്ന സി സാമുവൽ സാറിന്റെ പ്രിയപ്പെട്ട ശിഷ്യരിൽ ഒരാളായിരുന്നു മാവേലിക്കര രാമചന്ദ്രൻ. രാമചന്ദ്രന്റെ ഗുരുവിന്റെ ഇളയ മകനായ എന്നെ ആ നിലയ്ക്കല്ല അദ്ദേഹം പരിചയപ്പെട്ടത്. അടൂർ ഗോപാലകൃഷ്ണൻ സാറിന്റെ വിശ്വപ്രസിദ്ധചലച്ചിത്രമായ *എലിപ്പത്തായത്തിൽ* സഹ നടന്മാരായെത്തുമ്പോഴാണ് ആദ്യമായി കാണുന്നതും പരിചയപ്പെടുന്നതും. പരിചയപ്പെടലിനെ ദൃഢമാക്കാൻ പോന്ന കണ്ണികൾ പിന്നെയുമുണ്ടായിക്കൊണ്ടിരുന്നു.

തൊട്ടടുത്ത വർഷമായിരുന്നു ദൽഹി ഏഷ്യൻ ഗെയിംസ്. ആകാശവാണിക്കുവേണ്ടി ഏഷ്യൻ ഗെയിംസ് റിപ്പോർട്ട് ചെയ്യാൻ ദൽഹിയിൽ എത്തുമ്പോഴാണ് മാവേലിക്കര രാമചന്ദ്രനിലെ ആതിഥേയനെ തിരിച്ചറിയുന്നത്. ശ്യാമളാലയം കൃഷ്ണൻ നായരും, എസ് വേണുവും, സതീഷ് ചന്ദ്രനുമടങ്ങുന്ന ഞങ്ങളുടെ സംഘത്തെ അദ്ദേഹം താമസിക്കുന്ന കഴ്സൺ റോഡ് സർക്കാർ അപ്പാർട്ട്മെന്റിലേക്ക് ഇടയ്ക്കിടെ ക്ഷണിക്കുകയും സൽക്കരിക്കുകയും ചെയ്തപ്പോൾ കരുതിയത് ആകാശവാണിക്കാർ എന്ന സ്നേഹമായിരിക്കുമെന്നാണ്. എന്നാൽ ആ ദിവസങ്ങളിലും പിന്നീടുള്ള ദൽഹി സന്ദർശനങ്ങളിലും ഒട്ടേറെ പ്രമുഖർ രാമചന്ദ്രന്റെ ഫ്ളാറ്റിൽ സന്ദർശകരായെത്തുന്നത് ആ ചിന്തകളെ അകറ്റി. ചിലർ അന്തിയുറങ്ങിയിരുന്നതും അവിടെയായിരുന്നു.

ഏതു മലയാളിക്കും ദൽഹിയിൽനിന്ന് നാട്ടിലേക്ക് മടക്കയാത്രയ്ക്ക് ഒരു റെയിൽ ടിക്കറ്റ് വേണമോ രാമചന്ദ്രനോട് പറഞ്ഞാൽ

മതി, യാത്രയുടെ ദിവസം ടിക്കറ്റ് റെഡി. ദൽഹിയിൽ താമസിക്കാനിടം വേണോ? അതും റെഡി. കേരളാഹൗസിൽ കൊണ്ടുപോയി ചൂടുകഞ്ഞിയും പയറും പർപ്പടകവും അച്ചാറും അടങ്ങുന്ന രാത്രിഭക്ഷണം വാങ്ങിത്തന്ന് രാമചന്ദ്രൻ ഹൃദ്യമായി ചിരിക്കും. ഔദ്യോഗിക കാര്യങ്ങൾക്കായി ആകാശവാണിയിൽനിന്നും പിന്നെ ദൂരദർശനിൽനിന്നും ദൽഹിയിൽ എത്തിയപ്പോഴൊക്കെ അദ്ദേഹത്തിന്റെ ഈ സ്നേഹവും കരുതലും ആവോളം അനുഭവിച്ചിട്ടുണ്ട്. ദൽഹിയിലെത്തുന്ന മലയാളിസുഹൃത്തുക്കൾക്കെല്ലാം രാഷ്ട്രീയ ജാതിമത ഭേദമെന്യേ രാമചന്ദ്രൻ അതു പകർന്നു നല്കിയിട്ടുണ്ട്.

ആ രാമചന്ദ്രൻ ആരുമറിയാതെയാണ് ഒരുനാൾ തിരുവനന്തപുരത്തുനിന്ന് അപ്രത്യക്ഷനാകുന്നത്. രാമചന്ദ്രൻ എവിടെയെന്ന് ഇനിയും ആർക്കുമറിയില്ല. പൊലീസിനുപോലും. ആകാശവാണിയിൽനിന്ന് പിരിഞ്ഞശേഷം സ്ഥിരതാമസമാക്കുവാൻ മാവേലിക്കരയേക്കാൾ ഒറ്റയാനായ രാമചന്ദ്രൻ ഇഷ്ട പ്പെട്ടത് തിരുവനന്തപുരമായിരുന്നു. സിനിമയെയും സാഹിത്യത്തെയും സാം സ്കാരികസായാഹ്നങ്ങളെയും ഏറെ ഇഷ്ടപ്പെട്ടിരുന്നതാവാം അതിനു കാരണം.

ഒരുനാൾ സന്ധ്യക്ക് സെക്രട്ടറിയേറ്റിനു മുന്നിലെ മാധവറാവു പ്രതിമയ്ക്കു മുന്നിൽവെച്ച് മാവേലിക്കര രാമചന്ദ്രനെ കണ്ടു. ഏറെ അവശനായിരുന്നു അദ്ദേഹം. കൂനിക്കൂടിയുള്ള നടത്തം. പ്രസ് ക്ലബ്ബിൽ ഏതോ മീറ്റിങ്ങിൽ പങ്കെടുത്ത് ശംഖുമുഖത്തെ താമസസ്ഥലത്തേക്ക് മടങ്ങുകയായിരുന്നു. കുശലം പറച്ചിലിനിടെ ഒരു ചൂടുകാപ്പി കുടിക്കാൻ ആഗ്രഹം. ഒരുമിച്ച് കോഫി ഹൗസിലെത്തി. അവിടെവരെ നടക്കുവാൻ ബുദ്ധിമുട്ടായിരുന്നെങ്കിലും കോഫി ഹൗസ് കാപ്പി തന്നെ വേണമെന്ന നിർബ്ബന്ധം. ചൂടുകാപ്പി ഊതിക്കുടിക്കുമ്പോൾ അദ്ദേഹം പറഞ്ഞു:

“അവിടെ താമസിക്കാൻ എന്തോ വല്ലാത്ത പേടി തോന്നുന്നു. ആകെ തിരക്കും ബഹളവും. അന്തരീക്ഷവും തീരെ പിടിക്കുന്നില്ല. മാവേലിക്കരയിലേക്കു മടങ്ങിയാലോ എന്നു തോന്നും ചിലപ്പോൾ.”

കണ്ണുകൾ തുറിച്ചുള്ള പതിവ് ചിരിയോടെ അദ്ദേഹം നോക്കി. കോഫി ഹൗസിൽ നിന്നിറങ്ങി ഒരു ഓട്ടോറിക്ഷയിൽ കൈപിടിച്ച് കയറ്റി അദ്ദേഹത്തെ ശംഖുമുഖത്തേക്കു യാത്രയാക്കി.

പിന്നെ മാവേലിക്കര രാമചന്ദ്രനെ കണ്ടിട്ടില്ല. പത്രത്തിൽ തിരോധാന വാർത്ത വായിക്കുമ്പോൾ മലയാളികളെ വാർത്തകളുടെ ലോകത്തേക്ക് കൂടെക്കൂടെ കൊണ്ടുപോകുമായിരുന്ന പ്രിയപ്പെട്ട സുഹൃത്തിന്റെ മുഖവും ശബ്ദവുമായിരുന്നു മനസ്സിൽ തെളിഞ്ഞത്. ഒരു കടങ്കഥപോലെ ആ തിരോധാനം മനസ്സിലേക്കെത്തും. കോടിമനുഷ്യർക്കിടയിൽ മാവേലിക്കര രാമചന്ദ്രൻ എവിടെയെങ്കിലുമുണ്ടാകുമോ?

*എലിപ്പത്തായ*ത്തിന്റെ ഷൂട്ടിങ്ങിനിടയിൽ ഞങ്ങൾക്കു സംഭവിച്ച വാഹനാപകടത്തെപ്പറ്റിയും അടൂർ സാറിന്റെ സെറ്റിലെ ഒരു ഷൂട്ടിങ് ദിനത്തെക്കുറിച്ചും മാവേലിക്കര രാമചന്ദ്രൻ *ഫിലിം നാദം* മാസികയിൽ

എഴുതിയ കുറിപ്പ് അയച്ചുതന്നത് ഇപ്പോഴും സൂക്ഷിച്ചു വെച്ചിരിക്കുന്നു.

അടൂരിന്റെ അഭ്രലോകത്തിൽ

എ*ലിപ്പത്തായ*ത്തിന്റെ ഷൂട്ടിങ് ജൂൺ 15 ന് ശാസ്താംകോട്ടയിൽ ആരംഭിക്കുന്നുവെന്ന് അറിയിച്ചുകൊണ്ടുള്ള അടൂർ ഗോപാലകൃഷ്ണന്റെ കത്ത് കൈയിൽക്കിട്ടിയത് ജൂൺ 10 നാണ്. ഈ “ഷോർട്ട് നോട്ടീസിൽ” എത്തിച്ചേരാൻ എനിക്ക് കഴിയുമോ എന്ന് അടൂരിനുതന്നെ ആശങ്ക തോന്നിയിരിക്കണം. “വേണമെങ്കിൽ ചക്ക വേരിലും കായ്ക്കും”എന്ന പഴയ ചൊല്ല് എനിക്ക് വഴികാട്ടിയായി നിന്നു. ആകാശവാണിയിൽനിന്നുള്ള അനുമതിയും യാത്രയ്ക്കുള്ള റിസർവേഷനും ഒത്തിണങ്ങിക്കിട്ടിയപ്പോൾ അടൂരിന്റെ അഭ്രലോകത്തേക്കുള്ള തീർത്ഥയാത്ര ഞാനരംഭിച്ചു.

എന്റെ സ്വപ്നഗേഹം

ഭൂമിശാസ്ത്രപരമായി എന്റെ സ്വദേശത്തിനടുത്തുള്ള ഒരു ഭൂവിഭാഗമാണ് ശാസ്താംകോട്ട. എങ്കിൽ കൂടിയും “മലരണിക്കാടുകൾ തിങ്ങിയും മരതകകാന്തിയിൽ മുങ്ങിമയങ്ങിയും” നില്ക്കുന്ന ഈ പ്രദേശം കാണാനൊരവസരം ഇന്നോളം എനിക്കുണ്ടായിട്ടില്ല. കാരാളിമുക്കിൽ നിന്നുകൊണ്ട് ഒരു കല്ലെടുത്തെറിഞ്ഞാൽ (എറിയുന്നത് ഒരു “ഗളിവർ” ആയിരിക്കണമെന്നേ ഉള്ളൂ) ചെന്നുവീഴുന്നത്ര അകലമേയുള്ളൂ എന്റെ അപ്പൂപ്പന്റെ വീടായ പ്രസിദ്ധിപെറ്റ പയ്യാളിൽ തറവാട്ടിലേക്ക്., പക്ഷേ, അതും ഇക്കാലമത്രയും എന്റെ സ്വപ്നഗേഹമായിരുന്നിട്ടേ ഉള്ളൂ. ശാസ്താംകോട്ടയിലെ ശുദ്ധജലതടാകത്തെക്കുറിച്ചും കുരങ്ങുകളും മനുഷ്യരും സഹവർത്തിത്വത്തിൽ കഴിയുന്ന അവിടത്തെ ക്ഷേത്രത്തെപ്പറ്റിയും കൊച്ചുന്നാൾ തൊട്ടേ ഞാൻ കേട്ടിട്ടുണ്ടെങ്കിലും ദേവസ്വംബോർഡ് കോളേജും മുൻപാർലമെന്റ് അംഗമായ ശ്രീ. വി പി നായരുടെ തിലക് ഭവനവും എന്റെ ഓർമ്മയിൽ ഇരിപ്പുറപ്പിക്കാൻ തുടങ്ങിയിട്ട് ഒരു ദശകത്തിൽ അധികമാവില്ല.

പ്രസിദ്ധ ഇംഗ്ലീഷ് ലേഖകനായ എ ജി ഗാർഡനർ “ദി റൂൾ ഓഫ് ദി റോഡ്” എന്ന അദ്ദേഹത്തിന്റെ ഫലിതനിഷ്യന്തിയായ ഉപന്യാസത്തിൽ പ്രതിപാദിച്ചിട്ടുള്ള ബസ് യാത്രപോലെ തന്നെയായിരുന്നു എന്റെ അവിസ്മരണീയമായ ഈ ഉൾനാടൻ ബസ് യാത്രയും എന്നുപറഞ്ഞാലേ അതിന്റെ ശരിയായ ഒരു വിവരണമാകൂ. ഒരു പട്ടിയെയുംകൊണ്ട് ബസിൽ കയറിക്കൂടിയ ഒരു യാത്രക്കാരിയും ബസ് കണ്ടക്ടറും തമ്മിലുണ്ടായ ശീതസമരത്തെപ്പറ്റിയാണു ഗാർഡനർ അദ്ദേഹത്തിന്റെ ലേഖനത്തിൽ പരാമർശിച്ചിട്ടുള്ളത്. ഒരു പിടക്കോടിയേയുംകൊണ്ട് ബസിൽക്കയറിയ ഒരു വല്യമ്മ യാത്രാക്കൂലിപോരാതെ വന്നതുകൊണ്ട് കോഴിയെ കണ്ടക്ടർക്ക് വില്ക്കുകയും അധികം വന്ന കാശ് മടിയിൽ തിരുകി അടുത്ത ചന്തമുക്കിൽ ചെന്നിറങ്ങുകയും ചെയ്തതിന്റെ ചിത്രമാണ് എനിക്ക് നിങ്ങൾക്ക് നല്കുവാനുള്ളത്.

മാവേലിക്കരനിന്നും, കായംകുളം, കരിമുളയ്ക്കൽ, ഭരണിക്കാവ് നൂറ നാടുവാഴി ശാസ്താംകോട്ട ചെന്നിറങ്ങി. കാരാളിമുക്കിലേക്ക് പുറപ്പെടും മുമ്പ് ക്ഷേത്രദർശനവും കോളേജ് സന്ദർശനവും കഴിച്ചു. അവിടെയുള്ള കുന്നിൽനിന്നുകൊണ്ട് നാലുപാടും കണ്ണോടിച്ചു നോക്കിയപ്പോഴാണ് വിനോദസഞ്ചാരവികസനസാദ്ധ്യതയുള്ള ആ പ്രദേശത്തിന്റെ പ്രകൃതി സൗന്ദര്യവും പ്രശാന്തരമണീയതയും ചൂഷണം ചെയ്യാനിരിക്കുന്നതിലുള്ള വലിയ നഷ്ടത്തെക്കുറിച്ച് ഓർത്തത്. ഹരിയാനയിലെ "ബഡ്ക്കൽ" തടാകത്തിന് സമീപമാണ് നില്ക്കുന്നതെന്ന ഒരു തോന്നൽ ഒരു നിമിഷം ഉണ്ടായിപ്പോയി. പക്ഷേ, വിവിധ ഭാഷകൾ സംസാരിക്കുന്ന വിനോദസഞ്ചാരികളെയും ഉല്ലാസയാത്രയ്ക്കുള്ള ജലനൗകകളെയും അവിടെ കണ്ടില്ല.

കാരാളിമുക്ക്

പടിഞ്ഞാറെ കല്ലടയിൽപ്പെട്ട കാരാളി ജങ്ഷൻ കലിപോങ് പോലെയോ കാത്മണ്ഡുപോലെയോ ജനസാന്ദ്രതയുള്ള ഒരു വ്യാപാര സങ്കേതമല്ല. ചട്ടമ്പിസ്വാമികളുടെ സ്മാരകമായി നിലകൊള്ളുന്ന ഒരു തിയേറ്ററും, ഒരു കൊച്ചുപോസ്റ്റാഫീസും, ഫെഡറൽ ബാങ്കും ഏതാനും കടകളും ഉൾപ്പെട്ട ഒരു ഗ്രാമീണ സിരാകേന്ദ്രമാണിവിടം. നാളികേരവിളകൾകൊണ്ടും ഓടുനിർമ്മാണംകൊണ്ടും കാർഷികവ്യവസായപ്രധാനമായ ഇടങ്ങളാണ് ശാസ്താംകോട്ടയും പ്രാന്തപ്രദേശങ്ങളും. അവിടത്തെ വളക്കൂറുള്ള മണ്ണ് ചലച്ചിത്രനിർമ്മാണത്തിനും പറ്റിയതാണ് എന്നതുസംബന്ധിച്ച പര്യവേക്ഷണപ്രവർത്തനങ്ങൾ ജനറൽ പിക്ചേഴ്സിന്റെ നേതൃത്വത്തിൽ ഈയിടെ മാത്രമാണ് ആരംഭിച്ചത്. അരവിന്ദന്റെ *പോക്കുവെയിലി*ന്റെ ഷൂട്ടിങ് കഴിഞ്ഞതും അടൂരിന്റെ *എലിപ്പത്തായ*ത്തിന്റെ ഷൂട്ടിങ് അവിടെ ആരംഭിച്ചു.

ഞാൻ എത്തിച്ചേർന്നപ്പോഴേക്കും ഒരു പുരാതന തറവാടിന്റെ നാലുകെട്ടിനുള്ളിൽവെച്ച് ഷൂട്ടിങ് തുടങ്ങിക്കഴിഞ്ഞിരുന്നു. *എലിപ്പത്തായ*ത്തിൽ ഉണ്ണിക്കുഞ്ഞായി വേഷമിടുന്ന പ്രസിദ്ധ സ്റ്റേജ് നടനായ കരമന ജനാർദ്ദൻ നായരാണ് എന്നെ ക്യാമ്പിലേക്ക് സൗഹാർദ്ദത്തോടെ സ്വാഗതം ചെയ്തത്. പിന്നീട് ലൊക്കേഷനിൽച്ചെന്ന് ഞാൻ അടൂരിന്റെ അടുത്ത് റിപ്പോർട്ട് ചെയ്തു. ജി എസ് പണിക്കരുടെ *പ്രകൃതി മനോഹരി*യിലും പത്മരാജന്റെ *ഒരിടത്തൊരു ഫയൽവാനി*ലും ഇതിനുമുമ്പ് പങ്കെടുത്തിട്ടുള്ളതുകാരണം ഒരു ചലച്ചിത്രഷൂട്ടിങ് ക്യാമ്പിലെ പ്രവർത്തനങ്ങളെക്കുറിച്ചൊരേകദേശ ജ്ഞാനം എനിക്കുണ്ടായിരുന്നു. കടയ്ക്കൽ ഗ്രാമമായിരുന്നു *പ്രകൃതി മനോഹരി*യുടെ "ലൊക്കേഷൻ". കുമരകം ടൂറിസ്റ്റ് കോംപ്ലക്സിലും പരിസരങ്ങളിലും വച്ചായിരുന്നു *ഫയൽവാൻ* ഷൂട്ട് ചെയ്തത്. പടിഞ്ഞാറെ കല്ലടഗ്രാമം മുഴുവൻ *എലിപ്പത്തായ*ത്തിന്റെ ലൊക്കേഷനായിരിക്കുമെന്നാണ് ഞാൻ ആദ്യം കരുതിയത്. എന്നാൽ കുറേദിവസത്തെ ഷൂട്ടിങ്ങിൽ സഹകരിച്ചപ്പോൾ മാത്രമാണ് എന്റെ ധാരണ തികച്ചും അസ്ഥാനത്താണെന്ന് എനിക്ക് മനസ്സിലായത്. പഴയ ആ തറവാടിന്റെ പൂമുഖവും പിന്നാ

മ്പുറവും അറമുറികളും അടുക്കളയും കിണറ്റിൻ കരയും കാലിത്തൊഴുത്തും മാത്രമേ *എലിപ്പത്തായ*ത്തിന്റെ പ്രധാന ലൊക്കേഷനുകളായിട്ടുള്ളു എന്ന് മനസ്സിലാക്കിയപ്പോൾ ഞാൻ യഥാർത്ഥത്തിൽ അത്ഭുതപ്പെട്ടു പോയി. വെറും അഞ്ഞൂറ് ചതുരശ്ര അടി വിസ്തീർണ്ണത്തിനുള്ളിൽ മാത്രം കാമറകൊണ്ടുനടന്ന് ദേശാന്തര പ്രശസ്തി നേടേണ്ട ഒരു ചിത്രം പിടിക്കുന്നത് മലയാളത്തിൽ ഇതാദ്യമാണെന്നാണ് എനിക്കു തോന്നുന്നത്. ഒരു ഗൃഹാന്തർഭാഗത്തു നടക്കുന്ന സംഭവങ്ങളിലൂടെ സമൂഹത്തിന്റെ പ്രശ്നങ്ങൾ പകർത്തുകയും അതിനെ ദേശത്തിന്റെയും കാലഘട്ടത്തിന്റെയും കഥയാക്കിമാറ്റുകയും അതിന് അന്താരാഷ്ട്ര പ്രാധാന്യവും പ്രസക്തിയും ഉണ്ടാക്കിത്തീർക്കുകയും ചെയ്യുക എന്ന സങ്കല്പവും സങ്കേതവും സ്വയംവരത്തിന്റെയും കൊടിയേറ്റത്തിന്റെയും സംവിധായകനായ അടൂരിനെപ്പോലുള്ള ദാർശനിക പ്രതിഭകളെക്കൊണ്ടേ പ്രാവർത്തികമാക്കാനാവൂ.

അടൂരും മൃണാൾസെന്നും

ആ ചിത്രത്തിന്റെ ഷൂട്ടിങ് കണ്ടുകൊണ്ടിരുന്നപ്പോഴൊക്കെ ഇക്കഴിഞ്ഞ ജനുവരിയിൽ ദൽഹിയിൽ നടന്ന അന്താരാഷ്ട്ര ചലച്ചിത്രമേളക്കാലത്ത് കണ്ട മൃണാൾസെന്നിന്റെ *അകാലേർ സാന്ധ്യനെ* എന്ന ചിത്രത്തിന്റെ കാര്യം എന്റെ ഓർമ്മയിൽ ഓടി എത്തുമായിരുന്നു. ഒരു ക്ഷാമത്തിന്റെ രൂക്ഷതയും അതുമായി ബന്ധപ്പെട്ട ഒരു ജനതയുടെ ദുഃഖവും ഒരു കെട്ടിടത്തിൽമാത്രം ലൊക്കേഷൻ ഉറപ്പിച്ച ഒരു ഫിലിം യൂണിറ്റിന്റെ പ്രവർത്തനത്തിലൂടെ ശക്തിയായി പകർത്താൻ സെന്നിനു കഴിഞ്ഞെങ്കിൽ അടൂരിനെപ്പോലുള്ള ഒരു സംവിധായകന് കേരളത്തിന്റെ സാമൂഹ്യപ്രശ്നത്തിന്റെ ദൃശ്യവല്ക്കരണം അതിലും ഭംഗിയായി നിറവേറ്റുവാൻ കഴിയുമെന്ന് എനിക്ക് തോന്നാതിരുന്നില്ല.

ഷൂട്ടിങ് കാണാൻ ദിവസേന ഒട്ടുവളരെപ്പേർ എത്തുമായിരുന്നു. കരപ്രമാണിമാരും കോളേജ് വിദ്യാർത്ഥികളും വീട്ടമ്മമാരും തൊഴിലാളികളും മറ്റും ഉൾപ്പെട്ട ഗ്രാമജീവിതത്തിന്റെ ഒരു പരിച്ഛേദം എന്നും ആ തറവാട്ടിലെ അതിഥികളായിരുന്നു. ആളുകളെ നിയന്ത്രിക്കാൻ ഒരു സ്ക്വാഡ് രൂപീകരിക്കേണ്ടത് ആവശ്യമായി വന്നു. തടിമിടുക്കുള്ള ഡേവിഡ് അഥവാ ഡേവിഡ് എന്ന ദാവീദിന്റെ നേതൃത്വത്തിൽ ജനറൽ പിക്ചേഴ്സിന്റെ എക്സിക്യൂട്ടീവ് പ്രൊഡ്യൂസറായ ശങ്കറും ആർട്ടിസ്റ്റ് ശിവനും രാജശേഖരൻ നായരും സ്റ്റിൽ ഫോട്ടോഗ്രാഫർ എൻ എൽ ബാലകൃഷ്ണനും ഞാനും ഉൾപ്പെട്ട ഒരു സംഘം രൂപീകൃതമായി. അയർലണ്ടിലെ ബെൽഫാസ്റ്റ് ജയിലിൽ നിരാഹാരം അനുഷ്ഠിച്ച ബോബി സാൻഡ്സും കെവിൻലിഞ്ചും മരണമടഞ്ഞപ്പോൾ പ്രതിഷേധപ്രകടനങ്ങൾക്കായി തെരുവിലിറങ്ങിയ ജനക്കൂട്ടത്തെ നിയന്ത്രിക്കാൻ അവിടത്തെ പൊലീസിന് ഞങ്ങളുടെ അത്രയും പ്രയാസപ്പേടേണ്ടി വന്നുകാണില്ല. ആളുകളെ നിയന്ത്രിക്കുന്ന ജോലി സ്വയം ഏറ്റെടുത്ത ഞങ്ങൾക്ക് ഷൂട്ടിങ്ങിന്റെ ഇടവേള

കളിൽ വറുത്തപഴവും ചായയും പ്രത്യേക പരിഗണനകളോടുകൂടി കിട്ടിക്കൊണ്ടിരുന്നതുകൊണ്ട് ആളുകളുടെ എണ്ണം കൂടി വരുന്നതനുസരിച്ച് ദിനംപ്രതി ഞങ്ങളുടെ ആരോഗ്യവും വർദ്ധിച്ചുകൊണ്ടിരുന്നു.

അപകടം പതിയിരിക്കുന്നു

തിരുവനന്തപുരം ആകാശവാണി നിലയത്തിലെ ഉദ്യോഗസ്ഥനും പ്രസിദ്ധിയിലേക്ക് കുതിച്ചുയർന്നുകൊണ്ടിരിക്കുന്ന സിനിമാനടനുമായ ജോൺ സാമുവലിന് ഒരു ദുബായിക്കാരൻ മലയാളിയുവാവിന്റെ വേഷം ആവശ്യമായി വന്നപ്പോൾ *ഒരിടത്തൊരു ഫയൽവാനിലെ* നടന്മാരിലൊരാളായ ജയദേവന്റെ കിഴക്കേ കല്ലടയിലുള്ള വീട്ടിലേക്ക് ജോണും ഞാനും കൂടി പുറപ്പെട്ടു. ജോണിന്റെ സ്കൂട്ടറിലായിരുന്നു യാത്ര. ജോൺ ആണ് സ്കൂട്ടർ ഓടിച്ചിരുന്നത്. ഞാനൊരു “ചില്ലിയൻ റൈഡർ” മാത്രമായിരുന്നു. ജയദേവന്റെ പക്കൽനിന്നും ആവശ്യമുള്ള വേഷവും വാങ്ങി പഞ്ചായത്ത് എഞ്ചിനീയറന്മാരുടെ സഹവാസം കിട്ടിയിട്ടില്ലാത്ത ഗ്രാമീണ നിരത്തുകളിലൂടെ, കല്ലടയാറ്റിലെ ചങ്ങാടവും കയറിയിറങ്ങി *എലിപ്പത്തായ*ത്തിലെ രണ്ട് താരങ്ങളേയുംകൊണ്ട് സ്കൂട്ടർ അതിവേഗം ക്യാമ്പിലേക്ക് മടങ്ങുകയാണ്. ഒരു വളവ് തിരിയവേ, ലക്ഷ്യം തെറ്റി. പരിസരപ്രജ്ഞയില്ലാതെ വണ്ടി സഞ്ചരിക്കുന്നതു കണ്ടപ്പോൾ, സ്കൂട്ടർ ഓടിക്കുന്നതിലുള്ള ജോണിന്റെ വൈദഗ്ദ്ധ്യത്തെപ്പറ്റി ആലോചിച്ച്, ഞാൻ ഉള്ളുകൊണ്ട് ഊറിച്ചിരിച്ചെങ്കിലും മുന്നിൽനിന്ന ഒരു പോസ്റ്റിൽ സ്കൂട്ടർ ചെന്നിടിക്കുമെന്ന് ബോദ്ധ്യമായപ്പോൾ, നേരുപറയണമല്ലോ വല്ലാതെ അന്ധാളിച്ചുപോയി. ജോണിനെ കെട്ടിപ്പിടിച്ചതും കണ്ണുകൾ ഇറുക്കി അടച്ചതുമേ എനിക്കറിയൂ. എന്റെ അന്തരംഗത്തിൽനിന്നും അപ്പോൾ മൂന്നുവട്ടം നിർഗ്ഗളിച്ച “ഫിനിഷ്ഡ്” എന്ന ശബ്ദം ജോണിന്റെ കാതുകളിൽ പതിക്കുംമുമ്പേ വയലേലകളിലെ വിളകളിൽ തട്ടിക്കടന്നുപോയ കാറ്റ് ഏറ്റെടുത്തു. പിന്നെ എന്തുണ്ടായി എന്ന് എന്നോട് ചോദിക്കരുത്. നിലത്തുവീണു കിടന്ന ഞങ്ങളുടെചുറ്റും ഒട്ടേറെപ്പേർ കൂടിനില്ക്കുന്നു. ഒരു കണക്കിൽ പിടഞ്ഞെഴുന്നേറ്റ ജോണിന്റെയും എന്റെയും കാൽമുട്ടുകളിൽനിന്നും കൈയിൽനിന്നും രക്തം ധാരയായി പ്രവഹിച്ചുകൊണ്ടിരുന്നു. സ്നേഹസമ്പന്നരായ കുറെ ചെറുപ്പക്കാരുടെ സഹായത്തോടെ, തൊട്ടടുത്തുള്ള ഡോക്ടർ പാണ്ടിയന്റെ ദേവീ നഴ്സിങ് ഹോമിൽ ഞങ്ങൾ പ്രവേശിച്ചു. ഷോളവാരത്തുവച്ച് ജയനുണ്ടായ ഹെലികോപ്ടർ അപകടവുമായി തട്ടിച്ചു നോക്കുമ്പോൾ ഇതിനെ ഒരു ആക്സിഡന്റ് എന്നു പറയാമോ എന്നെനിക്കറിയില്ല. ഇത് ഒരു ആക്സിഡന്റ് ആകണമെങ്കിൽ ജയനെപ്പോലെ ഞാനും പോകേണ്ടതായിരുന്നു. ജോൺ! നിങ്ങൾ ഓടിച്ചിരുന്ന സ്കൂട്ടറിൽനിന്ന് നമ്മൾ വീണു എന്ന കുറ്റബോധം നിങ്ങൾക്കുണ്ടാകേണ്ട കാര്യമില്ല. നമ്മളുടെ രണ്ടാളുടെയും ജീവിതത്തിലെ മുൻകൂട്ടിക്കുറിക്കപ്പെട്ട മുഹൂർത്തത്തിൽ ഇങ്ങനെ സംഭവിച്ചെന്നേ ഉള്ളൂ. ശങ്കരേട്ടന്റെ സഹായസഹകരണങ്ങളും അടൂരിന്റെയും മീരാന്റെയും സാന്നിദ്ധ്യവുമാണ് ഒരാഴ്ചയ്ക്കുള്ളിൽ മരുന്നുക

ളോട് വിട പറയാൻ നമ്മളെ സഹായിച്ചത്.

സംവിധായകൻ ഒരു വാസ്തു ശില്പി

അടൂർ എന്ന സംവിധായകൻ ഒരു വാസ്തുശില്പി വിദഗ്ദ്ധനും കൂടിയല്ലേ എന്ന് ഷൂട്ടിങ് വേളയിൽ എനിക്കു തോന്നുമായിരുന്നു. എത്ര കരുതലോടും കണക്കുകൂട്ടലുകളോടും കൂടിയാണ് അദ്ദേഹം ഷോട്ടുകൾക്ക് രൂപംനല്കുന്നത്. നടീനടന്മാർക്ക് വേണ്ട നിർദ്ദേശങ്ങൾ നല്കി അവരെ ക്യാമറയ്ക്കു മുന്നിൽ തയ്യാറാക്കി നിറുത്തുന്നതിൽ അദ്ദേഹം പ്രകടിപ്പിച്ചു കണ്ട സഹിഷ്ണുത, ചലച്ചിത്രം എന്ന മാധ്യമത്തെ ആത്മാർത്ഥമായി സ്നേഹിക്കുന്ന ഒരു കലാമർമ്മജ്ഞനിൽനിന്നേ പ്രതീക്ഷിക്കേണ്ടൂ. “പെർഫെക്ഷനു വേണ്ടി” ഷോട്ടുകളുടെ പിന്നാലെ എത്രദൂരം വേണമെങ്കിലും സഞ്ചരിക്കാനും വിലയേറിയ സമയത്തെ വിട്ടുവീഴ്ച കൂടാതെ അനുധാവനം ചെയ്യാനും അദ്ദേഹം തയ്യാറാണ്. ഒരു ആർട്ടിസ്റ്റിന്റെ വൈകാരികഭാവങ്ങളും രംഗചലനങ്ങളും ഡയലോഗും ഡെലിവറിയും താൻ ഉദ്ദേശിക്കുന്ന രീതിയിൽ ആയാൽ മാത്രമേ ഷോട്ട് എടുക്കൂ. ഒരു താരത്തെ ആവർത്തന പ്രക്രിയയിലൂടെ ഒരു ചലച്ചിത്ര മുഹൂർത്തത്തിൽ പെരുമാറാൻ പാകപ്പെടുത്തി എടുക്കുമ്പോൾ അടൂരിലെ സംവിധായകൻ ആ കഥാപാത്രമായി മാറുകയാണോ എന്നെനിക്ക് തോന്നിയിട്ടുണ്ട്. അതേസമയം അഭിനയിക്കുന്നതിനുള്ള ആരുടെയും അഭിനിവേശത്തെ നിയന്ത്രിക്കുന്നതിനോ തന്റെ വ്യക്തിത്വം അവരെ അടിച്ചേല്പിക്കുന്നതിനോ അദ്ദേഹം ശ്രമിക്കുന്നതായി കണ്ടതുമില്ല. സെറ്റിൽ സംവിധായകനും ആർട്ടിസ്റ്റുകളും തമ്മിൽ ഒരു ‘സപ്പോർട്ട്’ ഉണ്ടാകുന്നത് ഞാൻ ശ്രദ്ധിച്ചിരുന്നു.

പട്ടിക്കും കോൾഷീറ്റ്

ഷൂട്ടിങ് വേളയിൽ വളരെ രസാവഹമായിത്തോന്നിയ ഒരു കാര്യം കൂടി കുറിക്കാം. ഒരു പട്ടി മോങ്ങിക്കൊണ്ട് ഓടിമറയുന്ന ഒരു രംഗം ചിത്രീകരിക്കേണ്ട ആവശ്യമുള്ള വിവരം “പ്രോപ്പർട്ടീസി”ന്റെ ചുമതലവഹിക്കുന്ന ശിവനോടും അജിയോടും അടൂർ കാലേക്കൂട്ടി പറഞ്ഞിരുന്നു. സ്ഥലത്തെ പ്രധാന ദിവ്യന്മാരിൽ ഒരാളായ വിജയന്റെയും കൂട്ടുകാരുടെയും നേതൃത്വത്തിൽ പട്ടികളെ തിരഞ്ഞുപിടിക്കുന്നതിനുള്ള അന്വേഷണസംഘങ്ങൾ പലവഴിക്ക് തിരിഞ്ഞു. ഒരാഴ്ചക്കാലത്തേക്ക് ഇതു സംബന്ധിച്ച ആശാവഹമായ റിപ്പോർട്ട് ഒന്നുംതന്നെ കിട്ടിയില്ല. ഒടുവിൽ ഒട്ടകലെ ഒരിടത്തുനിന്നും ഉടമസ്ഥൻ ഉൾപ്പെടെ ഒട്ടേറെപ്പേരുടെ അകമ്പടിയോടുകൂടി ഘോഷയാത്രയായിത്തന്നെ ഒരു പട്ടി സെറ്റിൽ എത്തിച്ചേർന്നു. പട്ടി ചിത്രത്തിൽ അഭിനയിക്കുന്നു എന്നറിഞ്ഞതുകൊണ്ടാവണം അന്നത്തെ ആൾക്കൂട്ടം നിയന്ത്രണാതീതമായിരുന്നു. മീൻ ഇട്ടുകൊടുത്താണ് പട്ടിയെ കാമറയ്ക്കു മുന്നിൽ ആനയിച്ചത്. “ടേക്ക്” പറഞ്ഞ്. കാമറ പ്രവർത്തിച്ചത്. പട്ടിയുടെ നേരെ ഏറ് പാഞ്ഞതും ഒപ്പം നടന്നു. ഏറ് ഉന്നം പിഴച്ചു.

പട്ടി മോങ്ങിയില്ലെന്നു മാത്രമല്ല ആൾക്കൂട്ടത്തിന്റെ ഇടയിലൂടെ ഓടിമറയുകയും ചെയ്തു. ഏറെസമയത്തെ കാത്തിരിപ്പിനുശേഷം ഒട്ടുവളരെപ്പേരുടെ ശ്രമഫലമായി പട്ടിയെ പിടികൂടി വീണ്ടും കൊണ്ടുനിർത്തി. അടുത്ത ഏറും പിഴച്ചു. ആളുകൾ മാറി മാറി എറിഞ്ഞു. എല്ലാവർക്കും ഉന്നം പിഴച്ചു. ആ ഷോട്ട് മറ്റൊരു നായയെ ഉപയോഗിച്ച് വേറൊരു ദിവസത്തേക്ക് മാറ്റിവയ്ക്കാമെന്ന തീരുമാനം ആയപ്പോഴേക്കും ആൾക്കൂട്ടത്തിൽ നിന്നൊരാൾ ഉറക്കെ വിളിച്ചു പറയുന്നതു കേൾക്കാമായിരുന്നു. "ഞാൻ അഭിനയിക്കാം." അയാളെ ആളുകൾ കല്ലെറിയാതിരുന്നത് ഭാഗ്യം. ചലച്ചിത്രത്തിൽ അഭിനയിക്കാൻ ഒരവസരത്തിനുവേണ്ടി അവിടെ നിത്യേന ഹാജർ നല്കി വന്നിരുന്ന ഒരാളായിരുന്നു അത്. അഭിനയക്കമ്പം കേറിയാൽ മനുഷ്യൻ പട്ടിയായിട്ടല്ല എലികളുടെ കൂടെപ്പോലും അഭിനയിച്ചു പോകും.

അറിവിന്റെ കവാടങ്ങൾ

ക്യാമ്പിലും സെറ്റിലും ദൃശ്യമായ അച്ചടക്കവും അനാർഭാടവും പ്രത്യേകം പരാമർശമർഹിക്കുന്നു. ശാരദയും, ജലജയും രാജം കെ നായരും ജോയിസിയും, കരമന ജനാർദ്ദനൻനായരും ജോൺ സാമുവലും, സോമശേഖരൻ നായരും, ബി കെ നായരും, തമ്പിയും ആരുംതന്നെ ചലച്ചിത്രരംഗത്തെ സംബന്ധിച്ചിടത്തോളം കന്നി അയ്യപ്പന്മാരല്ല എങ്കിൽപോലും അവരെല്ലാവരുംതന്നെ തങ്ങളുടെ ഭാഗങ്ങൾ തീർന്നാലും ലൊക്കേഷനിൽത്തന്നെ ഇരുന്ന് മറ്റുള്ളവരുടെ അഭിനയം നോക്കിക്കാണുമായിരുന്നു. രണ്ടുതവണ അഭിയനത്തിനുള്ള ദേശീയ അംഗീകാരമായ ഉർവ്വശിപ്പട്ടം നേടിയ ശാരദപോലും മറ്റുള്ളവരുടെ "പെർഫോമൻസ്" കാണാൻ സമയം കണ്ടെത്തിയിരുന്നു. നമുക്ക് പ്രയോജനപ്പെട്ടേക്കാവുന്ന എന്തെങ്കിലുമൊക്കെ കാര്യങ്ങൾ മറ്റുള്ളവരിൽനിന്ന് പഠിക്കാനുണ്ടാവും. എന്ന ബോധം ഉൾക്കൊണ്ടവരെപ്പോലെയാണ് *എലിപ്പത്തായ*ത്തിലെ അഭിനേതാക്കൾ പെരുമാറിയത്. ക്യാമറ കൈകാര്യം ചെയ്യുന്നതിനുള്ള കലാവിരുതുകൊണ്ട് *ഓളവും തീരവും, കുട്ട്യേടത്തി, സ്വയംവരം, കൊടിയേറ്റം* മുതലായ ചിത്രങ്ങൾക്ക് കാവ്യാത്മകഭംഗി പകരുന്നതുവഴി പ്രസിദ്ധനായിത്തീർന്ന 'മങ്കട രവിച്ചേട്ടന്റെ' പെരുമാറ്റത്തിൽ കണ്ട ലാളിത്യവും തൊഴിലിനോട് അദ്ദേഹം കാട്ടിയ അർപ്പണ മനോഭാവവും എന്നിൽ ആശ്ചര്യം ഉളവാക്കുക തന്നെ ചെയ്തു. നർമ്മരസംതുളുമ്പുന്ന സംഭാഷണങ്ങളുടെയും കാര്യഗൗരവം ദ്യോതിപ്പിക്കുന്ന പെരുമാറ്റശൈലിയുടെയും ഉടമകളായ ശങ്കരേട്ടനും സഹസംവിധായകനായ മീരയും സ്ക്രീനിൽ പ്രത്യക്ഷപ്പെടാനിടയില്ലെങ്കിലും എലിപ്പത്തായത്തിന്റെയും ഞങ്ങളുടെ മനസ്സിന്റെയും ഫ്രെയിമുകളിൽ ഇവർ രണ്ടാളുകളും സദാ നിറഞ്ഞു നില്ക്കുന്നു.

മനുഷ്യരുടെ അദ്ധ്വാനശേഷി കരണ്ടുതിന്നുന്ന "എലി" ഈ ചിത്രത്തിൽ ഒരു പ്രതിരൂപം മാത്രമാണ്. ആഴത്തിൽ വേരോടുന്ന ചിന്താധാരകൾ ഇതിൽ ഉണ്ട്. ഫ്യൂഡലിസത്തിന്റെ മണ്ണിൽ തഴച്ചു വളർന്ന പെറ്റിബൂർഷാ ചിന്താഗതികളുടെ നേർക്കുള്ള അതിശക്തമായ വിമർശനവും ഇതിൽ കാണാം. ഇതൊരു ടൗവ്വറിങ് ഫിലിം ആയിരിക്കുമെന്ന കാര്യ

16

മലയാളിയുടെ ദൃശ്യശ്രാവ്യ താല്പര്യങ്ങളെ ഏറെ സ്വാധീനിച്ച രണ്ടു പ്രസ്ഥാനങ്ങളുടെ ആരംഭത്തിൽ പങ്കാളിയാവുക എന്നത് ഒരു മാധ്യമപ്രവർത്തകനെ സംബന്ധിച്ചിടത്തോളം അഭിമാനമുഹൂർത്തങ്ങളാണ്. അപൂർവ്വ ഭാഗ്യമെന്നുതന്നെ വേണം അതിനെ വിശേഷിപ്പിക്കുവാൻ.

ആകാശവാണിയുടെ തിരുവനന്തപുരം വാണിജ്യ പ്രക്ഷേപണകേന്ദ്രം 1975 മെയ് ഒന്നിന് പ്രവർത്തനമാരംഭിക്കുമ്പോൾ റേഡിയോ പ്രക്ഷേപണത്തിൽ പുതിയൊരു യുഗമാണ് കുറിക്കപ്പെട്ടത്. ശാസ്ത്രസാഹിത്യകാരൻ കോന്നിയൂർ ആർ നരേന്ദ്രനാഥിന്റെ നേതൃത്വത്തിൽ വാണിജ്യ പ്രക്ഷേപണകേന്ദ്രത്തിൽനിന്ന് ആദ്യ പരിപാടി പ്രക്ഷേപണം ചെയ്യുമ്പോൾ നാദസ്വരവിദ്വാൻ തിരുവിഴ ജയശങ്കർ, നടൻ സോമശേഖരൻ നായർ, വേണു നാഗവള്ളി, ന്യൂസ് റീഡർ പ്രതാപന്റെ ഭാര്യ സുമംഗലാദേവി തുടങ്ങിയവരായിരുന്നു എന്റെ സഹപ്രവർത്തകായ അനൗൺസർമാർ. പിന്നീട് അനന്തപുരി എഫ് എം സ്റ്റേഷനായി മാറിയ വാണിജ്യ പ്രക്ഷേപണ കേന്ദ്രത്തിലെ ആദ്യ അനൗൺസർമാരുടെ സംഘം അണിയിച്ചൊരുക്കിയ പരിപാടികളായിരുന്നു ജനപ്രീതിയുടെ കാര്യത്തിൽ ഇപ്പോഴും മുന്നിൽ തന്നെയുള്ള ഗാനോപഹാരവും ഗാനകേളിയും ഇഷ്ടഗാനങ്ങളുമൊക്കെ.

പത്തുവർഷം കഴിഞ്ഞ് 1985 ജനുവരി ഒന്നിനാണ് ആദ്യ ടെലിവിഷൻ മലയാള പരിപാടി മലയാളിക്കു മുന്നിലെത്തുന്നത്. പൂനാ ഫിലിം ഇൻസ്റ്റിറ്റ്യൂട്ടിൽനിന്ന് ടെലിവിഷൻ പരിപാടികളുടെ നിർമ്മാണത്തിൽ വിദഗ്ദ്ധപരിശീലനം നേടിയെത്തിയ ഒരു സംഘം ചെറുപ്പക്കാർ മലയാളിക്കു മുന്നിൽ പുതിയൊരു മാധ്യമ സംസ്കാരത്തിന്റെ വാതിലുകൾ തുറന്നിട്ടു. അതിലും നിർണ്ണായകമായൊരു പങ്കുവഹിക്കാനായെന്നത് അതിയായ ചാരിതാർത്ഥ്യം നല്കി. കെ കുഞ്ഞികൃഷ്ണന്റെ നേതൃത്വത്തിൽ സി കെ തോമസ്, എസ് വേണു, എം എ ദിലീപ്, ജി സാജൻ, ടി ചാമിയാർ, ബൈജു ചന്ദ്രൻ, പി കെ മോഹൻ, ശ്യാമപ്രസാദ്, എ അൻവർ, ലതാമണി എന്നിവരടങ്ങിയ ഞങ്ങളുടെ സംഘം പുത്തനൊരു ആസ്വാദന സംസ്കാരത്തിലേക്കാണ് മലയാളികളെ കൈപിടിച്ചു കയറ്റിയത്.

2017 മെയ് 31 ന് തികച്ചും യാദൃച്ഛികമായി ഒരു ഫോൺകോൾ എന്നെ തേടിയെത്തി. ദൂരദർശനിൽനിന്ന് പിരിഞ്ഞിട്ട് ഏഴു വർഷം തികഞ്ഞ ദിവസമായിരുന്നു അന്ന്. ദൂരദർശനിൽ അവതരിപ്പിച്ച പരിപാടികളിലൂടെ, പ്രത്യേകിച്ച് പ്രതികരണത്തിന്റെ അവതരണത്തിലൂടെ ടെലിവിഷൻ പ്രേക്ഷകർക്ക് പരിചിതനായിരുന്നുവെങ്കിലും പുതിയ തലമുറയുടെ പരിചിത മേഖലകളിലെങ്ങുമില്ലാത്ത എന്നെത്തേടിയെത്തിയത് അവരിലൊരാളായ ഒരു ഗവേഷകവിദ്യാർത്ഥിയുടെ വിളി ആയിരുന്നു. എന്നിലെ മാധ്യമപ്രവർത്തകൻ അയാൾക്ക് ഏറെ പരിചിതനായിരുന്നില്ല. എന്നാൽ ദൂരദർശനിൽ എത്തുന്നതിനു മുൻപും പിന്നീടും എഴുതിയ കഥകളെപ്പറ്റി അയാൾ സംസാരിച്ചു. സമീപകാലത്ത് *മലയാളം* വാരികയിലും *ഭാഷാപോഷിണി*യിലുംവന്ന കഥകളെപ്പറ്റി വിശദമായിത്തന്നെ സംസാരിച്ചു.

ആ സത്യം തെല്ലും അത്ഭുതപ്പെടുത്തിയില്ല. ആകാശവാണിയിൽ ആയിരുന്നപ്പോൾ അവതരിപ്പിച്ച പരിപാടികളും കമന്ററികളും ദൂരദർശനുവേണ്ടി തയ്യാറാക്കിയ പ്രതികരണമടക്കമുള്ള രണ്ടായിരത്തോളം പരിപാടികളും എന്നേ അപ്രത്യക്ഷമായിരിക്കുന്നു. ദൃശ്യങ്ങൾ മാഞ്ഞിടത്ത് വാക്കുകൾ തെളിഞ്ഞുതന്നെ നില്ക്കുന്നു. എഴുത്തിന്റെ ശക്തിയാണതെന്നു മനസ്സിലാക്കവെ ഏറ്റവുമൊടുവിലിറങ്ങിയ *അ-തിഥി, തഥാസ്തു* എന്നീ കഥാസമാഹാരങ്ങളെക്കുറിച്ചും ഗവേഷകവിദ്യാർത്ഥിക്ക് പറയാനുണ്ടായിരുന്നു. റിമോട്ട് കൺട്രോളിന്റെ നിയന്ത്രണത്തിൽ ടെലിവിഷനിലെ ദൃശ്യങ്ങൾ മാറിമറിയവെ ഒന്നിനുമില്ല സ്ഥായിയായ നിലനില്പ്. അക്ഷരങ്ങൾ അങ്ങനെയല്ല. അച്ചടി മഷി പുരണ്ട അക്ഷരങ്ങൾ മരണത്തെയും അതിജീവിക്കുന്നു.

അ-തിഥി, തഥാസ്തു എന്നീ സമാഹാരങ്ങളുടെ വ്യത്യസ്ത വായനാനുഭവങ്ങൾ മുഖ്യധാരാപ്രസിദ്ധീകരണങ്ങളിൽ വന്നത് ഏറെ ശ്രദ്ധിക്കപ്പെട്ടിരുന്നു. എഴുതിയവർക്കുപോലും പിന്നീട് മനസ്സിലാക്കാനാവാത്ത ക്ലിഷ്ടമായ ഭാഷയിൽ മണിപ്രവാള ചേരുവകളോടെ നിരൂപണമെന്ന ചവറുകൾ പടച്ചുവിടുന്ന നമ്മുടെ ചില നിരൂപകകേസരികൾ പുതിയ തലമുറയിലെ എഴുത്തുകാർക്ക് ദക്ഷിണ നല്കി എങ്ങനെയാവണം 'വായന' യെന്ന് പഠിക്കുന്നത് നന്നായിരിക്കുമെന്നാണ് ആ വായനാനുഭവങ്ങളിലൂടെ കടന്നുപോകുമ്പോൾ തോന്നിയത്. അക്കാര്യം മറച്ചു വെക്കുന്നില്ല. ഭാഷ എന്നാൽ സംവേദനം എന്നാണല്ലോ അർത്ഥം. എഴുത്ത് ഉള്ളിൽനിന്ന് വരേണ്ടതുമാണ്. ശുദ്ധമായ ഭാഷയിൽ പറയേണ്ട കാര്യം നേരെ ചൊവ്വേ പറഞ്ഞാൽ അവയും വായിക്കപ്പെടും എന്നതിന് ഉദാഹരണങ്ങളായ രണ്ട് ലേഖനങ്ങളും അതുകൊണ്ടുതന്നെ പ്രസക്തമാണെന്നു കരുതുന്നു.

*തഥാസ്തു*വിന്റെ വായന ഡോ. മുഞ്ഞിനാട് പത്മകുമാറിന്റേതാണ് മുംബൈയിൽ നിന്നുള്ള *കൈരളിക്കാക്ക* പ്രസിദ്ധീകരിച്ചു. *അതിഥി* വായിച്ചത് ഡോ. അജിതൻ മേനോത്തും അത് പ്രസിദ്ധീകരിച്ചത് *മലയാളം* വാരികയിൽ ഇരുവരും ഏറെ പ്രതീക്ഷകളുള്ള പുതിയകാല എഴുത്തുകാരാണ്.

പുതിയ പുരുഷാർത്ഥങ്ങൾ തേടുന്ന കഥകൾ

കഥയിൽ പുതിയ അസ്തിത്വങ്ങൾ രൂപപ്പെടുന്ന കാലമാണിത്. പ്രമേയസ്വീകരണത്തിലും ആവിഷ്കരണശൈലിയിലും അധിഷ്ഠിതമല്ല ഈ പുതുമ തേടുന്ന രൂപപ്പെടൽ. കഥ, അതിന്റെ പൊതു സാംസ്കാരിക പരിസരങ്ങൾ വിട്ട് ജീവിതത്തിന്റെ ആകസ്മികതകളിലേക്ക് കടക്കുന്ന കാഴ്ചയാണ് നാമിവിടെ കാണുന്നത്. ആസക്തി എന്നത് വ്യവസ്ഥാപിതമായൊരു സാമൂഹ്യജീവിതത്തിനോടുള്ള കടുത്ത എതിർപ്പിൽനിന്നാണ് രൂപം കൊള്ളുന്നത്. നാളിതുവരെ മലയാള കഥയിൽ സംഭവിച്ചിട്ടുള്ള പരിണാമങ്ങളെല്ലാം ക്രമരഹിതമായൊരു ജീവിതത്തിന്റെ ആസക്തികളിൽ നിന്നാണ് പിറവി കൊണ്ടിട്ടുള്ളത്. ക്രമരഹിതമായതിനെ ക്രമപ്പെടുത്തിക്കൊണ്ട് ക്രമരഹിതമാക്കുക എന്നതാണ് പുതിയ കഥ തരുന്ന അനുഭവതലം. ഇങ്ങനെ കഥയെ ആദ്യന്തം ഉടച്ചുവാർത്ത് പിന്നെ തകർത്ത് അതിനുശേഷം വാഴ്ത്തപ്പെടുത്തിയവരിൽ രണ്ടുപേർ ടി ആറും സക്കറിയയുമാണ്. ഇരുവരും ജീവിതത്തിന്റെ സത്യസന്ധത കഥയിലൂടെ അന്വേഷിച്ചവരാണ്. ഇരുവരും അനുഭവത്തിൽനിന്ന് കുടിയിറക്കപ്പെട്ടവരെക്കുറിച്ച് ചരിത്രബോധത്തോടെ എഴുതിയവരാണ്. പിന്നീട് വി പി ശിവകുമാറിലും ഗ്രേസിയിലും വിക്ടർ ലീനസിലും തുടങ്ങി മനോജ് ജാതവേദരിൽവരെ ഇതിന്റെ പ്രകമ്പനങ്ങൾ അനുഭവിക്കാനാകും.

ഇവിടെ ജോൺ സാമുവലിന്റെ ഏറ്റവും പുതിയ കഥകളുടെ സമാഹാരം *തഥാസ്തു* വായിച്ചുതുടങ്ങുമ്പോൾത്തന്നെ മേല്പറഞ്ഞ അസ്വസ്ഥതകൾ അനുഭവിച്ചു തുടങ്ങുന്നു എന്നതാണ് സത്യം. കഥ ഒറ്റയിരുപ്പിന് വായിച്ചുതീർത്തു എന്നു പറഞ്ഞാൽ അതിനർത്ഥം അതു നല്ല കഥ അല്ലെന്നാണ്. കഥയിൽ വായനക്കാർക്കുകൂടി ഇടപെടാൻ അവസരമുണ്ടാകണം. ഓർഹാൻ പാമുഖിന്റെ വാക്കുകളിൽ പറഞ്ഞാൽ ഒരു വഴിത്താരയുണ്ടാകണം. പുതിയ കഥയുടെ നിലപാടുകളെക്കുറിച്ച് പാമുഖ് പറയുന്ന വാക്കുകൾ ഏറക്കുറെ ശരിയുമാണ്. മലയാളത്തിൽ തകഴിയുടെയും ബഷീറിന്റെയും കഥകളിൽ ഇത്തരമൊരു സംവേദന സംസ്കാരമുണ്ട്. അതുകൊണ്ടുതന്നെ കഥയുടെ ജനകീയവല്ക്കരണത്തിൽ ഈ കഥാകൃത്തുക്കളുടെ സംഭാവന വളരെ വലുതാണുതാനും. എന്നാൽ കഥ ആധുനികതയിലേക്ക് മാറിയപ്പോൾ കഥാപാത്രങ്ങൾ ഏകകേന്ദ്രീകൃതവും വൈയക്തികവുമായ ഒറ്റപ്പെടലുകളിലേക്ക് കൂപ്പുകുത്തി. സ്വാതന്ത്ര്യം, സ്വാതന്ത്ര്യത്തിന്റെ പരിധിക്കുള്ളിൽപ്പെട്ട് നീറിപ്പുകയുന്ന അവന്റെ വ്യക്തിത്വം, ഉൽക്കണ്ഠ, ഭയം, ഒറ്റപ്പെടൽ, ഏകാന്തത ഇവയെല്ലാം അവന്റെ സ്വത്വത്തെ വലിച്ചുമുറുക്കാൻ തുടങ്ങി. ഇത് കഥയുടെ സ്വാതന്ത്ര്യത്തെയും അതിൽ നിന്നൂറിക്കൂടുന്ന ആസ്വാദനത്തെയും വീർപ്പുമുട്ടിച്ചു. ഇത് ആധുനികതയുടെ സാദ്ധ്യതയും പരിമിതിയുമായിരുന്നു. ആധുനികതയുടെ

ഇങ്ങേ തലയ്ക്കൽ നിന്നുകൊണ്ടാണ് ജോൺ സാമുവൽ എഴുതിത്തുടങ്ങുന്നത്. അദ്ദേഹത്തിന്റെ പേനയിൽ നിറച്ചിരിക്കുന്ന മഷിയിൽ അതിന്റെ വിശുദ്ധമായ കലർപ്പ് കാണാനാകും. *തഥാസ്തു*വിലെ കഥകൾ അത് സാക്ഷ്യപ്പെടുത്തുന്നുണ്ട്.

ജോൺ സാമുവൽ എഴുതുമ്പോൾ അത് കൃത്യമായൊരു ജീവിത പരിസരം സൃഷ്ടിക്കുകയും അതിൽ അനുഭവത്തിന്റെ താളബോധത്തിനനുസരിച്ച് വായനക്കാർക്കുകൂടി പ്രവേശനം നല്കുകയും ചെയ്യുന്നു. അത് ഈ കഥകൾ പുലർത്തുന്ന സത്യസന്ധത ഒന്നുകൊണ്ടുമാത്രമാണ്. പ്രത്യക്ഷത്തിൽ ഈ കഥകൾ വൈയക്തികമായ വീണ്ടെടുപ്പുകളെ നമ്മുടെ സ്മരണകളിലേക്ക് കൊണ്ടുവരുന്ന കഥകളാണ്. അത് ജീവിതത്തെ സംബന്ധിച്ച ആകുലതകൾക്ക് നേർക്കുള്ള ശുശ്രൂഷ കൂടിയായിത്തീരുകയും ചെയ്യുന്നു. ഇത്തരമൊരു ശുശ്രൂഷാ പദ്ധതി മലയാളക്കഥയിൽ അപൂർവ്വമാണ്. ടി ആറിന്റെ കഥകൾ ഈ ശുശ്രൂഷാ പദ്ധതിയെ അംഗീകരിച്ചവയായിരുന്നു. ജീവിതത്തിന്റെ സൂക്ഷ്മത തേടുന്നവയായിരുന്നു ആ കഥകൾ. ജോൺ സാമുവലിന്റെ കഥയെഴുത്തിന് ഇത്തരമൊരു സൂക്ഷ്മതയും ശുശ്രൂഷയുമുണ്ട്. 'ഗംഗ' എന്ന കഥ നോക്കുക. ഗംഗയുടെ വ്യക്തിത്വം നമുക്കൊരിക്കലും ഒറ്റ സ്നാപ്പിൽ പകർത്തുവാനോ അവരുടെ സംഘർഷഭരിതമായ മനസ്സിനെ അളന്നെടുക്കുവാനോ കഴിയില്ല. എങ്ങനെ വ്യാഖ്യാനിച്ചാലും അത് അതിർത്തികൾക്ക് പുറത്താണ്. അനുഭവങ്ങളുടെ ബഹുസ്വരതയിൽനിന്നാണ് ഗംഗയുടെ അസ്തിത്വത്തെ നമുക്ക് കണ്ടെത്തേണ്ടത്. അതുവരെയും ഗംഗ ഒരു പ്രഹേളികയെപ്പോലെ നമുക്ക് ചുറ്റും ഒഴുകി നടക്കും. അവൾ തേടുന്ന, അവളുടെതന്നെ സ്വത്വം സ്വാതന്ത്ര്യത്തിന്റെയും ആനന്ദത്തിന്റെയുമാണ്. അവളെ അതിസൂക്ഷ്മമായി പിന്തുടരുന്ന കഥാകൃത്ത് പല ഘട്ടങ്ങളിലും അവളെ ശരിവയ്ക്കുന്നതും അതുകൊണ്ടാണ്. ഗംഗയുടെ പെരുമാറ്റത്തിൽ ഒരുവേള പതറിപ്പോകുന്ന കഥാകൃത്ത് മറ്റൊരവസരത്തിൽ എന്റെ സൃഷ്ടിയിൽ മതിപ്പു തോന്നിയ നിമിഷം എന്നുപറയുന്നുണ്ട്. ഈ വൈരുദ്ധ്യങ്ങൾ ശ്രദ്ധിക്കേണ്ടതാണ്. ഒരു ദർപ്പണത്തിലെന്നപോലെ, കണ്ടുമടുക്കാത്ത ആത്മച്ഛായ അവളെ ഒരേകാലം സങ്കല്പത്തിലേക്കും യാഥാർത്ഥ്യത്തിലേക്കും നയിക്കുന്നു. ഇത് കഥയിലെ പുതിയൊരു സൗന്ദര്യാന്വേഷണമാണ്. സമയം ആളിക്കത്തുകയും എരിഞ്ഞടങ്ങുകയും ചെയ്യുന്ന അവസ്ഥ. ജീവിതത്തിന്റെ വാസ്തുശാസ്ത്രത്തെ നെടുകെ പിളർന്നുകൊണ്ട് അതിൽനിന്ന് സ്വസ്ഥതയുടെയും അസ്വസ്ഥതയുടെയും സ്വത്വം തേടുകയാണ് ഗംഗയിലൂടെ കഥാകൃത്ത്.

*തഥാസ്തു*വിൽ ആരും അവകാശപ്പെടാനില്ലാത്ത ഒരുവന്റെ എരിഞ്ഞടങ്ങൽ വായിച്ചുമടക്കാനാവില്ല. ഒരുവേള ഗംഗയെപ്പോലെ, ക്ലാര(ക്ലാര) യെപ്പോലെ, ആച്ചിയമ്മടീച്ചറെ (പുഴയുടെ വഴവ്) പോലെ ഈ കഥാപാത്രവും നമുക്കു മുന്നിൽനിന്ന് നിമിഷനേരംകൊണ്ട് അപ്രത്യക്ഷമാകുന്നു. ഈ അപ്രത്യക്ഷപ്പെടൽ പ്രത്യക്ഷപ്പെടലിന്റെ ഭാഗമാണ്. അത് ജീവിതത്തിനെ ജീവിതത്തിൽനിന്ന് കണ്ടെടുക്കുന്നു. കഥയിൽ ഇതൊരു പരീ

ക്ഷണമാണ്. അതീവ സൂക്ഷ്മത ഇതിനാവശ്യമാണ്. ജോൺ സാമുവ ലിന്റെ കഥകളുടെ പ്രത്യേകതകളിലൊന്നാണ് ഈ സൂക്ഷ്മത. അത് മനു ഷ്യാവസ്ഥകളിൽനിന്ന് പുതിയൊരു മനുഷ്യന്റെ അനുഭവം സൃഷ്ടിച്ചെടു ക്കുന്നു. അതുകൊണ്ടുതന്നെ ഈ കഥകൾക്ക് ഒരു തുറന്ന വേദിയുടെ സംസ്കാരമാണുള്ളത്. അകത്തേക്കും പുറത്തേക്കും കടക്കാവുന്ന വായു സഞ്ചാരങ്ങൾ ഈ കഥകൾക്കുണ്ട്. ക്ലാരയുടെ ആവർത്തനവിരസതയി ല്ലാത്ത കാഴ്ചപ്പുറങ്ങളിൽ നിറയുന്ന ഊർജ്ജം അതാണ്. അത് ജീവിത ത്തിലേക്കുള്ള ഒരു ശ്രദ്ധ ക്ഷണിക്കൽ കൂടിയാണ്.

*തഥാസ്തു*വിലെ കഥാപാത്രത്തിന്റെ മാനസികവും വൈയക്തികവു മായ പരിണാമം ഈ കഥാസമാഹാരത്തിലെ ഏറ്റവും ഊർജ്ജസ്വലത യാർന്ന ഒരദ്ധ്യായമാണ്. ശരീരഭാരവും ശാരീരികക്ഷമതയും പെരുമാറ്റ രീതികളൊന്നുംതന്നെ ഇവിടെ ആവശ്യമില്ല. ഒരു വലിയ നഗരം ഇതൊന്നും അവനിൽനിന്ന് പ്രതീക്ഷിക്കുന്നില്ല. ആവശ്യമുള്ളത് ഒന്നു മാത്രം. ചോദിക്കാനും പറയാനും ആരുമില്ലാത്ത ഒരുവനെയാണ് അവർ അന്വേഷിച്ചു കണ്ടെത്തിയിരിക്കുന്നത്. ഇത്തരമൊരു 'യോഗ്യത' കാലം ആവശ്യപ്പെടുന്ന ദുരന്തമുഹൂർത്തങ്ങളിലൊന്നാണ്. ഏതു നിമിഷവും ചാടി വീഴാവുന്ന ദുരന്തങ്ങളെ ആ ചെറുപ്പക്കാരനെ മറികടന്നുകൊണ്ട് വായന ക്കാർ തിരിച്ചറിയുന്നുണ്ട്. പിന്നീട് സംഭവിക്കുന്നത് അപകടകരമായ അനു ഭവങ്ങളുടെ കലങ്ങിമറിയൽ ആണ്. ഒടുവിൽ പൊന്തിവരുന്ന ചെറുപ്പക്കാ രൻ മഹാനഗരത്തിന്റെ അവസാനമില്ലാത്ത തെരുവിലേക്ക് കയറിനട ക്കുന്നു. അവന് ചുറ്റും ഭീതിദമായ ഇരുട്ട് പടർന്നു കയറുകയാണ്. അതിനു മുകളിൽ ആകാശം മറച്ചുകൊണ്ട് നഗരത്തിന്റെ കഴുകശിരസ്സുകൾ പറ ന്നിറങ്ങുന്നു.

പുതിയ കഥകൾ തേടുന്ന ലാവണ്യ സംസ്കാരം ഈ കഥകളിൽ ഉൾച്ചേർന്നിരിക്കുന്നു. അത് ജീവിതത്തിന്റെ അകത്തും പുറത്തും ഒരേ കാലം നടന്നു തീർക്കുന്നു. അതുകൊണ്ടുതന്നെ കഥയുടെ പുതിയ പുരു ഷാർത്ഥങ്ങൾ തേടുന്ന കഥകൾ കൂടിയായിത്തീരുന്നു ഇത്.

(ഒക്ടോബർ - 2017)

പ്രത്യക്ഷകഥനത്തിന്റെ
ചാരുത

കഥാസന്ദർഭത്തെയും പരിസരത്തെയും അനുയോജ്യമായി ക്രമീ കരിക്കുകയെന്നത് എളുപ്പമുള്ള ഒരു വിദ്യയല്ല. കഥാകൃത്തുക്കൾ പല പ്പോഴും അലംഭാവത്തോടെയാണ് ഈ സംഗതിയെ നോക്കിക്കാണുന്നത്. ഇതിവൃത്തമൂല്യത്തിൽ മാത്രം ശ്രദ്ധിച്ച ആഖ്യാനത്തിന്റെ ശാരീര ഭാഷ രൂപപ്പെടുത്തിയാൽ കഥയിൽ വിശ്വസനീയത നിലനിർത്താൻ സാധിച്ചെ ന്നുവരില്ല. കഥാപരിസരത്തിന്റെ സൂക്ഷ്മാംശങ്ങളിൽ അറിഞ്ഞോ അറി യാതെയോ കഥാകൃത്തിന്റെ ശ്രദ്ധ പതിയേണ്ടതുണ്ട്. അനുഭവവേദ്യമായ

ആഖ്യാനശേഷിയുണർത്താൻ അതുപകരിക്കും. ഇത്തരത്തിലുള്ള ശ്രദ്ധയും നിഷ്കർഷയുംകൊണ്ടാണ് ജോൺ സാമുവലിന്റെ *അതിഥി* എന്ന സമാഹാരത്തിലെ കഥകൾ പ്രത്യക്ഷകഥനത്താൽ വേറിട്ടു നില്ക്കുന്നത്. പ്രത്യക്ഷകഥനത്തിന് ലളിതമായ ഒരു ശരീരഭാഷയാണ് പൊതുവെ കാണപ്പെടുന്നത്. എന്നാൽ വിശ്വസനീയമായ ഒരു അവതരണരീതി അത്യന്താപേക്ഷിതമാണ്. അതല്ലെങ്കിൽ കഥ പരാജയപ്പെടും. പരിചിതമായ ഒരു ആഖ്യാനരീതിയാണ് പ്രത്യക്ഷകഥനം. വളച്ചുകെട്ടില്ലാതെ കഥ പറയുന്ന രീതിയാണത്. ശരാശരി വായനക്കാർക്ക് വഴങ്ങുന്ന ശരീരഭാഷയാണത്. പ്രമേയത്തെ ആഖ്യാനക്കസർത്തില്ലാതെ അവതരിപ്പിക്കുന്ന രീതി. പക്ഷേ, കഥയുടെ സൂക്ഷ്മാംശങ്ങളിൽ കൂടുതൽ ജാഗ്രത പുലർത്തേണ്ടതുണ്ട്. അതുവഴി വിശ്വാസയോഗ്യമായ ഒരു ആഖ്യാനമണ്ഡലം സൃഷ്ടിച്ചെടുക്കണം. മലയാളത്തിലെ ലബ്ധപ്രതിഷ്ഠരായ കഥാകൃത്തുക്കളിൽ പലരും ഈ രീതി അവലംബിച്ചിട്ടുള്ളവരാണ്. എന്നാൽ ഉത്തരാധുനികത കടന്നു വന്നതോടെ കഥയിൽ പരോക്ഷകഥനത്തിന് പ്രാമുഖ്യം കൈവന്നു. പുതുതലമുറ മാത്രമല്ല, മുൻതലമുറയിലെ പലരും ഇതിൽ ആകൃഷ്ടരായി പറയാനുള്ളത് നേരിട്ടു പറയാതെ ബിംബങ്ങളിലൂടെയും സൂചകങ്ങളിലൂടെയും പരോക്ഷമായി ആവിഷ്കരിക്കുന്ന രീതിയാണത്. പുതുവായനയെ പ്രചോദിപ്പിക്കാൻ പരോക്ഷകഥനത്തിനു സാധിച്ചിട്ടുണ്ട്. എന്നാൽ, അതീവ ജാഗ്രതയോടെയുള്ള ബിംബനിർമ്മിതിയും കഥാസന്ദർഭങ്ങളുടെ ക്രമീകരണവും വിജയിക്കണമെന്നുമാത്രം. പ്രത്യക്ഷകഥനത്തിലൂടെ വിശ്വാസയോഗ്യവും ചൈതന്യധന്യവുമായ ഒരു ഭാവുകത്വത്തിലേക്ക് ആഖ്യാനത്തിലെ സൂക്ഷ്മാംശങ്ങളെ ക്രമീകരിക്കുന്നതിനുള്ള ശില്പവൈദഗ്ദ്ധ്യമാണ് ജോൺ സാമുവലിന്റെ കഥകളുടെ സവിശേഷത.

ജീവിതത്തിനും മരണത്തിനുമിടയിൽ നൂൽപ്പാലത്തിലൂടെയാണ് വാസ്തവത്തിൽ മനുഷ്യർ നടക്കുന്നത്. എത്ര കാലമിരിക്കുമിനിയെന്ന് സ്വയം വിലയിരുത്താൻ ആർക്കും സാദ്ധ്യമല്ല. എന്നിരിക്കിലും ഈ യാഥാർത്ഥ്യത്തെ അംഗീകരിക്കാൻ പലരും തയ്യാറല്ല. ഗുരുതരമായ രോഗത്തിന് താൻ അടിമപ്പെട്ടുവെന്ന് പൂർണ്ണമായി ബോദ്ധ്യപ്പെടുമ്പോൾ മാത്രമാണ് യാഥാർത്ഥ്യബോധത്തിന്റെ തീവ്രതയിൽ ഒരാൾ വെന്തുരുകാനും ഒറ്റപ്പെടാനും തുടങ്ങുന്നത്. ഏതു മനുഷ്യരെയും ഒടുവിൽ കാത്തിരിക്കുന്ന ആ അനിവാര്യത ഏതുരീതിയിലാണ് സ്വീകരിക്കപ്പെടുന്നത്? ഇത്തരമൊരു പ്രമേയത്തെ പുതുമയുള്ള ആഖ്യാനരീതിയിലൂടെ മികച്ച വായനാനുഭവമാക്കി വികസിപ്പിച്ചെടുത്തതിലൂടെയാണ് ജോൺ സാമുവലിന്റെ പ്രശസ്ത കഥയായ 'ഇറക്കം' രൂപപ്പെട്ടത്.

വിശ്വാസയോഗ്യമായ ഒരു കഥാപരിസരത്തിന്റെ നിർമ്മിതിയിലൂടെയാണ് ഏതു കഥയും അനുഭവിപ്പിക്കാനാകുന്നത്. കഥ പറയുകയാണെന്ന തോന്നൽ വായനക്കാർക്ക് എപ്പോൾ അനുഭവപ്പെടുന്നുവോ ആ നിമിഷം കഥയുടെ സ്വാഭാവികത നഷ്ടപ്പെടാൻ തുടങ്ങുന്നു. പ്രമേയത്തിൽ ഊന്നി

സംഭവ വിവരണത്തിന്റെ ചൈതന്യരഹിതമായ ഒരു ശരീരഭാഷ തെരഞ്ഞെ
ടുക്കുന്നതുകൊണ്ടാണ് വായനയിൽ മടുപ്പ് അനുഭവപ്പെടുന്നത്. എന്നാൽ
കഥാപരിസരത്തെ പ്രമേയത്തിന്റെ ഗൗരവത്തിനു യോജിച്ച രീതിയിൽ
ക്രമീകരിച്ചാൽ ആഖ്യാനത്തിൽ പുതുമയും ചൈതന്യവും നിലനിർത്താ
നാകും. ഈ യോഗ്യത തുടക്കം മുതൽ ഒടുക്കംവരെ നിലനിർത്താൻ ഈ
കഥയിൽ സാധിച്ചിട്ടുണ്ട്. ലളിതവും അനായാസവുമായ കഥനരീതിയും
പ്രത്യക്ഷകഥനത്തിന്റെ ആഖ്യാനകൗശലവും അകമ്പടിയായി നില്ക്കുന്നു.
നാളിതുവരെ അഹങ്കാരത്തിന്റെയും അന്ധമായ പ്രതീക്ഷകളുടെയും ഉട
മയായിരുന്ന ഒരു വ്യക്തിയെ രോഗപീഡയും മരണഭീതിയും മറ്റൊരു
വ്യക്തിത്വമായി പരിണമിപ്പിക്കുന്നതെങ്ങനെയെന്ന് സമർത്ഥിക്കാനുള്ള
കൗശലം ശ്രദ്ധേയമാണ്.

സമകാല യാഥാർത്ഥ്യങ്ങളുടെ വിചാരണകൾ

ആദ്യന്തം പരിണാമഗുപ്തി നിലനിർത്തിക്കൊണ്ടുള്ളതാണ് രചനാ
സമ്പ്രദായം. ജ്വരം പിടിച്ച് നഗരത്തിലെ നക്ഷത്ര ഹോസ്പിറ്റലിൽ എത്തി
ച്ചേരുന്ന ഒരു രോഗിയുടെ ജീവിതത്തിൽനിന്നുള്ള പടിപടിയായുള്ള ആരോ
ഹണം ചാരുതയാർന്ന ക്രാഫ്റ്റിലൂടെ അവതരിപ്പിക്കുന്നു. ഏഴു നിലക
ളുള്ള ആശുപത്രിയിൽ ഗുരുതരമല്ലാത്ത രോഗികളെ ഏറ്റവും മുകളിലത്തെ
നിലയിലും ഗുരുതരാവസ്ഥയുടെ പാരമ്യത്തിലുള്ളവരെ താഴെയുള്ള നില
യിലും പ്രവേശിപ്പിക്കുന്നു. ഏഴാം നിലയിൽ ആദ്യം പ്രവേശിക്കപ്പെടുന്ന
രോഗിയുടെ മനോനിലയും കഥാപരിസരവും രോഗാവസ്ഥയ്ക്കനുസൃത
മായി ക്രമേണ പരിണതപ്പെടുന്നതെങ്ങനെയെന്ന് വിശദമാക്കുന്നു. ഓരോ
നിലയും താഴേക്കിറങ്ങുമ്പോൾ രോഗാവസ്ഥയുടെ കാഠിന്യം ഏറിവരുന്നു.
രോഗത്തിൽനിന്ന് ഒരിക്കലും രക്ഷപ്പെടില്ലെന്ന് ഉറപ്പുള്ളവരെമാത്രമാണ്
താഴത്തെ നിലയിൽ പ്രവേശിപ്പിക്കുന്നത്. അവിടെ ഡോക്ടർമാർക്കു
പകരം പുരോഹിതന്മാർ മാത്രമാണ് രോഗികളെ സന്ദർശിക്കുന്നത്. ഒരി
ക്കലും തുറക്കപ്പെടാത്ത ജനാലകളാണ് അവിടെയുള്ളത്. രോഗ കാഠിന്യം
മൂലം കണ്ണുകൾപോലും അടഞ്ഞുപോയവരാണ് അവിടുത്തെ രോഗികൾ.

ഈ സാഹചര്യം നന്നായി മനസ്സിലാക്കി തന്നെ പ്രവേശിപ്പിച്ചത്
ഏഴാം നിലയിലാണല്ലോ എന്ന് ആശ്വസിച്ചുതീരുന്നതിനുമുൻപേ കഥാ
നായകനെ പൊടുന്നനെ നാലാംനിലയിൽ പ്രവേശിപ്പിക്കുന്നു. അഞ്ചും
ആറും നിലകളിൽ മുറിയോ കിടക്കയോ ഒഴിവില്ലെന്ന സാന്ത്വനത്തിൽ
രോഗത്തിന്റെ ഗുരുതരാവസ്ഥയുമായി അയാൾ പൊരുത്തപ്പെടുന്നു.
എന്നാൽ അധികം വൈകാതെ അനിവാര്യമായ അവരോഹണം അയാളെ
ഗ്രസിക്കുന്നു. നാലാംനിലയിലെ ഡോക്ടർമാരും മറ്റു ജീവനക്കാരും
അല്പകാലം സ്ഥലത്തുണ്ടാകില്ലെന്ന് തെറ്റിദ്ധരിപ്പിച്ച് പൊടുന്നനെ
അയാളെ ഒന്നാം നിലയിൽ പ്രവേശിപ്പിക്കുന്നു. ഇതോടെ അനിവാര്യമായ
യാഥാർത്ഥ്യത്തിന്റെ പൊരുൾ ഒരു നീറ്റലായി വായനക്കാർക്ക് അനുഭവ

പ്പെടുന്നു. രോഗിയെ സ്ട്രെച്ചറിൽ കിടത്തി അപൂർണ്ണമായ ഒരു സന്ധിയിൽ തുടർവായനയുടെ സ്വാതന്ത്ര്യത്തിലേക്ക് വായനക്കാരെ ക്ഷണിക്കുന്നിടത്താണ് കഥ അവസാനിക്കുന്നത്. അനന്യമായ ഈ ആഖ്യാനചാരുതയാണ് കഥയുടെ വിജയം.

വ്യവസ്ഥാപിതമായ ഒരു രാഷ്ട്രീയ സാമൂഹ്യ വ്യവസ്ഥയിൽ ഇരകളാകാൻ വിധിക്കപ്പെടുന്നവരാണ് നിഷ്കളങ്കരായ വ്യക്തികൾ. അധികാരത്തിന്റെയും സംഘബലത്തിന്റെയും പിൻബലത്തിൽ ക്രൂരതകൾപോലും ന്യായീകരിക്കപ്പെടുന്നു. ഈ സാഹചര്യത്തിൽ നിരപരാധികളും നിഷ്കളങ്കരും പ്രതിരോധമില്ലാതെ വേട്ടയാടപ്പെടുന്നു. ദുർബ്ബലരായ ഇരകൾക്കൊപ്പമല്ല, ശക്തരായ വേട്ടക്കാർക്കൊപ്പമാണ് അധികാര വ്യവസ്ഥ പലപ്പോഴും നിലകൊള്ളുന്നത്. വേട്ടക്കാരൻ അതിഥിയായെത്തി ആതിഥേയനായ ഇരയെ നിഷ്പ്രയാസം കീഴ്പ്പെടുത്തുന്ന ദുരവസ്ഥ. ഭയാനകമായ ഈ യാഥാർത്ഥ്യത്തെ 'അതിഥി' എന്ന കഥയിൽ വിചാരണ ചെയ്യുന്നു. പ്രത്യക്ഷകഥനത്തിന്റെ ശരീരഭാഷയാണ് കഥയ്ക്കുള്ളതെങ്കിലും ഫാന്റസിയുടെ അകമ്പടിയുണ്ട്. ദയാരഹിതമായ സാമൂഹ്യ യാഥാർത്ഥ്യത്തിനു നേർക്കുള്ള പരോക്ഷമായ മുന്നറിയിപ്പാണ് കഥയുടെ കേന്ദ്രബിന്ദു. അരങ്ങേറപ്പെടുന്ന ഏതു ക്രൂരതയും തങ്ങളെ ബാധിക്കാത്തതാണെന്ന കണക്കുകൂട്ടലിൽ ചുറ്റുപാടിനെ നിഷ്കരുണം അവഗണിക്കുന്ന വർത്തമാന സമൂഹത്തെ പ്രതിസ്ഥാനത്തു നിർത്തുന്നുമുണ്ട്.

പുതുകാലത്തിന്റെ പ്രണയവും പ്രണയഭംഗവും ആസക്തിയുടെ ഏകകോശത്തിൽ ബന്ധിതമാണ്. ഈ ആശയത്തെ ഉപജീവിച്ച പുതുതലമുറയുടെ അഭിരുചിയെ പിൻപറ്റിയുള്ള പ്രത്യക്ഷകഥനമാണ് 'പ്രണയം 2013'. കഥയുടെ വിശദാംശങ്ങളെ നവീനമായ ഒരു ഭാവുകത്വത്തിലേക്ക് കേന്ദ്രീകരിക്കാൻ സാധിച്ചിട്ടുണ്ട്. സമൂഹം പൊതുവെ അവഗണിക്കുന്ന തെരുവുജീവിതത്തിന്റെ നോവുകളിലേക്ക് ജാഗ്രതയോടെ പ്രവേശിക്കുന്ന കഥയാണ് 'കാഴ്ചകൾ.' വ്യക്തിയും സമൂഹവും അപചയങ്ങളിൽനിന്ന് മുക്തമല്ലാത്ത സാഹചര്യത്തിൽ സാഹിത്യരംഗവും ജീർണ്ണതയ്ക്കു കീഴ്പ്പെടുകയാണെന്ന് 'മഷി' എന്ന കഥയിൽ സ്ഥാപിക്കുന്നു. വ്യാപാരവല്ക്കരണത്തിന്റെ ലോകത്തുനിന്ന് സാഹിത്യത്തിനും മോചനമില്ലെന്നാണ് ധ്വനി. സത്യസന്ധമായ രചനകൾകൊണ്ട് പ്രയോജനമില്ലെന്നും സ്വന്തം പ്രതിഭ മറ്റൊരാൾക്കു പണയംവെച്ച് സാമ്പത്തികലാഭമുണ്ടാക്കുന്നതാണ് പ്രായോഗികതയെന്നും സമർത്ഥിച്ച് സാഹിത്യരംഗത്തെ മൂല്യനിരാസത്തിലേക്ക് വിരൽചൂണ്ടാൻ കഥാകൃത്ത് ശ്രമിക്കുന്നു.

പ്രത്യക്ഷകഥനം എന്ന തന്റെ പതിവുശൈലിയിൽനിന്ന് വേറിട്ട ചില പരീക്ഷണങ്ങളും ജോൺ സാമുവൽ നടത്തിയിട്ടുണ്ട്. 'ബാക്കിപത്രം' അത്തരമൊരു കഥയാണ്. നേരിട്ടു പറയാതെ സമകാല യാഥാർത്ഥ്യങ്ങളെ പരോക്ഷമായി വിചാരണ ചെയ്യുന്ന ആഖ്യാനതന്ത്രമാണ് ഇക്കഥയിലുള്ളത്. സൂചകങ്ങളുടെ പിൻബലം സമൃദ്ധമായി ഉപയോഗപ്പെടുത്തി കഥാസന്ദർഭങ്ങളെ അനുഭവവേദ്യമാക്കുന്നു.

വാർദ്ധക്യം അനുഭവിക്കുന്ന ആത്മവ്യഥകളും അവഹേളനങ്ങളും നവീനമായ ഒരു ആഖ്യാന സമ്പ്രദായത്തിൽ അവതരിപ്പിക്കുന്നു. ഉത്തരാധുനിക സമൂഹത്തിന്റെ കാഴ്ചപ്പാടുകൾക്കു യോജിച്ചതാണ് ഈ ആഖ്യാനരീതി. പൊള്ളുന്ന യാഥാർത്ഥ്യങ്ങളിൽ ഒളിഞ്ഞിരിക്കുന്ന കാപട്യവും നെറികേടുകളുമാണ് വിചാരണ ചെയ്യപ്പെടുന്നത്. വർത്തമാന സമൂഹത്തിന്റെ വൈകാരികലഘുത്വം, ആത്മാർത്ഥതയില്ലായ്മ, നിലപാടുകളിലെ ആഴമില്ലായ്മ എന്നിവ കഥന രീതിയിൽ പ്രതിഫലിക്കുന്നു. പ്രസംഗരൂപത്തിലുള്ള കഥയുടെ ശരീരഭാഷയും നൂതനമാണ്.

പ്രായമായവർ വിസ്മരിക്കാനാഗ്രഹിക്കുന്ന ഒന്നാണ് സ്വന്തം പ്രായാധിക്യം. എന്നാൽ അവരുടെ പ്രായത്തെക്കുറിച്ച് ഓർമ്മിപ്പിച്ച് വേദനിപ്പിക്കുന്നതിലാണ് ചെറുപ്പക്കാരായ ചിലർക്ക് കമ്പം. തൊണ്ണൂറ്റിയഞ്ച് വയസ്സായ ഭർത്താവിന്റെ മരണത്തിൽ വേദനിക്കുന്ന ഭാര്യയോട് "മാഡത്തിന് 93 വയസ്സായോ" എന്ന് ആശ്ചര്യപ്പെടുന്ന സെമിത്തേരി സൂക്ഷിപ്പുകാരന്റെ വാക്കുകളിലൂടെ വാർദ്ധക്യത്തെ പൊതുസമൂഹം പരോക്ഷമായി കുറ്റപ്പെടുത്തുന്നതെങ്ങനെയെന്ന് വെളിപ്പെടുത്തുന്നു.

"സംശുദ്ധ രാഷ്ട്രീയത്തിന്റെ ആൾരൂപമെന്ന് സ്വയം വിശേഷിപ്പിക്കുകയും അണികളെക്കൊണ്ട് വിശേഷിപ്പിക്കുകയും കൈയിൽനിന്നോ കുടുംബത്തിൽനിന്നോ ഒരു പൈസപോലും ചെലവാക്കാതെ ജനങ്ങളുടെ ചെലവിൽ ജീവിതകാലം മുഴുവൻ കഴിച്ചുകൂട്ടിക്കൊണ്ടുമിരുന്ന നമ്മുടെ കൂട്ടത്തിലെ പ്രമുഖനായ അംഗത്തെ പ്രത്യേകിച്ച് പരിചയപ്പെടുത്തേണ്ടതില്ലല്ലോ." ഇത്തരത്തിലുള്ള ആക്ഷേപഹാസ്യ സൂചകങ്ങൾ സമൃദ്ധമായി ഉപയോഗപ്പെടുത്തുന്നുണ്ട്. "നാം ഉപേക്ഷിച്ചുപോകുന്ന നന്മകളുടെ തുടർച്ചയെപ്പറ്റിയുള്ള ഖേദങ്ങളിൽനിന്നുള്ള വിടുതൽ. അതുമാത്രം മതി എനിക്കും താങ്കൾക്കും അവശേഷിക്കുന്ന നാളുകളെ ആഘോഷമാക്കാൻ" എന്ന കേന്ദ്രകഥാപാത്രത്തിന്റെ സംഭാഷണത്തിൽ പ്രതിഫലിക്കുന്ന ദുരന്ത ഫലിതവും ശ്രദ്ധേയമാണ്.

സാധാരണക്കാരുടെയും പ്രാന്തവല്ക്കരിക്കപ്പെട്ടവരുടെയും ജീവിത പ്രശ്നങ്ങളെ ആകർഷിക്കുന്നതിൽ ഈ കഥാകൃത്ത് മുന്തിയ പരിഗണന നല്കുന്നു. ഇത്തരം കഥകളിൽ പാരായണസുഖത്തിനാണ് പ്രാധാന്യം. 'മുന്നൊരുക്കങ്ങൾ' 'നീർമണി' 'യാക്കോബ് പറയട്ടെ' എന്നിവയിൽ ഇത് പ്രത്യക്ഷമായി അനുഭവപ്പെടുന്നു. 'പ്രഭാതസവാരി'യിൽ പരോക്ഷമായ ഒരു വിചാരണയായി ഈ ആഭിമുഖ്യം കടന്നുവരുന്നു. ചുരുക്കത്തിൽ സമൂഹത്തിലെ നെറികേടുകളും നിത്യജീവിതത്തിൽ നാം അവഗണിക്കുന്ന സാധാരണക്കാരുടെ പ്രശ്നങ്ങളും കഥാകൃത്തിനെ ആഴത്തിൽ സ്വാധീനിച്ചിട്ടുണ്ടെന്ന് രേഖപ്പെടുത്താവുന്നതാണ്.

ആഖ്യാനത്തിൽ നൂതനമായ സങ്കേതങ്ങളും ശില്പ വൈദഗ്ദ്ധ്യവും സ്വായത്തമാക്കുന്നതിൽ മത്സരിക്കുന്ന കഥാകൃത്തുക്കളും അത് ജാഗ്രതയോടെ വിലയിരുത്തുന്ന വായനാസമൂഹവും മലയാളത്തിലുണ്ട്. സമകാല കഥയിലെ നവീനമായ ആഖ്യാനധാര ചൈതന്യധന്യമായ ഒരു ഭാവുകത്വം

വീണ്ടെടുക്കാനുള്ള പരിശ്രമത്തിലാണ്. കഥയെ അതിശയിക്കുന്ന യാഥാർത്ഥ്യങ്ങളാണ് പുതുകാലത്ത് സംഭവിച്ചുകൊണ്ടിരിക്കുന്നത്. പ്രച്ഛന്നമായ ഭയാനകതകൾ കുടുംബത്തെയും സമൂഹത്തെയും സംഘർഷ ഭരിതമാക്കുന്നു. ഇത്തരം പ്രമേയങ്ങൾ അവതരിപ്പിക്കുന്നതിന് ആഖ്യാന സമ്പ്രദായത്തിൽ സ്വാഭാവികമായ ഉടച്ചുവാർക്കലുകൾ ആവശ്യമാണ്. അത്തരത്തിൽ ഒരു നവഭാവുകത്വം സൃഷ്ടിക്കാൻ ജോൺസാമുവലിനു സാധിക്കുമെന്നു പ്രതീക്ഷിക്കാം.

(മാർച്ച് - 2016)

17

അമ്പരപ്പിക്കുന്ന യാഥാർത്ഥ്യങ്ങൾ ഉൾക്കൊള്ളാൻ മനസ്സു മടിക്കുക സ്വാഭാവികം. നൊമ്പരപ്പെടുത്തുന്നവയാണ് അവയെങ്കിൽ കാണുകയോ കേൾക്കുയോ വേണ്ടെന്ന മട്ടിൽ മുഖം തിരിച്ചുകൂടായ്കയില്ല. സംഭവം യഥാർത്ഥമാണല്ലോ എന്ന ചിന്ത തന്നെ അതിനു കാരണം. ഇതിന് മനഃശാസ്ത്രപരമായ ഒരു വശം കൂടിയുണ്ട്.

ദുരന്തങ്ങൾക്ക് സാക്ഷിയാകുവാൻ സാധാരണക്കാരൻ ഇഷ്ടപ്പെടുന്നില്ല. സന്ദർഭമനുസരിച്ച് സാധാരണക്കാരൻ എന്നാൽ അസാധാരണത്വം ലേശവുമില്ലാത്ത ഒരു മനസ്സിന്റെ ഉടമ എന്നർത്ഥം. അസാധാരണത്വം നിറഞ്ഞ മനസ്സുകൾക്ക് ഏതു പ്രതിസന്ധിയെയും അഭിമുഖീകരിക്കുന്നതിന് ഒരു ബുദ്ധിമുട്ടുണ്ടാവുകയില്ല. മറ്റുള്ളവർ മറിച്ചാണ്. അപകടങ്ങൾക്ക് ദൃക്സാക്ഷിയാകുന്നവർ ബോധരഹിതരായി വീണു പോകുന്നതിന്റെ കാരണമതാണ്. ദുർബ്ബലഹൃദയർ എന്ന് അവരെ വിളിക്കുന്നുവെന്നു മാത്രം.

മനസ്സ് അനുവദിക്കാത്ത കാര്യങ്ങളെ കെട്ടുകഥകൾ എന്ന് വിശേഷിപ്പിച്ച് രക്ഷപ്പെടുവാനാണ് സാധാരണ ശ്രദ്ധിക്കാറുള്ളത്. അതിശയോക്തി കലർത്തുന്നതിനോ, അപ്രമാദിത്വം കല്പിച്ച് ഒഴിവാക്കുന്നതിനോ അതിനാൽ സാദ്ധ്യതയേറും. അതിനൊപ്പം നൊമ്പരത്തിന്റെ, വേദനയുടെ ഒക്കെ കാഠിന്യം ബോധപൂർവ്വം കുറച്ചു കാണുന്നതിനുള്ള ശ്രമവും ഉണ്ടാവും.

ഒരു പഞ്ചനക്ഷത്ര ആതുരാലയത്തിൽ നല്ലവനായ, നന്മകൾ നിറഞ്ഞ സാധുവായ ഒരു ജനനേതാവിനുണ്ടായ അനുഭവം കേട്ടപ്പോൾ അതുൾക്കൊള്ളുവാൻ തുടക്കത്തിൽ മനസ്സ് വിസമ്മതിച്ചു. അതുകൊണ്ടാവാം സംഭവം കേട്ടുകഴിഞ്ഞപ്പോൾ സ്വാഭാവികമായുള്ള പ്രതികരണം പുറത്തേക്കു വന്നത്... ചിരി! അല്പം ഉറക്കെത്തന്നെയുള്ള ചിരി. സംഗതി സത്യമോ എന്നുള്ള ചോദ്യം ചിരിക്കുള്ളിൽ തന്നെയുണ്ടായിരുന്നു.

എങ്കിലും തുടർന്നുണ്ടായ ചിന്തകളിൽ ഒരു മുൻപഞ്ചായത്തു പ്രസിഡന്റുകൂടിയായ ആ നേതാവിന്റെ മനസ്സിലുയർന്ന ആ

സംശയം വലിയൊരു ചോദ്യമായി എനിക്കു മുന്നിൽ ഉയർന്നു വന്നു...

രോഗികളെ കാണുന്നതിനെക്കാൾ പ്രധാനപ്പെട്ട കാര്യങ്ങളുള്ള ഡോക്ടറോ അതോ രോഗിയായ താനോ.. ആരാണ് യഥാർത്ഥ രോഗി...?

അതേ...

ഡോക്ടർ
ഒരു രോഗിയാണ്

കെട്ടുകഥയുടെ ചുവ അനുഭവപ്പെടാൻ സാദ്ധ്യതയുള്ളതു കാരണം ഇത് യഥാർത്ഥ സംഭവമാണെന്നും കഥാപാത്രങ്ങൾ ജീവിച്ചിരിക്കുന്നവർ തന്നെയാണെന്നും സാക്ഷ്യപ്പെടുത്തിക്കൊണ്ടു തുടങ്ങുന്നു...

തലസ്ഥാനത്തിനു കിഴക്കുള്ള മലയോരഗ്രാമങ്ങളിലെ ഒരു പഞ്ചായത്തിൽ പലകുറി പ്രസിഡന്റ് പദത്തിലെത്തി തന്റെ പഞ്ചായത്തിനെ പറുദീസയാക്കി മാറ്റാൻ രാപ്പകലില്ലാതെ അദ്ധ്വാനിച്ച മുൻ പ്രസിഡന്റിന് അതുകൊണ്ടുതന്നെ സ്വന്തം പാർട്ടിയുടെ ഒരു നിയമസഭാ സീറ്റെങ്കിലും ലഭിച്ചിരുന്നില്ല.

ഒരു നാൾ അദ്ദേഹം വീണുപോയി. ഹൃദയസംബന്ധമായ അസുഖം. രാഷ്ട്രീയം കളിച്ചു കാശു കുറെ കളഞ്ഞുവെങ്കിലും നാട്ടുകാരുടെ പിന്തുണയുടെ ബലത്തിൽ പുതിയ ഹൃദയവാൽവുമായി ജീവിതത്തിലേക്കു മടങ്ങിയ മുൻ പ്രസിഡന്റിനെ ചികിത്സിച്ച നഗരത്തിലെ പഞ്ചനക്ഷത്ര ആതുരശാലയിലെ മുതിർന്ന ഭിഷഗ്വരൻ ആശുപത്രി വിട്ടു പോകുമ്പോൾ ഒരു മുന്നറിയിപ്പു കൊടുത്തിരുന്നു:

തീരെ ദുർബ്ബലമാണു ഹൃദയം. ചെറിയ പ്രശ്നങ്ങൾ പോലും അവഗണിക്കരുത്. വയ്യ എന്നു തോന്നുന്ന നിമിഷം വൈദ്യസഹായം തേടണം. അതേ ആശുപത്രിയും അതേ ഡോക്ടറുമാണെങ്കിൽ ഉത്തമം.

ഈയിടെ ഒരുനാൾ പഞ്ചായത്തു സേവനം കഴിഞ്ഞെത്തി കിടന്നുറങ്ങിയ അദ്ദേഹത്തിനു കിടുകിടുപ്പും വിറയലും. ഡെങ്കിപ്പനി, ചിക്കുൻഗുനിയ, എലിപ്പനി, എച്ച്1 എൻ1 തുടങ്ങിയവയുടെ ലക്ഷണങ്ങളെപ്പറ്റി ചിന്തിച്ചുവെങ്കിലും പുത്തൻ ഹൃദയവാല്വിന്റെ സ്ഥാനത്തു കുത്തലോടെയുള്ള വേദന അനുഭവപ്പെട്ടപ്പോൾ കാര്യമായതു സംശയിച്ചു.

ഡോക്ടറുടെ ഉപദേശം പെട്ടെന്നോർത്തു ഉടൻതന്നെ വിളിച്ചു. വേദന കാര്യമാക്കേണ്ടെന്നും നാക്കിനടിയിൽ ഗുളിക തിരുകിക്കിടന്ന് കാലത്തു തന്നെ ആശുപത്രിയിലെത്തി തന്നെ കാണുകയെന്ന നിർദ്ദേശവും നല്കി. ഡോക്ടർ ഉറങ്ങാൻ കിടന്നിരിക്കണം. രാത്രി തന്നെ ആശുപത്രിയിൽ വിളിച്ചു കാലത്ത് ഡോക്ടറുടെ അപ്പോയ്മെന്റും വാങ്ങി. കാലത്തു പത്തു മണിക്ക്.

സഹായിയോടൊപ്പം ഒൻപതരയ്ക്കേ ആശുപത്രിയിലെത്തി. കൺസൾട്ടേഷൻ ഇനത്തിൽ 600 രൂപയടച്ചു വിദഗ്ദ്ധന്റെ വരവിനായി കാത്തിരിപ്പു തുടങ്ങി. സമയം പത്തു മുപ്പത്.

ഡോക്ടറുടെ മുറിയുടെ വാതിൽ തുറന്നിട്ടില്ല. പതിനൊന്ന്. വാതിൽ അടഞ്ഞുതന്നെ. പതിനൊന്നു മുപ്പത്. പ്രമേഹം കൂടിയുള്ളതിനാൽ കാലത്ത് ഒന്നും കഴിക്കാൻ കഴിയാഞ്ഞതുകൊണ്ടു വയറു കത്തിത്തുടങ്ങിയിരുന്നു. 12 മണി.

ഡോക്ടറുടെ അന്നത്തെ അപ്പോയ്മെന്റ് ഉറപ്പാക്കിയ ആളുകളുടെ എണ്ണം മുപ്പതിനു മുകളിലെത്തുന്നു.

എന്നിട്ടും ഡോക്ടർ എത്തിയില്ല. അന്വേഷണ കൗണ്ടറിൽനിന്നു സഹായിക്കു കിട്ടിയ മറുപടി ഉടനെത്തും. 12.30, 1.00, 1.30...

ഊണു മുടങ്ങിയാൽ ബോധരഹിതനായി നിലംപതിക്കുമെന്ന കണക്കുകൂട്ടലിൽ ആശുപത്രിയുടെ തന്നെ പഞ്ചനക്ഷത്ര റസ്റ്റോറന്റിൽ പോയി ഭക്ഷണം കഴിക്കുന്നു.

മണി രണ്ട്, രണ്ടു മുപ്പത്. ഹൃദയവാൽവ് അസാധാരണമായി മിടിക്കുന്നുണ്ടോ?

പക്ഷേ, ഡോക്ടർ...?

ഒടുവിൽ മൂന്നുമണിക്ക് അറിയിപ്പു വന്നു. മറ്റു തിരക്കുകളാൽ ഇന്ന് അദ്ദേഹത്തിനു രോഗികളെ കാണാനാവുകയില്ല. ഒന്നുകിൽ 600 രൂപ മടക്കി വാങ്ങാം. അല്ലെങ്കിൽ അപ്പോയിന്റ്മെന്റ് മറ്റൊരു ദിവസത്തേക്കാക്കാം. അതുമല്ലെങ്കിൽ വിദഗ്ദ്ധന്റെ താഴെയുള്ള ഡോക്ടറുമായി ബന്ധപ്പെടുക. കൺസൾട്ടേഷൻ തുകയിലുള്ള വ്യത്യാസം മടക്കി നല്കും.

തളർന്നു തുടങ്ങവേ മുൻ പഞ്ചായത്തു പ്രസിഡന്റ് ഒരു നിമിഷം തർക്കിച്ചു നിന്നു:

രോഗികളെ കാണുന്നതിനേക്കാൾ പ്രധാനപ്പെട്ട കാര്യങ്ങളുള്ള ഡോക്ടറോ, അതോ രോഗിയായ താനോ... ആരാണ് യഥാർത്ഥ രോഗി?

(മാർച്ച് - 2010)

18

"സത്യസന്ധമായ ആത്മാർത്ഥത കേവലം ഉറപ്പുകൾ നല്കുന്നതല്ല. സത്യസന്ധമായ ആത്മാർത്ഥത അങ്ങേയറ്റം ഹൃദയംഗമമാകും. തനിക്കു നല്കാൻ കഴിയുന്നതൊക്കെയും അത് അപ്പോൾത്തന്നെ നല്കും. സത്യസന്ധമായ ആത്മാർത്ഥതയുടെ അസ്തിത്വം വർത്തമാനകാലത്തിലാവും" - ഓഷോയുടെ വാക്കുകളാണ്.

ജീവിതത്തിൽ ഏതെങ്കിലുമൊരു സന്ദർഭത്തിൽ സ്വയം തീരുമാന മെടുക്കാനാവാതെ പ്രതിസന്ധിയിൽ അകപ്പെട്ടേക്കാം. ഒരു ഗുരുവിന്റെ, ഒരു സുഹൃത്തിന്റെ, ചിലപ്പോൾ ഒരപരിചിതന്റെ ഉപദേശമോ ഇടപെടലോ ആഗ്രഹിച്ചുപോകുന്ന നിമിഷങ്ങളാണവ. അതു കിട്ടുന്നതോടെ പ്രതിസന്ധിയെ അതിജീവിക്കാനുള്ള ആത്മവിശ്വാസം സ്വയമേവ ലഭ്യമാകും. ആ ആത്മവിശ്വാസമാകും നിർണ്ണായക ഘട്ടത്തിൽ സഹായത്തിനെത്തുക. ഓഷോയുടെ വാക്കുകൾ ആ സന്ദർഭത്തോട് ചേർത്തുവെച്ച് വായിച്ചാലോ? വല്ലാത്തൊരു പ്രതിസന്ധിഘട്ടത്തിൽ നമ്മുടെ സഹായത്തിനായി ഒരു മുൻപരിചയവുമില്ലാത്ത ഒരാൾ മുന്നോട്ടുവരുന്നു. അപ്രതീക്ഷിത സാഹചര്യത്തിൽ തികച്ചും അപ്രതീക്ഷിതമായിത്തന്നെ. സഹായവാഗ്ദാനമല്ല സഹായമാണ് അയാൾ വെച്ചുനീട്ടുന്നത്. എങ്ങനെ പ്രതികരിക്കേണ്ടൂ എന്നറിയാതെ അമ്പരന്നു നില്ക്കുമ്പോൾ നല്ല വാക്കുകൾകൊണ്ട് നമ്മെ സമാധാനപ്പെടുത്തി സഹായം നല്കിയശേഷം അപ്രത്യക്ഷനാകുന്നു. സഹായം മടക്കിയതിനുശേഷവും അജ്ഞാതനായിത്തന്നെ തുടരുന്നു. ചിലപ്പോഴൊക്കെ ചിലർക്കെങ്കിലും ഇത്തരമൊരനുഭവം നേരിടേണ്ടി വന്നിട്ടുണ്ടാവും.

ഒരുനാൾ അർദ്ധരാത്രിയോടടുത്ത നേരത്ത് എന്റെയും കുടുംബത്തിന്റെയും മുന്നിൽ അത്തരമൊരാൾ പ്രത്യക്ഷപ്പെട്ടു. നാല്പതുകൊല്ലം മുമ്പ് കഥ നടക്കുന്ന കാലത്ത് ഇരുന്നൂറു രൂപ അത്ര ചെറിയ തുകയല്ല. ആരിൽ നിന്നായാലും കൈ നീട്ടി വാങ്ങിപ്പോകുന്ന പ്രതിസന്ധിയായിരുന്നു അത്. തിരികെ ലഭിക്കുമെന്ന ഉറപ്പുണ്ടായിരുന്നതു കാരണമാവാം അദ്ദേഹമതു നല്കിയതെന്ന് വ്യഖ്യാനിച്ച് ആ സന്മനസ്സിന്റെ നന്മ കെടുത്തുവാൻ പാടില്ല. ഭാഷാ

നിഘണ്ടുകാരൻ 'നന്മ'ക്കു കൊടുത്തിരിക്കുന്ന അർത്ഥം ഗുണം എന്നാണ്. പ്രകൃതിഭാവങ്ങളുടെ അടിസ്ഥാനത്തിൽ ഗുണത്തിന് ഉപവിഭാഗങ്ങൾ മൂന്ന്. അതിൽ ഏതുവിഭാഗത്തിൽപ്പെടും ആ നന്മയുടെ വലിയ ശേഖരം? തീർച്ചയായും 'സത്യം' തന്നെ. ഉണ്മയാണത്. ചൈതന്യമാണത്. കൂരിരുട്ടിൽ ജ്വലിച്ചു നില്ക്കുന്നൊരു ദീപനാളം പോലെ...

'മനോരമ'യുടെ 'മറക്കില്ലൊരിക്കലും' പംക്തിയിൽ ഇതെഴുതുമ്പോൾ ആ അനുഭവം ജ്വലിച്ചുതന്നെ നില്ക്കുകയായിരുന്നു...

ദീപോജ്ജ്വലം ജീവിതം

ജീവിതം ചെറുമെഴുകുതിരിയല്ല. ജ്വലിക്കുന്ന ദീപമാവണം എന്ന മഹദ് വചനത്തിന്റെ പൊരുൾ അനുഭവിച്ച നിമിഷങ്ങൾ ഓർമ്മകളിൽ നിന്നൊരിക്കലും മായുകയുണ്ടാവില്ല.

മുപ്പതോ മുപ്പത്തിയൊന്നോ വർഷം മുൻപാണ് ആകാശവാണിയിൽ അനൗൺസറായി ജോലി ചെയ്യുന്ന കാലം. ഒരു വൈകുന്നേരം അനൗൺസ്മെന്റ് ഡ്യൂട്ടിക്കിടെ പി പത്മരാജൻ സ്റ്റുഡിയോവിലെത്തി, വീട്ടിൽ പൊയ്ക്കോളൂ. ഡ്യൂട്ടി താൻ ചെയ്തുകൊള്ളാമെന്നു പറഞ്ഞപ്പോൾ തെല്ലൊന്നമ്പരന്നു. ഒരു മണിക്കൂർ മുൻപ് മാത്രമാണ് അദ്ദേഹത്തിൽനിന്ന് ഡ്യൂട്ടി ഏറ്റെടുത്തത്. എന്റെ ഭാര്യയുടെ പിതൃസഹോദരീ ഭർത്താവ് മരണപ്പെട്ട വിവരം പതിഞ്ഞ സ്വരത്തിൽ അദ്ദേഹം അറിയിച്ചു. അടുത്ത ദിവസം ഉച്ചയോടെ സംസ്കാരം ചങ്ങനാശ്ശേരിക്കപ്പുറം കങ്ങഴയിൽ. മരണവിവരം അറിയിച്ചുകൊണ്ട് ആകാശവാണിയിലേക്കുള്ള ഫോൺവിളികിട്ടിയത് പത്മരാജനായിരുന്നു.

അദ്ദേഹത്തെ പ്രക്ഷേപണച്ചുമതല ഏല്പിച്ച് ആകാശവാണിക്കടുത്തുതന്നെയുള്ള വീട്ടിൽ തിടുക്കത്തിലെത്തി. രാത്രി പതിനൊന്നിന്റെ ബസിൽ തിരിച്ചാൽ വെളുപ്പിനു ചങ്ങനാശ്ശേരിയിലെത്തി കങ്ങഴയ്ക്കുള്ള ആദ്യബസ് പിടിക്കാം. മകൻ സൂരജിനന്ന് ഒരുവയസ്സ്. തലേന്നെടുത്ത ബൂസ്റ്റർ ഇൻജക്ഷനെത്തുടർന്നുള്ള പനിയിൽനിന്നും അസ്വാസ്ഥ്യത്തിൽനിന്നും പൂർണ്ണമായും അവൻ മുക്തനായിരുന്നില്ലെങ്കിലും മരുന്നും അത്യാവശ്യം തുണികളും ബാഗിലടുക്കി തമ്പാനൂർ ബസ് സ്റ്റേഷനിലേക്ക് ഞങ്ങൾ പുറപ്പെട്ടു. തമ്പാനൂരിലെത്തുമ്പോൾ കൊട്ടാരക്കാര വഴി കോട്ടയത്തിനുള്ള ഫാസ്റ്റ് പാസഞ്ചർ പുറപ്പെടുവാൻ തയ്യാറായി നില്ക്കുന്നു. ബേക്കറി ജങ്ഷൻ കയറ്റംകയറി ബസ് പാളയത്തെത്തുമ്പോഴേക്ക് കണ്ടക്ടർ ഞങ്ങളുടെ അടുത്തെത്തി.

രണ്ട് ചങ്ങാനാശ്ശേരി.

പണം നല്കാനായി പേഴ്സ് തിരയുമ്പോൾ പോക്കറ്റിൽ പേഴ്സില്ല. മടിയിലിരുന്ന ബാഗ് തുറന്നു പരതുമ്പോൾ യാത്രയുടെ തിരക്കിനിടെ

വീട്ടിൽ മേശപ്പുറത്തുവച്ച പേഴ്സ് എടുത്തിട്ടില്ലെന്ന് ജാള്യതയോടെ മനസ്സിലാക്കി.

ക്ഷമാപണത്തോടെ കണ്ടക്ടറോടു പറഞ്ഞു. “പണമെടുക്കാൻ മറന്നു. ഞങ്ങൾ പാളയത്ത് ഇറങ്ങിക്കോളാം.”

പാളയത്തിറങ്ങി വീട്ടിലെത്തി പേഴ്സെടുത്ത് വീണ്ടും തമ്പാനൂരിലെത്തി കിട്ടാവുന്ന ഏതെങ്കിലുമൊരു ബസിൽ അർദ്ധരാത്രിക്കെങ്കിലും യാത്ര തുടരാമെന്ന് നിമിഷാർദ്ധത്തിൽ ചിന്തിക്കവേ പുറകിൽനിന്നൊരു ശബ്ദം:

“ചങ്ങനാശ്ശേരിക്കാണോ?”

തിരിഞ്ഞുനോക്കുമ്പോൾ സമപ്രായക്കാരനായ സുമുഖനായ ഒരു ചെറുപ്പക്കാരൻ.

“അതെ... പേഴ്സെടുക്കാൻ മറന്നു...”

“സാരമില്ലെന്നേ... എന്തായാലും യാത്ര മുടക്കേണ്ട.”

ചെറുപ്പക്കാരൻ പോക്കറ്റിൽനിന്ന് രണ്ട് നൂറുരൂപ നോട്ടുകൾ നീട്ടി.

മടിച്ചു നില്ക്കുന്നതു കണ്ടിട്ടാവണം ചെറുപ്പക്കാരൻ പറഞ്ഞു: “വാങ്ങിച്ചോളൂ... തിരികെ ചെന്നിട്ട് അയച്ചുതന്നാൽ മതി..” തിരുവനന്തപുരത്തുനിന്ന് ചങ്ങനാശ്ശേരിക്ക് അന്ന് ബസുകൂലി പതിനഞ്ചു രൂപയിൽ താഴയേ വരൂ. രണ്ടുപേർക്കു പോയിവരാൻ നൂറുരൂപതന്നെ ധാരാളം. ഒരു നൂറുരൂപ നോട്ട് മടക്കി നല്കുമ്പോൾ അദ്ദേഹം പറഞ്ഞു:

“വേറെ അത്യാവശ്യം വല്ലതും വന്നാലോ.. ഇരുന്നോട്ടെ.”

പണം മടക്കി അയക്കുന്നതിനായി വിലാസം ചോദിക്കുമ്പോൾ പേരു കേട്ട് അതിലേറെ അതിശയിച്ചുപോയി.

പ്രശസ്ത നാടകകൃത്തും നടനും ചിൽഡ്രൻസ് എൻസൈക്ലോപീഡിയ ചീഫ് എഡിറ്ററുമായിരുന്ന എന്റെ പിതൃസഹോദരീപുത്രന്റെ അതേ പേരുകാരൻ.

“എബ്രഹാം ജോസഫ്”. കുട്ടനാട്ടുകാരൻ. പരിചയപ്പെടലിന് കൂടുതൽ ഊഷ്മളതയേറിയ ഈ പേരുകാരനെ പിന്നീടു കണ്ടുമുട്ടാൻ കഴിഞ്ഞിട്ടില്ല. അയച്ചുകൊടുത്ത പണം അദ്ദേഹത്തിനു കിട്ടിയിട്ടുണ്ടാവണം. അല്ലെങ്കിൽ മടങ്ങിവരുമായിരുന്നേനെ. വിലാസം നഷ്ടപ്പെട്ടതുകാരണം പിന്നീട് ബന്ധപ്പെടുവാനും കഴിഞ്ഞിരുന്നില്ല.

കുട്ടനാട്ടിൽ, തായങ്കരിയിലോ രാമങ്കരിയിലോ അമിച്ചകരിയിലോ അദ്ദേഹം ഉണ്ടാവും. മനസ്സിന്റെ നന്മ ജ്വലിക്കുന്ന ദീപമായി പ്രകാശിച്ചതായിരുന്നുവല്ലോ തീർത്തും അപരിചിതരായിരുന്ന ഞങ്ങൾക്ക് ആ രാത്രിയിൽ തുണയായത്.

(ജൂൺ - 2009)

19

തിരുവനന്തപുരം തമലത്ത് ശാസ്ത്രിനഗറിനു നടുവിലൂടെ കരമനയാറ്റിന്റെ തീരത്തേക്കു നീങ്ങുന്ന വലിയൊരു ഇറക്കമുണ്ട്. തീരത്തോടു ചേർന്നാണ് 'വൈദേഹി' എന്ന് വീട്. ആധുനിക രീതിയിൽ പണികഴിപ്പിച്ച ഒരു സാധാരണ ഭവനം. സ്വന്തം പേരിലുള്ള ഒരു തുണ്ടുഭൂമിയോ വീടോ തന്റെ തന്നെയാണെന്നു സ്ഥാപിച്ചുകിട്ടുന്നതിനായി ജീവിതം വഴിമുട്ടി നില്ക്കുമ്പോൾ സർക്കാരിന്റെ കനിവിനായുള്ള യാചനയുമായി നാടിന്റെ നാനാഭാഗത്തുനിന്നും സെക്രട്ടറിയേറ്റിലെത്തുന്ന മനുഷ്യജീവിതങ്ങളുടെ ദുഃഖം താങ്ങാനാവാതെ നിസ്സഹായനായി സിവിൽ സർവ്വീസ് എന്ന ദുര്യോഗം വലിച്ചെറിഞ്ഞ് ഓടിപ്പോന്ന മനുഷ്യസ്നേഹിയായ ഒരെഴുത്തുകാരൻ ആ വീട്ടിൽ ഉറങ്ങുകയും ഉണരുകയും ചെയ്തുപോന്നു. *യന്ത്ര*ത്തിലൂടെ ജീവിത ദൗർഭാഗ്യങ്ങളുടെ കെട്ടഴിച്ചുവെച്ച മലയാറ്റൂർ രാമകൃഷ്ണൻ. *വേരുകളും യക്ഷിയും* സമ്മാനിച്ച കഥാകാരനായിരുന്നില്ല *യന്ത്ര*കാരൻ. ജീവിതയാഥാർത്ഥ്യങ്ങൾ ഒന്നൊന്നായി അദ്ദേഹം കോറിയിടുമ്പോൾ വായനക്കാരുടെ ഹൃദയവും പൊള്ളിയടർന്നു. മുഖം നോക്കാതെയുള്ള കാർട്ടൂൺ വിമർശനങ്ങളിലൂടെ അദ്ദേഹം അധികാരത്തിന്റെ മൂലക്കല്ലുകളെ വിറകൊള്ളിച്ചു. ബ്രിഗേഡിയറിലൂടെ വായനക്കാർക്ക് ചിരിയുടെ ആശ്വാസവും നല്കി.

അധികാരകേന്ദ്രങ്ങൾക്ക് എന്നും അപ്രാപ്യനായിരുന്നു മലയാറ്റൂർ രാമകൃഷ്ണൻ എന്ന എഴുത്തുകാരനും കാർട്ടൂണിസ്റ്റും. *ശേഷക്രിയ* റിലീസ് ചെയ്തതിനു ശേഷമാണ് അദ്ദേഹത്തെ പരിചയപ്പെടുന്നത്. "ക്രിയ, ശേഷക്രിയ" എന്ന തലക്കെട്ടിൽ സിനിമയെക്കുറിച്ച് *കേരളകൗമുദി*യിൽ അദ്ദേഹമൊരു ആസ്വാദനമെഴുതി. ഒരു കമ്യൂണിസ്റ്റായ മലയാറ്റൂർ കമ്യൂണിസ്റ്റുകാരനായ നായക കഥാപാത്രത്തെ വിലയിരുത്തുന്നതിൽ കാട്ടിയ ഔചിത്യമായിരുന്നു ആ ആസ്വാദനത്തെ ശ്രദ്ധേയമാക്കിയത്. നായകനെ അവതരിപ്പിച്ച എനിക്കും കിട്ടി ഒരു തലോടൽ. അകന്നുനിന്നുകൊണ്ടുള്ള ആരാധന അങ്ങനെ അടുപ്പമായി മാറി. എങ്കിലും സൗഹൃദമെന്നു പറയുകവയ്യ. സുഹൃത്തായി കാണുന്നതിനുള്ള പ്രായവും നിലയും

ആയിരുന്നില്ല എന്റേത്. കാണുമ്പോഴൊക്കെ ഒരിളയ സഹോദരനോടെ ന്നപോലെ അദ്ദേഹം പെരുമാറി. വഴിയിൽ KLV444 കാർ നിർത്തിപ്പോലും അദ്ദേഹം കുശലം ചോദിച്ചിട്ടുണ്ട്.

തികഞ്ഞ ഒരു കായികപ്രേമിയായിരുന്നു അദ്ദേഹം. ക്രിക്കറ്റിനൊപ്പം ഫുട്ബോളും വോളിബോളും അത്‌ലറ്റിക്‌സും അദ്ദേഹത്തിനിഷ്ടപ്പെട്ട കളി കളായിരുന്നു. എഴുപതുകളിലും എൺപതുകളുടെ തുടക്കത്തിലും *മാതൃ ഭൂമി, കലാകൗമുദി, മലയാളനാട്, മനോരമ* തുടങ്ങിയ വാരികകളിലും *മലയാളമനോരമ, കേരളകൗമുദി, മാതൃഭൂമി, ദീപിക* തുടങ്ങിയ പത്രങ്ങ ളിലും ഞാനെഴുതിയ കായിക ലേഖനങ്ങൾ അദ്ദേഹം. വായിക്കാറുണ്ടാ യിരുന്നു.

ജനയുഗം വാരികയുടെ പത്രാധിപരായി ചുമതലയേറ്റപ്പോൾ തമ്മിൽ ഒന്നു കാണണമെന്ന് അദ്ദേഹം ആവശ്യപ്പെട്ടു. വാരികയിൽ സ്‌പോർട്‌സ് കോളം എഴുതണമെന്ന താല്പര്യം അറിയിച്ചപ്പോൾ സസന്തോഷം സമ്മ തിച്ചു. മലയാറ്റൂർ രാമകൃഷ്ണൻ സ്വന്തം കൈപ്പടയിൽ തയ്യാറാക്കിയ പര സ്യത്തോടെ ആയിരുന്നു ആ പംക്തി ആരംഭിച്ചത്. ലേഖനത്തോടൊപ്പം ഒരു കാർട്ടൂണും അദ്ദേഹത്തിന്റെ വകയായി ചേർത്തു. എണ്ണമറ്റ കായിക ലേഖനങ്ങൾ എഴുതിയിട്ടുണ്ടെങ്കിലും മലയാറ്റൂർ അവതരിപ്പിച്ച പംക്തി യിൽവന്ന ആ ആദ്യലേഖനം നിധിപോലെ കാത്തുസൂക്ഷിച്ചിരിക്കുന്നു.

മലയാറ്റൂർ പറഞ്ഞപ്പോൾ

ഇന്ത്യൻ സ്‌പോർട്‌സിൽ തൊള്ളായിരത്തി എൺപത്തിമൂന്ന് എന്നെന്നും സ്മരിക്കപ്പെടുക കപിൽദേവും സംഘവും പ്രൂഡൻഷ്യൽകപ്പ് ഇന്ത്യയിലേക്കു കൊണ്ടുവന്ന വർഷം എന്ന നിലയിലാവുകയില്ല. ലോക ക്രിക്കറ്റ് കപ്പ് ചാമ്പ്യന്മാർ എന്ന ഏറക്കുറെ അപ്രാപ്യമായിരുന്ന സ്വപ്നം ഇന്ത്യൻ ക്രിക്കറ്റർമാർ സാക്ഷാൽക്കരിച്ചത് ബഹുരാഷ്‌ട്രതലത്തിലെ ഏറ്റവും വലിയ നേട്ടങ്ങളിലൊന്നായി കരുതേണ്ടതുതന്നെ. പക്ഷേ, ക്രിക്ക റ്റിലെ ലോകചാമ്പ്യന്മാർ ലോകകപ്പ് വിജയത്തിനുശേഷം സ്വന്തം മണ്ണിൽ നടന്ന രണ്ടു പരമ്പരകളിലും ദയനീയമായി തകർന്നത് ഉത്തരം മുട്ടിക്കുന്ന പ്രശ്‌നമായിത്തീർന്നിരിക്കുകയാണ്. എന്നുവെച്ച് പ്രൂഡൻഷ്യൽകപ്പ് ഒരു ദാനഭാഗ്യമായിരുന്നുവെന്ന് കരുതേണ്ടതില്ല. നിരീക്ഷകരെ അപ്പാടെ അമ്പ രപ്പിച്ച മികവിലൂടെ ലോക ചാമ്പ്യന്മാരുടെ തിളക്കമാർന്ന നേട്ടം ഇന്ത്യ കൈപ്പിടിയിലൊതുക്കുകയാണുണ്ടായത്. എൺപത്തിമൂന്നിലെ എണ്ണപ്പെട്ട ഒരേ ഒരു നേട്ടവും ഇതുതന്നെ. കായികപ്രേമികളുടെ മനസ്സിൽ മായാതെ നില്ക്കുന്ന ഈ വിജയം എൺപത്തിമൂന്നിനെ എന്നെന്നും ഓർമ്മിപ്പിക്കു കയും ചെയ്യും.

എന്നാൽ ഇന്ത്യൻ സ്‌പോർട്‌സിന്റെ വളർച്ചയെ ത്വരിതപ്പെടുത്തുവാൻ

ഈ ഒറ്റപ്പെട്ട വിജയത്തിനായില്ല. പിന്നീടുണ്ടായ തകർച്ച ഏറെ ചോദ്യങ്ങൾ ഉയർത്തുകയും ചെയ്തു. ഈ ഘട്ടത്തിലാണ് ഇന്ത്യൻ കായിക രംഗത്തുണ്ടായ മറ്റൊരു കാര്യത്തിന് പ്രസക്തി ലഭിക്കുന്നത്. ഇന്ത്യൻ കായികരംഗത്തിന്റെ ചരിത്രമെഴുതുമ്പോൾ എൺപത്തിമൂന്ന് സ്മരിക്കപ്പെടുക അക്കാരണം കൊണ്ടാവും.

ദൽഹി ഏഷ്യാഡ് കായികരംഗത്ത് ശ്രദ്ധേയമായ വളർച്ച നേടിയ യൂറോപ്യൻ രാജ്യങ്ങളെയും സോഷ്യലിസ്റ്റ് രാഷ്ട്രങ്ങളെയും ഒരുപോലെ ആകർഷിക്കുകയുണ്ടായി. നടത്തിപ്പിന്റെ കാര്യത്തിൽ ദൽഹിയിലെ ഏഷ്യൻ ഗെയിംസ് ഒളിമ്പിക് മേളകളെപ്പോലും പിന്നോക്കം തള്ളുകയുണ്ടായി. എല്ലാ അർത്ഥത്തിലും ഇന്ത്യ ആതിഥേയത്വം നല്കിയ ഏഷ്യയിലെ മഹാമേള പൂർണ്ണത നിറഞ്ഞതായിരുന്നു. ദൽഹി ഏഷ്യാഡിന്റെ വിജയം ഇന്ത്യൻ സ്പോർട്സിന്റെ വളർച്ചയിലെ ഏറ്റവും പ്രധാനപ്പെട്ട നാഴികക്കല്ലാണ്. കേന്ദ്രഗവൺമെന്റിൽ സ്പോർട്സ് മന്ത്രി കാര്യാലയം തന്നെ രൂപവല്കൃതമാക്കുവാൻ അത് പ്രചോദനമേകി. ക്യാബിനറ്റ് റാങ്കിലുള്ള മന്ത്രി ഇന്ത്യയിലെ സ്പോർട്സിന്റെ മേധാവിയായി നിയന്ത്രണമേറ്റെടുത്തത് സ്വാഗതാർഹമായ നടപടിയായിരുന്നു. സോവിയറ്റ് യൂണിയൻ, പൂർവ്വ പശ്ചിമ ജർമ്മനികൾ തുടങ്ങിയ സോഷ്യലിസ്റ്റ് രാഷ്ട്രങ്ങളായിരുന്നു ഇക്കാര്യത്തിൽ ഇന്ത്യക്കു വഴികാട്ടിയായത്.

ഇന്ത്യാ ഗവൺമെന്റ് സ്പോർട്സ് മന്ത്രി കാര്യാലയവും കടന്ന് സുപ്രധാനമായ മറ്റൊരു സംഘടനയെ ഇന്നാട്ടിലെ സ്പോർട്സിനെ വളർത്തുവാൻ നിയോഗിച്ചതാണ്, പോയ വർഷത്തെ അവിസ്മരണീയമാക്കുന്നത്. സ്പോർട്സ് ഡവലപ്മെന്റ് അതോറിറ്റി ഓഫ് ഇന്ത്യ രൂപവല്ക്കരിച്ചു കൊണ്ടുള്ള ഗവൺമെന്റിന്റെ തീരുമാനം സുപ്രധാനമായ നടപടിയായിരുന്നു. ഏഷ്യാഡിനുവേണ്ടി പണിത ജവഹർലാൽ നെഹ്റു സ്റ്റേഡിയം, ഇന്ദ്രപ്രസ്ഥ ഇൻഡോർ സ്റ്റേഡിയം, തൽക്കത്തോറ നീന്തൽക്കുളം, നാഷണൽ സ്റ്റേഡിയത്തിലെ ഹോക്കി ആസ്ട്രോടർഫ് തുടങ്ങിയവയുടെ നിയന്ത്രണമേറ്റെടുത്ത് സംരക്ഷിക്കുക, ദേശീയ-അന്തർദ്ദേശീയ മത്സരങ്ങൾക്കുള്ള ഇന്ത്യൻ സംഘങ്ങളെ തിരഞ്ഞെടുത്ത് പരിശീലനം നല്കി അയക്കുക തുടങ്ങിയ കാര്യങ്ങൾ സ്പോർട്സ് ഡെവലപ്പ്മെന്റ് അതോറിറ്റിയുടെ പ്രവർത്തന പരിധിയിലുൾപ്പെടുത്തുവാനാണ് ഗവൺമെന്റ് തീരുമാനിച്ചത്. ഇതു സ്വയംഭരണാവകാശസ്ഥാപനങ്ങളെന്നു വിശേഷിപ്പിക്കാവുന്ന ഇന്ത്യയിലെ വിവിധ കായിക ഫെഡറേഷനുകൾക്കേറ്റ കനത്ത ആഘാതമായിരുന്നു.

ഡെവലപ്മെന്റ് അതോറിറ്റി പ്രാബല്യത്തിൽ വരുന്നതോടെ ഫെഡറേഷനുകളുടെ അധികാരം തീർത്തും കുറയും. ഭീമമായ തുകകൾ കൈകാര്യം ചെയ്തുവരുന്ന ഫെഡറേഷൻ ഭാരവാഹികൾക്ക് അതിന് അവസരം നിഷേധിക്കപ്പെടുന്നത് ആഘാതം തന്നെയാകുമല്ലോ. ഫെഡറേഷൻ ഭാരവാഹികൾക്ക് ഡെവലപ്മെന്റ് അതോറിറ്റി അസഹ്യമായിത്തീരുന്നത് ഈ പശ്ചാത്തലത്തിലാണ്. പക്ഷേ, എവിടെയുമെന്നതുപോലെ ബ്യൂറോ

ക്രസി അതിന്റെ കളി കളിക്കുവാൻ പോകുന്നത് ഈ അവസരത്തിലാവും. ഏതാനും വർഷങ്ങൾക്കു മുമ്പ് ഫെഡറേഷനുകളുടെ കൊള്ളരുതായ്മ കൾക്ക് കടിഞ്ഞാണിടുവാൻ ഇന്ദിരാഗാന്ധിയുടെ നേതൃത്വത്തിൽ തന്നെ യുള്ള കേന്ദ്രസർക്കാർ "ഗൈഡ് ലൈൻ" കൊണ്ടുവന്നപ്പോൾ അതിൽ ലൂപ് ഹോളുകൾ കണ്ടെത്തി സർക്കസ് കളിച്ചവരാണ് എല്ലാം പഠിച്ച നമ്മുടെ ഫെഡറേഷൻ ഭാരവാഹികൾ. ഇന്ത്യൻ ഹോക്കിയുടെ തകർച്ചയും ഫുട്ബോളിലെ മുരടിപ്പും മറ്റും ഫെഡറേഷനുകളിലെ രാഷ്ട്രീയക്കളിക ളുടെ ഫലമാണെന്നു വ്യക്തമായതോടെയായിരുന്ന ഗൈഡ്ലൈൻ നിർദ്ദേ ശിക്കപ്പെട്ടത്. പക്ഷേ, അത് വേണ്ടത്ര ഗുണം ചെയ്തില്ല. എന്നാൽ സ്പോർട്സ് ഡെവലപ്മെന്റ് അതോറിറ്റി ഏറെ പ്രതീക്ഷയുണർത്തുന്നു. ഏഷ്യാഡിന്റെ വിജയകരമായ നടത്തിപ്പിനായി സ്വയം അർപ്പണം ചെയ്ത ഒരു സംഘം ആളുകൾ ഡവലപ്മെന്റ് അതോറിറ്റിയിൽ ഉണ്ടാവുമെന്ന പ്രതീക്ഷിക്കപ്പെടുന്നു. കേന്ദ്ര സ്പോർട്സ് മന്ത്രി ഭൂട്ടാസിങ്, ഉമ്റാവു സിങ്, കെ ശങ്കരൻനായൻ, സത്താറാവാല തുടങ്ങിയവർ അക്കൂട്ട ത്തിൽപ്പെടുന്നു.

സ്പോർട്സ് അതോറിറ്റി രൂപവല്കൃതമായ എൺപത്തിമൂന്ന് ഇന്ത്യൻ കായികരംഗത്തിന് ഒട്ടേറെ ദുഃഖങ്ങളാണ് സമ്മാനിച്ചത്. അതാ യത് സന്തോഷങ്ങളേക്കാളേറെ ദുഃഖങ്ങൾ. ഏഷ്യാഡിനുശേഷം ഉണ്ടാ യേക്കാമെന്ന പ്രതീക്ഷിച്ച കുതിച്ചുകയറ്റം ഒരു രംഗത്തും ഉണ്ടായില്ല. ക്രിക്ക റ്റിൽ ലോക ചാമ്പ്യന്മാരായി തിളങ്ങിയെങ്കിലും പാകിസ്ഥാനും വെസ്റ്റീൻഡിസിനുമെതിരെയുള്ള പരമ്പരകളിൽ അടിതെറ്റി വീണത് അപ്ര തീക്ഷിതമായിരുന്നു. ആ വീഴ്ചയിൽനിന്നു കരകയറുവാൻ ഇന്ത്യൻ ക്രിക്ക റ്റിൽ അടിമുടി അഴിച്ചുപണി അനിവാര്യമായിത്തീർന്നിരിക്കുന്നു. സുനിൽ ഗവാസ്കർ ഒട്ടേറെ വ്യക്തിപരമായ നേട്ടങ്ങൾ സ്വന്തം പേരിൽ കുറിച്ചത് വഴി ഇന്ത്യൻ ക്രിക്കറ്റ് എൺപത്തിമൂന്നിന്റെ അവസാന ദിനങ്ങളിൽ ധന്യമാ യിത്തീർന്നുവെന്ന സമാധാനം മാത്രമുണ്ട് ആശ്വസിക്കുവാൻ. മദിരാശി ടെസ്റ്റിൽ ബ്രാഡ്മാന്റെ പേരിലുള്ള ടെസ്റ്റ് സെഞ്ചുറി റിക്കാർഡ് തകർത്തതും സ്കോറിന്റെ കാര്യത്തിൽ സ്വന്തം റിക്കാർഡും ഇന്ത്യൻ റിക്കാർഡും തിരുത്തിക്കുറിച്ചതും സണ്ണിയെ മാൻ ഓഫ് 83 ആക്കി ത്തീർത്തു.

ഫുട്ബോളിലും ഹോക്കിയിലും അത്‌ലറ്റിക്സിലും ഇന്ത്യ ബഹു രാഷ്ട്രതലത്തിൽ പിന്നോക്കം പോയി. പ്രീ ഒളിമ്പിക് ഫുട്ബോളിലെ തകർച്ചയും ഹോക്കിയിൽ തുടരെ മൂന്ന് അന്താരാഷ്ട്ര മത്സരങ്ങളിൽ പിന്നോക്കം തള്ളപ്പെട്ടതും കുവൈറ്റിൽ നടന്ന ഏഷ്യൻ ട്രാക് ആന്റ് ഫീൽഡ് മത്സരങ്ങളിൽ വെറും അഞ്ചാം സ്ഥാനം മാത്രം നേടിയതും ഇന്ത്യൻ കായികരംഗത്തിന് താങ്ങാനാവുന്നതായിരുന്നില്ല. വോളിബോൾ, ബാസ്കറ്റ് ബോൾ, സ്വിമ്മിങ് തുടങ്ങിയവയിൽ വൻകരയിൽപോലും ഒന്നു മല്ലാത്തവരെ വിശകലനപരിധിയിൽ പെടുത്തേണ്ടതില്ലല്ലോ!

പുതുവർഷം ഒളിമ്പിക് വർഷമാണ്. ലോസ് ആഞ്ജലസ് ഒരുങ്ങി

നില്ക്കുന്നു. ഒളിമ്പിക് മത്സരങ്ങൾക്കായി. ഇനിയും ഇവിടെ അതിനുള്ള തയ്യാറെടുപ്പുകൾ പൂർണ്ണതയിലെത്തിയിട്ടില്ല. ഇന്ത്യക്ക് മത്സരിക്കുവാനുള്ള ഡിസിപ്ലിനുകൾ വളരെ കുറവാണെന്നിരിക്കെ കുറവകറ്റാനെങ്കിലും എന്തെങ്കിലുമൊക്കെ കാട്ടിക്കൂട്ടേണ്ടതുണ്ടല്ലോ. ഏഷ്യാഡിലെ പ്രകടനത്തിന്റെ അടിസ്ഥാനത്തിൽ ലോസ് ആൻജലസിൽ ഇന്ത്യയെ പ്രതിനിധീകരിക്കാൻ യോഗ്യതയുള്ളവർ അത്‌ലറ്റിക്സിൽ രണ്ടേ രണ്ടുപേരാണ്. എം ഡി വത്സമ്മയും ചാൾസ്ബോറേമിയോയും ഇരുവരും പക്ഷേ, ഏഷ്യാഡ് പ്രകടനത്തേക്കാൾ ഏറെയൊന്നും മുന്നോട്ടുപോയിട്ടില്ല. കുവൈറ്റ് മീറ്റിൽ ഏഷ്യൻ റിക്കാർഡു ഹോൾഡറായ ഹിരോമ ഇസോസാക്കിയുടെ സമയത്തേക്കാൾ മെച്ചപ്പെട്ട സമയവുമായി 400 മീറ്റർ സ്വർണ്ണം നേടിയ പി ടി ഉഷ ഒരിക്കൽക്കൂടി ഒളിമ്പിക്സിൽ ഓടിയേക്കും. എന്തായാലും പുതുവർഷത്തെ നിറഞ്ഞ പ്രതീക്ഷകളോടെ സ്വീകരിക്കുകയെന്നതാണല്ലോ മര്യാദ. ഒളിമ്പിക് വർഷാരംഭത്തിൽ ഇന്ത്യൻ കായികരംഗവും നേട്ടങ്ങൾക്കായി കൊതിക്കുന്നു. നേട്ടങ്ങൾ വഴങ്ങട്ടെ. പ്രതീക്ഷകൾ ഫലവത്താകട്ടെ.

(മാർച്ച് - 1984)

20

മലയാളത്തിൽ ചലച്ചിത്ര നിരൂപണത്തെ ഉല്പന്നങ്ങളുടെ വില രേഖപ്പെടുത്തുന്ന ലേബലുകൾക്കു സമാനമായ എഴുത്തിൽനിന്ന് മോചിപ്പിച്ച് ഗൗരവതരമായ വായനയിലൂടെയുള്ള ചലച്ചിത്ര സമീപനത്തിനു പ്രേരിപ്പിച്ചവരിൽ മുന്നിൽ നില്ക്കുന്നു കോഴിക്കോടൻ. സിനിമയുടെ കഥ പറഞ്ഞ്, അഭിനേതാക്കളുടെയും സാങ്കേതിക വിദഗ്ദ്ധരുടെയും പങ്കിനെപ്പറ്റി അതിശയോക്തി നിറഞ്ഞ വാക്കുകൾകൊണ്ട് പുകഴ്ത്തുകയും ചെയ്യുന്നതല്ല സിനിമാനിരൂപണമെന്ന് അദ്ദേഹം കാട്ടിത്തന്നത് പുതിയൊരു ആസ്വാദന സംസ്കാരത്തിലേക്കാണ് ചലച്ചിത്രപ്രേമികളെ നയിച്ചത്.

എന്തായിരിക്കണം സിനിമ, എങ്ങനെയായിരിക്കണം സിനിമ എന്ന് അദ്ദേഹം പറഞ്ഞുതന്നു. കോഴിക്കോടനു മുൻപുള്ള ചലച്ചിത്ര നിരൂപകർക്ക് അതറിയാമായിരുന്നില്ല. അദ്ദേഹത്തിനു ശേഷമെത്തിയവരിൽ പലർക്കും ലോകസിനിമയെക്കുറിച്ച് പഠിക്കുന്നതിനും എഴുതുന്നതിനുമുള്ള വെമ്പലിൽ ചലച്ചിത്ര നിരൂപണത്തിലെ കോഴിക്കോടൻ ശൈലിക്കപ്പുറത്തേക്ക് എത്തുവാനുമായില്ല. ഡെറിക്ക് മാൽക്കമിനെപ്പോലെ ഒരാളെ നമുക്ക് കിട്ടാതെ പോയതിന് കാരണമതായിരുന്നു.

ഈ കുറിപ്പ് ഒരു സിനിമാ നിരൂപണത്തെപ്പറ്റിയാണ്. ഒരു സിനിമാ നിരൂപണത്തിനെന്തു പ്രസക്തി എന്ന ചോദ്യം ഇവിടെ ഉയർന്നേക്കാം. കോഴിക്കോടനുശേഷം ഇപ്പോഴത്തെ തലമുറയിൽപ്പെട്ട അപൂർവ്വം ചിലർക്കു മുൻപ് ചലച്ചിത്ര നിരൂപണത്തെ എഴുത്തുകലയാക്കി മാറ്റിയവരിൽ ഒരാളായിരുന്നു കപിലൻ. ചലച്ചിത്ര നിരൂപണത്തെ ഗൗരവത്തോടെ കണ്ട എഴുത്തുകാരൻ. *മനോരാജ്യം* ആഴ്ചപ്പതിപ്പിലെ കോളമിസ്റ്റ് ആയിരുന്നതിനാൽ മുഖ്യധാരാ നിരൂപകരുടെ കൂട്ടത്തിൽ പലരും അദ്ദേഹത്തെ കൂട്ടിയിരുന്നില്ല. പക്ഷേ, ആ എഴുത്ത് ശക്തവും വ്യത്യസ്തവുമായിരുന്നു.

കപിലൻ ആര് എന്ന അന്വേഷണം എത്തിച്ചത് കെ പത്മനാഭൻ നായർ എന്ന എഴുത്തുകാരനിലാണ്. മലയാള സിനിമയുമായി ബന്ധപ്പെട്ടിട്ടുള്ളവർക്ക് കെ പത്മനാഭൻ നായർ സുപരിചിതനാ

ണ്. പ്രത്യേകിച്ചും അറുപതുകളിൽ തിരക്കഥാകൃത്ത് എന്ന നിലയിൽ ശക്തമായ സാന്നിദ്ധ്യം കുറിച്ചയാൾ. *തച്ചോളി ഒതേനനി*ൽ തുടങ്ങി *കുഞ്ഞാലിമരയ്ക്കാർ, മൂടുപടം, ദേവത, കടത്തുകാരൻ, കൊച്ചുമോൻ* തുടങ്ങിയ ചിത്രങ്ങളുടെ തിരക്കഥാകൃത്ത്.

ഒരുകാലത്ത് കേരളമങ്ങോളമിങ്ങോളമുള്ള കലാസംഘടനകളുടെയും കോളേജുകളടക്കമുള്ള വിദ്യാഭ്യാസസ്ഥാപനങ്ങളുടെയും ഭാരവാഹികൾ വാർഷികാഘോഷങ്ങളുടെയും കലോത്സവങ്ങളുടെയും ഉദ്ഘാടനത്തിനും മുഖ്യപ്രഭാഷണങ്ങൾക്കും അതിഥികളെ ക്ഷണിക്കുന്നതിന് വണ്ടി കയറിയിരുന്നത് തിരുവനന്തപുരത്തേക്കും കോഴിക്കോട്ടേക്കും ആയിരുന്നു. അവിടങ്ങളിലെ ആകാശവാണി നിലയങ്ങളിൽ എത്തിയാൽ മതി സാഹിത്യകാരന്മാരെയും കലാകാരന്മാരെയും തപ്പിക്കൊണ്ടു പോകാം.

ടി എൻ ഗോപിനാഥൻ നായർ, നാഗവള്ളി ആർ എസ് കുറുപ്പ്, ഇ എം ജെ വെണ്ണിയൂർ, ജഗതി എൻ കെ ആചാരി, ജി വിവേകാനന്ദൻ, കെ ജി സേതുനാഥ്, അടൂർ ഭാസി, എബ്രഹാം ജോസഫ്, കെ പത്മനാഭൻ നായർ, വീരരാഘവൻ നായർ, ജോസഫ് കൈമാപ്പറമ്പൻ, കെ പി ഉദയഭാനു, പി പത്മരാജൻ, എം ജി രാധാകൃഷ്ണൻ... അങ്ങനൊരു സംഘം തിരുവനന്തപുരത്ത്. തിക്കോടിയൻ, ഉറൂബ്, കെ രാഘവൻ, കെ ടി മുഹമ്മദ്, പി ഭാസ്കരൻ, കെ എ കൊടുങ്ങല്ലൂർ എന്നിവടങ്ങിയ സംഘം കോഴിക്കോട്ട്. കാലങ്ങളോളം നമ്മുടെ സാംസ്കാരിക രംഗത്തെ നിറസാന്നിദ്ധ്യമായിരുന്നു അവരെല്ലാം.

തിരുവനന്തപുരത്ത് ആകാശവാണിയിൽ അനൗൺസറായി എത്തുമ്പോഴാണ് കെ പത്മനാഭൻ നായരെ പരിചയപ്പെടുന്നത്. അദ്ദേഹത്തിന്റെ പത്നി പ്രശസ്ത പിന്നണി ഗായിക ശാന്താ പി നായരും അന്ന് ആകാശവാണിയിലുണ്ട്. റേഡിയോ നാടകങ്ങളുടെ സംവിധായകനായിരുന്ന അദ്ദേഹത്തോടൊപ്പം പ്രവർത്തിക്കുന്നതിനുള്ള അവസരം ലഭിച്ചിരുന്നുവെങ്കിലും ചലച്ചിത്ര നിരൂപകനായ കപിലൻ ആണതെന്ന് അറിയാമായിരുന്നില്ല. അധികൃതരുടെ അനുമതിയില്ലാതെ അത്തരം എഴുത്തുകളിൽ ഏർപ്പെടുന്നതിന് വിലക്കുണ്ടായിരുന്നതു കാരണമാവണം തൂലികാനാമവുമായി ചലച്ചിത്ര നിരൂപണം നടത്തിയിരുന്നത്. ഒപ്പം അജ്ഞാതനായിരിക്കാനും അദ്ദേഹം ആഗ്രഹിച്ചിരുന്നിരിക്കണം.

ആകാശവാണിയിൽനിന്ന് പിരിഞ്ഞതിനുശേഷം വഴുതക്കാട്ട് ബോംബെ ഫ്ളാറ്റിൽ താമസിക്കുന്ന കാലത്താണ് കെ പത്മനാഭൻ നായർ ആണ് കപിലൻ എന്നറിയുന്നത്. *ശേഷക്രിയ*യെക്കുറിച്ചുള്ള അദ്ദേഹത്തിന്റെ ഈ നിരൂപണം അതിനു മുൻപുതന്നെ എന്റെ ശേഖരത്തിലുണ്ടായിരുന്നു. ചലച്ചിത്ര നിരൂപണങ്ങൾക്ക് ഒരു മാതൃകയാണിതെന്ന് നിസ്സംശയം പറയാം.

ശേഷക്രിയ

"വേട്ടപ്പട്ടികൾക്കും പട്ടിവേട്ടക്കാർക്കും ആയി സമർപ്പിക്കുന്ന *ശേഷ ക്രിയ* എന്ന ചിത്രം സെക്സിനും സ്റ്റണ്ടിനും കൃത്രിമത്വത്തിനും ഇന്നത്തെ മലയാള സിനിമ വിരിക്കുന്ന ചുവപ്പുപരവതാനിയെ പുറംകാൽകൊണ്ട് തട്ടിമാറ്റി, മലയാളസിനിമയ്ക്ക് ഒരുപക്ഷേ, ഇന്ത്യൻ സിനിമയ്ക്കുതന്നെ ആദ്യമായി കതിരും കരുത്തുമുള്ള അതിശക്തമായ ഒരു രാഷ്ട്രീയ സിനിമ കാഴ്ച വയ്ക്കുന്നു. രാഷ്ട്രീയാശയത്തിന്റെ സംപുഷ്ടമായ സവിശേഷത കളെ അതീവ രൂക്ഷമായ നിലയിൽത്തന്നെ സംവേദിപ്പിക്കുന്ന ഒരു പുതിയ ദൃശ്യവ്യാഖ്യാനമാണ് എം സുകുമാരന്റെ പ്രശസ്തവും അതേസമയം വിവാദപരവുമായ നോവലിന് രവി ആലുംമൂടൻ എന്ന യുവസംവിധായ കൻ നല്കിയിരിക്കുന്നത്. (നിർമ്മാണം സുരേഷ് വെങ്ങാനൂർ) പൊളിറ്റി ക്കൽസിനിമ ലോകചലച്ചിത്രരംഗത്തുണ്ടായിട്ടുണ്ട്. ഉണ്ടാവുന്നുമുണ്ട്. എന്നാൽ തികച്ചും സമൂർത്തവും സാരവത്തുമായ ഒരു രാഷ്ട്രീയാശയ ത്തിന്റെ അകവും പുറവും ഇത്ര പരുക്കൻരീതിയിലും അതേസമയം യഥാ തഥവുമായി ആവിഷ്കരിക്കുന്ന മറ്റൊരു ചിത്രം സിനിമാവേദിയിൽ ഉണ്ടാ യിട്ടുണ്ടോ എന്ന് സംശയമാണ്. റഷ്യ, ചൈന, കിഴക്കൻ യൂറോപ്യൻ രാഷ്ട്ര ങ്ങൾ എന്നിവിടങ്ങളിലെ പല ചിത്രങ്ങളിലും പുരോഗമനരാഷ്ട്രീയത്തിന്റെ പരിവേഷമുണ്ടാവുന്നു. ഫാസിസത്തിനും, യാഥാസ്ഥിതികത്വത്തിനും മത മേധാവിത്തത്തിനും എതിരായ വീരോചിതമായ വിമോചനസമരങ്ങളുടെ പശ്ചാത്തലമായിരിക്കും അവ പലതിനും. എന്നാൽ ശേഷക്രിയയോ? അതി മഹത്തും ബൃഹത്തുമായ മാർക്സിയൻ ആദർശം, പാർലിമെന്ററി ജനാ ധിപത്യത്തിന്റെ മത്തും വിത്തവും കൊതിച്ച് ജീർണ്ണിച്ചുപോവുന്നു എന്ന് സമകാലിക രാഷ്ട്രീയത്തിന്റെ അനുസ്യൂതമായ അനുഭവങ്ങൾ വിശ്വസ നീയമാംവണ്ണം തന്നെ ഇവിടെ തൊലിയുരിച്ചു പ്രദർശിപ്പിക്കുന്നു. ഇത് ഒരു സിനിമാക്കഥയല്ല. കുഞ്ഞയ്യപ്പൻ എന്ന താഴ്ന്ന ജാതിക്കാരനായ മാർക്സിസ്റ്റ് പ്രവർത്തകന്റെ അനുഭവങ്ങൾ! പാർട്ടിപത്രം അടിക്കുന്ന പ്രസിലെ പ്രധാന ജോലിക്കാരനാണ് കുഞ്ഞയ്യപ്പൻ. ആദർശനിഷ്ഠയും അപൂർവ്വമായ അച്ചടക്കബോധവും കാത്തുസൂക്ഷിക്കുന്നതുകൊണ്ട് ആഡംബര ജീവിതവും ജാതിചിന്തയും കൈപ്പന്തങ്ങളാക്കി ജില്ലാസെക്ര ട്ടറിയും സംസ്ഥാനസെക്രട്ടറിയും ആദർശം ചുട്ടെരിച്ച് അവയുടെ ചാരം കുഞ്ഞയ്യപ്പൻ എന്ന പാർട്ടിപ്രവർത്തകന്റെ മുഖത്തെറിഞ്ഞ് പ്രസിൽനിന്നും പുറത്താക്കി. കുഞ്ഞോമന എന്ന ഭാര്യയെയും കൊച്ചുനാണുവെന്ന ഇളം കുഞ്ഞിനെയും പട്ടിണി കിടത്തുന്നു. അഭിമാനം അടിയറവെക്കാതെതന്നെ ആ ആദർശധീരനായ തൊഴിലാളിപ്രവർത്തകൻ തെറ്റുതിരുത്താൻ പാർട്ടി നേതൃത്വത്തിനോടു ആവശ്യപ്പെടുകയല്ല, അപേക്ഷിക്കുന്നു. മുതലാളിമാ രുടെ കാറുകളും സുഖജീവിതവും അധികാരമോഹവും കാത്തുനില്ക്കുന്ന അവർക്ക് അതിനൊന്നും നേരമില്ല. മാർക്സിസത്തിന്റെ കടുത്ത ശത്രു

ക്കളായ ജാതീയതയേയും ആഡംബരത്തെയും ആണ് കുഞ്ഞയ്യപ്പന്മാരേക്കാളും അവർക്ക് അഭികാമ്യം. കുഞ്ഞയ്യപ്പൻ രക്തസാക്ഷിത്വം വരിക്കുന്നു. നമ്മുടെ പതിവ് സിനിമാക്കാർ നെറ്റി ചുളിക്കും. വർണ്ണപ്പകിട്ടോ കണ്ണാടിമാളികകളോ ഇല്ല. എന്നാൽ ദൃശ്യാവതരണത്തിന്റെ ലാളിത്യവും സംഭവങ്ങളുടെ സഫലമായ സന്നിവേശവും. മദാലസകളുടെ മസാലകളോ സൗന്ദര്യചിന്തകളോ ഇല്ല; എന്നാൽ ആദർശവല്ക്കരണത്തിന്റെ അയത്നലാളിത്യവും, സംഭവങ്ങളുടെ ശക്തിസൗന്ദര്യവുമുണ്ട്; രതിവൈകൃതങ്ങളോ അടിപിടികളോ ഇല്ല; എന്നാൽ തത്ത്വസംഹിതകളുടെ ഉദാത്തതയും ആദർശങ്ങളെ അവഹേളിക്കുന്നവരുടെ നേർക്ക് അനുഭവത്തിന്റെ ചാട്ടവാറടികളുമുണ്ട്. സത്യത്തിൽ ഈ ചിത്രത്തിലെ പല രംഗങ്ങളും പ്രേക്ഷകന്റെ ഹൃദയത്തെ മഥിക്കും, മറിക്കും, മുറിവുകളുണ്ടാക്കും. സുകുമാരന്റെ സർഗ്ഗപ്രതിഭ പ്രതിബദ്ധതാപരമാണ്. അതദ്ദേഹം ഒരു സൃഷ്ടിയിലും മറച്ചുവച്ചിട്ടില്ല. *ശേഷക്രിയ* സുകുമാരന്റെ ആത്മകഥാകഥനമാണെന്ന് കരുതുന്നവരുണ്ട്. താൻ വിശ്വസിക്കുന്ന ആദർശത്തിൽ ഉറച്ചുനിന്ന് കേന്ദ്രസർക്കാർ ഉദ്യോഗം നഷ്ടപ്പെട്ട് പ്രസ്ഥാനത്തിനുവേണ്ടി പ്രവർത്തിച്ചിട്ട് ആ പ്രസ്ഥാനം തന്നെ ഇന്ന് സ്വയം സഖാവിനെ "ശേഷക്രിയ സുകുമാരൻ" എന്ന് പരിഹസിക്കുകയാണ്. എന്നാൽ സംവിധായകനായ രവി ആലുംമൂടൻ കുഞ്ഞയ്യപ്പൻ എന്ന കഥാപാത്രത്തെ സമകാലികരാഷ്ട്രീയത്തിന്റെ പ്രതീകമാക്കി വികസിപ്പിച്ചു. അതാണിതിന്റെ വിജയവും! രവിയുടെ (ഞാൻ അദ്ദേഹത്തെ അങ്ങനെ വിളിക്കാനാഗ്രഹിക്കുന്നു. ആലുംമൂടൻ എന്നത് ഒഴിവാക്കുകയല്ലേ ഭേദം. പ്രത്യേകിച്ചും സിനിമാവേദിയിൽ) ക്രാഫ്ട് ലളിതമാണ്. പ്രസക്തവും അത്യന്താധുനികതയുടെ സങ്കീർണ്ണതയിലേക്ക് ഒരിക്കലും വഴുതുന്നില്ല. അനാവശ്യമായ അർത്ഥസങ്കല്പങ്ങളില്ല; എന്നാൽ ആർജ്ജവമുള്ള ബിംബകല്പനകൾ ഉണ്ടുതാനും. ലളിതമായ ഈ സംവിധാനദർശനം "കടലാസ് പൂവിൽ ഇറ്റിച്ച കൃത്രിമ പെർഫ്യൂം" അല്ല. സഫലവും സംവേദനക്ഷമവുമായ സൗഗന്ധികം തന്നെ (എന്നാൽ പോരായ്മകളില്ലേ? അപാകതകളില്ലേ? മൗലികമായ ഒരു ചോദ്യം ഈ രാഷ്ട്രീയ സിനിമ ആർക്കുവേണ്ടി? സജീവ രാഷ്ട്രീയക്കാർക്കു മാത്രമോ? അങ്ങനെ സങ്കോചപ്പെടുത്താമോ ഈ ശക്തിയെ?: വൃത്തം അല്പമൊന്ന് വികസിക്കേണ്ടേ?) അസുഖത്തിനുള്ള ഗുളിക കയ്പേറിയാൽ രോഗികൾ മുഖം വീർപ്പിക്കും. ഇത്തിരി പഞ്ചസാര പുരട്ടിയാൽ മരുന്ന് രുചികരമാവും. കുഞ്ഞയ്യപ്പന്റെയും പാർട്ടി പ്രവർത്തകരുടെയും ഇത്തിരി വട്ടത്തിൽമാത്രം ഒതുങ്ങരുതായിരുന്നു. പാർട്ടിയുമായി പൊരുത്തപ്പെടാത്ത അതേസമയം പ്രസ്ഥാനവുമായി ബന്ധമുള്ള ഗൾഫ് കമ്പക്കാരനും, പാർട്ടിപ്രവർത്തനത്തോടൊപ്പം അല്പം മദ്യപാനവുമായി ജീവിതത്തെ അതേപോലെ അഭിമുഖീകരിക്കുന്ന ആ ലാഘവബുദ്ധിക്കാരനും, ആശയത്തിന്റെ ചരടില്ലാതെതന്നെ ഭർത്താവിന്റെ നിസ്സഹായതയിൽ യാതനയനുഭവിക്കുന്ന കുഞ്ഞോമനയും ഫ്രെയിമുകളിൽ വരുമ്പോൾ പുറം പോക്കിൽ വിരിഞ്ഞുനില്ക്കുന്ന പൂക്കൾ ദർശിക്കുന്നതല്ല അനു

ഭവം പൊളിറ്റിക്കൽ സിനിമാ സംവിധായകരിൽ പ്രശസ്തനായ കോസ്റ്റി ഗാവരാസിന്റെ പ്രഖ്യാതമായ ഇസഡ് എന്ന ഫ്രഞ്ച് രാഷ്ട്രീയ ചിത്രം ഈയിടെ ലേഖകൻ കണ്ടു. രാഷ്ട്രീയമല്ലാത്ത രസനിഷ്യന്ദികളായ സംഭവങ്ങളിലൂടെ രാഷ്ട്രീയാശയങ്ങൾ കാഴ്ചക്കാരിൽ അവരറിയാതെ അലിയിപ്പിക്കുക എന്ന ആഖ്യാനരീതി കൂടുതൽ ഫലവത്തും ആകർഷകവും ആണെന്ന് തോന്നി. പരുക്കനും പൗരുഷവും മുള്ളും മുനയും സാഹിത്യ സൃഷ്ടികൾക്ക് ചേരുന്നപോലെ ദൃശ്യദർശനത്തിന് സ്വീകാര്യമാവുമോ സംശയമാണ്. സൃഷ്ടി സഫലമാവണമെങ്കിൽ ആശയാവബോധം വളർത്തണമെങ്കിൽ കാഴ്ചക്കാരുടെ (കക്ഷിരാഷ്ട്രീയക്കാരല്ലാത്ത) മനസ്സാകുന്ന മണ്ണ് ഒന്നു ഉഴുതുമറിക്കണം; വ്യാസം അല്പം വികസിക്കണം. മറ്റു പകിട്ടുകളൊന്നുമില്ലാത്ത ഇത്തരം ചിത്രങ്ങൾക്ക് മർമ്മപ്രധാനമായ "മിക്സിങ്" പ്രക്രിയയിൽ പല അപാകതകളും തോന്നി. സംഭാഷണത്തിന് ഡബ്ബിങ്ങിന്റെ സ്വാഭാവികത കിട്ടീട്ടില്ല. ആ കുട്ടിയുടെ കരച്ചിൽ കൂടെക്കൂടെ നീണ്ടുനില്ക്കുന്നത് ഒരു ശല്യമാണ്. അതേപോലെ തന്നെ ഇത്തരം സിനിമയുടെ പശ്ചാത്തലസംഗീതത്തിനും (എം ജി രാധാകൃഷ്ണൻ) "സൗണ്ട് എഫക്ടി"നും ആശയത്തെപ്പോലെതന്നെയുള്ള ശക്തിയുണ്ടാവേണ്ടതായിരുന്നു. വിപിൻ മോഹന്റെ ബ്ലാക്ക് ആന്റ് വൈറ്റ് ഛായാഗ്രാഹണം സമർത്ഥമായ സംയമനവും ദൃശ്യസങ്കല്പവും പാലിച്ചിരിക്കുന്നു. ഇതിവൃത്തത്തിനുള്ള പുതുമ അഭിനേതാക്കളിലും പുലർത്തിയിരിക്കുന്നു; ജലജയും ജോൺ സാമുവലും ഒഴിച്ചാൽ മറ്റുള്ളവരെല്ലാം പുതുമുഖങ്ങൾ. തുടക്കം മുതൽ ഒടുക്കംവരെ നിറഞ്ഞു നില്ക്കുന്ന ഒരിക്കലും പൊട്ടിത്തെറിക്കാത്ത വിപ്ലവാശയങ്ങളും വിവിധ വികാരങ്ങളും നിസ്സംഗതയോടെ പ്രതിഫലിപ്പിക്കുന്ന കുഞ്ഞയ്യപ്പൻ എന്ന നായകന്റെ സ്വഭാവാവിഷ്കാരം ജോൺ സാമുവൽ അയത്നലളിതമാക്കി. എന്നാൽ രണ്ടാംഭാഗത്തിൽ മറ്റാരെക്കാളും ഉയർന്നുനില്ക്കുന്നത് പി വി നാരായണന്റെ കിട്ടുണ്ണി എന്ന ആദ്യകാല പാർട്ടി നേതാവാണ്. ലെനിനെ അനുസ്മരിപ്പിക്കുന്ന താടിയോടെയുള്ള ആ വേഷപ്പകർച്ചയ്ക്കനുസൃതമായ സ്വാഭാവികതയും ചൈതന്യവത്തായ ചടുലതയും ആശയസ്ഥിരതയും നാരായണൻ തികച്ചും ഉൾക്കൊണ്ടു. ജലജയും കാഴ്ചക്കാരെ (പാർട്ടിക്കാരെ പ്രത്യേകിച്ചും) വേദനിപ്പിക്കും. അലക്സിന്റെ പീയെൻ എന്ന സംസ്ഥാന സെക്രട്ടറിയും സ്റ്റാൻലിയുടെ രാമനാഥനും സുകുമാരൻ നായരുടെ പാർട്ടി സെക്രട്ടറിയും സ്വാഭാവികത പുലർത്തി. ആക്ഷേപഹാസ്യത്തിന്റെ അരമിട്ടു മൂർച്ച വരുത്തിയ അല്ല- മൃദുപരിഹാസമോ?- സുകുമാരന്റെ തിളക്കമണിയിക്കുന്ന സംഭാഷണത്തിനും രവിയുടെ ഇതിവൃത്താവിഷ്കാരത്തിനും ഇന്ന് കേരളത്തിൽ തികച്ചും പ്രസക്തിയുണ്ട് അരവിന്ദൻ, അടൂർ ഗോപാലകൃഷ്ണൻ, പത്മരാജൻ തുടങ്ങിയ മികച്ച സംവിധായകരുടെ ഒരു സംഘടനയാണ് *ശേഷക്രിയ* തിയേറ്ററുകളിൽ പ്രദർശിപ്പിക്കാൻ മുമ്പോട്ടുവന്നത്. ഈ രണ്ടു കാരണങ്ങളാലും *ശേഷക്രിയ* കാണുക എന്നത് ഒരു കടമയാണെന്ന് കാണികളോട് കടന്നുപറയാൻ മടിക്കുന്നില്ല.

(ഫെബ്രുവരി - 1981)

21

സ്വപ്നങ്ങൾക്കൊപ്പം സഞ്ചരിക്കുന്നയാൾ സ്വപ്നസഞ്ചാരി. കാണാവുന്ന സ്വപ്നങ്ങൾ ഇന്നതൊക്കെയേ ആകാവൂ എന്ന നിബന്ധനയില്ലാത്തതിനാൽ എന്തിനെക്കുറിച്ചും സ്വപ്നം കാണാനുള്ള സ്വാതന്ത്ര്യം കാണുന്നയാൾക്കുണ്ടാവും. ആഗ്രഹിക്കുന്നവയാവില്ല സ്വപ്നത്തിലെത്തുക എന്നിരിക്കിലും ഈരേഴുലോകങ്ങളിലൂടെയും അയാളുടെ മനസ്സ് അങ്ങനെ സ്വപ്നത്തേരിലേറി പറന്നുകൊണ്ടേയിരിക്കും. കാണാക്കാഴ്ചകളുടെ ലോകത്ത് ഭാവനയ്ക്കു വഴിമരുന്നിട്ടുകൊണ്ടുള്ള അനന്തമായ യാത്രകൾ.

അത്തരം ചില സഞ്ചാരങ്ങൾ ചരിത്രഗതിയെത്തന്നെ മാറ്റിമറിച്ചിട്ടുണ്ട്. പുതിയ ചരിത്രങ്ങൾ എഴുതപ്പെട്ടു. മലയുടെ മുകളിൽനിന്ന് പ്രകാശവേഗത്തിനൊപ്പം താഴേക്ക് തെന്നിയിറങ്ങിയ കഥ ഐൻസ്റ്റീൻ സാക്ഷ്യപ്പെടുത്തിയതു ഓർക്കുന്നില്ലേ? ഐൻസ്റ്റീൻ കണ്ട ആ സ്വപ്നം പിന്നെ ശാസ്ത്രഗതിയെത്തന്നെ മാറ്റിമറിച്ചു. ലാറി പേജിന്റെ മനസ്സിൽ ഒരു സ്വപ്നമായാണ് 'ഗൂഗിൾ' ആദ്യം പ്രത്യക്ഷപ്പെട്ടത്. ബീഥോവന്റെ സോണാറ്റകളും എഴുതപ്പെട്ടത് ആദ്യം സ്വപ്നങ്ങളിലായിരുന്നു. സിംഫണികളുടെ അനുഭൂതികളിലേക്ക് ലോകം ഇറങ്ങിച്ചെന്നത് ആ വലിയ സ്വപ്നങ്ങളുടെ സാക്ഷാൽക്കാരമായിരുന്നു.

ഇനിയുമുണ്ട് സ്വപ്ന സഞ്ചാരങ്ങളുടെ ആവേശകരമായ കഥകൾ. കവി ലോർഡ് ബൈറനെ സന്ദർശിക്കാനെത്തിയ മേരിഷെല്ലിയുമായി നടത്തിയ ഒരു പന്തയമാണ് വിശ്വസാഹിത്യത്തിൽ അവിസ്മരണീയനായ 'ഫ്രാൻകെൻസ്റ്റീൻ' എന്ന കഥാപാത്രത്തിന് ജന്മമേകിയത്. ഒരു പ്രേതകഥയെഴുതാമോ എന്നതായിരുന്നു മേരിയോടുള്ള ബൈറന്റെ ചോദ്യം. മേരിഷെല്ലി തുടർന്നുള്ള രാത്രികളിൽ ഭയപ്പെടുത്തുന്ന സ്വപ്നങ്ങൾ ഏറെ കണ്ടു. ഭ്രാന്തനായ ഒരു ശാസ്ത്രകാരനായിരുന്നു സ്വപ്നങ്ങളിൽ മുഴുവൻ. അയാൾ പിന്നീട് ഫ്രാൻകെൻസ്റ്റീൻ ആയി മാറി.

ബീറ്റിൽസ് ഗായകനായ മക്കാർട്നി 'യെസ്റ്റർഡേ' എന്ന അതിപ്രശസ്തമായ ഗാനമെഴുതിയത് സ്വപ്നത്തിൽനിന്ന് ചാടിയെഴുന്നേ

റ്റായിരുന്നത്രെ. ആളിക്കത്തുന്ന അഗ്നിക്കുള്ളിൽനിന്ന് ചുവന്ന കണ്ണുകളുമായി ഇറങ്ങിവരുന്ന ലോഹമനുഷ്യന്റെ ദൃശ്യാവിഷ്കാരമായിരുന്നു ലോകത്തെ ഇളക്കിമറിച്ച 'ടെർമിനേറ്റർ'. ജയിംസ് കാമറൂണിന്റെ പേടിപ്പെടുത്തുന്ന സ്വപ്നത്തിന്റെ ബാക്കിപത്രം. എന്തിനേറെപ്പറയുന്നു നമ്മുടെ ലോകപ്രശസ്ത ഗണിതശാസ്ത്രജ്ഞനായ ശ്രീനിവാസരാമാനുജന് മൂവായിരത്തോളം വരുന്ന ഗണിത സിദ്ധാന്തങ്ങൾ നാമഗിരിദേവതയായിരുന്നു സ്വപ്നത്തിൽ പ്രത്യക്ഷപ്പെട്ട് സമ്മാനിച്ചതെന്ന് അദ്ദേഹം തന്നെ സാക്ഷ്യപ്പെടുത്തിയിട്ടുണ്ട്.

നമ്മുടെയിടയിലും ഒട്ടേറെ സ്വപ്നസഞ്ചാരികളുണ്ട്. മനുഷ്യസാദ്ധ്യമല്ലാത്ത പദ്ധതികൾ വിഭാവന ചെയ്ത് നടപ്പിലാക്കാനാവാതെ പിന്തിരിഞ്ഞ ഹതഭാഗ്യർ അക്കൂട്ടത്തിലുണ്ട്. ചിലർ തങ്ങളുടെ സ്വപ്നത്തെ മുറുകെ പിടിച്ചുകൊണ്ട് ആവോളം തുഴയും. ചിലർ തളർന്നവശരായി മുങ്ങിത്താഴും. ചിലർ കരയ്ക്കണയും.

കരയ്ക്കണഞ്ഞവരിൽ ഒരാളായിരുന്നു ജേസി എന്ന ജെ സി കുറ്റിക്കാട്. പത്രപ്രവർത്തകൻ, കഥാകൃത്ത്, തിരക്കഥാകൃത്ത്, നോവലിസ്റ്റ്, നടൻ, ചലച്ചിത്ര സംവിധായകൻ തുടങ്ങിയ ഒട്ടേറെ രംഗങ്ങളിൽ വ്യക്തിമുദ്ര പതിപ്പിച്ച ജേസി എന്ന സ്വപ്നസഞ്ചാരി. ജേസിയേട്ടനെ വിശേഷിപ്പിക്കാനാവുക മനുഷ്യസ്നേഹിയായ ചലച്ചിത്രകാരൻ എന്ന നിലയിൽ കൂടിയാണ്. ഒരുപക്ഷേ, പ്രണയത്തിന്റെ വിലോലഭാവങ്ങൾ അതിശക്തമായി ചിത്രീകരിച്ചു കാട്ടിയ മറ്റൊരു സംവിധായകൻ നമുക്കില്ലെന്നു തന്നെ പറയാം. സ്വപ്ന സഞ്ചാരിയായ അദ്ദേഹത്തിനു പ്രണയം വിശുദ്ധമായ വികാരമായിരുന്നു എന്നും.

ഏറെ അടുത്ത സൗഹൃദം പുലർത്തിയിരുന്ന ജേസിയേട്ടൻ അദ്ദേഹത്തിന്റെ *നീയെത്രധന്യ* എന്ന ചിത്രത്തിലെ കോളേജ് അദ്ധ്യാപകന്റെ വേഷത്തിലേക്ക് എന്നെ ക്ഷണിച്ചിരുന്നു. ദൂരദർശന്റെ സ്പോർട്സ് പ്രൊഡ്യൂസർ എന്ന നിലയിൽ ലോകകപ്പ് ക്രിക്കറ്റ് മത്സരങ്ങളുടെ തത്സമയ സംപ്രേക്ഷണത്തിനായി ഇന്ത്യയൊട്ടുക്കുള്ള ക്രിക്കറ്റ് വേദികളിൽ മാറിമാറി സഞ്ചരിച്ചുകൊണ്ടിരുന്ന സമയമായതിനാൽ ഷൂട്ടിങ്ങിൽ പങ്കെടുക്കാനായില്ല. രണ്ടാം ഷെഡ്യൂളിന്റെ ഘട്ടത്തിൽ കോഴിക്കോട്ട് നെഹ്റുകപ്പ് അന്താരാഷ്ട്ര ഫുട്ബോൾ മേളയും. കൈവിട്ടത് വെറുമൊരു അവസരമായിരുന്നില്ല. മികച്ചൊരു വേഷമായിരുന്നു. (നഹാസിനെയാണ് പിന്നെ ആ വേഷമേല്പിച്ചത്)

ഒട്ടേറെ സൗഹൃദങ്ങളെ വേദനിപ്പിച്ചുകൊണ്ട് എന്നും വലിയ സ്വപ്നങ്ങൾ മനസ്സിൽക്കൊണ്ടു നടന്നിരുന്ന ജേസിയേട്ടൻ പെട്ടെന്നൊരു നാൾ വിടവാങ്ങുമ്പോൾ മനസ്സിലേക്കോടിയെത്തിയത് തിരുവനന്തപുരം കീർത്തി ഹോട്ടലിന്റെ 104-ാം മുറിയിൽ ഒരുമിച്ചിരിക്കുമ്പോൾ അദ്ദേഹം നടത്തിയ ഒരു ഫോൺ സംഭാഷണമാണ്.

ഫോണിന്റെ അങ്ങേത്തലയ്ക്കൽ *ശാപമോക്ഷം* എന്ന ചിത്രത്തിലൂടെ ജേസിയേട്ടൻ മലയാളസിനിമയിലേക്കു കൈപിടിച്ചു കയറ്റിയ

പ്രശസ്ത നടൻ ജയൻ. ജയനോടൊപ്പം അഞ്ചുനായകരിൽ ഒരാളായി ശ്രീകുമാരൻ തമ്പിച്ചേട്ടന്റെ *ഇടിമുഴക്കം* എന്ന ചിത്രത്തിൽ ഞാൻ അഭിനയിച്ചുകഴിഞ്ഞതിനുശേഷമുള്ള നാളുകളിലൊന്നായിരുന്നു അത്. ജയനുമായുള്ള ജേസിയേട്ടന്റെ ആ ഫോൺ സംഭാഷണം എന്നും മറക്കാനാഗ്രഹിക്കുന്ന ഒന്നാണ്. ജേസി ഫൗണ്ടേഷൻ പ്രസിദ്ധീകരിച്ച ഓർമ്മയ്ക്കായ് സ്മരണികയിൽ ജെ ജെ കുറ്റിക്കാട്ടിന്റെ നിർബ്ബന്ധത്തിൽ ഒരു കുറിപ്പായി അതെഴുതി. നന്മകൾ മാത്രം നിറഞ്ഞ ജേസിയേട്ടന്റെ മനസ്സിലെ ഒരു കരടായിരുന്നു അതെന്ന് ഇപ്പോഴും വിശ്വസിക്കുന്നില്ല.

ഓർമ്മയിൽ
ജേസിയേട്ടൻ

ജെ സി കുറ്റിക്കാട്ട് എന്ന കഥാകാരനിൽനിന്നും ജേസി എന്ന ചലച്ചിത്രകാരനിലേക്കുള്ള ദൂരം എത്രയെന്നളക്കുവാൻ ഏറെ ശ്രമിച്ചിട്ടും കഴിയാതെ പോയിട്ടുണ്ട്. വായന ഹരമായിക്കൊണ്ടു നടന്ന കാലത്ത് ജെ സി കുറ്റിക്കാടിന്റെ രചനകൾ ആഹ്ലാദിപ്പിച്ചിട്ടുണ്ട്. അതിശയിപ്പിച്ചിട്ടുണ്ട്. താവളം അതല്ലെന്നു സ്വയം വിശ്വസിപ്പിച്ചുകൊണ്ടാവണം നടനായും, പിന്നീട് എല്ലാം തികഞ്ഞൊരു ചലച്ചിത്രകാരനായും ജേസിയേട്ടൻ രൂപാന്തരപ്പെട്ടത്. മലയാളത്തിലെ ഏറ്റവും മികച്ച ജനകീയ സംവിധായകരിലൊരാളെ നമ്മുടെ സിനിമയ്ക്ക് ലഭിച്ചതിനു കാരണവും അതാണ്.

മദ്ധ്യവർത്തി സിനിമയാണ് തന്റെ മാർഗ്ഗമെന്ന് ഉറച്ചു വിശ്വസിച്ചിരുന്നുവെങ്കിലും, സോൾട്ടൺ ഫാബ്രിയുടെ ക്ലാസിക് സിനിമകൾക്കൊപ്പം ഏറക്കുറെ അതേ ശൈലിയിലുള്ള ചിത്രങ്ങളും ജേസിയേട്ടന്റെ സ്വപ്നമായിരുന്നിരിക്കണം. അദ്ദേഹത്തിന്റെ ഏറ്റവും മികച്ച പ്രോജക്ട് എന്ന് സ്വയം വിശേഷിപ്പിച്ചിരുന്ന *പുറപ്പാട്* എന്ന ചിത്രം മലയാളത്തിനു ലഭിച്ചത് അങ്ങനെയാണ്. *ശാപമോക്ഷം, ഈറൻസന്ധ്യ, അവൾ വിശ്വസ്തയായിരുന്നു, ഒരു വിളിപ്പാടകലെ, ആരും അന്യരല്ല. രക്തമില്ലാത്ത മനുഷ്യൻ* തുടങ്ങിയ ചിത്രങ്ങളേക്കാളൊക്കെ *പുറപ്പാടി*നെ അദ്ദേഹം ഉള്ളുകൊണ്ട് ഇഷ്ടപ്പെട്ടിരുന്നു. സൗഹൃദങ്ങളുടെ വൻമേളയെന്നാണ് ആ ചിത്രത്തെ ജേസിയേട്ടൻ വിശേഷിപ്പിച്ചത്. ഏറെ വിശാലമായ ക്യാൻവാസിൽ ഒട്ടേറെ അഭിനേതാക്കളെ അണിനിരത്തി ഒരു വൻ പ്രോജക്ട് ചെയ്തു കഴിഞ്ഞപ്പോഴുണ്ടായ ആഹ്ലാദം പങ്കുവയ്ക്കാൻ, ആ ചിത്രത്തിന്റെ ഒരുഭാഗവും അല്ലായിരുന്ന എന്നെക്കൂടി ക്ഷണിച്ചതിനു കാരണമെന്താവും? അകന്നുനിന്നു മാത്രം ജേസി എന്ന സംവിധായകനെ കണ്ടിട്ടുള്ള എനിക്ക്, സൗഹൃദങ്ങൾക്ക് അദ്ദേഹം എത്രമാത്രം വില കല്പിക്കുന്നുവെന്ന് മനസ്സിലായത് അന്നാണ്.

ഏറ്റവും നല്ലൊരു സുഹൃത്ത് ആരെന്ന് എം ജി സോമനോട് ചോദിക്കാൻ അവസരം ലഭിച്ചിട്ടുള്ള ഒരാൾക്ക് ലഭിച്ചിരിക്കാവുന്ന ഉത്തരം ജേസി

എന്നാവും. രാമു കാര്യാട്ട്, തോപ്പിൽ ഭാസി, ശങ്കരാടി, ജയൻ, വിൻസെന്റ്, ജോസ് പ്രകാശ് തുടങ്ങിയവരും ആദ്യം പറയുന്ന പേര് ജേസിയുടേതാവും. നെരോലാക് പെയിന്റ്സിലെ, നടൻകൂടിയായ നന്ദകുമാറിനോട് ചോദിച്ചു നോക്കൂ. നന്ദകുമാറും പറയും ജേസി എന്ന്. അങ്ങനെയുള്ള ഈ ഉറ്റ സുഹൃത്തിന്റെ മനസ്സുനൊന്താലോ?

ഒരു നടുക്കത്തോടെ മാത്രമേ അക്കാര്യം ഇപ്പോഴും ഓർക്കാൻ കഴിയുന്നുള്ളൂ. തിരുവനന്തപുരത്ത് കീർത്തി ഹോട്ടലിൽ ഒന്നിച്ചൊരു സായാഹ്നം ചെലവിടുകയായിരുന്നു ഞങ്ങൾ. എന്തു പ്രശ്നങ്ങളുണ്ടായാലും അവ ഉള്ളിലൊതുക്കി ഉള്ളുതുറന്നു ചിരിക്കാനുള്ള ജേസിയേട്ടന്റെ കഴിവ് ലേശം അസൂയയോടെ നോക്കിനിന്നിട്ടുണ്ട്. പക്ഷേ, അന്ന് അദ്ദേഹം ആകെ അസ്വസ്ഥനായിരുന്നു. ആരെയോ എന്തിനെയോ പ്രതീക്ഷിക്കുന്നതുപോലെയായിരുന്നു മുഖഭാവം. പെട്ടെന്ന് ഫോൺ ശബ്ദിച്ചു. അദ്ദേഹം റിസീവറെടുത്തു. മറുവശത്തുനിന്നുള്ള സംസാരത്തിനു മറുപടിയായി അദ്ദേഹം പറഞ്ഞു:

"നിന്റെ ഡേറ്റിനു വേണ്ടി മാത്രമാണ് ഞാൻ കാക്കുന്നത്. നിനക്കെന്നു വരാൻ പറ്റും?"

മറുഭാഗത്തുനിന്നുള്ള മറുപടി അനുകൂലമല്ലാത്തതിനാലാവാം ഉയർന്ന നാസികയും ചടുലമായ കണ്ണുകളും ഒന്നുകൂടി വിടർന്നു. മുഖത്ത് കോപത്തിന്റെ തിരയിളക്കം. അഞ്ചോ പത്തോ മിനിട്ടു നീണ്ടുനിന്ന സംസാരത്തിനൊടുവിൽ റിസീവർ ഉച്ചത്തിൽ വയ്ക്കുന്നതിനുമുമ്പ് പൊട്ടിത്തെറിച്ചുകൊണ്ട് ജേസിയേട്ടൻ പറയുന്നുണ്ടായിരുന്നു... "ഇതു നിനക്ക് നല്ലതിനല്ല... ഈ പടത്തിനു നീ വന്നില്ലെങ്കിൽ.. വേണ്ട, വേറെയാരെയെങ്കിലും കിട്ടുമോയെന്ന് ഞാനൊന്നു നോക്കട്ടെ."

കോപംകൊണ്ട് ആ മുഖം വിറയ്ക്കുന്നുണ്ടായിരുന്നു. സ്വയം ആശ്വസിപ്പിക്കാനെന്നവണ്ണം അദ്ദേഹം പറഞ്ഞു: "സാരമില്ല അവൻ വരണ്ട, പക്ഷേ, അധികം നാളുണ്ടാവില്ല അത്രതന്നെ."

ഹൃദയംനൊന്തുള്ള വാക്കുകൾ. പക്ഷേ, ഞെട്ടിയത് പിന്നീടാണ് മലയാളത്തിന്റെ എക്കാലത്തേയും ഏറ്റവും മികച്ച ആക്ഷൻ ഹീറോയെ നമ്മൾക്ക് നഷ്ടപ്പെടുന്നത് ഈ സംഭവത്തിനുശേഷം രണ്ടോ മൂന്നോ മാസങ്ങൾ കഴിഞ്ഞാണ്.

പിന്നീട് ജേസിയേട്ടൻതന്നെ ഇതു പറഞ്ഞ് സ്വയം ശപിച്ചിട്ടുണ്ട്. തന്റെ തന്നെ കണ്ടെത്തലായ ആ നടനെ അദ്ദേഹത്തിന് മനസ്സുകൊണ്ട് അത്രയ്ക്ക് ഇഷ്ടമായിരുന്നു. ശപിക്കപ്പെട്ട നിമിഷത്തിലായിരുന്നുവല്ലോ താനങ്ങനെ പറഞ്ഞതെന്ന് അദ്ദേഹം പരിതപിക്കുകയും ചെയ്തിരുന്നു. ഒരു 'ശാപമോക്ഷ'ത്തിനായി അദ്ദേഹം പ്രാർത്ഥിക്കുകയും ചെയ്തിരുന്നിരിക്കണം. ആ വലിയ ശരീരത്തിൽ നിറഞ്ഞുനിന്നിരുന്ന അതിനേക്കാൾ വലിയ മനസ്സിന്റെ നിർമ്മലത ഞാൻ കാണുകയായിരുന്നു.

ജെ സി കുറ്റിക്കാട്ട് എന്ന കഥാകാരനിൽനിന്ന് ജേസി എന്ന ചലച്ചിത്രകാരനിലേക്ക് ലേശവും ദൂരമില്ലെന്ന കണ്ടെത്തലായിരുന്നു അത്. *പുറ*

പ്പാട് എന്ന ചിത്രം ബൃഹത്തായ ജീവിതത്തിന്റെ ചടുലമായ കഥ പറച്ചിലായിരുന്നു. കഥാ സന്ദർഭങ്ങൾ ചിത്രരചനാ സങ്കേതങ്ങളിലൂടെ വരച്ചു കാട്ടുന്നതിൽ അദ്ദേഹം കാട്ടിയ മികവ് മറ്റു പലരിൽനിന്ന് ജേസിയേട്ടനെ വ്യത്യസ്തനാക്കുന്നു. സിനിമ ആത്യന്തികമായി പ്രേക്ഷകനെ ചിന്തിപ്പിക്കുന്നതും വിലപ്പെട്ട മാനുഷിക വികാരങ്ങളെ പ്രോജ്ജ്വലിപ്പിക്കുന്നതും അവന് ജീവിതാനുഭവങ്ങളുടെ അസംഖ്യം മുഹൂർത്തങ്ങൾ അനുഭവവേദ്യമാക്കുന്നതിന് ഉതകുന്നതും ആകണമെന്ന് അദ്ദേഹം ഉറച്ചുവിശ്വസിച്ചു.

രക്തമില്ലാത്ത മനുഷ്യൻ പോലൊരു ചിത്രം സംവിധാനം ചെയ്തതിലൂടെ അദ്ദേഹം ലക്ഷ്യമാക്കിയതും മറ്റൊന്നല്ല. മെരിലാന്റ് സ്റ്റുഡിയോയിൽ രക്തമില്ലാത്ത മനുഷ്യന്റെ ഷൂട്ടിങ്ങിനിടെയാണ് ജേസിയേട്ടനെ പരിചയപ്പെടുന്നത്. ഇപ്പോഴും ഓർക്കുന്നു. തിരകൾ, തിരകൾ എന്ന ഗാനത്തിന്റെ ചിത്രീകരണം നടക്കുന്നു. സോമനും ജയഭാരതിയും നടീനടന്മാർ. ഒരേ സമയം മെരിലാന്റിന്റെ ഡബ്ബിങ് സ്റ്റുഡിയോയിൽ സംസ്ഥാന ദേശീയ അവാർഡുകൾ നേടിയ ശിവന്റെ *യാഗ*ത്തിന്റെ ഡബ്ബിങ് നടക്കുകയാണ്. അതിലെ വിപ്ലവകാരിയായ ശ്രീധരന്റെ റോൾ എനിക്കായിരുന്നു. വെളുത്ത ജുബ്ബയും മുണ്ടും വേഷം. സമൃദ്ധമായ താടിയും നീട്ടിവളർത്തിയ തലമുടിയും. നീളത്തിന്റെ കാര്യമൊഴിച്ചാൽ ഒരു ജേസിക്കട്ട്! ഞാനും ബാബു നമ്പൂതിരിയും ഒരറ്റത്തു മാറിനിന്ന് ഷൂട്ടിങ് കാണുകയായിരുന്നു. ഗാന ചിത്രീകരണത്തിന്റെ ഇടവേളകളിലൊന്നിൽ അദ്ദേഹം ഞങ്ങളെ കണ്ടു. പരിചയഭാവത്തിൽ ചിരിച്ച് അടുത്തുവന്ന് കുശലം പറഞ്ഞു. എപ്പോഴോ അദ്ദേഹം ഡബ്ബിങ് കണ്ടിരിക്കുന്നു. എൻ മോഹനനും, കെ എസ് നമ്പൂതിരിയും ശിവനും ഒക്കെ ഒന്നിക്കുന്ന ആ ചിത്രം ശ്രദ്ധിക്കപ്പെടുമെന്ന് അദ്ദേഹം പറഞ്ഞു. യുവനടന്മാരെന്ന നിലയിൽ പുറത്തു തട്ടി അഭിനന്ദനവും നല്കി അതേ ചിരിയോടെ അദ്ദേഹം ഷൂട്ടിങ്ങിലേക്ക് മടങ്ങി.

പിന്നീട് ആ വ്യക്തിത്വവുമായി ഏറെ അടുത്തു. തിരുവനന്തപുരത്തു വരുമ്പോൾ വിളിക്കും. കാണും. ഏറെ വൈകിയാവും പിരിയുക. സിനിമയെക്കുറിച്ച് സംസാരിക്കുമെങ്കിലും ഒരിക്കൽപ്പോലും അദ്ദേഹത്തിന്റെ സിനിമയിൽ അഭിനയിക്കുന്നതിനെപ്പറ്റി പറഞ്ഞിട്ടില്ല. ചോദിച്ചിട്ടുമില്ല.

ഒരു നാൾ ജേസിയേട്ടന്റെ വിളി വന്നു. ഉടൻ ആലുവാ പാലസിൽ എത്തണം. നല്ലൊരു റോൾ ജോണിനുവേണ്ടി കരുതിയിരിക്കുന്നു. *നീയെത്ര ധന്യ* എന്ന ചിത്രം. മുരളിക്ക് നായകവേഷം. നായിക കാർത്തിക. കാർത്തികയുടെ സഹോദരന്റെ വേഷമാണെനിക്ക്. പക്ഷേ, ദൗർഭാഗ്യം കാരണം ആ വേഷം ചെയ്യുവാൻ കഴിഞ്ഞില്ല. ദൂരദർശൻ സ്പോർട്സ് പ്രൊഡ്യൂസർ എന്ന നിലയിൽ ലോകകപ്പ് ക്രിക്കറ്റ് മത്സരങ്ങളുടെ തത്സമയ സംപ്രേഷണത്തിനായി ഇന്ത്യയൊട്ടുക്കുമുള്ള ക്രിക്കറ്റ് വേദികളിൽ മാറി മാറി സഞ്ചരിച്ചുകൊണ്ടിരിക്കുന്ന സമയം.

ഔദ്യോഗിക ജോലിയിൽനിന്ന് വിട്ടുനില്ക്കാൻ കഴിയാത്ത അവസ്ഥ. എങ്കിലും എത്താനാവില്ലെന്നു പറയുമ്പോൾ കീർത്തി ഹോട്ടലിലെ നിമിഷങ്ങൾ മനസ്സിലേക്കോടിയെത്തി ഫോണിലൂടെ ജേസിയേട്ടനെ കാര്യ

ങ്ങൾ ധരിപ്പിച്ചപ്പോൾ സംഗതിയുടെ ഗൗരവം അദ്ദേഹം മനസ്സിലാക്കി. പകരക്കാരനായി നഹാസിനെ കാസ്റ്റ് ചെയ്ത് ചിത്രം പൂർത്തിയാക്കി. ജേസിയേട്ടനിലെ ചലച്ചിത്രകാരനെ അടുത്തറിയുന്നതിനുള്ള അവസരം അങ്ങനെ നഷ്ടമായി.

പുറപ്പാട് എന്ന സിനിമ പോലെ അദ്ദേഹത്തിനു പ്രിയപ്പെട്ട കഥയായിരുന്നു സാറാ തോമസിന്റെ *വലക്കാർ.* സീരിയൽ ആയി ആ നോവൽ ചിത്രീകരിക്കണമെന്ന ആഗ്രഹം നിറവേറ്റാനാകാതെ അദ്ദേഹം കഥകളുടെ ലോകത്തുനിന്ന് യാത്രയായി.

ഒട്ടേറെ സൗഹൃദങ്ങളെ വേദനിപ്പിച്ചുകൊണ്ടുള്ള യാത്രയായിരുന്നു അത്. മനസ്സിന്റെ വിങ്ങൽ സൗഹൃദങ്ങളുടെ പാതി കൂമ്പിയ മിഴികളിൽ നീർപൊടിപ്പിച്ചിട്ടുണ്ടാവണം. ഉവ്വ്, എന്റെ കൺപീലികളിലും നീർത്തുള്ളികൾ തുളുമ്പി നില്ക്കുന്നു.

താഴേക്ക് പതിക്കാതെ...

വീണു ചിതറാതെ...

(ആഗസ്ത് - 2004)

22

കാഴ്ചയിൽ അമർഷം ജനിപ്പിക്കുന്ന മുഖങ്ങൾ ഒഴിവാക്കാനാവാത്തതെന്തുകൊണ്ടാണെന്ന് പല കുറി സ്വയം ചോദിച്ചിട്ടുണ്ട്. സാമൂഹ്യ ജീവിതത്തിന്റെ ഭാഗമായതുകാരണം വ്യക്തിക്കും, സമൂഹത്തിന്റെ തന്നെ ഭാഗമായതിനാൽ അത്തരം മുഖങ്ങൾക്കും കണ്ടുമുട്ടലുകൾ ഒഴിവാക്കാനാവില്ലെന്നത് അത്തരം സന്ദർഭങ്ങൾ വീണ്ടും വീണ്ടും സൃഷ്ടിച്ചുകൊണ്ടേയിരിക്കും. അനിഷ്ടമൊതുക്കി കാഴ്ചകൾ തുടരുക മാത്രമാണ് കരണീയം. മനസ്സുകൊണ്ട് വിടുതൽ ആഗ്രഹിക്കുമെങ്കിലും ചുറ്റിപ്പിണഞ്ഞുകിടക്കുന്ന സാഹചര്യങ്ങൾ അതു വകവെച്ചു തരില്ല.

ഏതു വ്യക്തിയും സൗഹൃദങ്ങൾ ആഗ്രഹിക്കുന്നു എന്നതാണതിന് കാരണം. സൗഹൃദത്തിന്റെ ശാസ്ത്രീയാടിസ്ഥാനം ആമാശയ സംബന്ധിയാണെന്ന കണ്ടെത്തൽ കൗതുകകരമായി തോന്നാം. മുഖലക്ഷണ ശാസ്ത്രജ്ഞയായ മേരി ഓംസ്റ്റെഡ് സ്റ്റാന്റൺ 'ഹൗ ടു റീഡ് ഫെയ്സസ്' എന്ന തന്റെ പുസ്തകത്തിൽ, വർഷങ്ങളായി നടത്തിവന്ന ഗവേഷണത്തിന്റെ വെളിച്ചത്തിൽ ഇക്കാര്യം വ്യക്തമാക്കുന്നുണ്ട്. സൗഹൃദത്തിന് ചെറുകുടലും വൻകുടലുകളുമടങ്ങുന്ന ആമാശയവുമായി നേരിട്ട ബന്ധമാണത്രെ ഉള്ളത്. ദഹനക്രിയ ശക്തവും ഫലവത്തുമാണെങ്കിൽ സൗഹൃദങ്ങളും സമ്മോഹനമായിരിക്കും. സാമൂഹ്യഇടപെടലുകൾക്ക് വ്യക്തിയെ പ്രേരിപ്പിക്കുന്നതിൽ ആമാശയ വ്യൂഹത്തിന്റെ ഓജസ്സും തീക്ഷ്ണതയും നിർണ്ണായക ഘടകങ്ങളാണ്. നേരെമറിച്ച് ആമാശയവ്യൂഹം ദുർബ്ബലവും ശോഷിച്ചതുമാണെങ്കിൽ സൗഹൃദങ്ങൾ തണുത്തതാവും. ആമാശയത്തിന്റെ ഈ വ്യത്യസ്ത ഭാവങ്ങൾ സൗഹൃദങ്ങളിൽ പ്രതിഫലിക്കും. സൗഹൃദങ്ങളുടെ ഈ ഇരട്ടഭാവങ്ങളാണ് വ്യക്തിയെ സ്വാർത്ഥനോ നിസ്വാർത്ഥനോ ആക്കുന്നത്. നിസ്വാർത്ഥന്റെ ഭാവപ്പകർച്ചയാണ് പരോപകാര തല്പരത. അത് വാങ്ങുന്നതിനേക്കാൾ നല്കുന്നതിൽ ആനന്ദം കണ്ടെത്തുന്നു. അതിനു പ്രേരകമാക്കുന്നതാകട്ടെ അനുകമ്പയും. അനുകമ്പയിലേക്ക് ഒരുവനെ പ്രവേശിപ്പിക്കുന്നതിന്റെ ഉത്തരവാദിത്വം ആമാ

ശയവും മനസ്സിനു കൈമാറുന്നു. മനസ്സ് നിയന്ത്രണം ഏറ്റെടുക്കുന്നതോടെ ആമാശയവ്യൂഹം സൗഹൃദത്തിന്റെ പരിവൃത്തി പൂർത്തിയാക്കുന്നു.

നല്കുന്നത് അതേപോലെ തിരികെ ലഭിക്കണമെന്ന് ആഗ്രഹിക്കുന്നതാണ് സ്വാർത്ഥത നിറഞ്ഞ സൗഹൃദം. പലരും ചെയ്യുന്നതും ആഗ്രഹിക്കുന്നതും അതാണ്. സൗഹൃദത്തിന്റെ പേരിലുള്ള ഒരു തരം വില പേശൽ. അതു കൈയടക്കുന്നതുവരെ അവർക്ക് അടങ്ങിയിരിക്കാനാവില്ല. അതിനായി അവർ സഞ്ചരിക്കുന്നത് ചിലപ്പോൾ നേരായ മാർഗ്ഗത്തിലൂടെ യാവില്ല.

അങ്ങനെ ഒരു നാൾ സുഹൃത്തായ സാബു എന്റെ മുന്നിലെത്തി. ഏറെ തിരക്കുള്ള ഒരു ദിവസം തികച്ചും അപ്രതീക്ഷിതമായി...

അതേപ്പറ്റിയാണ് *വനിത*യിൽ എഴുതിയ ഈ കുറിപ്പ്.

ഇവൾ
ഭൂമികന്യ

മനുഷ്യരിൽ രണ്ടു ജാതിയേ ഉള്ളൂ എന്നാണു ജ്ഞാനികൾ പറയുന്നത് ആണും പെണ്ണും.

അവരിൽ രണ്ട് ഉപവിഭാഗങ്ങൾ - ഉത്തമൻ- അധമൻ അല്ലെങ്കിൽ വന്ദ്യൻ - നിന്ദ്യൻ

ഇനി കഥയിലേക്ക്..

സമയത്തിനെതിരെ കുതിക്കുവാൻ വിധിക്കപ്പെട്ടിട്ടുള്ള ഒരു സ്ഥാപനത്തിലെ ജീവനക്കാരനെ സങ്കല്പിക്കുക. ഉദാഹരണമായി ഒരു ടെലിവിഷൻ പ്രൊഡ്യൂസർ. വൈകുന്നേരം ആറരയ്ക്കോ ഏഴിനോ പോകേണ്ടുന്ന ഒരു പരിപാടി പൂർത്തീകരിക്കാനുള്ള തിരക്കിട്ട ജോലിയുമായി കക്ഷി എഡിറ്റിങ് ടേബിളിലാണ്. എഡിറ്റിങ്ങിനുശേഷം മ്യൂസിക് കമന്ററി തുടങ്ങിയവ ചേർക്കേണ്ടതുണ്ട്.

എഡിറ്റിങ് മുറിയുടെ വാതിൽ തുറന്നു പ്യൂൺ കടന്നുചെന്നു:
"സാർ ഒരാൾ അന്വേഷിച്ചുവന്നിരിക്കുന്നു."

ആരാ, എന്താ കാര്യം എന്നീ ചോദ്യങ്ങൾ തിരിച്ചുള്ള നോട്ടത്തിലടങ്ങിയിരുന്നു.

"വളരെ അത്യാവശ്യമാണെന്നു പറഞ്ഞു."
"എന്തെങ്കിലും പരിപാടിയുമായി ബന്ധപ്പെട്ടാണോ?"
"അല്ല, സാറിന്റെ കൂട്ടുകാരനാ.."

സ്വന്തം കൂട്ടുകാരനെപ്പോയിട്ട് അപ്പന്റെ കൂട്ടുകാരനെപ്പോലും മറക്കരുതെന്നാണല്ലോ ആപ്തവാക്യം. എഡിറ്റിങ് നിർത്തിവച്ചു സ്വീകരണമുറിയിലേക്കു പ്രൊഡ്യൂസർ കുതിച്ചു...

സ്വീകരണമുറിയിൽ അതാ തളർന്ന് അവശനായി ഇരിക്കുന്ന കൂട്ടുകാരൻ! അയാൾ വല്ലാതെ കിതയ്ക്കുന്നുണ്ടായിരുന്നു..

“എന്താ സാബൂ?”

(പേര് സാങ്കല്പികം ജീവിച്ചിരിക്കുന്നവരോ മരിച്ചവരോ ആയി യാതൊരു ബന്ധവുമില്ല)

“എന്റെ ഭാര്യ!”

സാബുവിനെ പുറത്തു തട്ടി ആശ്വസിപ്പിച്ചു കസേരയിലിരുത്തി സാന്ത്വനിപ്പിച്ചുകൊണ്ടു കാര്യം തിരക്കി...

“ഞങ്ങളൊന്നിച്ചു സ്കൂട്ടറിൽ വരികയായിരുന്നു. ഇവിടെ അടുത്ത് ആ വളവിൽവച്ചു സ്കൂട്ടർ സ്കിഡ് ചെയ്തു മറിഞ്ഞു. അവൾ തെറിച്ചു റോഡിൽ വീണു. കൈയും കാലും പൊട്ടിയിട്ടുണ്ട്. മാത്രമല്ല അവൾ ഗർഭിണിയാണ്. ബ്ലീഡിങ് ആയെന്നാ തോന്നുന്നത്..”

സാബുവിന്റെ കണ്ണുകൾ നിറഞ്ഞിരുന്നു.

“ഭാര്യയെവിടെ?”

“അവളെ ഓട്ടോറിക്ഷയിൽ കയറ്റി ആശുപത്രിയിലേക്കയച്ചു. എനിക്ക് സ്കൂട്ടറോടിക്കാൻ വയ്യ. കൈയിൽ കാശുമില്ല. ഒരു മുന്നൂറു രൂപ വേണം ബുദ്ധിമുട്ടില്ലെങ്കിൽ..”

കൂട്ടുകാരൻ.......

കൂട്ടുകാരന്റെ ഭാര്യ.......

അവരുടെ ഇനിയും പിറക്കാത്ത ആദ്യ ജാതൻ (ആദ്യ ജാത)...

രണ്ടാമതൊന്ന് ആലോചിക്കാൻ സമയം കിട്ടിയില്ല...

പേഴ്സ് തുറന്നു.

മുന്നൂറു തികയില്ല.

മറ്റൊരു സുഹൃത്തിനോടു കടം വാങ്ങി.

രൂപയുമായി പടികളിറങ്ങുമ്പോൾ സാബു പറഞ്ഞു. “നാളയോ മറ്റന്നാളോ കൊണ്ടുത്തരാം.”

“സാരമില്ല, വേഗം ആശുപത്രിയിലേക്കു ചെല്ല്...”

സാബു വൈകാൻ പാടില്ലല്ലോ.

വൈകുന്നേരം എഡിറ്റിങ് ജോലികൾ പൂർത്തിയാക്കി. പരിപാടി സംപ്രേഷണം ചെയ്തു കഴിയുന്നതുവരെ സാബുവിനെപ്പറ്റിയോ അപകടത്തെപ്പറ്റിയോ ചിന്തിക്കുവാൻ സമയം കിട്ടിയിരുന്നില്ല.

ആശുപത്രിയിൽ പോയി സുഹൃത്തിനെയും ഭാര്യയെയും കാണണമല്ലോ എന്നാലോചിച്ചപ്പോഴാണ് ഏത് ആശുപത്രിയിലാണ് എന്ന് അന്വേഷിക്കാഞ്ഞതിന്റെ മണ്ടത്തരം മനസ്സിലാക്കിയത്...

സാരമില്ല. നാളെയോ മറ്റന്നാളോ സാബു വരുമല്ലോ. എന്നിട്ടു പോകാം.

രാത്രിയിൽ ഉറക്കം വന്നില്ല.

രക്തത്തിൽ കുളിച്ചു കിടക്കുന്ന സാബുവിന്റെ ഭാര്യയുടെ ചിത്രമായിരുന്നു മനസ്സിൽ.

ചാപിള്ള!

ദൈവമേ ആ ദുരന്തം മാത്രം വരുത്തരുതേയെന്നു പ്രാർത്ഥിച്ചു.

പിറ്റേന്ന് ഓഫീസിലേക്ക് പോകുമ്പോൾ എതിരേ പരിചയമുള്ള ഒരു സ്ത്രീയെ കണ്ടു.

സാബുവിന്റെ ഭാര്യ!

വണ്ടി നിർത്തി. സ്വരം താഴ്ത്തി തെല്ലു സഹതാപത്തോടെ ചോദിച്ചു:

"വീണിട്ടു കുഴപ്പമൊന്നുമുണ്ടായിരുന്നില്ലല്ലോ..."

അവർ മുഖമുയർത്തി നോക്കി.

ആ മുഖത്തു ദൈന്യത തളംകെട്ടി കിടന്നിരുന്നു.

ഒരു ക്ഷമാപണത്തിന്റെ ധ്വനിയോടെ അവർ ശബ്ദമടക്കി പറഞ്ഞു:

"ചേട്ടൻ, അവിടെയും വന്നിരുന്നോ?"

മറ്റൊന്നും ചോദിക്കുവാൻ തോന്നിയില്ല.

ഒട്ടേറെ തവണ സ്കൂട്ടർ മറിയുകയും ആദ്യശിശുവിനെ ഉദരത്തിൽ താങ്ങുന്ന ഭാര്യയെ പലകുറി ആശുപത്രിയിലാക്കിയതുമായ സാബുക്കഥകൾ പിന്നീടു പലതും കേട്ടു...

സാബുവിനു മദ്യം നുണയുവാൻ അങ്ങനെ പലകുറി മുന്നൂറു രൂപ ലഭിച്ചു കാണും. അതിന്റെ ലഹരിയിൽ അവൻ ഭാര്യയുടെ ഉദരം തലോടി നീയെന്തേ എന്റെ ശിശുവിനെ ഉദരത്തിൽ വഹിക്കാത്തത് എന്നു ലക്കു കെട്ടു ചോദിച്ചിട്ടുണ്ടാവും...

ആണുങ്ങളുടെ വർഗ്ഗത്തിൽ സാബു ഏതു വിഭാഗത്തിൽപെടുന്നു വെന്നു നിസ്സംശയം പറയാം;

പക്ഷേ, ആ പാവം സ്ത്രീ!

വീണിട്ടും വീണിട്ടും മതിവരാത്ത ആ സ്ത്രീ ഇപ്പോഴും അയാളെ വിളിക്കുന്നു.

ചേട്ടൻ!

വായനക്കാർ നിശ്ചയിക്കുക, ഈ വനിത വന്ദ്യയോ നിന്ദ്യയോ?

(ഏപ്രിൽ - 1992)

23

ആകാശവാണിയിൽ ഒൻപതുവർഷം. ദൂരദർശ നിൽ ഇരുപത്തിയാറു വർഷം. ഇലക്ട്രോണിക് മാധ്യമരംഗത്ത് സുദീർഘമായ സേവനകാല ത്തിന്റെ ധന്യത. രണ്ടു മാധ്യമങ്ങളുടെയും നല്ല കാലത്ത് പ്രവർത്തിക്കാനായത് അതേക്കാൾ ഭാഗ്യം. ടെലിവിഷന്റെ വരവ് റേഡിയോയുടെ സ്വാധീനം കുറച്ചുവെന്നൊരു പ്രചാരണമുണ്ടായിരുന്നു. അതിശ യോക്തിപരമായിരുന്നു അത്തരമൊരു പ്രചാരണം. മറ്റേതു മാധ്യ മത്തേക്കാളും ജനങ്ങൾക്കിടയിൽ സമ്മതിയുള്ളത് റേഡിയോക്കാ ണെന്ന് മാധ്യമരംഗത്തു പ്രവർത്തിക്കുന്നവർ സാക്ഷ്യപ്പെടുത്തു ന്നു. റേഡിയോയുടെ വരവോടെ അച്ചടിമാധ്യമരംഗത്ത് തളർച്ച യുണ്ടായി എന്ന പ്രചാരണം പോലെയേയുള്ളൂ ടെലിവിഷന്റെ വര വോടെ റേഡിയോയുടെ സ്ഥാനം നഷ്ടമായി എന്ന കണ്ടെത്തൽ.

അതാതിന്റെ ശക്തിയും ദൗർബല്യവും ഓരോ മാധ്യമത്തി നുമുണ്ട്. രാവേറെയിരുന്ന് ടെലിവിഷനിൽ വാർത്തകൾ കാണു ന്നവരിൽ ഏറിയ പങ്കും രാവിലത്തെ പത്രം ശ്രദ്ധയോടെ വായി ക്കുന്നവരാണ്. റേഡിയോ വാർത്തകൾക്കും സംഗീതപരിപാടി കൾക്കുമുള്ള പ്രചാരവും പ്രാധാന്യവും നാൾക്കുനാൾ വർദ്ധിച്ചു വരുന്നതേയുള്ളൂ. ടെലിവിഷന്റെ രംഗപ്രവേശം രണ്ടു മാധ്യമങ്ങ ളുടെയും സ്വാധീനത്തെ അത്രകണ്ട് ബാധിച്ചിട്ടില്ലെന്നർത്ഥം. ചില ചാനൽ വാർത്തകളോടുള്ള പ്രേക്ഷകരുടെ വെറുപ്പ് ഈ ഘട്ട ത്തിൽ ഓർക്കേണ്ടതുണ്ട്. അസത്യത്തിന്റെ ആക്രോശങ്ങളെ എത്ര കാലമാണ് സഹിക്കാനാവുക എന്ന സ്വാഭാവിക പ്രതികരണമാ ണത്.

റേഡിയോയ്ക്ക് ജനങ്ങളിലുള്ള സ്വാധീനത്തിന് കാലങ്ങളുടെ പഴക്കമാണുള്ളത്. ടെലിവിഷനു മുൻപ് ആ മാധ്യമം എത്തിയെ ന്നതു മാത്രമല്ല അതിനു കാരണം. ഇന്ദ്രിയങ്ങളെ സ്വാധീനി ക്കുന്നതിൽ റേഡിയോ വീചികൾ മുന്നിട്ടു നില്ക്കുന്നുവെന്ന് പഠ നങ്ങൾ വ്യക്തമാക്കിയിട്ടുണ്ട്. സെറ്റിനു മുൻപിൽ ഇരുന്നുകൊണ്ടു വേണമല്ലോ ടെലിവിഷൻ പരിപാടികൾ ആസ്വദിക്കുവാൻ.

റേഡിയോ പരിപാടികളുടെ കാര്യം അങ്ങനെയല്ല. യാത്ര ചെയ്യുമ്പോഴോ, കളിക്കുമ്പോഴോ, കുളിക്കുമ്പോഴോ അടുക്കളയിൽ നില്ക്കുമ്പോഴോ, കൃഷിപ്പണികൾ ചെയ്യുമ്പോഴോ, ഉറങ്ങാൻ കിടക്കുമ്പോഴോ എപ്പോൾ വേണമെങ്കിലും റേഡിയോയുമായി ചങ്ങാത്തമാവാം. കേൾക്കലിനൊപ്പം കാണലും കൂടിയാകുമ്പോഴുണ്ടാകുന്ന അധികജോലി വേണ്ടെന്നു വരുന്നു. അതാണ് റേഡിയോയ്ക്ക് സ്വീകാര്യത നല്കുന്ന പ്രധാന ഘടകം.

എങ്കിലും കേട്ടു വിശ്വസിക്കുന്നു എന്നതിനേക്കാൾ കണ്ടു വിശ്വസിക്കുന്നു എന്നതിനാവും കൂടുതൽ സ്വീകാര്യത ലഭിക്കുക. അതു സ്വാഭാവികമാണുതാനും. ടെലിവിഷന്റെ ശക്തിയും അതുതന്നെ. റേഡിയോയുടെ വരവ് ലോകത്തെവിടെയുമെന്നതുപോലെ നമ്മുടെ നാട്ടുമ്പുറങ്ങളെയും ഇളക്കി മറിച്ച സാംസ്കാരിക സംഭവമാണ്. നാദവീചികളായി സംഗീതവും വാർത്തയും വീട്ടിലെത്തിയപ്പോൾ നാമതിനെ കൈ നീട്ടി സ്വീകരിച്ചു. സാധാരണക്കാരന്റെ വിനോദോപാധി അങ്ങനെ ദൈനംദിന ജീവിതത്തിൽ ഒഴിച്ചുകൂടാനാവാത്ത ഘടകമായിത്തീർന്നു. ചലച്ചിത്രഗാനങ്ങൾക്കും ലളിതഗാനങ്ങൾക്കും, കർണ്ണാടകസംഗീത പരിപാടികൾക്കുമൊപ്പം കൃഷിയും കലയും സംസ്കാരവും, വാർത്തകളും ഒക്കെ ഒരു കൊച്ചുപെട്ടിയിലൂടെ എത്തിയത് ഈ മാധ്യമത്തെ മുൻനിരയിലെത്തിച്ചു. ഒപ്പം അകത്തും പുറത്തുമുള്ള ഒട്ടേറെ കലാകാരന്മാർക്ക് തങ്ങളുടെ കഴിവുകൾ പ്രകടിപ്പിക്കുന്നതിനുള്ള ഉപാധിയെന്നതിനേക്കാൾ ജീവിതമാർഗ്ഗവുമായിത്തീർന്നു റേഡിയോ. മികച്ച കലാസൃഷ്ടികളുടെ കുത്തൊഴുക്കായിരുന്നു പിന്നീട്. സാംസ്കാരിക വിസ്ഫോടനം എന്നു തന്നെ അതിനെ വിശേഷിപ്പിക്കാം.

മലയാളികൾ കാലങ്ങളായി ഏറ്റുപാടിക്കൊണ്ടിരിക്കുന്ന ലളിതഗാനങ്ങളിൽ ഒന്നാണ് 'ജയദേവകവിയുടെ ഗീതികൾ കേട്ടെന്റെ രാധേ ഉറക്കമായോ'. എന്ന പാട്ട്. പാട്ടിന്റെ ക്രെഡിറ്റിന്റെ അവകാശം പാടിയ ആളിനോ എഴുതിയ ആളിനോ അതോ ചിട്ടപ്പെടുത്തിയ ആളിനോ എന്ന് ആസ്വാദകർ തർക്കിച്ച അപൂർവ്വം ഗാനങ്ങളിലൊന്ന്. ഭാവസുന്ദരമായ വരികളെഴുതിയ പൂവച്ചൽ ഖാദറിന്, ആലാപനസുഖമേകിയ ജയചന്ദ്രനോടാണോ മറിച്ച് ജയചന്ദ്രന് പൂവച്ചൽ ഖാദറിനോടാണോ കടപ്പാട് എന്ന് തർക്കിക്കവെ ഇരുവരും ചേർന്ന് അതു എം ജി രാധാകൃഷ്ണനു നല്കി. ഇതു തന്നെയായിരുന്നു കാവാലം നാരായണപ്പണിക്കർ എഴുതി സുജാത മനോഹരമായി പാടിയ 'ഓടക്കുഴൽ വിളി ഒഴുകിയൊഴുകിവരും, ഒരു ദ്വാപരയുഗസന്ധ്യയിൽ' എന്ന ലളിതഗാനത്തിന്റെയും കഥ. ഇരുവരും പാട്ടിന്റെ ക്രെഡിറ്റ് സംഗീതമിട്ട എം ജി രാധാകൃഷ്ണനാണ് നല്കിയത്. രാധാകൃഷ്ണാകട്ടെ തന്നെ താനാക്കിയ ആകാശവാണിക്കാണ് എല്ലാ ക്രെഡിറ്റും നല്കിയത്. യുവജനോത്സവവേദികളിൽ ഇന്നും ജയദേവകവിയും ഓടക്കുഴൽ വിളിയും അലകളിളക്കുന്നു.

എം ജി രാധാകൃഷ്ണൻ ഇപ്പോഴും നമ്മോടൊപ്പമുണ്ടെന്ന് കൂടെക്കൂടെ ഓർമ്മിപ്പിച്ചു കൊണ്ടിരിക്കുന്ന രണ്ടു ഗാനങ്ങളാണവ. അദ്ദേഹം വേർപിരിഞ്ഞു പോയപ്പോൾ ഒരു അനുസ്മരണക്കുറിപ്പെഴുതുവാൻ 'ദീപിക'യാണ് സമീപിച്ചത്. മനസ്സിൽ തെളിഞ്ഞു വന്നത് മായാത്ത ആ പുഞ്ചിരിയായിരുന്നു. അതേ നിറഞ്ഞ ചിരിയോടെ എം ജി രാധാകൃഷ്ണൻ നമ്മൾക്കൊപ്പമുണ്ട്...

ഒരു നിറഞ്ഞ ചിരിയുടെ ഓർമ്മ

ആകാശവാണി കേരളത്തിൽ വാണിജ്യ സംപ്രേഷണം തുടങ്ങിയ എഴുപതുകളുടെ ഉത്തരാർദ്ധം. അനൗൺസറായി ജോലിയിൽ പ്രവേശിക്കുമ്പോൾ മുഖ്യകവാടത്തിലും പൂമുഖത്തും സ്റ്റുഡിയോകളുടെ ഇടനാഴികളിലുമൊക്കെ കേരളത്തിന്റെ കലാ-സാഹിത്യ-സാംസ്കാരിക-കായിക മേഖലകളിൽ സജീവ സാന്നിദ്ധ്യമായിരുന്ന പ്രഗത്ഭമതികളെയാണ് കണ്ടുമുട്ടിയതും പരിചയപ്പെട്ടതും. മലയാളികൾ ആദരവോടെ നോക്കിയിരുന്ന ഒരു സംഘം കലാകാരന്മാർ.

തലപ്പത്ത് ചിത്രകലാ നിരൂപകനായ ഇ എം ജെ വെണ്ണിയൂർ, നാടക കലാകാരന്മാരായിരുന്ന ടി എൻ, കെ പത്മനാഭൻനായർ, കെ ജി സേതുനാഥ്, കെ ജി മേനോൻ, എസ് രാമൻകുട്ടിനായർ, അനൗൺസർമാരായി *നക്ഷത്രങ്ങളെ കാവൽ* സമ്മാനിച്ച പി പത്മരാജൻ 'അനുരാഗനാടകത്തിൻ അന്ത്യമാം' രംഗം പാടിയ കെ പി ഉദയഭാനു. നാഗസ്വരത്തിൽ വിസ്മയം തീർത്ത തിരുവിഴ ജയശങ്കർ, ഇന്ദിരാ പൊതുവാൾ, പറവൂർ സഹോദരിമാരായ ശാരദാമണി, രാധാമണി എന്നിവർ. വാർത്താ പ്രക്ഷേപണത്തിൽ തലതൊട്ടപ്പന്മാരായ പ്രതാപനും രാമചന്ദ്രനും. സംഗീതവിദുഷികളായ നെയ്യാറ്റിൻകര വാസുദേവൻ, എസ് രത്നാകരൻ, മൃദംഗമാന്ത്രികരായ മാവേലിക്കര കൃഷ്ണൻകുട്ടി നായർ, എസ് ആർ രാജു, ഗിത്താർ വിദഗ്ദ്ധൻ എസ് എ സ്വാമി ഇവർക്കൊപ്പം നാലുംകൂട്ടി മുറുക്കി തമാശകൾ പൊട്ടിച്ചു നടക്കുന്ന നിത്യയൗവനത്തിന്റെ പ്രതീകമായ ചെറുപ്പക്കാരനായ മറ്റൊരു കലാകാരൻ.

പരിചയപ്പെട്ടു എം ജി രാധാകൃഷ്ണൻ. ശരശയ്യയിലെ 'ഉത്തിഷ്ഠത ജാഗ്രത' പാടിയ എം ജി രാധാകൃഷ്ണനെ കവച്ചുവെച്ച് 'ഘനശ്യാമ സന്ധ്യാഹൃദയവും 'ജയദേവകവി'യും 'ഓടക്കുഴൽവിളി'യും ഒരുക്കിയ എം ജി രാധാകൃഷ്ണൻ കത്തി നില്ക്കുന്ന കാലം. ആദരവോടെ നോക്കുമ്പോൾ വാത്സല്യത്തിന്റെ മുനകളാണ് നീണ്ടുനിന്നത്. വാണിജ്യ പ്രക്ഷേപണത്തിന്റെ തുടക്കം മുതല്ക്കുതന്നെ ജനപ്രീതി നേടിയ പരിപാടിയായിരുന്നു രാവിലെ എട്ടുമുതൽ ഒൻപതുവരെ ചലച്ചിത്രഗാനം ഉൾക്കൊള്ളിച്ചുകൊണ്ടുള്ള ഗാനോപഹാരം: അവതാരകർ അനൗൺസർമാർ. ഒരു

നാൾ ഗാനോപഹാരത്തിൽ *ഒതേനന്റെ മകൻ* എന്ന ചിത്രത്തിലെ 'ഗുരുവായൂർ അമ്പലനടയിൽ ഒരു ദിവസം ഞാൻ പോകും...' എന്ന പ്രശസ്തമായ യേശുദാസ് ഗാനം ഉൾപ്പെടുത്തി.

പാട്ടു പ്രക്ഷേപണം തുടങ്ങിയതും തൂവെള്ള ജുബ്ബയും കസവു വേഷ്ടിയും സ്വർണ്ണ കടുക്കൻ മാലയും നെറ്റിയിൽ ചന്ദനക്കുറിയുമണിഞ്ഞ് ചിരിച്ചുകൊണ്ട് എം ജി രാധാകൃഷ്ണൻ സ്റ്റുഡിയോയിലെത്തി. അനൗൺസർ പാനലിനു മുന്നിൽ ഒഴിഞ്ഞുകിടന്ന കസേരയിലിരുന്ന് അദ്ദേഹം പാട്ടിൽ ലയിച്ചു. ഇടയ്ക്ക് ഒന്നു രണ്ടുപ്രാവശ്യം കണ്ണ് പാതി തുറന്ന് മുഖത്തേക്കു നോക്കി മന്ദഹസിക്കുകയും ചെയ്തു. 'പോകും പോകും എന്ന് പറഞ്ഞുകൊണ്ടു നടക്കാതെ അങ്ങ് പോയാൽ പോരേ ആരാ തടുക്കാൻ ഉള്ളത്?' പാട്ടിനു ശേഷം ആത്മഗതംപോലെ അദ്ദേഹം പറഞ്ഞു. ആ ഗാനത്തെയും ഗാനരംഗത്തെയും ഒരനുഭവംപോലെ മനസ്സിൽ സൂക്ഷിക്കുന്നുവെന്ന് അദ്ദേഹം പറഞ്ഞപ്പോൾ പ്രേംനസീർ, രാഗിണി, കവിയൂർ പൊന്നമ്മ, എസ് പി പിള്ള എന്നിവർക്കൊപ്പം പുല്ലാങ്കുഴലുമായി ഗുരുവായൂർ കണ്ണനായി ഞാനും അഭിനയിച്ച കഥ പറയേണ്ടതായി വന്നു. ആ ദിവസങ്ങളിലൊന്നിൽ ഉദയാ സ്റ്റുഡിയോവിലെത്തിയ യേശുദാസിനെ ആദ്യമായി കണ്ട കാര്യവും. പിന്നീടാണ് യേശുദാസിനും തിരുവിഴ ജയശങ്കറിനുമൊപ്പം സംഗീതകോളേജിൽ അദ്ദേഹം പഠിച്ചിരുന്ന കാര്യം അറിഞ്ഞത്. വൈകാതെ ഒരുദിവസം യേശുദാസ് ആകാശവാണിയിലെത്തിയപ്പോൾ എടാ, പോടാ വിളികളും പൊട്ടിച്ചിരികളും തമാശയുമായി സൗഹൃദം പങ്കുവയ്ക്കുന്ന സ്നേഹിതരെ നോക്കിനിന്നുപോയി. ഇവനാണ് കണ്ണൻ എന്നു പറഞ്ഞ് യേശുദാസിനെ പരിചയപ്പെടുത്തിയതും ഓർമ്മയാണ്.

പിന്നീട് എത്രയോ കണ്ടുമുട്ടലുകൾ, എത്രയോ സൗഹൃദനിമിഷങ്ങൾ, എത്രയോ പരിഭവങ്ങൾ.....

ഒരുനാൾ തൈക്കാട് മേടയിൽ വീടിനു മുന്നിലൂടെ (വീട്ടുപേരിന്റെ കാര്യത്തിലും ആ സൗഹൃദമുണ്ട്) പോകുമ്പോൾ അദ്ദേഹം ഗേറ്റിൽ നില്ക്കുന്നു. വണ്ടിനിർത്തി അടുത്തേക്കു ചെല്ലുമ്പോൾ ചോദ്യം:

"നീ എങ്ങോട്ടാ?"

മറുപടി നല്കി.

"പത്തു മിനിറ്റ് കഴിഞ്ഞ് പോയാൽ മതിയോ?"

"എന്തേ?"

"പുതിയ സിനിമയുടെ പാട്ട് നീ ഒന്ന് കേൾക്ക്.' *മണിച്ചിത്രത്താഴിലെ* 'വരുവാനില്ലൊരുന്നാളും' ആദ്യം കേൾപ്പിച്ചു. പിന്നെ 'ഒരു മുറൈവന്ത് 'പാർത്തായാ'യും.ം മറ്റൊരിക്കൽ മേടയിൽ വീടിനു മുന്നിലൂടെ പോകുമ്പോൾ അന്നും തടഞ്ഞു നിർത്തി. അഞ്ചു മിനിറ്റ് കഴിഞ്ഞ് പോയാൽ മതിയോ? ഉള്ളിൽ കടന്നിരിക്കാൻ പറഞ്ഞില്ല.

അടുത്തിടെ ആശുപത്രിവാസത്തിനു ശേഷമുള്ള ദിനങ്ങളുടെ പാരവശ്യം മുഖത്തുണ്ടായിരുന്നു. അതിനേക്കാൾ ആ മനസ്സിനെ നോവിച്ച

മറ്റൊരു കാര്യമാണ് അദ്ദേഹം പറഞ്ഞത്. "നീ അറിഞ്ഞോ, ചിത്രാഞ്ജലി സ്റ്റുഡിയോ ജൂബിലിയോടനുബന്ധിച്ച് ചിലരെയെല്ലാം ആദരിക്കുന്നു വെന്നു കേട്ടു. അവിടെ ആദ്യ പ്രവർത്തനം നടത്തിയ കലാകാരന്മാരെ വിളിച്ചിട്ടുണ്ട്. "നിന്നെ വിളിച്ചോ?" "ഇല്ല ചേട്ടനെയോ?" ഇല്ല, അവിടത്തെ കുറെ ഉദ്യോഗസ്ഥന്മാർക്ക് പൊന്നാടയും ഫലകവും നല്കുന്നുണ്ട്. വാക്കു കളിലെ നൊമ്പരം എനിക്കു മനസ്സിലാകുമായിരുന്നു. കാരണം രവി ആലും മൂട്, വെങ്ങാനൂർ സുരേഷ്, ചെങ്ങന്നൂർ ശശി തുടങ്ങി നല്ല സിനിമയെ സ്നേഹിക്കുന്ന ഒരുകൂട്ടം കലാകാരന്മാർ ഒരുക്കിയ *ശേഷക്രിയ* എന്ന സംസ്ഥാന അവാർഡുകൾ നേടിയ സിനിമയുടെ അണിയറപ്രവർത്തക രിൽ ഒരാളായിരുന്നു എം ജി രാധാകൃഷ്ണൻ. ചിത്രാഞ്ജലിയിൽ റീ-റെക്കോർഡിങ് ഉൾപ്പെടെ എല്ലാ പ്രൊഡക്ഷൻ ജോലികളും നടത്തി പൂർത്തിയാക്കിയ ആദ്യ ചിത്രമായിരുന്നു അത്. അതിന്റെ സംഗീതസംവി ധാനം എം ജി രാധാകൃഷ്ണനായിരുന്നു. സംഗീതത്തിനും റീ റെക്കോർഡി ങ്ങിനും ഏറെ പ്രാധാന്യമുണ്ടായിരുന്ന ചിത്രത്തിന്റെ ഒരു പ്രവർത്തക നെയും ബന്ധപ്പെട്ടവർ ക്ഷണിച്ചില്ല. ഓർത്തുപോലുമില്ല. "ചേട്ടനൊന്നു വിളിച്ചു നോക്കാമായിരുന്നില്ലേ?" എന്തിന്, ചെല്ലരുതെന്ന് ആഗ്രഹിച്ചതു കൊണ്ടല്ലേ വിളിക്കാതിരുന്നത്. ഒപ്പം പതിവു ചിരിയും. അതായിരുന്നു എം ജി രാധാകൃഷ്ണൻ. ചെറുചിരിയിലൂടെ സൗഹൃദത്തിന്റെ നന്മയെയും അവഗണനയുടെ തിന്മയെയും ഒരുപോലെ സ്വീകരിച്ച കലാകാരൻ. നമ്മൾ ആരാധകരോട് എന്നേക്കുമായി വിട പറയുമ്പോഴും ആ ചെറുപുഞ്ചിരി ചുണ്ടുകളിൽ തങ്ങി നില്ക്കുന്നു.......

(ജൂലൈ - 2010)

24

ഒരു പേജിൽ ഒരു വലിയജീവിതത്തെപ്പറ്റിയുള്ള ഓർമ്മകൾ ക്രമീകരിക്കുന്നത് അതിസാഹസികമായ പ്രവൃത്തിയാണ്. അങ്ങനെയൊന്ന് വേണ്ടിവന്നു. സാഹിത്യപ്രവർത്തക സഹകരണസംഘം 1987 ൽ പ്രസിദ്ധീകരിച്ച *എൻ കൃഷ്ണപിള്ളയും സാംസ്കാരികരംഗവും* എന്ന ബൃഹദ് ഗ്രന്ഥത്തിന്റെ 1191 പേജുകളിലായി 246 ലേഖനങ്ങളാണ് ഉൾപ്പെടുത്തിയിരുന്നത്. കൃഷ്ണപിള്ള സാറിന്റെ സപ്തതിയോടനുബന്ധിച്ച് പ്രസിദ്ധീകരിച്ച ഗ്രന്ഥത്തിന്റെ ഏഴ് ഉപഭാഗങ്ങളിൽ അദ്ദേഹവുമായി അടുത്തിടപഴകിയ 225 പ്രമുഖരുടെ കുറിപ്പുകളാണുള്ളത്. അത്രയും എണ്ണം ചേർക്കേണ്ടിയിരുന്നതിനാൽ കുറിപ്പുകളുടെ ദൈർഘ്യം കഴിവതും കുറയ്ക്കണമെന്ന് പുസ്തകത്തിന്റെ എഡിറ്റർമാരിൽ ഒരാളായ എഴുമറ്റൂർ രാജരാജവർമ്മ പ്രത്യേകം നിഷ്കർഷിച്ചിരുന്നു. ഒരു പേജിൽ ഒതുക്കുവാനാകുമെങ്കിൽ അത്രയും നന്ന്.

എൻ കൃഷ്ണപിള്ള സാറിനെക്കുറിച്ച് ഒരു പേജിൽ ഒരനുഭവക്കുറിപ്പ് തയ്യാറാക്കുന്നതെങ്ങനെ എന്ന ചോദ്യം പലരേയും കുഴക്കിയിരിക്കാം. സാറിന്റെ ശിഷ്യനും പിന്നീട് നാടകരംഗത്തെ സഹപ്രവർത്തകനുമായിരുന്ന ജി ശങ്കരപ്പിള്ള സാർ അതിനുള്ള പ്രതിവിധി കണ്ടെത്തിയത് തനിക്കു പറയാനുള്ളതിനെ പത്തായി വിഭജിച്ചുകൊണ്ടായിരുന്നു. അങ്ങനെ പത്തു ലേഖനങ്ങൾ. ഒ എൻ വി സാറും ആ മാർഗ്ഗം അവലംബിച്ച് ഒന്നിലേറെ ലേഖനങ്ങൾ എഴുതി. അവയുടെ പ്രാധാന്യം മാറ്റിവെക്കാനാവുന്നതായിരുന്നില്ല. അല്ലെങ്കിൽ എഡിറ്റർമാരുടെ കത്രിക ആ ജോലി ചെയ്യുമായിരുന്നല്ലോ.

യൂണിവേഴ്സിറ്റി കോളേജിൽ കൃഷ്ണപിള്ളസാർ എന്റെ അദ്ധ്യാപകനും തിരുവനന്തപുരത്തു താമസമാകുമ്പോൾ അയൽവാസിയും ആയിരുന്നു. ഓർമ്മകൾ അതിനും മുൻപേ തുടങ്ങുന്നു. ശാസ്താംകോട്ട കോളേജിൽ ആർട്സ് ക്ലബ്ബ് സെക്രട്ടറിയായിരിക്കുമ്പോൾ ആർട്സ് ക്ലബ് ഉദ്ഘാടനത്തിന് സാറിനെ ക്ഷണിക്കുകയുണ്ടായി. ആകാശവാണിയിൽനിന്ന് മലയാളം

എൻസൈക്ലോപീഡിയയിൽ എത്തിയ എന്റെ പിതൃസഹോദരീപുത്രൻ കൂടിയായ നാടകകൃത്ത് എബ്രഹാം ജോസഫിനെ കൂട്ടിയായിരുന്നു ക്ഷണിക്കാൻ പോയത്. അവർ തമ്മിലുള്ള അടുപ്പം മുതലെടുക്കുകയായിരുന്നു ലക്ഷ്യം. എന്നാൽ ഔദ്യോഗിക തിരക്കുകളാൽ സാറിന് വരാനായില്ല. പിന്നീടൊരിക്കലാകാമെന്ന ഉറപ്പ് അപ്പോൾത്തന്നെ തരികയും ചെയ്തു.

പിന്നീട് അദ്ദേഹം ശാസ്താംകോട്ടയിലെത്തി. അപ്പോഴേക്ക് സാറിന്റെ ശിഷ്യനായിക്കഴിഞ്ഞിരുന്നു ഞാൻ. കോളേജ് യൂണിയൻ ഉദ്ഘാടനങ്ങൾക്ക് ഒരുമാതിരിപ്പെട്ടവരാരും പോകാത്തൊരു സമയമായിരുന്നു അത്. വിദ്യാർത്ഥി സമരങ്ങളാൽ കലുഷിതമായിരുന്നു മിക്ക കോളേജുകളുടെയും അന്തരീക്ഷം. ശാസ്താംകോട്ട കോളേജ് അക്കാലത്ത് വിദ്യാർത്ഥി രാഷ്ട്രീയത്തിന്റെ ഒരു പരീക്ഷണശാലയായിരുന്നുവെന്നു പറയാം. കോളേജ് യൂണിയൻ ഭാരവാഹികൾ പഴയൊരു ഭാരവാഹിയായ എന്നെത്തേടിയെത്തി. യൂണിയൻ ഉദ്ഘാടനം ഭംഗിയായി നടത്തിക്കൊടുക്കുവാൻ സഹായിക്കണം. അവരുടെ ശ്രമങ്ങൾ ഫലം കാണാത്ത അവസ്ഥയാണ്.

അങ്ങനെയാണ് കൃഷ്ണപിള്ള സാറിനൊപ്പം ജോസഫ് മുണ്ടശ്ശേരി മാസ്റ്റർ, എബ്രഹാം ജോസഫ് എന്നിവരെയും അതിഥികളായി ശാസ്താംകോട്ടയ്ക്ക് കൊണ്ടു പോയത്. ഉദ്ഘാടനം മുണ്ടശ്ശേരി മാസ്റ്റർ. കൃഷ്ണപിള്ള സാറും എബ്രഹാം ജോസഫും ആശംസാ പ്രാസംഗികർ. ഉദ്ഘാടനത്തിന് കൊണ്ടു ചെല്ലുന്നതിനും തിരികെ കൊണ്ടാക്കുന്നതിനും എന്റെ ഇംഗ്ലീഷ് അദ്ധ്യാപകനായിരുന്ന അപ്പോഴത്തെ പ്രിൻസിപ്പൽ എം ആർ ടി നായർ സാർ എന്നെ ചുമതലപ്പെടുത്തി. അങ്ങനെ അവർക്കൊപ്പം എനിക്കും യാത്ര ചെയ്യേണ്ടിവന്നു.

അതിൽ മടക്കയാത്രയുടെ രസകരമായ ചിത്രം ഇന്നും മനസ്സിൽ നിന്നു മാഞ്ഞിട്ടില്ല. മുൻ സീറ്റിൽ ഡ്രൈവർക്കൊപ്പം ഞാൻ. പിൻസീറ്റിൽ മുണ്ടശ്ശേരി മാസ്റ്റർക്കും കൃഷ്ണപിള്ള സാറിനും നടുവിലായി എബ്രഹാം ജോസഫ്. മൂവരും ഹെവി വെയ്റ്റുകൾ. തമാശകൾ പറയുന്നതിനിടയിൽ പെട്ടെന്നാണ് ഉച്ചത്തിലുള്ള കൂർക്കം വലിയുടെ ശബ്ദമുയർന്നത്. നോക്കുമ്പോൾ നടുവിലിരിക്കുന്ന എബ്രഹാം ജോസഫ് ഉറങ്ങിത്തുടങ്ങിയിരിക്കുന്നു. വിശ്വപ്രസിദ്ധനായ ഒരു കൂർക്കംവലിക്കാരനാണ് അദ്ദേഹം. ശ്വാസം ഉള്ളിലേക്കെടുത്ത് പുറത്തേക്കു വിടുമ്പോൾ ഒരിക്കൽ ചായുന്നത് മുണ്ടശ്ശേരി മാസ്റ്ററിന്റെ തോളിലേക്കാണെങ്കിൽ അടുത്ത ശ്വാസത്തിന്റെ ബഹിർഗമനതാഡനം കൃഷ്ണപിള്ള സാറിന്റെ തോളിലാവും. ഇരുവശത്തുമിരുന്ന് രണ്ടുപേരും ആവുന്നത്രശ്രമിച്ചിട്ടും എബ്രഹാം ജോസഫിന്റെ കൂർക്കംവലിക്ക് ശമനമുണ്ടായില്ല. ഒരൊറ്റ പോംവഴിയെ ഉണ്ടായിരുന്നുള്ളൂ. കൊല്ലം പട്ടണം കഴിഞ്ഞയുടൻ വഴിയുടെ ഇരുണ്ട കോണിലൊരിടത്ത് കാർ നിർത്തി ഇരുവരും ഇറങ്ങി. മൂത്രശങ്ക തീർത്ത് ആശ്വാസം കൊള്ളാനായിരുന്നെങ്കിലും എബ്രഹാം ജോസഫിനെ ഉണർത്തുകയായിരുന്നു ലക്ഷ്യം. അവർക്കൊപ്പം എബ്രഹാം ജോസഫും ഇറങ്ങി. തിരികെ കയറു

മ്പോൾ എബ്രഹാം ജോസഫിനെ വാതിലിനരികിലിരുത്തി കൃഷ്ണപിള്ള സാർ നടുവിലിരുന്നു.

യാത്ര തുടങ്ങിയതും വീണ്ടും കൂർക്കംവലി. നടുവിലിരിക്കുന്ന കൃഷ്ണപിള്ള സാറിന്റെ ഇടത്തേതോളിലേക്ക് കൂടെക്കൂടെ ഭാരം ഇറക്കിക്കൊണ്ട് അദ്ദേഹം ഉറങ്ങിത്തുടങ്ങിയിരിക്കുന്നു. അനുഭവിച്ചോ എന്ന മട്ടിൽ മുണ്ടശ്ശേരി മാസ്റ്റർ കൃഷ്ണപിള്ള സാറിനെ നോക്കി ഉറക്കെ ചിരിച്ചു. എബ്രഹാം ജോസഫ് അതുമറിഞ്ഞില്ല.

ആ മുഖഭാവങ്ങൾ ഇപ്പോഴും കൺമുന്നിലുണ്ട്. *എൻ കൃഷ്ണ പിള്ളയും സാംസ്കാരിക രംഗവും* എന്ന ഗ്രന്ഥത്തിൽ ആ അനുഭവമല്ല എഴുതിയത്. സാറിന്റെ പ്രിയ ശിഷ്യനും പിന്നെ ഉറ്റ ചങ്ങാതിയുമായിരുന്ന എബ്രഹാം ജോസഫിന്റെ കുറിപ്പിന്റെ വലിയ കുറവ് ആ ഗ്രന്ഥത്തിനുണ്ടായിരുന്നു. ഒരു വർഷം മുൻപ് 1986 ൽ എബ്രഹാം ജോസഫ് 54-ാം വയസ്സിൽ അന്തരിച്ചു

നന്ദനത്തിലെ
അച്ഛൻ

ഓർമ്മയിൽ ഒരു നാടകക്കളരിയും കുറേ സജീവചിത്രങ്ങളും. ആദ്യത്തെ കണ്ടുമുട്ടൽ.

നാടകക്കളരി പ്രസ്ഥാനത്തിനു നാന്ദിക്കുറിച്ച ശാസ്താംകോട്ട നാടകക്കളരി. ആദ്യത്തെ നാടകക്കളരിയിലെ രംഗം എന്ന് അഭിമാനത്തോടെ ഓർമ്മിക്കുന്ന ആ നാളുകളിലൊന്നിൽ —

സി എൻ ശ്രീകണ്ഠൻനായർ, ജി ശങ്കരപ്പിള്ള, എം ഗോവിന്ദൻ, എം വി ദേവൻ, അരവിന്ദൻ, ഡോക്ടർ അയ്യപ്പപ്പണിക്കർ, മധു, പി കെ വേണുക്കുട്ടൻ നായർ, കെ വി നീലകണ്ഠൻ നായർ, രാമാനുജം തുടങ്ങിയവർക്കൊപ്പം നാടകരചനയെപ്പറ്റി, അവതരണത്തെപ്പറ്റി, വേഷവിധാനത്തെപ്പറ്റി, രംഗസജ്ജീകരണത്തെപ്പറ്റി അന്ന് കൃഷ്ണപിള്ളസാർ പഠിപ്പിച്ചു. *ഭഗ്നഭവനവും, ബലാബലവും, കന്യകയും, അനുരഞ്ജനവും* വായിപ്പിച്ച എൻ കൃഷ്ണപിള്ള എന്ന നാടകകൃത്തു മാത്രമായിരുന്നു അദ്ദേഹം എനിക്കന്ന്.

രണ്ടാമതൊരിക്കൽ,

കോളേജ് യൂണിയൻ ഭാരവാഹിയുടെ കുരിശുമായി യൂണിയൻ ഉദ്ഘാടനത്തിനു ക്ഷണിക്കാൻ യൂണിവേഴ്സിറ്റി കോളേജ് മലയാളം വിഭാഗത്തിൽ എബ്രഹാം ജോസഫിനോടൊപ്പം കടന്നുചെല്ലുകയും ഒരു പൂക്കുട നിറയെ ചിരിയുമായി മടങ്ങുകയും ചെയ്ത സന്ദർഭം!

കൃഷ്ണപിള്ള സാർ സമ്മാനിച്ച പൂക്കൂടയായിരുന്നു അത്. മീറ്റിങ്ങിനുള്ള ക്ഷണം സ്വീകരിച്ചില്ലെങ്കിലും ആ സമ്മാനം തരാൻ അദ്ദേഹം വിസ്മരിച്ചില്ല!

പിന്നീട് - ഗുരുനാഥൻ! അതേക്കാളുപരി ജീവിതത്തിന്റെ വല്ലാ ത്തൊരു ദശാസന്ധിയിൽ കൈപിടിച്ചുകയറ്റി ധൈര്യം പകർന്നുതന്ന സ്നേഹധനനായ മനുഷ്യൻ! കൃഷ്ണപിള്ളസാറിനും എബ്രഹാം ജോസ ഫിനും എനിക്കും മാത്രമറിയാവുന്ന കാര്യങ്ങൾ.

ഗുരുനാഥൻ പിന്നീട് അയൽവാസിയായി. നന്ദനത്തിലെ അച്ഛൻ എന്നാണ് വിളിക്കാറ്.

നന്ദനത്തിലെ അച്ഛൻ, നന്ദനത്തിലെ അമ്മ,

ഇടയ്ക്കിടെ ആ നന്ദനവനിയിൽനിന്നു ലഭിക്കുന്ന ശീതളിമയുണ്ടല്ലോ അതുമാത്രം മതി ഒരു ശിഷ്യൻ ധന്യനാവാൻ.

ഞാൻ ധന്യനാണ്.

(സെപ്തംബർ - 1987)

25

പാവ്‌ലോ കൊയ്‌ലോയുടെ വാക്കുകൾ: "ഒരു അദ്ധ്യാപകൻ എന്താവണം? എന്തെങ്കിലു മൊന്ന് പഠിപ്പിക്കുന്നതല്ല അദ്ധ്യാപനം. ശിഷ്യനെ അവനറിയാവുന്ന വ്യക്തികളുടെ പോലും സത്ത കണ്ടെത്തുന്നതിന് ഒരു സുഹൃത്തിനെപ്പോലെ ഒപ്പം നിന്ന് പ്രചോദിപ്പിക്കുന്ന ആളാവണം നല്ല അദ്ധ്യാപകൻ."

മികച്ചൊരദ്ധ്യാപകൻ എന്തായിരിക്കണം, എങ്ങനെയായിരിക്കണം എന്ന് വിദ്യാഭ്യാസ സംബന്ധിയായ സെമിനാറുകളിൽ ഏറെ ചർച്ച ചെയ്യപ്പെട്ടിട്ടുള്ള വിഷയമാണ്. നല്ല അദ്ധ്യാപകൻ അറിവിന്റെ ഭണ്ഡാരമായിരിക്കണം. സ്വായത്തമാക്കിയ അറിവ് ശിഷ്യനിലേക്ക് പകർന്നു നല്കിയാൽ മാത്രം പോരാ. അവൻ എങ്ങനെ അതു പ്രയോജനപ്പെടുത്തുന്നുവെന്ന് ഉറപ്പുവരുത്തണം. അച്ചടക്കം അടി ച്ചേല്പിക്കപ്പെടുവാനുള്ളതല്ല സ്വയം ശീലിക്കുവാനുള്ളതാണെന്ന മാതൃക കാട്ടണം. നല്ലൊരു സഹൃദയനായിരിക്കണം. സഹിഷ്ണു തയുള്ള കേൾവിക്കാരനായിരിക്കണം. മൂല്യങ്ങളെപ്പറ്റി ബോദ്ധ്യ മുണ്ടായിരിക്കുകയും അതു ചൊല്ലിക്കൊടുക്കുകയും വേണം. നല്ലൊരു അദ്ധ്യാപകനെക്കുറിച്ചുള്ള സങ്കല്പം ഇതൊക്കെയാണ്.

കൊയ്‌ലോയുടെ വാക്കുകൾകൂടി ചേർത്തുവെക്കുമ്പോഴേ നല്ല അദ്ധ്യാപകന്റെ ചിത്രം പൂർണ്ണമാകൂ. ഒരു സുഹൃത്തെന്ന പോലെ ഒപ്പം നിന്ന് പ്രചോദിപ്പിക്കുന്ന ആളാവണം അദ്ധ്യാപകൻ എന്ന വാക്ക് സുപ്രധാനമാണ്. അങ്ങനെയൊരു അദ്ധ്യാപകനെ കിട്ടുന്ന ശിഷ്യൻ ഭാഗ്യം ചെയ്‌തവനാകും. ഒട്ടുമിക്കവരുടെയും മാതൃക അദ്ധ്യാപകരാവും. വേഷം, നോട്ടം, ഭാവം ഇടപെടലിൽ ഒക്കെ ഏതെങ്കിലുമൊരു ഘട്ടത്തിൽ പ്രിയപ്പെട്ട അദ്ധ്യാപകനെ അവർ മാതൃകയാക്കിയിട്ടുണ്ടാവും. മാതാപിതാഗുരു സങ്കല്പവും ഗുരുസാക്ഷാൽപരബ്രഹ്മ: മന്ത്രവും വിശ്വാസപ്രമാണങ്ങളുടെ ആണിക്കല്ലാവുന്നതിന്റെ അടിസ്ഥാനം അതുതന്നെ.

നല്ല അദ്ധ്യാപകൻ നല്ലൊരു എഴുത്തുകാരൻ കൂടിയാണെ ങ്കിലോ? സാംസ്കാരിക പ്രവർത്തകനും വാഗ്മിയും ആണെ ങ്കിലോ? സൗഹൃദങ്ങളെ താലോലിക്കുന്ന വ്യക്തിത്വമാണെങ്കിലോ?

അദ്ധ്യാപകനെക്കുറിച്ചുള്ള സങ്കല്പത്തിന് മാറ്റ് ഏറിക്കൊണ്ടിരിക്കും. പഠിപ്പിച്ചിട്ടില്ലെങ്കിലും അത്തരമൊരു അദ്ധ്യാപകനുമായുള്ള അടുപ്പം നല്കിയ സന്തോഷമാണ് ഡോ. ജോർജ് ഓണക്കൂറുമായുള്ള നാലു പതിറ്റാണ്ടിന്റെ കഥയ്ക്കുള്ളത്. കണ്ടനാൾ മുതൽ ഓണക്കൂർ സാർ എന്നാണ് വിളിക്കാറുള്ളത്. വലിയൊരു ശിഷ്യസമ്പത്തിന്റെ ഉടമയായ അദ്ദേഹത്തിന്റെ അദ്ധ്യാപന വൈദ്യഗ്ദ്ധത്തെപ്പറ്റി നേരിട്ടുള്ള അറിവില്ല. പക്ഷേ, കൊയ്‌ലോ പറഞ്ഞ അദ്ധ്യാപകനിലെ ആ വലിയ സുഹൃത്തിനെ നേരിട്ടറിഞ്ഞു. അനുഭവിച്ചു. ആദ്യം കാണുമ്പോൾ ഞാനൊരു വിദ്യാർത്ഥി ആയിരുന്നു. വിദ്യാർത്ഥികളുമായി ഇടപഴകുന്നതിന് ഒരു ഓണക്കൂർശൈലി തന്നെയുണ്ടായിരുന്നു അക്കാലത്ത്. അത്തരം സൗഹൃദങ്ങൾ സ്ഥാപിക്കുവാനും നിലനിർത്തുവാനും എല്ലാവർക്കും സാധിച്ചുവെന്നുവരില്ല. അതിനു പ്രത്യേക മാനസിക ഘടന തന്നെ വേണം. ആരേയും ഒരു ചിരിയോടെ സമീപിക്കുവാൻ, ഇടപെടുവാൻ, ചിരപരിചിതനായ സുഹൃത്തിനോടെന്നപോലെ പരിചയപ്പെടലിന്റെ ആദ്യനിമിഷത്തിൽത്തന്നെ തോളിൽ കൈചാർത്തുവാൻ ഒക്കെ മനസ്സിന് വലിപ്പമുള്ള ഒരാൾക്കേ സാധിക്കൂ.

അതാണ് ഓണക്കൂർ സാർ. അദ്ദേഹത്തിന്റെ അനുഭവങ്ങളും ഓർമ്മകളും *സർഗ്ഗചേതനയുടെ കാമനകൾ* എന്ന പേരിൽ പുസ്തകമാക്കിയപ്പോൾ ജീവിതത്തിൽ ഒപ്പം കൂടിയവരിൽ ഏറ്റവും അടുപ്പമുള്ളവരോട് കുറിപ്പുകൾ എഴുതി നല്കുവാൻ താല്പര്യപ്പെട്ടിരുന്നു. എനിക്കുമുണ്ടായിരുന്നു ഓണക്കൂർ സാറിനെക്കുറിച്ച് ഓർമ്മിക്കുവാനും എഴുതുവാനും.

കഥാകാരനിലെ മാധ്യമത്തിളക്കം

വായനാരോഗം കലശലായിരുന്ന കാലത്ത് അകന്നുനിന്ന് ഇടപെട്ട അപരിചിത വ്യക്തിത്വമായിരുന്നു എനിക്കാദ്യം ഓണക്കൂർ സാർ. പിന്നെ, ഗുരുനാഥനല്ലെങ്കിലും ഗുരുനാഥനെപ്പോലെയായി. സൗഹൃദമല്ല കാംക്ഷിച്ചതെങ്കിലും സൗഹൃദം കോരിച്ചൊരിഞ്ഞ് തോളുകളിലൂടെ സ്നേഹത്തിന്റെ വള്ളിപടർത്തിയ സുഹൃത്തിനെപ്പോലെയായി. ആഹ്ലാദങ്ങളിൽ ഉള്ളുതുറന്നു ചിരിക്കുകയും ജീവിതപ്രതിസന്ധികളിൽ പരസ്പരം ആശ്വസിപ്പിക്കുകയും ചെയ്യുന്ന കുടുംബാംഗത്തെപ്പോലെയായി. പിന്നീട് മാധ്യമപ്രവർത്തകനെന്ന നിലയിലുള്ള പ്രവർത്തനമണ്ഡലത്തിൽ ബഹുമാന്യനായ ഒരു 'താലന്താ'യി ഒപ്പം പ്രവർത്തിച്ച കലാകാരനായി...

ജോർജ് ഓണക്കൂർ എന്ന വ്യക്തിത്വം എനിക്ക് അന്നും ഇന്നും ഓണക്കൂർ സാറാണ്. അദ്ദേഹത്തിന്റെ ശിഷ്യനാകുവാനുള്ള ഭാഗ്യമുണ്ടായില്ലെങ്കിലും സാഹിത്യ വിദ്യാർത്ഥിയായിത്തുടങ്ങി മാധ്യമപ്രവർത്തകൻ എന്ന നിലയിൽ ഇരുപത്തിയേഴു വർഷം പൂർത്തിയാക്കുമ്പോഴും ഓണക്കൂർ സാറിനെ നേരിട്ടും അല്ലാതെയും പരാമർശിക്കുമ്പോൾ നാവിൽ അങ്ങനെയേവരൂ.

സൗഹൃദം ഏറെ തന്നിട്ടുള്ള അദ്ദേഹത്തിലെ 'മാധ്യമ'കാരനെ അടുത്തറിയുവാനുള്ള സൗഭാഗ്യം മറ്റാരെക്കാളും എനിക്ക് ലഭിച്ചിട്ടുണ്ടെന്നാണ് വിശ്വാസം. *അകലെ ആകാശവും ഉൾക്കടലും എഴുതാപ്പുറങ്ങളും* ഒക്കെ വായിച്ച അന്നത്തെ ആസ്വാദകൻ വളരെപ്പെട്ടെന്നാണ് നോവലിസ്റ്റുമായി മനസ്സുകൊണ്ട് സൗഹൃദം സ്ഥാപിച്ചത്. തീർത്തും വൺവേ സൗഹൃദം. കാരണം അന്ന് ഞാൻ അദ്ദേഹത്തിന് അപരിചിതനായിരുന്നുവല്ലോ. പിന്നീട് *ഇല്ലവും കൽത്താമരയും കാമന*യുമൊക്കെ വായിച്ചത് അദ്ദേഹത്തിന്റെ കൈയൊപ്പു പതിഞ്ഞ കോപ്പികളിലൂടെയാണ്.

യൂണിവേഴ്സിറ്റികോളേജിൽ ബിരുദാനന്തര സാഹിത്യ വിദ്യാർത്ഥിയായിരുന്നപ്പോൾ, അതികായരായ ഗുരുനാഥന്മാരെയാണ് ലഭിച്ചത്. പ്രൊഫ. എൻ കൃഷ്ണപിള്ള, ഒ എൻ വി, പ്രൊഫ. എം കൃഷ്ണൻ നായർ, ആനന്ദക്കുട്ടൻ, തിരുനെല്ലൂർ കരുണാകരൻ, പ്രൊഫ. കെ എം ഡാനിയൽ പ്രൊഫ. നബീസാ ഉമ്മാൾ പ്രൊഫ. സുലോചനാഭായി എന്നിങ്ങനെ മലയാളത്തിന്റെ മഹാഭാഗ്യങ്ങളുടെ ശിഷ്യൻ എന്ന അഹങ്കാരം കൊള്ളാവുന്ന അവസ്ഥ, കൃഷ്ണപിള്ളസാർ വിരമിക്കുമ്പോൾ അദ്ദേഹത്തിന് വി ജെ ടി ഹാളിൽ യാത്രയയപ്പും ഗുരുപൂജയും. ഒപ്പം നടത്തപ്പെട്ട സിംപോസിയത്തിൽ പ്രബന്ധം അവതരിപ്പിക്കേണ്ടിയിരുന്ന അന്നത്തെ ഐ ജി, എം കെ ജോസഫിന് അടിയന്തര കാരണങ്ങളാൽ പങ്കെടുക്കാൻ കഴിയാതെവന്നപ്പോൾ അദ്ദേഹത്തിനുവേണ്ടി പ്രബന്ധം അവതരിപ്പിക്കേണ്ട ചുമതല എനിക്കായി. പ്രബന്ധാവതരണം കഴിഞ്ഞ് സദസ്സിലെത്തിയപ്പോൾ എന്റെ ജ്യേഷ്ഠൻ കൂടിയായ എബ്രഹാം ജോസഫ് ആണ് ഓണക്കൂർ സാറിനെ ആദ്യമായി പരിചയപ്പെടുത്തിത്തന്നത്. കൈയും തന്ന് കുശലവും പറഞ്ഞ് തുറന്ന ചിരിയുമായി നടന്നകന്ന ആ മനുഷ്യനിൽ അപ്പോൾ ഞാൻ കണ്ടത് രാഹുലനെ, ശേഖരൻ കുട്ടിയെ, മാധവൻകുട്ടിയെ ഒക്കെയായിരുന്നു.

ആദ്യ നോവലെഴുതിയത് എം എ വിദ്യാർത്ഥിയായിരുന്നപ്പോഴാണ്- *മുക്തിയുടെ തീരം*, നാലഞ്ചുവർഷം കഴിഞ്ഞ് ആകാശവാണിയിൽ ജോലി ചെയ്യുമ്പോഴാണ് അത് *മലയാള മനോരമ* ഞായറാഴ്ചപ്പതിപ്പിൽ ഖണ്ഡശ്ശ പ്രസിദ്ധീകരിച്ചത്. ഏറെ വായനക്കാരെ ലഭിച്ച നോവൽ പുസ്തകരൂപത്തിലാക്കുവാൻ സാഹിത്യ പ്രവർത്തക സഹകരണ സംഘത്തിനയച്ചു കൊടുത്തു. പുതിയ എഴുത്തുകാരുടെ രചനകൾ ഒരു കമ്മിറ്റി വിലയിരുത്തിയ ശേഷമേ പ്രസിദ്ധീകരിക്കുമായിരുന്നുള്ളൂ. അങ്ങനെ എന്റെ നോവൽ ഓണക്കൂർ സാറിന്റെ പക്കലെത്തി.

ആദ്യ നോവലിന്റെ പുസ്തകരൂപത്തിലുള്ള ഭാവിയെപ്പറ്റി ആശങ്ക നിറഞ്ഞ ദിനങ്ങൾ. സാറിനെ വിളിച്ച് വിവരം അന്വേഷിച്ചാൽ അത് ശുപാർശയായി തെറ്റിദ്ധരിച്ചേക്കുമോ എന്ന ശങ്ക. സസ്പെൻസ് സഹിക്കാതെ വന്നപ്പോൾ ഫോണിൽ വിളിക്കുന്നു. നേരിൽ കാണുവാനുള്ള നിർദ്ദേശം ലഭിക്കുന്നു. നേരിൽ കണ്ടപ്പോൾ ഉറക്കെയുള്ള ആ തുറന്ന ചിരി. *മുക്തിയുടെ തീരം* അച്ചടിക്കായി പ്രസിലേക്കയച്ചു എന്ന മറുപടിയാണ് ലഭിച്ചത്. പിന്നീട് അച്ചടിച്ച നോവൽകൂടി കണ്ടപ്പോൾ ഏറെ

ആഹ്ലാദം തോന്നി. വാചകങ്ങളുടെ ഘടനയിലെ ആകർഷകമായ തിരുത്തലുകൾ ഖണ്ഡികകൾ കൂട്ടുകയോ കുറയ്ക്കുകയോ ചെയ്തു കൊണ്ടുള്ള ചെറിയ ചെറിയ മാറ്റങ്ങൾ എന്നിവകൊണ്ട് ഒരു എഡിറ്ററുടെ ജോലി കൂടി അദ്ദേഹം നിർവ്വഹിച്ചിരിക്കുന്നു. ഒരു കൃതി പ്രഗത്ഭനായ എഡിറ്ററുടെ കൈകളിലൂടെ കടന്നുപോകുമ്പോഴുണ്ടാകുന്ന ഗുണപരമായ മാറ്റം അതിശയിപ്പിക്കുകതന്നെ ചെയ്തു. *ചിൽഡ്രൻസ് എൻസൈക്ലോപീഡിയ*യുടെയും *സർവ്വവിജ്ഞാനകോശ*ത്തിന്റെയും ചീഫ് എഡിറ്റർ എന്ന നിലയിൽ ഓണക്കൂർ സാർ നിർവ്വഹിച്ച സ്തുത്യർഹമായ സേവനം പ്രിന്റ് മീഡിയയിലെ കൈത്തഴക്കം വെളിവാക്കുന്നു. ഒപ്പം പ്രസിദ്ധീകൃതമായ ഒട്ടേറെ ലേഖനങ്ങളും കഥാവിഷയങ്ങളും.

ചലച്ചിത്രകാരനെന്ന നിലയിൽ ദൃശ്യമാധ്യമരംഗത്ത് വ്യക്തിമുദ്ര പതിപ്പിച്ച ഓണക്കൂർ സാറിനെ പലപ്പോഴും കൗതുകത്തോടെ നോക്കിനിന്നിട്ടുണ്ട്. *എന്റെ നീലാകാശ*വും *ഉൾക്കടലും യമന*വുമൊക്കെ സമ്മാനിച്ച അനുഗൃഹീതനായ തിരക്കഥാകൃത്തെന്ന നിലയിൽ ഏറ്റവും കരുത്തുള്ള ദൃശ്യമാധ്യമമായ സിനിമയിൽ സ്വന്തം പേര് ഉറപ്പിക്കുവാൻ ഓണക്കൂർ സാറിന് സാധിച്ചപ്പോൾ എന്നെ സംബന്ധിച്ചിടത്തോളം അത് നഷ്ടവസന്തത്തിന്റെ തപ്തനിശ്വാസങ്ങളിലൊന്നായിരുന്നു (*ഉൾക്കടലി*ലെ പ്രശസ്തമായ ആ ഗാനം ഓർക്കുക). കാരണം *ഉൾക്കടലി*ലെ ഒരു പ്രധാന കഥാപാത്രത്തെ പ്രതിനിധീകരിക്കേണ്ടവനായിരുന്നു ഞാൻ. പി പത്മരാജൻ ആയിരുന്നു അതിന് കാരണക്കാരൻ. ഞങ്ങളൊരുമിച്ച് ആകാശവാണിയിൽ ജോലി ചെയ്യുന്ന കാലം. കെ ജി ജോർജ് തന്റെ പുതിയ ചിത്രത്തിലെ പ്രധാന കഥാപാത്രങ്ങളെ അവതരിപ്പിക്കുവാൻ പുതിയ നടന്മാരെ തിരയുന്നതിനിടെ വിവരം പത്മരാജനോട് പറയുന്നു. ഓണക്കൂർ സാറിന്റെ പ്രശസ്തനോവലായ *ഉൾക്കടൽ* ആണ് സിനിമയാക്കുന്നത്. പ്രശസ്ത നടി ശോഭ നായിക. ബാലുമഹേന്ദ്ര ക്യാമറാമാൻ, ഒ എൻ വി സാറിന്റെ പാട്ടുകൾ, എം ബി എസിന്റെ സംഗീതം. പത്മരാജൻ എന്നെയും വേണു നാഗവള്ളിയെയും കെ ജി ജോർജിന് പരിചയപ്പെടുത്തുന്നു. നായകനായ രാഹുലന്റെ റോളിൽ വേണുവിനെയും മറ്റൊരു പ്രധാന വേഷത്തിലേക്ക് എന്നെയും തീരുമാനിക്കുന്നു. ആകെ ത്രില്ലടിച്ച നിമിഷങ്ങളായിരുന്നു. ദേശീയ സംസ്ഥാന അവാർഡുകൾ നേടിയ ശിവന്റെ 'യാഗം' പൂർത്തിയാക്കിയ സമയമായിരുന്നു അത്. എം സുകുമാരന്റെ പ്രശസ്ത നോവലായ *ശേഷക്രിയ*യുടെ ഷൂട്ടിങ് നടക്കുന്നു. നായകവേഷം. വിപ്ലവപാർട്ടിയുടെ ബലിയാടാക്കപ്പെട്ട രാഷ്ട്രീയക്കാരന്റെ ശക്തമായ വേഷം. *ഉൾക്കടലി*ലെ വേഷം ഒരു സ്മാർട്ട് ചെറുപ്പക്കാരന്റെയും. ദൗർഭാഗ്യം കൊണ്ടാവാം രണ്ടു ചിത്രങ്ങളുടെയും ഷൂട്ടിങ് ഒരേസമയം. രണ്ടു യൂണിറ്റുകളും ഒരേ ഹോട്ടലിൽ താമസം. രണ്ടു ചിത്രങ്ങളും ഒന്നിച്ചുകൊണ്ടുപോകാനാവാത്ത അവസ്ഥ. നായകവേഷം ഉപേക്ഷിക്കാൻ കഴിയാതെ വന്നപ്പോൾ സ്വാഭാവികമായും *ഉൾക്കടലി*ലെ വേഷം വേണ്ടെന്നു വയ്ക്കേണ്ടിവന്നു. ചിത്രം റിലീസായപ്പോൾ അതൊരു നഷ്ടവസന്തമാവുകയും ചെയ്തു.

ദൃശ്യമാധ്യമരംഗത്തെ അടുത്ത കൂട്ടുകെട്ട് ദൂരദർശനുവേണ്ടിയായി

രുന്നു. ദൂരദർശൻ പ്രൊഡ്യൂസർ എന്ന നിലയിൽ ഒട്ടേറെ ഡോക്യുമെന്ററികളും അഭിമുഖങ്ങളും ജനപ്രീതി നേടിയ മറ്റുപരിപാടികളും സംവിധാനം ചെയ്യുകയുണ്ടായി. എന്തുകൊണ്ടും വേറിട്ടു നിന്ന ഒന്നായിരുന്നു മലയാറ്റൂർ രാമകൃഷ്ണനെ ഓണക്കൂർ സാർ അഭിമുഖം നടത്തിയത്. കേവലം ഒരഭിമുഖം എന്ന് ആ പരിപാടിയെപ്പറ്റി പറയുകവയ്യ. കാർട്ടൂണിസ്റ്റോ കഥാകാരനോ കലാകാരനോ സഹൃദയനോ ഒക്കെയായ വൈദേഹിയുടെ ഗാംഭീര്യത്തെ എല്ലാ അർത്ഥത്തിലും ഒപ്പിയെടുക്കുവാൻ എനിക്കു കരുത്തു നല്കിയത് ഓണക്കൂർ സാറായിരുന്നു. മലയാറ്റൂർ രാമകൃഷ്ണനെ അഭിമുഖം ചെയ്യുവാൻ ഓണക്കൂർ സാറിനെ വിളിച്ചത് സന്ദേഹത്തോടെയാണ്. സാഹിത്യ അക്കാദമി പുരസ്കാരം നേടിയ, ആ സാഹിത്യകാരൻ പക്ഷേ, മലയാറ്റൂരിനെ പരിചയപ്പെടുത്തുന്നതിൽ തലക്കനംഭാവിച്ച് മാറിനിന്നില്ല. അതുകൊണ്ടാവാം ഒരഭിമുഖം എന്ന നിലയിൽ ആരംഭിച്ച ചിത്രീകരണം രണ്ട് ആത്മസുഹൃത്തുക്കളുടെ അവിസ്മരണീയമായ ഒരു കൂടിച്ചേരൽ എന്ന നിലയിലേക്ക് ഉയർന്നത്. ഒട്ടുവളരെ കാര്യങ്ങൾ അവർക്ക് പങ്കുവയ്ക്കാനുണ്ടായിരുന്നു. ഒരു ഘട്ടത്തിൽ മലയാറ്റൂർ ഓണക്കൂറിനെ അഭിമുഖം ചെയ്യുകയാണെന്നുപോലും തോന്നിച്ചു. അത്രയ്ക്ക് ഒഴുക്കായിരുന്നു ആ ചിത്രീകരണത്തിന്. ദൂരദർശനിലെ ഏറ്റവും മികച്ച അഭിമുഖങ്ങളിലൊന്നായിരുന്നു അത്. ദൃശ്യമാധ്യമത്തിന്റെ പൊരുൾ ശരിക്കും അറിയാവുന്ന മാധ്യമകാരനെയാണ് ഓണക്കൂർ സാറിൽ കണ്ടത്. ദൂരദർശനിൽ ആദ്യമായി 'ലിറ്ററി ക്വിസ്' നടത്തിയതും ഓണക്കൂർ സാറാണ്.

മറ്റൊരനുഭവം ഒരിക്കൽ ദൂരദർശനിൽ വാർത്താ വായനക്കാരെ തിരഞ്ഞെടുത്തതാണ്. സെലക്ഷൻ കമ്മിറ്റിയംഗങ്ങൾ എന്ന നിലയിൽ മറ്റ് പ്രമുഖവ്യക്തികൾക്കൊപ്പം ഞങ്ങളിരുവരും. മലയാളം വാർത്താവായനക്കാർക്ക് മലയാളിത്തം നോക്കിലും വാക്കിലും ഉണ്ടാവണമെന്ന നിർബ്ബന്ധം കമ്മിറ്റിക്കുണ്ടായിരുന്നു. വാക്കുകളുടെ ഉച്ചാരണം, വാർത്ത വായിക്കുമ്പോൾ വേണ്ട ന്യൂസ് സെൻസ്, സ്ക്രീൻ സാന്നിദ്ധ്യം, ശബ്ദസൗകുമാര്യം, സ്ഫുടത തുടങ്ങിയവ അടിസ്ഥാനഘടകങ്ങളായി നിശ്ചയിച്ച കമ്മിറ്റി ഏതാണ്ട് 450 ൽ അധികം അപേക്ഷകരിൽനിന്നാണ് അഞ്ചുപേരെ തെരഞ്ഞെടുത്തത്. ആ അഞ്ചുപേരും മലയാളി പ്രേക്ഷകർക്ക് സ്വീകാര്യരായ വാർത്താ വായനക്കാരായി ഇപ്പോഴും പ്രവർത്തിക്കുന്നു. മികച്ചവരെ തെരഞ്ഞെടുക്കുവാൻ കമ്മിറ്റിക്കു സാധിച്ചു എന്ന ആഹ്ലാദത്തിലുപരി എന്നെ അത്ഭുതപ്പെടുത്തുന്നത്, അവരുടെ വായന ടെലിവിഷനിലൂടെ കണ്ട് ഇപ്പോഴും അഭിപ്രായങ്ങളും നിർദ്ദേശങ്ങളും അറിയിക്കുന്ന ഓണക്കൂർ സാറിലെ 'മാധ്യമ'കാരനെയാണ്. 'കമ്മിറ്റഡ് മീഡിയാമാൻ!'

ഏറ്റവും ഒടുവിൽ ഏഷ്യാനെറ്റ് ഗ്ലോബലിൽ പത്രവിശേഷവുമായി ഓണക്കൂർ സാർ. തീർത്തും ആയാസരഹിതമായി പത്രവിശേഷങ്ങളുമായെത്തുന്ന ജോർജ് ഓണക്കൂറിലെ മാധ്യമകാരൻ ഓണക്കൂർ എന്ന സാഹിത്യകാരനൊപ്പം തലയുയർത്തി നില്ക്കുന്നു എന്നു പറയാനാണ് എനിക്കിഷ്ടം.

(ആഗസ്ത് - 2002)

26

ആയിരത്തിത്തൊള്ളായിരത്തി എൺപത്തിയഞ്ചിനും 2005 നും ഇടയ്ക്കുള്ള നീണ്ട ഇരുപതു വർഷത്തിനിടയിൽ ആകെ എഴുതുവാൻ സാധിച്ചത് നാലോ അഞ്ചോ കഥകൾ മാത്രമായിരുന്നു. ദൂരദർശന്റെ മലയാളം സംപ്രേഷണത്തിലൂടെ മലയാളിക്കു മുന്നിലേക്കെത്തിയ പുത്തൻ മാധ്യമത്തിന്റെ അണിയറക്കാരിലൊരുവനാകുവാനുള്ള ഭാഗ്യത്തിനൊപ്പം നഷ്ടമായത് എഴുത്തിന്റെ രണ്ടു പതിറ്റാണ്ടുകളായിരുന്നു. വായനയും എഴുത്തും മുടങ്ങിയ കാലഘട്ടം. പുത്തൻ മാധ്യമത്തിന്റെ നേർസാക്ഷ്യങ്ങളായി അവതരിപ്പിക്കുന്ന പരിപാടികൾ ആവിഷ്കരിക്കുന്നതിനും ചിത്രീകരിക്കുന്നതിനും ദിവസത്തിന്റെ ഇരുപത്തിനാല് മണിക്കൂർ പോരാ എന്ന അവസ്ഥയിൽ വായനയ്ക്ക് സമയമെവിടെ? എഴുതുവാനും?

എൺപത്തിയേഴിലാണ് *മലയാളമനോരമ* വാർഷികപ്പതിപ്പിലേക്ക് ഒരു കഥ ആവശ്യപ്പെട്ടുകൊണ്ട് വാർഷികപ്പതിപ്പിന്റെ എഡിറ്ററായ മണർകാട് മാത്യുവിന്റെ സന്ദേശമെത്തുന്നത്. എഴുതാൻ ആഗ്രഹമുണ്ടെങ്കിലും എഴുത്തുവിരലുകൾ മടിച്ചുനിന്ന കാലം. ദൂരദർശനുവേണ്ടി ഒരു ക്രിസ്മസ് പരിപാടിയുടെ ചിത്രീകരണത്തിനായി കോട്ടയം മൂലേടം പള്ളിയിൽ പോയപ്പോൾ ഉണ്ടായ ഒരനുഭവം മനസ്സിൽ കിടപ്പുണ്ടായിരുന്നു. (ഈ പുസ്തകത്തിലെ "കല്ലറയ്ക്കുള്ളിലെ കഥ" എന്ന കുറിപ്പിൽ അക്കാര്യം വിശദമായി എഴുതിയിട്ടുണ്ട്.) തരക്കേടില്ലാത്തൊരു കഥയുടെ ബീജം ആ അനുഭവത്തിൽ തെളിഞ്ഞു കിടന്നിരുന്നു. അതൊരു കഥയായി. "മാർത്തയുടെ കത്തുകൾ." വാർഷികപ്പതിപ്പിൽവന്ന ആ കഥ പ്രൊഫ. എം കൃഷ്ണൻ നായർ സാർ അക്കൊല്ലം തെരഞ്ഞെടുത്ത പത്തുകഥകളിൽ ഉൾപ്പെടുകയും ചെയ്തു.

മണർകാട് മാത്യു എന്ന സാഹിത്യ പത്രാധിപർ ഇത്തരം കുറേയേറെ കഥകൾ മലയാളത്തിനു ലഭിക്കുന്നതിലെ വലിയൊരു പ്രേരകഘടകമായിരുന്നു. അദ്ദേഹത്തിന്റെ സ്നേഹപൂർവ്വമായ നിർബ്ബന്ധത്തിനു വഴങ്ങി ഒട്ടേറെ കഥാകാരന്മാർ തങ്ങളുടെ മികച്ച രചനകൾ എഴുതുകയുണ്ടായി. വൈക്കം മുഹമ്മദ് ബഷീറിൽ

തുടങ്ങി ടി വി കൊച്ചുബാവ വരെയുള്ള വിവിധ തലമുറയിൽപ്പെട്ട എഴുത്തുകാരുടെ മികച്ച കഥകൾ. കഥകൾക്കൊപ്പം മികച്ച കവിതകളും പുതുമയാർന്ന ഫീച്ചറുകളും അങ്ങനെ നമ്മൾക്കു ലഭിച്ചു. ഓണക്കാലത്ത് മികച്ച ഓണപ്പതിപ്പുകളും വിശേഷാൽ പ്രതികളും ഒരുക്കുന്നതിന് ആനുകാലികങ്ങൾ പ്രസിദ്ധീകരിക്കുന്ന മാധ്യമ സ്ഥാപനങ്ങൾക്ക് അത് പ്രേരകമാവുകയും ചെയ്തു.

മലയാള കഥാസാഹിത്യത്തിലെ വിലപ്പെട്ട അടയാളപ്പെടുത്തലായി മണർകാട് മാത്യുവിന്റെ ഈ സാഹിത്യ ശേഖരണത്തെ വിലയിരുത്തേണ്ടതുണ്ട്. ഒരിക്കൽ പ്രവാസ ജീവിതം നയിച്ച മലയാളത്തിന്റെ പ്രിയപ്പെട്ട എഴുത്തുകാരായ കാക്കനാടൻ, എം മുകുന്ദൻ, സക്കറിയ, സേതു, എൻ എസ് മാധവൻ എന്നിവരുടെ എഴുത്തനുഭവങ്ങൾ പങ്കുവെക്കുന്ന കൃതിയാണ്, മണർകാട് മാത്യുവിന്റെ *പ്രവാസി കഥാകാരന്മാരുടെ സർഗ്ഗയാത്രകൾ*. ആ രചനയുടെ വായനയാണ് ഈ കുറിപ്പിനടിസ്ഥാനം. മുംബൈയിൽനിന്നു പ്രസിദ്ധീകരിക്കുന്ന മോഹൻ കാക്കനാടൻ പത്രാധിപരായ *കാക്കയിലാണ്* കുറിപ്പ് പ്രസിദ്ധീകരിച്ചത്.

സർഗ്ഗയാത്രകളുടെ അടയാളപ്പെടുത്തൽ

ചരിത്രത്തിന്റെ അടയാളപ്പെടുത്തലുകളെപ്പറ്റിയുള്ള ശ്രദ്ധേയ നിരീക്ഷണങ്ങളിലൊന്നാണ് പ്രശസ്ത അമേരിക്കൻ നാടകകൃത്തും ചിന്തകനുമായ റോബർട്ട് ഗ്രീനിന്റേത്. *അധികാരത്തിന്റെ നാല്പത്തിയെട്ടു നിയമങ്ങൾ* എന്ന പുസ്തകത്തിൽ വേറിട്ടു നില്ക്കുന്ന തന്റെ ചിന്തകൾ അദ്ദേഹം വായനക്കാരുമായി പങ്കുവയ്ക്കുന്നു. ഉല്പത്തിയിൽ തുടങ്ങി ആകാശവിതാനത്തിനപ്പുറമെത്തി നില്ക്കുന്നതുവരെയുള്ള മനുഷ്യന്റെ കൈയടക്കലുകൾ ഒട്ടേറെ നിർണ്ണായക ഘട്ടങ്ങൾ കടന്നുള്ളവയാണെന്ന് ചരിത്രം സാക്ഷ്യപ്പെടുത്തുമ്പോൾ അവ മനുഷ്യനിർമ്മിതമാണെന്ന ചിന്തയ്ക്കപ്പുറമുള്ള അടയാളപ്പെടുത്തലുകളാണെന്നാണ് റോബർട്ട് ഗ്രീൻ വിശേഷിപ്പിക്കുന്നത്.

സങ്കല്പങ്ങളെപ്പോലും കവച്ചുവച്ചു കൊണ്ടുള്ള നേട്ടങ്ങൾ തലച്ചോറിനുള്ളിലെ പ്രതിപ്രവർത്തനങ്ങളുടെ ഫലമായുള്ളവയും പൂർണ്ണമായും മനുഷ്യനിർമ്മിതവുമാണ്. അവയ്ക്കു പിറകിൽ അശാന്തമായ ചിന്തകളുടെ വേലിയേറ്റങ്ങളും ഇറക്കങ്ങളും ഒട്ടേറെയുണ്ട്. ശാസ്ത്രാധിഷ്ഠിത യുക്തിയുടെ പിൻബലമാണ്, അത്തരം അടയാളപ്പെടുത്തലുകളുടെ അടിത്തറ. ആ അടിത്തറമേലാണ് മനുഷ്യന്റെ ഭൗതികനേട്ടങ്ങൾ കെട്ടിയുയർത്തപ്പെട്ടിട്ടുള്ളത്. ആത്മീയതയ്ക്കോ, അതുവഴി കൈവരിക്കാമെന്ന് വാഗ്ദാനം ചെയ്യപ്പെട്ടിട്ടുള്ള വിശ്വാസങ്ങൾക്കോ ഒരു സ്വാധീനവുമില്ല. ഒരു ഗന്ധത്തെ അനുഭവിക്കുന്ന തരത്തിലുള്ള സുതാര്യത ഇക്കാര്യത്തിലുണ്ട്. ലോകമഹാ

യുദ്ധങ്ങൾ ഉദാഹരണമായി റോബർട്ട് ഗ്രീൻ ചൂണ്ടിക്കാട്ടുന്നു. യുദ്ധം ആത്മീയതയുടെ അടയാളപ്പെടുത്തലല്ല. ചരിത്രത്തിന്റെ ആ അടയാളപ്പെടുത്തലുകൾക്ക് അമാനുഷികതലങ്ങളില്ല. അനിവാര്യമായ ആ അടയാളപ്പെടുത്തലുകൾ പൂർണ്ണമായും മനുഷ്യ സൃഷ്ടമാണ്. അതിലേക്കു നയിച്ച ചാലകശക്തി മനുഷ്യ മനസ്സുതന്നെയാണ്.

മലയാളസാഹിത്യത്തിലെ വിലപ്പെട്ട ഒരടയാളപ്പെടുത്തലിനെപ്പറ്റി പറയുന്നതിനാണ് ഇങ്ങനെ ഒരാമുഖം വേണ്ടിവന്നത്. അപൂർവ്വമുള്ള അത്തരം അടയാളപ്പെടുത്തലുകൾ എൻ വി കൃഷ്ണവാരിയർ, ഉറൂബ്, പി ഭാസ്കരൻ, എം ടി വാസുദേവൻ നായർ, ഡോ. കെ എം തരകൻ, കാക്കനാടൻ, കാമ്പിശ്ശേരി കരുണാകരൻ, വൈക്കം ചന്ദ്രശേഖരൻ നായർ, പെരുമ്പടവം ശ്രീധരൻ, എസ് ജയചന്ദ്രൻ നായർ തുടങ്ങിയ എഴുത്തുകാരായ പത്രാധിപന്മാർക്ക് ഒരു നിയോഗമായിരുന്നു. സ്വന്തം എഴുത്തിനൊപ്പം പ്രമുഖരായ എഴുത്തുകാരെയും കൂടെ കൂട്ടുക. പലപ്പോഴും മറഞ്ഞു നിന്നുകൊണ്ട് അവരിൽനിന്ന് മികച്ച രചനകൾ ചോദിച്ചു വാങ്ങി വായനക്കാരിലെത്തിക്കുക. പുതിയ എഴുത്തുകാരുടെ സംഘത്തെ വളർത്തിയെടുക്കുക. മുതിർന്നവർക്കൊപ്പം അവരെയും അണിനിരത്തുക. റോബർട്ട് ഗ്രീൻ വിശേഷിപ്പിച്ച ചരിത്രപരമായ അടയാളപ്പെടുത്തലുകൾതന്നെയായിരുന്നു അവയെല്ലാമെന്ന് പിന്നീട് നാം കണ്ടു. അവരുടെ വംശം കുറ്റിയറ്റുപോയിട്ടില്ലെന്ന് ആശ്വാസം കൊള്ളുകയുമാവാം. കെ സി നാരായണൻ, ശിഹാബുദ്ദീൻ പൊയ്ത്തുംകടവ്, പി കെ പാറക്കടവ്, സജി ജയിംസ്, മുസാഫിർ തുടങ്ങിയവരിലൂടെ അതുതുടരുകയാണ്.

തൊഴിൽപരമായ ദൗത്യത്തിനപ്പുറത്തുള്ള കാഴ്ചപ്പാടാണ് അത്തരം പേരുകളെ വേറിട്ടു നിർത്തുന്നത്. എഴുത്തുകാരിൽനിന്ന് മികച്ച രചനകൾവാങ്ങി സ്വന്തം പ്രസിദ്ധീകരണത്തിലെത്തിക്കുവാൻ പത്രാധിപർ എന്നൊരു സ്ഥാനംകൊണ്ടു മാത്രം സാദ്ധ്യമല്ലെന്നതിന്റെ ഉദാഹരണങ്ങൾ. കേവലം പത്രാധിപരെന്നതിനേക്കാൾ അവർക്കെല്ലാം എഴുത്തുകാരുമായി വ്യക്തിപരമായ സൗഹൃദങ്ങളുണ്ടായിരുന്നു. ആ സൗഹൃദങ്ങൾ കാലാകാലങ്ങളിൽ മലയാള സാഹിത്യത്തിന് സംഭാവന ചെയ്തത് ഈടുറ്റ രചനകളാണ്.

മലയാള സാഹിത്യത്തിൽ ശ്രീ. മണർകാട് മാത്യുവിനെ അടയാളപ്പെടുത്തേണ്ടത് എങ്ങനെയാണെന്ന ചോദ്യത്തിനുള്ള ഉത്തരം കൂടിയാണിത്. സാഹിത്യകാരനായ പത്രാധിപരായിരുന്നു അദ്ദേഹവും. മലയാള മനോരമയുടെ പത്രാധിപസമിതിയിൽ അംഗമാകുന്നതിനു മുമ്പ് അദ്ദേഹം കഥകളെഴുതിയിട്ടുണ്ട്. സാഹിത്യ പത്രാധിപരായതിനുശേഷം കഥയെഴുത്തു നിർത്തിയെങ്കിലും മലയാളകഥയുടെ ചരിത്രം അദ്ദേഹത്തെക്കൂടി ഉൾക്കൊണ്ട് നിലകൊള്ളുകയായിരുന്നുവെന്നത് ശ്രദ്ധേയമാണ്. മുപ്പതുവർഷക്കാലം മനോരമ വാർഷികപ്പതിപ്പ് അണിയിച്ചൊരുക്കി വായനക്കാരനു മുന്നിലെത്തിക്കുന്നതിൽ കാട്ടിയ അർപ്പണം നമ്മുടെ സാഹിത്യചരിത്രത്തിൽ മണർകാട് മാത്യുവിനെയും അടയാളപ്പെടുത്തുവാൻ

പര്യാപ്തമാണ്. വൈക്കം മുഹമ്മദ് ബഷീർ തുടങ്ങി ടി വി കൊച്ചുബാവ വരെയുള്ള എഴുത്തുകാരിൽ ഏറക്കുറെ എല്ലാവരുടെയും ഏറ്റവും മികച്ച കഥകൾ വർഷാവർഷം വായനക്കാർക്കു മുന്നിലെത്തിയെങ്കിൽ അതിന് കാരണക്കാരൻ സൗമ്യനായ ഈ പത്രാധിപരായിരുന്നു.

"സാഹിത്യസ്നേഹിയും മനുഷ്യസ്നേഹിയുമായ ഒരുസാഹിത്യ പത്രാധിപരെന്ന നിലയിൽ മണർകാട് മാത്യുവിന്റെ എഴുത്തുകാരുമായുള്ള സൗഹൃദം ബന്ധങ്ങൾ അനവധിയാണ്. അവയോടൊക്കെത്തന്നെ അനുബന്ധിച്ച് അവരുടെ മാത്യുവിനുവേണ്ടിയുള്ള രചനകളുടെ കഥകളുമുണ്ട്. മനോരമ വാർഷികപ്പതിപ്പിനു വേണ്ടി എഴുതിയ ധാരാളമെഴുത്തുകാർ മാത്യുവിനു വേണ്ടിയാണെഴുതിയത്."

എഴുത്തിൽ ഇടപെടുമ്പോൾ എന്ന മണർകാട് മാത്യുവിന്റെ പുസ്തകത്തിന്റെ ആമുഖത്തിൽ സക്കറിയ കുറിച്ച വാക്കുകളാണ് മേലെഴുതിയത്. ഒ വി വിജയൻ, മാധവിക്കുട്ടി, സക്കറിയ, മുകുന്ദൻ, വി കെ എൻ, പുനത്തിൽ കുഞ്ഞബ്ദുള്ള, എൻ എസ് മാധവൻ, കെ പി അപ്പൻ, ടി വി കൊച്ചുബാവ എന്നിവരുടെ രചനകളെക്കുറിച്ചുള്ള പഠനങ്ങളായിരുന്നില്ല ആ പുസ്തകത്തിലുണ്ടായിരുന്നത്. ഒരു ബുദ്ധിജീവിയുടെ ജാഡകളില്ലെന്നർത്ഥം. രചനകളുടെ പിറവിക്കു പിന്നാലെ രസകരമായ കഥകളായിരുന്നു അവ. *തകഴിയും ബഷീറും കൂടിക്കാഴ്ച*യിൽ എന്ന പുസ്തകം ആ ജനുസ്സിൽപ്പെട്ട ആദ്യ കൃതിയായിരുന്നു. അക്ഷരങ്ങൾകൊണ്ട് മലയാളി മനസ്സുകളെ കീഴടക്കിയ രണ്ടു കൊടുമുടികളുടെ മനസ്സു കണ്ടെത്തുവാനുള്ള ശ്രമമായിരുന്നു മണർകാട് മാത്യുവിന്റേത്. പുസ്തകത്തിന്റെ ആമുഖനിരീക്ഷണത്തിൽ ഒ വി വിജയൻ ഇങ്ങനെ എഴുതി:

> അനുഭവം അതിന്റെ ചുറ്റുവട്ടത്തിനപ്പുറം കടക്കുന്നു. അത് ചരിത്രവും സ്മരണയും ആയി പടർന്നു നിറയുന്നു. ഇനി തിരിച്ചുവരാത്ത ഒരു കാലഘട്ടത്തിന്റെ നിരവധി 'കൊളാഷുകൾ' അതു നമുക്കായി നിരത്തുന്നു. ഓർമ്മക്കുറിപ്പിന്റെ ശൈലീലാളിത്യം നിലനിർത്തിക്കൊണ്ടുതന്നെ മലയാളത്തിന്റെ രണ്ടു കൊടുമുടികളെ-ബഷീറിനെയും തകഴിയെയും അവരുടെ ഗാർഹിക ലാളിത്യത്തിൽ മണർകാട് മാത്യു ചിത്രീകരിക്കുമ്പോൾ അതാണ് സംഭവിക്കുന്നത്. ഓരോ ചെറിയ സംഭവത്തെയും തന്റെ സൂക്ഷ്മ നിരീക്ഷണത്തിൽനിന്ന് കിട്ടിയ നുറുങ്ങുകൾകൊണ്ട് മാത്യു നിറവുറ്റതാക്കുന്നു. പത്രമെഴുത്ത് യാന്ത്രികമല്ലെന്ന് ഈ നുള്ളുനുറുങ്ങുകൾ നമ്മോട് വിളിച്ചു പറയുകയാണ്.

ഇപ്പോൾ മുന്നിലുള്ളത് ഒരിക്കൽ പ്രവാസജീവിതം നയിച്ച മലയാളത്തിന്റെ പ്രിയപ്പെട്ട എഴുത്തുകാരായ കാക്കനാടൻ, എം മുകുന്ദൻ, സക്കറിയ, സേതു, എൻ എസ് മാധവൻ എന്നിവരൊത്തുള്ള എഴുത്തനുഭവങ്ങൾ പങ്കുവയ്ക്കുന്ന *പ്രവാസി കഥാകാരന്മാരുടെ സർഗ്ഗയാത്രകൾ* എന്ന

പുസ്തകമാണ്. മറ്റ് രണ്ട് പുസ്തകങ്ങളിൽനിന്നു വ്യത്യസ്തമായി സുദീർഘമായ അഭിമുഖങ്ങളാണിവ. മറ്റൊരു സവിശേഷത കൂടിയുണ്ടി തിന്. മുൻപുള്ള രചനകളിൽ അനുഭവക്കുറിപ്പുകൾ അക്ഷരരൂപത്തിൽ മാത്രമായിരുന്നു പുറത്തുവന്നത്. ഈ പുസ്തകത്തിലെ കാക്കനാടൻ, എം മുകുന്ദൻ, സേതു എന്നിവരുമായുള്ള അഭിമുഖങ്ങൾ ദൃശ്യരൂപത്തിലാണ് ആദ്യമെത്തിയതെന്നതാണത്.

അതിൽ ഈ ലേഖകന്റെ പങ്കിനെപ്പറ്റി പരാമർശിക്കാതിരിക്കാനാവില്ല. മണർകാട് മാത്യുവുമായുള്ള ഒരു സുഹൃദ്ഭാഷണത്തിലാണ് ദൂരദർശനി ലൂടെ എഴുത്തുകാരുമായുള്ള സുദീർഘാഭിമുഖം എന്ന ആശയം പങ്കുവ ച്ചത്. അരമണിക്കൂർ ദൈർഘ്യമുള്ള അഭിമുഖങ്ങൾ പലപ്പോഴും അപൂർണ്ണ മായാണ് അവസാനിക്കാറ്. കാര്യങ്ങൾ പറഞ്ഞുതുടങ്ങുമ്പോഴേക്കും സമയം കഴിയും. നമ്മുടെ പ്രിയപ്പെട്ട എഴുത്തുകാർക്ക് പൂർണ്ണമായും മനസ്സു തുറക്കുവാനുള്ള സമയം കൊടുക്കുക എന്ന ലക്ഷ്യത്തോടെ നാലോ അഞ്ചോ, അരമണിക്കൂറുകൾ വരുന്ന നീണ്ട അഭിമുഖങ്ങൾ. ഞങ്ങ ളിരുവർക്കും ആവേശമായി. എഴുത്തുകാരുമായി ബന്ധപ്പെട്ടപ്പോൾ അവർക്കും സന്തോഷം. അങ്ങനെയാണ് അത്തരമൊരു സീരിസിന് തുടക്കംകുറിച്ചത്. ദൂരദർശന്റെ ആർക്കൈവ്സിൽ സൂക്ഷിക്കുവാൻ ഉത കുന്ന തരത്തിൽ ഭാരിച്ച ആ ജോലി മണർകാട് മാത്യു സസന്തോഷം ഏറ്റെടുത്തു. കാക്കനാടൻ, എം മുകുന്ദൻ, സേതു എന്നിവരുമായുള്ള അഭി മുഖങ്ങൾ മൂന്നും നാലും ഭാഗങ്ങളായി സംപ്രേഷണം ചെയ്തു. ടെലിവി ഷൻ പ്രേക്ഷകർക്ക് അതു പുതിയൊരനുഭവമായിരുന്നു. എല്ലാ ഭാഗങ്ങളും ഉൾപ്പെടുത്തി മുഴുനീള അഭിമുഖമായിത്തന്നെ അവ വീണ്ടും സംപ്രേഷണം ചെയ്യണമെന്ന ആവശ്യം പ്രേക്ഷകരിൽ നിന്നുണ്ടായി. ഒന്നര രണ്ടു മണി ക്കൂർ ദൈർഘ്യം വരുന്ന അത്തരം പരിപാടിക്കും കിട്ടി വലിയ സ്വീകാര്യ ത. സക്കറിയ, എൻ എസ് മാധവൻ എന്നിവരുമായുള്ള അഭിമുഖങ്ങൾക്ക് തയ്യാറെടുപ്പുകൾ നടത്തിയിരുന്നെങ്കിലും പല കാരണങ്ങളാൽ നീണ്ടു പോയി.

അവയുംകൂടി ഉൾപ്പെടുത്തിയാണ് പ്രവാസി കഥാകാരന്മാരുടെ സർഗ്ഗ യാത്രകളായി ഈ പുസ്തകമെത്തുന്നത്. മുൻനിരയിലുള്ള അഞ്ചു കഥാ കാരന്മാരുടെ ജീവചരിത്രം കൂടിയാണിത്. വ്യക്തിയുടെ എഴുത്തുജീവിതം പോലെ, എഴുത്തിലെ വ്യക്തിജീവിതവും ഈ പുസ്തകത്തിന് അപൂർവ്വ ചാരുത നല്കുന്നു. അതുതന്നെയാണ് ഈ പുസ്തകത്തിനെ മലയാള സാഹിത്യത്തിൽ പ്രസക്തമാക്കുന്നതും.

കാക്കനാടൻ വിടവാങ്ങുന്നതിന് ഏതാനും മാസം മുമ്പാണ് (രോഗ ക്കിടക്കയിൽ എന്നുതന്നെ പറയാം. എങ്കിലും ചിത്രീകരണദിവസം അദ്ദേ ഹത്തിൽനിന്നു പുറപ്പെട്ട ഊർജ്ജം ഏവരേയും അത്ഭുതപ്പെടുത്തിയി രുന്നു) അദ്ദേഹത്തിന്റെ ജീവിതവഴി ചിത്രീകരിച്ചത്. അഭിമുഖം അവസാ നിക്കുന്നത് രസകരമായ ഒരു ചോദ്യവുമായാണ്:

"അമ്മിണി (കാക്കനാടന്റെ ഭാര്യ) സത്യസന്ധമായ ഒരു ആത്മകഥ

എഴുതിയാൽ താങ്കൾ അത് സെൻസർ ചെയ്യുമോ?"
മറുപടി അതേക്കാൾ രസകരമായിരുന്നു:
"ഇല്ല. ഒട്ടും സെൻസർ ചെയ്യില്ല. ഇഷ്ടമുള്ളത് എഴുതാം. എഴുതുന്നതിൽ കള്ളമുണ്ടെങ്കിൽ അത് വിളിച്ചുപറയും. തെറ്റുണ്ടെങ്കിൽ തിരുത്തും. എന്തും എഴുതാം. സത്യസന്ധമായി എഴുതണമെന്നു മാത്രം."

ഒരൊറ്റ ചോദ്യത്തിൽ കാക്കനാടൻ എന്ന എഴുത്തുകാരനെ, എഴുത്തുകാരനുമപ്പുറത്തായി വ്യക്തിയെ കണ്ടെത്തിയ വൈദഗ്ദ്ധ്യമാണ് മണർകാട് മാത്യുവിന്റെ അഭിമുഖങ്ങളുടെ ശക്തി.

ആവിലായിലെ പ്രഭാകരനെപ്പറ്റി, ദൽഹിയിലെ അരവിന്ദനെപ്പറ്റി, ഹരിദ്വാറിലെ രമേശനെപ്പറ്റി, മയ്യഴിപ്പുഴയിലെ ദാസനെപ്പറ്റി, പുലയപ്പാട്ടിലെ ഗൗതമനെപ്പറ്റി, കേശവന്റെ വിലാപങ്ങളിലെ ശരവണനെപ്പറ്റിയൊക്കെ മുകുന്ദൻ പറയുന്നത് വായിച്ചുതന്നെ അറിയുകയാണ് ഭംഗി. പത്തൊൻപതാം വയസ്സിൽ പഠനത്തിനായെത്തിയ മൈസൂറിലെ ലോഡ്ജ് ജീവിതത്തിനിടയിൽ എഴുത്തു ജീവിതമാരംഭിച്ച സക്കറിയയുടെ സാഹിത്യ വ്യക്തിജീവിതങ്ങളും അതുപോലെ തന്നെ അറിയേണ്ടതാണ്. കഥപറച്ചിലുകാരന്റേതായ അന്തർമണ്ഡലം രൂപപ്പെട്ടതിനെപ്പറ്റിയുള്ള സേതുവിന്റെ വെളിപ്പെടുത്തലുകളും ചാരുതയാർന്ന അദ്ധ്യായമാണ്. ചെറുകഥ എന്ന സാഹിത്യശാഖ മലയാളത്തിൽ ആഘോഷകാലങ്ങളിലെത്തിയതിനെപ്പറ്റിയുള്ള എൻ എസ് മാധവന്റെ വേറിട്ട ചിന്തകളും വീണ്ടും വീണ്ടുമുള്ള വായനയിലേക്ക് ഈ പുസ്തകത്തെ എത്തിക്കുമെന്നത് തീർച്ച.

കാരണം കാക്കനാടനും മുകുന്ദനും സക്കറിയയും സേതുവും മാധവനും ഇതിൽ എഴുതുകയല്ല, സംസാരിക്കുകയാണ്. മണർകാട് മാത്യു സംസാരിപ്പിക്കുകയാണ്. അതിൽ ഉൽക്കണ്ഠകളുടെ, അനിശ്ചിതത്വങ്ങളുടെ, വിശ്വാസങ്ങളുടെ, സന്താപങ്ങളുടെ, സാന്ത്വനങ്ങളുടെ, ഉന്മാദങ്ങളുടെ, ആശ്വാസങ്ങളുടെ, ആഘോഷങ്ങളുടെ പിന്നെപ്പിന്നെ അമേയമായ സംതൃപ്തിയുടെ ഒക്കെ ദൃശ്യഖണ്ഡങ്ങളുണ്ട്.

"ദൈവത്തിന് കഥ കേൾക്കാൻ ഇഷ്ടമായതുകൊണ്ടാണ് മനുഷ്യനെ സൃഷ്ടിച്ചത്" എന്ന ഇസ്രായേലി പഴമൊഴിക്ക് മറ്റൊരു ഭാഷ്യം നല്കിയാൽ 'മലയാളിക്ക് ഇഷ്ട എഴുത്തുകാരുടെ കഥാപരമ്പര വായിക്കാനാണ് മണർകാട് മാത്യുവിനെ സൃഷ്ടിച്ചത്' എന്നാവാം അത്. എഴുത്തിന്റെ ആഘോഷമെന്നപോലെ വായനയുടെയും ആഘോഷമാണ് *പ്രവാസി കഥാകാരന്മാരുടെ ഈ സർഗ്ഗയാത്രകൾ*. അതുവഴി മണർകാട് മാത്യു മലയാള സാഹിത്യത്തിലെ വ്യക്തമായ ഒരടയാളപ്പെടുത്തലായി മാറുകയും ചെയ്തിരിക്കുന്നു.

(സെപ്തംബർ - 2017)

27

കോട്ടയത്തുനിന്ന് ശങ്കരൻ നായരുടെ പത്രാ ധിപത്യത്തിൽ പ്രസിദ്ധീകരിച്ചിരുന്ന *സിനിമാ മാസിക*യ്ക്കുശേഷം മലയാളികളെ ആകർഷി ച്ചൊരു സിനിമാ വാരിക കൊല്ലത്തുനിന്നും കൃഷ്ണസ്വാമി റെഡ്യാരുടെ ഉടമസ്ഥതയിൽ പ്രസിദ്ധീകരിച്ച *നാന* ആയിരുന്നു. കാമ്പിശ്ശേരി കരുണാകരനും വിതുര ബേബിയും നേതൃത്വം നല്കിയ മറ്റൊരു ചലച്ചിത്ര പ്രസിദ്ധീകരണം കൊല്ലത്തു നിന്നുതന്നെ പുറത്തുവ ന്നിരുന്നു - *ജനയുഗ*ത്തിന്റെ *സിനിരമ*. സാധാരണ വായനക്കാർക്കു വേണ്ടിയുള്ളതായിരുന്നില്ല *സിനിരമ*. നാനയാകട്ടെ കളർ ചിത്ര ങ്ങളും ഫീച്ചറുകളും ഗോസിപ്പുകളും ഒക്കെ ചേർത്തു അക്കാ ലത്തെ ഫിലിംഫെയർ സ്റ്റൈലിലാണ് പുറത്തുവന്നത്.

കച്ചവട സിനിമയ്ക്ക് താങ്ങും തണലുമായിരുന്നു എന്നും നാന. നാനയിൽ വാർത്ത വരുന്നതിനും ചിത്രങ്ങൾ അച്ചടിച്ചുവ രുന്നതിനും സിനിമാപ്രവർത്തകർ ഒന്നാകെ ആഗ്രഹിച്ചിരുന്ന കാല ത്താണ് കൃഷ്ണസ്വാമി റെഡ്യാർ 1971 ൽ മധു വയ്പന എന്ന യുവാവിനെ *നാന*യുടെ മദിരാശി ലേഖകനായി നിയമിക്കുന്നത്. മലയാള സിനിമ കോടമ്പാക്കത്ത് താവളമടിച്ചിരുന്ന കാലഘട്ടം. നടീനടന്മാരും സാങ്കേതിക പ്രവർത്തകരുമെല്ലാം താമസം മദിരാ ശിയിൽത്തന്നെ. മധു വയ്പന വളരെപ്പെട്ടെന്നാണ് അവർക്കെല്ലാം സ്വീകാര്യനായത്. അതുവരെ സിനിമാ റിപ്പോർട്ടിങ് എന്നാൽ ചിത്ര ങ്ങളും വാർത്തകളും എന്നതുമാത്രമായിരുന്നു. അതിൽ നിന്നൊരു മാറ്റം വരുത്തുവാൻ മധു വയ്പന ശ്രമിച്ചു. ലൊക്കേഷൻ വിശേ ഷങ്ങളും അണിയറക്കഥകളും ഒക്കെ സരസമായി പ്രസിദ്ധീക രിച്ചു തുടങ്ങിയതോടെ നാനയുടെ പ്രചാരം കുതിച്ചുയർന്നു. മല യാളത്തിലെ ഏറ്റവും പ്രചാരമുള്ള സിനിമാ പ്രസിദ്ധീകരണമാ യിത്തീർന്നു *നാന*. അതിന് മധു വയ്പന നല്കിയ സംഭാവന വളരെ വലുതായിരുന്നു.

*സ്വയംവര*ത്തെക്കുറിച്ച് *കുങ്കുമ*ത്തിൽ മധു വയ്പന എഴുതിയ ലേഖനം അക്കാലത്ത് ഏറെ ചർച്ച ചെയ്യപ്പെടുകയുണ്ടായി. *നാന* യിലും സ്വയംവരത്തിന് വലിയ പ്രാധാന്യം ലഭിച്ചു. കച്ചവട സിനി

മകൾക്കു നല്കുന്നതിനേക്കാൾ പ്രാധാന്യം *സ്വയംവരം* പോലുള്ള സിനിമകൾക്കു നല്കണമെന്ന മധുവിന്റെ ഉറച്ച നിലപാട് മലയാളത്തിൽ മദ്ധ്യവർത്തി സിനിമകളടക്കം മികച്ച സിനിമകളുടെ പിറവിക്ക് സഹായിച്ചുവെന്ന കാര്യം ചരിത്രമാണ്.

സിനിമാലേഖകരായി കോടമ്പാക്കത്തെത്തിയവരിൽ പലരും പിന്നീട് സംവിധായകരായും തിരക്കഥാ കൃത്തുക്കളായും ഗാനരചയിതാക്കളുമൊക്കെയായി മാറിയപ്പോഴും മധു വയ്പന മധു വയ്പനയായിത്തന്നെ തുടർന്നു. തന്റെ ദൗത്യം സിനിമാലോകത്തെപ്പറ്റി എഴുതുക മാത്രമാണെന്ന കാര്യത്തിൽ മധു ഉറച്ചു വിശ്വസിച്ചു. മധുവിലും പിന്നീട് മാറ്റങ്ങളേറെയുണ്ടായി. ഔദ്യോഗിക രംഗത്ത് എന്നും ഒറ്റയാനായിരുന്നു മധു. യോജിച്ചു പോകാനാവാതെ വരുമ്പോൾ കലഹിച്ചു വഴിമാറുന്നൊരു സ്വഭാവം അദ്ദേഹം സ്വയം വളർത്തിയെടുത്തിരുന്നുവോ എന്നു സംശയിക്കാവുന്ന വിധത്തിലാണ് *നാന*യിൽനിന്ന് രാജിവെച്ച് *രംഗം, സ്യം, ഛായ, ചിത്രബന്ധു, സിനിമാ മംഗളം* എന്നീ ചലച്ചിത്ര പ്രസിദ്ധീകരണങ്ങളിൽ മാറി മാറി പ്രവർത്തിച്ചത്. ഒരിടത്തും ഉറച്ചു നില്ക്കുന്ന സ്വഭാവക്കാരനായിരുന്നില്ല. കേരള സാഹിത്യ അക്കാദമി പ്രസിദ്ധീകരണങ്ങളുടെ എഡിറ്ററായി പിന്നീട് ചേർന്നുവെങ്കിലും അവിടെയും തുടരുവാനായില്ല.

പ്രശസ്ത പത്രപ്രവർത്തകനായ പി സി ജോസഫിന്റെ ഉടമസ്ഥതയിലുള്ള *ഛായ* എന്ന സിനിമാ പ്രസിദ്ധീകരണത്തിന്റെ ചീഫ് എഡിറ്ററായും ചെറിയൊരു കാലഘട്ടമാണ് മധു വയ്പന പ്രവർത്തിച്ചത്. ഒട്ടേറെ പ്രത്യേകതകളോടെയാണ് *ഛായ* പുറത്തിറങ്ങിയത്. ചിത്രങ്ങൾക്കും ഫീച്ചറുകൾക്കും പ്രാധാന്യം നല്കി പ്രസിദ്ധീകരിച്ച *ഛായ* മലയാളത്തിലെ മികച്ച ചലച്ചിത്ര പ്രസിദ്ധീകരണമായി വരുമ്പോഴേക്ക് അവിടെയും നേരിട്ടു അവിചാരിതമായ പ്രതിസന്ധികൾ.

1979 ലെ ഓണക്കാലം. സിനിമാ പ്രസിദ്ധീകരണങ്ങൾക്ക് അക്കാലത്ത് ഓണം വിശേഷാൽ പ്രതികൾ വിരളമായിരുന്നു. ഛായയ്ക്ക് ഒരു ഓണപ്പതിപ്പ് പ്രസിദ്ധീകരിക്കുവാൻ മധു വയ്പനയും ജോസഫും ചേർന്ന് തീരുമാനമെടുത്തു. സത്യജിത് റേ, മൃണാൾസെൻ, അടൂർ ഗോപാലകൃഷ്ണൻ, പത്മരാജൻ തുടങ്ങിയവരുടെ ലേഖനങ്ങൾ. ഒപ്പം ഫീച്ചറുകളും. വിശേഷാൽ പ്രതിയിലെ ശ്രദ്ധേയമായ ഫീച്ചർ ആയിരുന്നു. "ആദ്യ ചിത്രം–ആദ്യ കഥാപാത്രം" സോമൻ, അംബിക, ജലജ, ജഗതി ശ്രീകുമാർ, പറവൂർ ഭരതൻ, മീന, വേണുനാഗവള്ളി എന്നിവർക്കൊപ്പം *യാഗം ശേഷക്രിയ* എന്നീ ചിത്രങ്ങൾ പൂർത്തിയാക്കിയ തികച്ചും നവാഗതനായ എന്നെയും മധു വയ്പന അതിലുൾപ്പെടുത്തി.

എന്റെ ആദ്യചിത്രം... ആദ്യ കഥാപാത്രം...

ഛായ ഓണപ്പതിപ്പിനുവേണ്ടി എഴുതിയ ലേഖനം...

കുളിസീനിൽ കണ്ണന്റെ കുരുതി

ഒരു ചലച്ചിത്രനടനെ സംബന്ധിച്ചിടത്തോളം ഇതൊരപൂർവ്വ മുഹൂർത്തമാണ്. എന്റെ ആ ചിത്രങ്ങൾ *യാഗ*വും *ശേഷക്രിയ*യും നിങ്ങൾ കാണുവാൻ പോകുന്നതേയുള്ളൂ. എന്നാൽ സാങ്കേതികമായി പറഞ്ഞാൽ എന്റെ ആദ്യചിത്രം *യാഗ*മോ *ശേഷക്രിയ*യോ അല്ല. വമ്പിച്ച കൊമേഴ്സ്യൽ വിജയമായിരുന്ന ഒരു ചിത്രത്തിൽ വളരെപ്രധാനപ്പെട്ട വേഷത്തിൽ ഞാനഭിനയിച്ചിരുന്നു ഒൻപതു വർഷങ്ങൾക്ക് മുമ്പ് പുറത്തുവന്ന യശശ്ശരീരനായ കുഞ്ചാക്കോ സംവിധാനം ചെയ്ത *ഒതേനന്റെ മകൻ*! പക്ഷേ, ആദ്യ ചിത്രമായി അതിനെക്കാണുവാൻ ഞാൻ ഇഷ്ടപ്പെടുന്നില്ല. സിനിമയെ ഒരാവേശമായി താലോലിച്ചുകൊണ്ടുനടന്ന ഒരു കാലഘട്ടത്തിൽ നല്ല സിനിമ ഏതെന്ന് തിരിച്ചറിയാൻ കഴിയാതിരുന്ന പ്രായത്തിൽ കുഞ്ചാക്കോ ഒരു സിനിമയിൽ നല്ലൊരു വേഷം തന്നു എന്ന് കൃതജ്ഞതയോടെ ഓർക്കുവാൻ മാത്രമേ ആഗ്രഹിക്കുന്നുള്ളൂ.

കൊല്ലത്തുവെച്ച് നടന്ന ഒരു നാടകോത്സവത്തിൽ ഏറ്റവും നല്ല നടനുള്ള സമ്മാനം ലഭിച്ചതാണ് അന്ന് ഉദയാസ്റ്റുഡിയോയിൽ എന്നെ എത്തിച്ചത്. മേയ്ക്കപ്പ് ടെസ്റ്റ് കഴിഞ്ഞയുടൻ കണ്ണൻ എന്ന കഥാപാത്രത്തെ അദ്ദേഹം എന്നെ ഏല്പിക്കുകയായിരുന്നു. ഒരു സിനിമാ നടൻ ആകണമെന്ന് അന്നുവരെ സ്വപ്നത്തിൽപ്പോലും ആഗ്രഹിച്ചിരുന്നില്ല. എന്നിലെ നടനെ കണ്ടെത്തിയ ശാസ്താംകോട്ട ദേവസ്വംബോർഡ് കോളേജിലെ പ്രിയപ്പെട്ട അദ്ധ്യാപകരുടെയും അഭിനയ കലയുടെ ആദ്യപാഠങ്ങൾ അഭ്യസിപ്പിച്ച പ്രൊഫ. ജി ശങ്കരപ്പിള്ള സാറിന്റെയും സ്നേഹപൂർവ്വമായ നിർബ്ബന്ധമാണ് 'സിനിമാച്ചായം,' എന്റെ മുഖത്ത് ആദ്യമായണിയിച്ചത്.

ആദ്യ ഷോട്ട്. കഥാപാത്രത്തിന്റെ സ്വഭാവത്തെപ്പറ്റി ഒരു രൂപവുമില്ലാതിരുന്ന ഞാൻ മേയ്ക്കപ്പ് അണിഞ്ഞ് വടക്കൻപാട്ടിലെ രോമാഞ്ചമായ ഒതേനന്റെ മകന്റെ കളിത്തോഴനായ കണ്ണനായി ഉദയാസ്റ്റുഡിയോയിലെ കിഴക്കേ അറ്റത്തെ ഫ്ളോറിൽ ഏഴുമണിക്കെത്തി. ഒതേനനായി അതികായനായ സത്യൻ. മകനായി പ്രേംനസീർ. ഒതേനന്റെ ഭാര്യയായി രാഗിണി. തന്റെ അമ്മയായി കവിയൂർ പൊന്നമ്മ. അച്ഛനായി എസ് പി പിള്ള. എല്ലാവരും എന്നിൽ ആദരവിന്റെയും ആരാധനയുടെയും തിരി കൊളുത്തിയ പ്രശസ്തരായ കലാകാരന്മാർ. അവരോടൊപ്പം അഭിനയിക്കുവാൻ പോകുന്നുവെന്നറിഞ്ഞപ്പോൾ എന്റെ ചങ്കിടിച്ചുവെന്നതു സത്യം. പക്ഷേ, എന്റെ ആദ്യത്തെ ഷോട്ടിനായി മൂന്നു മണിക്കൂർ ഫ്ളോറിന്റെ പൂമുഖത്തെ കസേരയിൽ കാത്തിരിക്കേണ്ടിവന്നു. ബി എ ഫൈനൽ ഇയറിന് പഠിക്കുകയായിരുന്നു അന്ന്. പരീക്ഷയ്ക്ക് രണ്ടാഴ്ച മാത്രം. ആ ആധിയിൽ ഞാൻ മയങ്ങിപ്പോയി. പത്തുമണിയായിക്കാണും. അസോസിയേറ്റ് ഡയറക്ടർ സ്റ്റാൻലിജോസ് എന്നെ തട്ടിയുണർത്തി. ഷോട്ട് റെഡി.

കണ്ണൻ എന്ന ഞാൻ ക്യാമറയ്ക്കു മുൻപിലെത്തുന്നു. കളരിയിലെ പരദേവതയ്ക്കു മുൻപിൽ വാൾ ഉയർത്തിപ്പിടിച്ച് പ്രേംനസീർ എന്ന അമ്പു സത്യം ചെയ്യുകയാണ്. രാഗിണിയും കവിയൂർ പൊന്നമ്മയും എസ് പിയും കൈ തൊഴുതു പിടിച്ചു നില്ക്കുന്നു. ഞാനും കൈകൂപ്പി നില്ക്കണം. അത്രമാത്രം. ക്യാമറ ചലിച്ചു. ഞാൻ ആദ്യമായി അഭ്രപാളികൾക്കുള്ളിൽ.

പിന്നെ തകൃതിയായി ഷൂട്ടിങ് നടന്നു. ഒട്ടേറെ രംഗങ്ങളിൽ പങ്കെടുത്തു. പക്ഷേ, ചിത്രം പുറത്തുവന്നപ്പോൾ ഞാൻ കരഞ്ഞുപോയി. ഞാനുൾപ്പെടുന്ന രംഗങ്ങളിൽ പകുതിയിലധികം ചിത്രത്തിലില്ലായിരുന്നു. പില്ക്കാലത്ത് താരപദവിയിലേക്കുയർന്ന, അകാലത്തിൽ അന്തരിച്ചുപോയ ഒരു പുതുമുഖ ഗ്ലാമർ നടിയുടെ രണ്ട് ഡാൻസുകളും ഒരു കുളിസീനും പ്രേമരംഗങ്ങളും കുത്തിത്തിരുകുവാൻ എന്നെ കുരുതികൊടുക്കുയാണുണ്ടായതെന്ന് പിന്നീടറിയുവാൻ കഴിഞ്ഞു. അപ്പോൾ വേദന തോന്നിയില്ല. ഇതാണ് സിനിമയെന്ന് മനസ്സിലാക്കുവാൻ കഴിഞ്ഞതാണ് കാരണം. അതാണ് പറഞ്ഞത് *ഒതേനന്റെ മകൻ* എന്റെ ആദ്യത്തെ ചിത്രമായി കരുതാനാവില്ലെന്ന്.

നീണ്ട ഒൻപതുവർഷത്തിനുശേഷം ഒരു നടനായി ഞാൻ മലയാള സിനിമയിലേക്കു വരികയാണ്- *യാഗ*ത്തിലെ ശ്രീധരനെയും *ശേഷക്രിയ*യിലെ കുഞ്ഞയ്യപ്പനെയും അവതരിപ്പിച്ചുകൊണ്ട്. മലയാള സിനിമയിലെ എണ്ണപ്പെട്ട ചിത്രങ്ങൾ എന്ന നിലയിൽ ഇവ രണ്ടും ശ്രദ്ധിക്കപ്പെടും എന്നതുകൊണ്ട് ജോൺ സാമുവൽ എന്ന സിനിമാ നടന്റെ ജനനം നടക്കുന്നതും ഇവയിലൂടെയാവും. അതിനുള്ള ബഹുമതി രണ്ടേ രണ്ടു പേർക്കാണ്. *യാഗ*ത്തിന്റെ സംവിധായകനായ ശിവനും *ശേഷക്രിയ*യുടെ ശില്പിയായ രവി ആലുമ്മൂടിനും. ബഹുമതി എന്ന വാക്കുപയോഗിക്കുവാൻ പ്രത്യേക കാരണമുണ്ട്. കഴിവുള്ള ഓരോ നടനും പുതിയ അനുഭൂതിയും ചലനവും ഉണ്ടാക്കുന്നുവെന്ന് വിശ്വസിക്കുന്നവനാണ് ഞാൻ. അവനെ ശരിയായ രീതിയിൽ ഉപയോഗിക്കുന്നതിന്റെ ബഹുമതി തീർച്ചയായും സംവിധായകനു തന്നെ. അഹന്തയോടെയല്ല ആത്മവിശ്വാസത്തോടെ പറയട്ടെ ശ്രീധരനെയും കുഞ്ഞയ്യപ്പനെയും അംഗീകരിക്കാതിരിക്കുവാൻ നിങ്ങൾക്കു കഴിയില്ല.

ശ്രീധരൻ എന്ന *യാഗ*ത്തിലെ കരുത്തനായ വിപ്ലവകാരിയെ എന്നെ ഏല്പിക്കുവാൻ ധൈര്യം കാട്ടിയ ശിവൻ എന്ന സംവിധായകനോടും എന്നെ അതിനായി ചൂണ്ടിക്കാട്ടിയ ഒ എൻ വി സാറിനോടും (എം എ ക്ലാസിൽ എന്റെ അദ്ധ്യാപകനായിരുന്ന ഒ എൻ വി സാർ) ഉള്ള കടപ്പാട് നിസ്സീമമാണ്. സമകാലീന രാഷ്ട്രീയത്തിലെ ഉൾപ്പോരുകൾ തളർത്തി നാമാവശേഷമാക്കിയ കുഞ്ഞയ്യപ്പൻ എന്ന അസാധാരണ കഥാപാത്രത്തെ അവതരിപ്പിക്കുവാൻ എന്നെ തെരഞ്ഞെടുത്തത് എന്റെ പ്രിയ സുഹൃത്തുകൂടിയായ രവി ആലുമ്മൂടാണ്. ചിത്രത്തിന്റെ ഓരോ ഫ്രെയിമിലും നിറഞ്ഞു നില്ക്കുന്ന കുഞ്ഞയ്യപ്പൻ എന്നിലെ നടനൊരു വെല്ലുവിളിയായിരുന്നു. എം സുകുമാരന്റെ *ശേഷക്രിയ* എന്ന നോവൽ മലയാള നോവൽ സാഹി

ത്യത്തിൽ കോളിളക്കം സൃഷ്ടിച്ചുവെങ്കിൽ ഒരു ചലച്ചിത്ര സൃഷ്ടിയെന്ന നിലയിൽ *ശേഷക്രിയ* മലയാളസിനിമയുടെ അതിർവരമ്പുകൾ തകർക്കും. ഇവിടുത്തെ ബിംബങ്ങളെ തച്ചുടയ്ക്കാൻ പോന്ന കരുത്തുള്ളവനാണ് ഒരേ സമയം ദുഃഖവും ആത്മപീഡനവും അനുഭവിക്കേണ്ടിവന്ന കുഞ്ഞയ്യപ്പൻ എന്ന നായക കഥാപാത്രം. ഞാൻ തൃപ്തനാണ്.

അതുകൊണ്ടാണ് *യാഗവും, ശേഷക്രിയ*യുമാണ് എന്റെ ആദ്യ ചിത്രങ്ങളെന്ന് അടിവരയിട്ടു പറഞ്ഞത്. ചലച്ചിത്രാഭിനയം ഒരു തൊഴിലായി സ്വീകരിക്കുന്നതിനെപ്പറ്റി ഇനിയും ചിന്തിച്ചിട്ടില്ല. ആകാശവാണിയിലെ ജോലിയും സിനിമാഭിനയവും ഒന്നിച്ചുകൊണ്ടുപോകാനുള്ള ബുദ്ധിമുട്ടാണ് പ്രധാനകാരണം. എന്റെ സങ്കല്പങ്ങളെ തൃപ്തിപ്പെടുത്തുന്ന നല്ല സിനിമയിൽ നല്ല വേഷം കിട്ടിയാൽ വർഷത്തിൽ ഒന്നോ രണ്ടോ ചിത്രത്തിൽ അഭിനയിക്കണമെന്ന തീർത്തും നിസ്സാരമായ ആഗ്രഹമേയുള്ളൂ. *യാഗ*ത്തിന്റെയും *ശേഷക്രിയ*യുടെയും ഷൂട്ടിങ് നടക്കുമ്പോൾ മറ്റ് രണ്ട് ചിത്രങ്ങളിലഭിനയിക്കുവാനുള്ള ക്ഷണം വേണ്ടെന്നു വയ്ക്കേണ്ടിവന്നു. അതിലൊന്ന് പ്രശസ്തനായ ഒരു സംവിധായകന്റെ ചിത്രമായിരുന്നു. കടുത്ത മാനസിക സംഘർഷമനുഭവിച്ചുകൊണ്ട് വൈമനസ്യത്തോടെ അതുപേക്ഷിക്കേണ്ടിവന്നു. സാഹചര്യം അതായിരുന്നുവെന്നു മാത്രം. പറഞ്ഞു വന്നത് നല്ല ചിത്രങ്ങളിൽ പ്രധാനപ്പെട്ട വേഷത്തിൽ മാത്രം അഭിനയിക്കാനേ ആഗ്രഹമുള്ളൂ എന്നാണ്. അതിന് കരുത്തു നല്കേണ്ടത് സഹൃദയരായ പ്രേക്ഷകരും നിർമ്മാതാക്കളും സംവിധായകരുമാണ്. *യാഗ*വും *ശേഷക്രിയ*യും എന്റെ ആദ്യ ചിത്രങ്ങൾ - നിങ്ങളെ തൃപ്തിപ്പെടുത്തുമെന്ന് ആഹ്ലാദത്തോടെ വിശ്വസിക്കട്ടെ. ഈ ആഹ്ലാദത്തിനിടയിലും എന്റെ മനസ്സു വിങ്ങുകയാണ്. എന്റെ കലാവാസനകളെ കണക്കറ്റു പ്രോത്സാഹിപ്പിച്ച എന്റെ പ്രിയപ്പെട്ട അച്ഛന്റെ മരണം. മകന്റെ ആദ്യ ചിത്രങ്ങളിലൊന്നെങ്കിലും കാണാനാവാതെ അദ്ദേഹം എന്നെന്നേക്കുമായി വിടവാങ്ങി. തികച്ചും വ്യക്തിപരമാണെങ്കിലും ആ വേദന എന്നെ തളർത്തുന്നു.

(സെപ്തംബർ -1979)

28

മലയാള സാഹിത്യ നിരൂപണത്തിന് വേറിട്ടൊരു ഭാവുകത്വം നല്കി അനുഗ്രഹിച്ച നിരൂപകനാണ് ഡോ. വി രാജകൃഷ്ണൻ. പ്രൊഫ. എം തോമസ് മാത്യു, നരേന്ദ്രപ്രസാദ് എന്നിവർക്കൊപ്പം ഒരു സാഹിത്യരൂപമെന്ന നിലയിൽ നിരൂപണത്തെ കാണുവാനും തന്റേതായ കാഴ്ചപ്പാടുകൾ വെട്ടിത്തുറന്ന് അവതരിപ്പിക്കുവാനും അദ്ദേഹം മടിച്ചില്ല. വായിച്ചാൽ മനസ്സിലാകുന്നതാവണം എഴുത്ത് എന്ന കാര്യത്തിലും അദ്ദേഹത്തിന് നിർ ബ്ബ ന്ധമുണ്ടായിരുന്നു. അതിന്റെയർത്ഥം മനസ്സിലാവരുത് എന്ന ഉദ്ദേശ്യത്തോടെ മലയാളത്തിൽ ചിലർ എഴുതിക്കൊണ്ടിരുന്ന കാലഘട്ടത്തിലാണ് അദ്ദേഹവും എഴുതിയിരുന്നത് എന്നതുതന്നെ. കഥയും കവിതയും നോവലുമൊക്കെ അദ്ദേഹത്തിന്റെ നിരീക്ഷണ മേഖലയ്ക്കുള്ളിലെത്തി പുറത്തു കടക്കുമ്പോൾ വായനക്കാരനെ മൂല്യവത്തായ ചില ധാരണകളിലെത്തിക്കും. ഇന്നലെ കണ്ടതല്ലല്ലോ ഇന്ന് എന്ന തോന്നൽ. ഇന്നു കാണുന്നതാവില്ല നാളെയെന്ന ചിന്തയും ഉദിപ്പിക്കും. സാഹിത്യപ്രതികരണങ്ങളിൽ വേറിട്ടൊരു വഴി സ്വയം തെളിച്ചെടുത്തതു തന്നെയാണ് ഡോ. രാജകൃഷ്ണനെ വ്യത്യസ്തനാക്കുന്നതും.

തൊള്ളായിരത്തി എൺപതിനു മുൻപ് തിരുവനന്തപുരം നഗരത്തിലൂടെ ഒരവധൂതനെപ്പോലെ നടന്നുനീങ്ങുന്ന രാജകൃഷ്ണൻ സാറിനെ കണ്ടിട്ടുണ്ട്. പരിചയപ്പെട്ടിരുന്നില്ല. അന്യോന്യം അറിയാമായിരുന്നുവെന്നത് തീർച്ച. ഡി സി ബുക്സിനു വേണ്ടി എഡിറ്റു ചെയ്ത് 1976 ൽ പ്രസിദ്ധീകരിച്ച പതിനൊന്നുകഥകൾ എന്ന പുസ്തകത്തെ വിലയിരുത്തിക്കൊണ്ടുള്ള അദ്ദേഹത്തിന്റെ വായന *കലാകൗമുദി*യിൽ പ്രസിദ്ധീകരിച്ചിരുന്നു. മലയാളത്തിൽ അത്തരമൊരു പുസ്തകം അതാദ്യമായിരുന്നു.

ആ പരമ്പരയിൽ 1980 ൽ പ്രസിദ്ധീകരിച്ച സമാഹാരമായിരുന്നു അഞ്ചാം തലമുറക്കഥകൾ. മലയാള കഥയിൽ അക്കാലത്തെ പുതിയ തലമുറക്കാരായ വി പി ശിവകുമാർ, രഘുനാഥ് പലേരി, യു കെ കുമാരൻ, ജോൺ സാമുവൽ, പായിപ്ര രാധാകൃഷ്ണൻ, എം രാജീവ് കുമാർ, പ്രഭാശങ്കർ, ടി പി കിഷോർ, വി ബി ജ്യോതിരാജ്, കെ എം രാധ എന്നിവരുടെ കഥകൾ ഉൾപ്പെടുത്തിക്കൊ

ണ്ടുള്ള പുസ്തകത്തിന്റെ പഠനം വി രാജകൃഷ്ണനെക്കൊണ്ടാവാമെന്ന നിർദ്ദേശത്തിന് പ്രസാധകനായ ഡി സി കിഴക്കേമുറി സാറും സമ്മതം മൂളിയതോടെ ഡോ. രാജകൃഷ്ണനെ ഇൻസ്റ്റിട്യൂട്ട് ഓഫ് ഇംഗ്ലീഷിൽ പോയി കണ്ടു.

അതായിരുന്നു ആദ്യത്തെ കണ്ടുമുട്ടൽ. തികച്ചും ഔപചാരികം. ഇരുപത്തിയെട്ടു പേജുകളുള്ള മികവുറ്റ കഥാപഠനവുമായി അഞ്ചാംതലമുറ ക്കഥകൾ പുറത്തിറങ്ങി. പിന്നെ ഡോ. രാജകൃഷ്ണനെ കാണുന്നത് പൂനാ ഫിലിം ഇൻസ്റ്റിറ്റ്യൂട്ടിൽ വെച്ചാണ്. ദൂരദർശൻ പരിപാടികളുടെ നിർമ്മാണം സംബന്ധിച്ചുള്ള പരിശീലനത്തിനായി ഞങ്ങളുടെ സംഘം അവിടെയുള്ളപ്പോഴാണ് വർഷംതോറുമുള്ള ഫിലിം അപ്രീസിയേഷൻ കോഴ്സിനായി അദ്ദേഹം പൂനയിൽ എത്തുന്നത്. താമസസൗകര്യം ലഭിക്കാത്തതിനാൽ ഫിലിം ഇൻസ്റ്റിറ്റ്യൂട്ട് ഹോസ്റ്റലിലെ എന്റെ മുറിയിൽ അദ്ദേഹത്തെക്കൂടി താമസിപ്പിച്ചു. അക്കാലത്താണ് ഡോ. രാജകൃഷ്ണനുമായി കൂടുതൽ അടുക്കുന്നത്. ചലച്ചിത്രകാരൻ അരവിന്ദന്റെ വലിയൊരു ആരാധകനും അടുപ്പക്കാരനുമായ അദ്ദേഹം ഒരു സിനിമ സംവിധാനം ചെയ്യുന്നതിനുള്ള തയ്യാറെടുപ്പിലായിരുന്നു *ശ്രാദ്ധം.*

അഞ്ചാം തലമുറക്കഥകളുടെ പഠനത്തിൽ അദ്ദേഹത്തിന്റേത് ഒരു പ്രവാചകന്റെ സ്വരമായിരുന്നുവെന്ന് അത്ഭുതത്തോടെയാണ് ഇപ്പോൾ വായിക്കാനാവുക.

ഡോ. രാജകൃഷ്ണൻ അന്ന് ഇങ്ങനെ എഴുതി:

ഇവിടെ അണിനിരക്കുന്ന യുവകഥാകാരന്മാർ നാളെ എങ്ങനെ രൂപപ്പെടുമെന്ന വിചാരം നമ്മെ ശല്യം ചെയ്യേണ്ടതില്ല. അവരിൽ ചിലർ കഥയെഴുത്തു നിർത്തിയെന്നു വരാം. മറ്റു ചിലർ കാലം അവരിൽ അർപ്പിച്ചിരിക്കുന്ന പ്രതീക്ഷകൾക്കൊത്തു വളർന്നില്ലെന്നുവരാം. മറ്റു ചിലർ തങ്ങളുടെ സാഹിത്യ ജീവിതത്തിൽ ഇതുവരെ പ്രകടിപ്പിച്ചതിൽനിന്നും തീർത്തും വ്യത്യസ്തമായൊരു ഗതി കൈക്കൊണ്ടെന്നുവരാം. ഗുഹ്യരോഗവിദഗ്ദ്ധന്റെ തോളിൽ ഞാന്നുകിടക്കുന്ന ക്ണാപ്പിന്റെ അരുമത്തം തികഞ്ഞ ആകർഷണത്തെപ്പറ്റി വാചാലരാകുന്നവരും, മരണത്തിന്റെ പളുങ്കുസൂര്യന്മാർ ഉഴറി നടക്കുന്ന പൂജ്യം ഡിഗ്രി പ്രപഞ്ചത്തെപ്പറ്റി പ്രകമ്പിത സ്വരത്തിൽ സംസാരിക്കുന്നവരും ഒരുമിച്ചണിനിരക്കുന്ന ഈ സമാഹാരത്തിന് അങ്ങനെ ഒരു ചരിത്രപ്രാധാന്യം കൂടിയുണ്ട്.

പതിനൊന്നു കഥകളുടെ 'വായന'യിലും ഡോ. രാജകൃഷ്ണന്റെ തെളിമയാർന്ന വ്യത്യസ്ത സ്വരം കേട്ടു. സാഹിത്യവിദ്യാർത്ഥികൾക്ക് ഏറെ ഉപകരിക്കുന്ന ലേഖനമായിരുന്നു അന്ന് *കലാകൗമുദി*യിൽ അദ്ദേഹമെഴുതിയത്. നമ്മുടെ പ്രിയപ്പെട്ട കഥാകാരന്മാരുടെ രചനകളുടെ സത്യസന്ധമായ വിലയിരുത്തൽ. അത് സംശുദ്ധമായൊരു തുറന്നു പറച്ചിൽ കൂടിയായിരുന്നു:

"സാഹിത്യത്തിൽ സഹകരണ സംഘങ്ങളില്ല ഉള്ളത് വ്യക്തിപ്രതിഭകളാണ്."

യാഥാർത്ഥ്യത്തിൽനിന്ന് ലേബലിലേക്ക്

ഉള്ളടക്കത്തിലും രൂപബോധത്തിലും തികഞ്ഞ വൈവിദ്ധ്യം പുലർത്തുന്ന പതിനൊന്നു കഥകളാണ് ഡി സി ബുക്സിനു വേണ്ടി ശ്രീ. ജോൺ സാമുവൽ സമാഹരിച്ചിട്ടുള്ളത്. സനാതനമായ എന്തോ ആവർത്തനമായി മനുഷ്യാനുഭവത്തെ അറിയുന്ന ഒ വി വിജയനും, ഈ ലോകത്തിൽ രണ്ടുതരം ചോരയുള്ള മനുഷ്യരുണ്ടെന്നും അതിൽ തന്റെ വർഗ്ഗത്തിന്റെ ചോരയുള്ളവരെ കണ്ടെത്തുകയാണ് വിമോചനത്തിന്റെ ആദ്യത്തെ പടി എന്നും കരുതുന്ന എം സുകുമാരനും കാഥികരുടെ നിരയിൽ സ്ഥാനം പിടിച്ചിട്ടുണ്ട്. നഗരവാസിയുടെ പരിഷ്കൃതഹാസ്യം തൊട്ട് മതാനുഷ്ഠാനത്തിന്റെ സ്വഭാവമാർന്ന ഐതിഹ്യം വരെയുള്ള ആവിഷ്കരണ ശൈലികൾ ഇവിടെയുണ്ട്. ഈ വൈവിദ്ധ്യങ്ങൾക്കിടയിൽ വേരോടുന്ന പൊതു സങ്കല്പമേത് എന്നാണെങ്കിൽ അൻപതോളം പേജുവരുന്ന അവതാരികയിൽ കെ പി അപ്പൻ ഒറ്റവാക്കിൽ ഉത്തരം കണ്ടെത്തുന്നു. ആധുനികത, ഓർട്ടീഗ്യ്‌യീഗാസ്സെറ്റിന്റെ കൃതിയിൽനിന്നുള്ള കനം കുറഞ്ഞ മാറ്റൊലിയുമായി ആരംഭിക്കുന്ന ആ അവതാരിക അക്കമിട്ട് ലക്ഷണം പറഞ്ഞ് സാഹിത്യത്തിലെ ആധുനികതയെ നിർവ്വചിക്കുന്നു. ആധുനികത എന്ന ഒഴുക്കൻ ആശയത്തിനുപകരം ആധുനികതയുടെ അടയാളമായി അപ്പൻ വിവരിക്കുന്ന പ്രവണതയിൽ ചിലത് കഥകളുടെ തെരഞ്ഞെടുപ്പിനുള്ള മാനദണ്ഡമായി സ്വീകരിച്ചിരുന്നുവെങ്കിൽ ഈ സമാഹാരത്തിന് കുറേക്കൂടി ബന്ധദാർഢ്യം കിട്ടുമായിരുന്നു എന്നു തോന്നുകയാണ്. കാരണം, അടുത്തടുത്ത വർഷങ്ങളിൽ എഴുതപ്പെട്ട കഥകളെയോ കവിതകളെയോ ഒരു നിർദ്ദിഷ്ട ലക്ഷ്യത്തെ മുൻനിർത്തി സമാഹരിക്കുക എന്നത് ഒരർത്ഥത്തിൽ ഒരു കലയാണ്. നമ്മുടെ സാഹിത്യത്തിൽ ഇനിയും വികാസം കൊണ്ടിട്ടില്ലാത്ത ഒരു കല എന്നു കൂട്ടിച്ചേർക്കാം. അതിന് അതിന്റേതായ ലാവണ്യനിയമങ്ങളും ഒപ്പം വാണിജ്യതത്ത്വങ്ങളും പാലിക്കേണ്ടതായുണ്ട്. അവ്യക്തമായ സാമാന്യധാരണകൾ നിരൂപകനെയെന്നപോലെ സമാഹാരം തയ്യാറാക്കുന്ന ആളിനെയും എങ്ങും കൊണ്ടെത്തിക്കുന്നില്ല.

ഉദാഹരണത്തിന്, ഈ പുസ്തകത്തിൽ ഉൾപ്പെടുത്തിയിട്ടുള്ള ഒരെഴുത്തുകാരന്റെ സിദ്ധികൾ ശുദ്ധഹാസ്യത്തിന്റെ മേഖലയിലാണ് കുടികൊള്ളുന്നതെന്നത് തർക്കത്തിനു പഴുതില്ലാത്ത വസ്തുതയാണ്. വി കെ എന്നിന്റെ അരാജകവും ബഹുവർണ്ണവുമായ പ്രതിഭ ആ മേഖലയിൽ വരിച്ച നേട്ടങ്ങൾ നമ്മുടെ മുൻപിലുണ്ടുതാനും. എന്നാൽ അനുഭവത്തിന്റെ അതിഭൗതികമായ തലത്തെ സ്പർശിക്കാത്ത ഈ കാഥികനെ എങ്ങനെ ആധുനികനായി കണക്കാക്കാൻ കഴിയും? തീറ്റയുടെയും സംഭോഗത്തിന്റെയും വമ്പിച്ച വാഗ്ദാനങ്ങളുമായി വി കെ എന്നിന്റെ മുൻപിൽ പതഞ്ഞുപൊങ്ങുന്ന അനുഭവങ്ങളിൽ മനുഷ്യനും പ്രപഞ്ചവും തമ്മിലുള്ള പൊരു

ത്തക്കേടിന്റെ ഓർമ്മ തെല്ലിട പതിഞ്ഞാൽ മതി, ആ അനുഭവങ്ങളുടെ പതിഞ്ഞാൽ മതി, ആ അനുഭവങ്ങളുടെ വാർപ്പാകെ മാറും. അതാണെങ്കിൽ വി കെ എൻ വേറൊരു തരത്തിലുള്ള എഴുത്തുകാരനാകണമെന്ന് പറയുന്നതിന് ഒപ്പമായിരിക്കും. കൃത്രിമശൈലിയെ തന്റെ പരിഹാസകലയുടെ ഭാഗമായി പുനരാവിഷ്കരിക്കുന്ന സക്കറിയയേയും തരുണസങ്കല്പങ്ങളോടും കടുംനിറത്തിലുള്ള വാക്കുകളോടുമുള്ള കമ്പം വിട്ടകന്നിട്ടില്ലാത്ത പത്മരാജനെയും ഒരേ വിശേഷണംകൊണ്ട് തലോടുന്നത് മറ്റൊരു പാഴ്വേലയാകാം. ലേബലിന്റെ മാത്രം പ്രശ്നമല്ലിത്. സൂക്ഷ്മമായ സാഹിത്യ പ്രതികരണത്തിന്റെ സ്ഥാനത്ത് പൂർവ്വനിർമ്മിതമായ മൂല്യപ്രസ്താവനകളെവച്ചുമാറ്റുന്ന ഒരു ഭാവുകത്വമാണ് കെ പി അപ്പന്റെ അവതാരികയിൽ തുടരെ പ്രതിക്കൂട്ടിൽ നില്ക്കുന്നത്. വിമർശനത്തിലെ പഴയതലമുറ മോപ്പസാങ്ങിന്റെയും ചെക്കോവിന്റെയും ചേർക്കാൻ പാടില്ലാത്ത പേരുകൾ ചേർത്ത് ആണയിട്ടുകൊണ്ട് ഇവിടെ ഒരു സാഹിത്യ യുദ്ധത്തിനായി മുറവിളി കൂട്ടുകയുണ്ടായി. അവരുടെ സ്വരത്തിൽ അടങ്ങിയിരുന്ന അതേ കപടവാചാലത ഇന്ന് പുതിയ രൂപത്തിൽ കടന്നുവരുന്നതു കാണുമ്പോൾ ഒരിക്കൽക്കൂടി ആവർത്തിക്കാൻ തോന്നുകയാണ് സാഹിത്യത്തിൽ സഹകരണസംഘങ്ങളിലും ഉള്ളതു വ്യക്തിപ്രതിഭകളാണ്.

ജോൺ സാമുവൽ സമാഹരിച്ചിട്ടുള്ള കഥകളുടെ പ്രാതിനിദ്ധ്യസ്വഭാവത്തെപ്പറ്റിയും അഭിപ്രായവ്യത്യാസങ്ങളുണ്ടാകാം. ഇക്കാര്യത്തിൽ ഏറ്റവുമധികം പരാതിക്കവകാശമുള്ളത് എം പി നാരായണപിള്ളയ്ക്കായിരിക്കും. നാരായണപിള്ളയുടെ കഥയുടെ തെരഞ്ഞെടുപ്പിൽ ഓർമ്മിക്കേണ്ടിയിരുന്ന വസ്തുത അദ്ദേഹം ഏകാഗ്രമായ ഭാവബദ്ധതയാൽ നിയമിക്കപ്പെട്ട കലാകാരനാണ് എന്നതാണ്. ആ ഭാവബദ്ധത അതിന്റെ പൂർണ്ണമായ കരുത്തോടെ പ്രത്യക്ഷപ്പെടാത്ത ഏതു രചനയും അദ്ദേഹത്തിന്റെ പ്രതിഭയുടെ തനിമയെ വെളിപ്പെടുത്താനിടയില്ല. ബാഹ്യയാഥാർത്ഥ്യത്തിന്റെ ഭീഷണസ്വഭാവം എം പി നാരായണപിള്ളയെ എക്കാലവും അസ്വസ്ഥനാക്കിയിട്ടുണ്ട്. ആ ഭീഷണിയിൽനിന്നും ഉടലെടുത്ത ഹത്യാഭയമാണ് അദ്ദേഹത്തിന്റെ സൃഷ്ടികൾക്കു രഹസ്യാത്മകമായ ആഴം നല്കുന്നത്. ഈ ഹത്യാഭയത്തിന്റെ നന്നേ നേരിയ സാക്ഷാൽക്കാരമാണ് പുസ്തകത്തിൽ ചേർത്തിട്ടുള്ള 'ശിവരാമൻ' എന്ന കഥയിൽ കാണാൻ കഴിയുക. ലളിതമായ സംഭവവിവരണംപോലെ നീങ്ങുന്ന ഈ കഥയിൽ നാരായണപിള്ള ചുറ്റുപാടുകളുടെ ഭീഷണിയെ ഊറിയ നർമ്മത്തോടെ അവതരിപ്പിച്ച് പിൻവാങ്ങുകയാണ്. എം മുകുന്ദന്റെ അനുഗൃഹീതമായ ശില്പബോധത്തിന്റെ ദൃഷ്ടാന്തമെന്നു പറഞ്ഞുകൂടാ "ചങ്ങാതികൾ" എന്ന കഥ. അമ്പരപ്പ്, ഒറ്റപ്പെടൽ എന്നീ തീവ്രാവസ്ഥകളുടെ ചിത്രീകരണത്തിനാണ് മുകുന്ദൻ സാധാരണയായി ഭ്രമാത്മകകല്പനയുടെ സമ്പ്രദായം ഉപയോഗപ്പെടുത്താറുള്ളത്. "ചങ്ങാതി"കളിൽ ഭ്രമാത്മകകല്പനയുടെ ഉപയോഗത്തിലും അന്തരീക്ഷനിർമ്മാണത്തിലും ആകെക്കൂടി കാണുന്ന ലാഘവത്തെ വ്യതിയാനമായെടുത്താൽക്കൂടി ഈ കഥയുടെ കലാപരമായ സാഫല്യത്തെപ്പറ്റി സംശയമുള്ളവരുണ്ടാകും. അതേസമയം പത്മ

രാജനെപ്പോലൊരു കാഥികന് ഈ പുസ്തകത്തിലെ തെരഞ്ഞെടുപ്പിനെപ്പറ്റി വേണ്ടതിലധികം സംതൃപ്തിക്കു വകയുണ്ട്. കനംതൂങ്ങുന്ന വിശദാംശങ്ങളെ മന്ദഗതിയിൽ ശേഖരിച്ച് വാർദ്ധക്യത്തിന്റെയും ജീർണ്ണതയുടെയും ബിംബങ്ങളെ ശക്തിയായി ഉണർത്തുന്ന സായാഹ്നസവാരി പത്മരാജന്റെ പതനത്തിനു മുൻപുള്ള നിർമ്മാണഘട്ടത്തെ മനസ്സിൽ കൊണ്ടുവരുന്നു.

ഈ സമാഹാരത്തിൽ എല്ലാ അർത്ഥത്തിലും ഒറ്റപ്പെട്ടു നില്ക്കുന്ന കഥ, എന്റെ അഭിപ്രായത്തിൽ ഇതിലെ ഏറ്റവും മികച്ച കഥയും എം സുകുമാരന്റേതാണ്. സുകുമാരൻ കഴിഞ്ഞ ഏതാനും കൊല്ലങ്ങളായി സൃഷ്ടിച്ചുവരുന്ന കഥാചക്രത്തിലെ കണ്ണിയാണ് 'ഭരണകൂടം'. കഥാചക്രത്തിലെ മറ്റു കഥകൾക്കുള്ള പ്രമേയപരവും ഘടനാപരവുമായ പ്രത്യേകതകൾ ഭരണകൂടത്തിലും കാണാം. രക്തരൂക്ഷിത സമരത്തിന്റെ സന്ദേശം, വ്യക്തികൾ എന്നതിലുമുപരി സാമ്പത്തികവർഗ്ഗത്തിന്റെ പ്രതിനിധികളായ കഥാപാത്രങ്ങൾ, നാടോടിക്കഥയുടെ കല്പന, നേർത്ത പ്രകൃതി പശ്ചാത്തലം, യാത്രയുടെയും തിരച്ചിലിന്റെയും രൂപകങ്ങൾ, കവിതയുടെ ധ്വനികലർന്ന സരളമായ ആഖ്യാനരീതി. പക്ഷേ, ഇക്കുറി സുകുമാരൻ പറയുന്നത് ചിട്ടയൊപ്പിച്ചാടുന്ന വർഗ്ഗസമരത്തിന്റെ കഥയല്ല. ആ സമരത്തിൽ പ്രതിക്കൂട്ടിൽ നില്ക്കുന്ന സമ്പന്ന വർഗ്ഗത്തിനുള്ളിലെ വൈരുദ്ധ്യങ്ങളുടെ ഫലമായുണ്ടായി സഹതാപസാന്ദ്രമായ വ്യക്തിദുരന്തമാണ് 'ഭരണകൂട'ത്തിലെ വിഷയം. പീഡനത്തിന്റെ രക്തസാക്ഷികളോ, ചുവന്ന ഉദയത്തെ ലക്ഷ്യമാക്കി നീങ്ങുന്ന ഭീകരപ്രവർത്തകരോ ആണ് സാധാരണയായ സുകുമാരന്റെ കഥകളിലെ നായകന്മാർ. ഭരണകൂടത്തിൽ വേരുകളില്ലാത്ത പുതിയ ദുഃഖങ്ങൾ തേടിപ്പോയ ലോലഹൃദയനായൊരു യുവാവിന്റെ കാഴ്ചപ്പാടിൽനിന്നുകൊണ്ട് അദ്ദേഹം മാറ്റത്തിന്റെയും വിപ്ലവത്തിന്റെയും പ്രശ്നത്തെ കാണാൻ ശ്രമിക്കുന്നു. തന്റെ ആർദ്രമായ മനസ്സും ലളിതജീവിതത്തോടുള്ള പ്രതിപത്തിയും വരാനിരിക്കുന്ന പൊട്ടിത്തെറിയുടെ നിനവുകളും ചേർന്ന് ശശാങ്കനെ കൊട്ടാരത്തിനുള്ളിൽ അപരിചിതനാക്കി മാറ്റി. കാട്ടിലെ യാത്രയ്ക്കിടയിൽ കണ്ടുമുട്ടിയ ഗോകുലന് തന്റെ കൈവശമുള്ള തോക്കുകൊടുത്ത് അയാൾ ഓടക്കുഴൽ പകരം വാങ്ങി. ഒടുവിൽ ഗോകുലന്റെ നേതൃത്വത്തിൽ ഗ്രാമീണർ കൊട്ടാരത്തിനുള്ളിലേക്കു തള്ളിക്കയറിയപ്പോൾ ശശാങ്കൻ തന്റെ രക്ഷയുടെ പ്രതീകമായ തോക്കുകൾ അവർക്കെറിഞ്ഞുകൊടുത്തിട്ടു സിരകൾ പൊട്ടിച്ചിതറുന്ന വേഗത്തിൽ ഓടക്കുഴൽ വായിക്കാൻ തുടങ്ങി. കാഥികന്റെ കൂറ് അവരോടൊപ്പമാണെന്നത് സ്പഷ്ടം. അദ്ദേഹം സംഘടിച്ചു മുന്നേറുന്ന ജനശക്തിയുടെ ഭാഗത്താണ്. "അച്ഛാ, നമുക്കു കൊട്ടാരം വേണ്ടാ" എന്ന ശശാങ്കന്റെ വാക്കുകളിലെ പാരത്രികതയുടെ സന്ദേശം സിദ്ധാർത്ഥരാജകുമാരന്റെ ഓർമ്മയുണർത്തുന്നു. കൊട്ടാരത്തിനുള്ളിൽ തോക്കുകൾ ഗർജ്ജിക്കുമ്പോൾ ഒറ്റയ്ക്കിരുന്നു വീണവായിക്കുന്ന അയാളെ നീറോ ചക്രവർത്തിയുടെ വേറൊരു പതിപ്പായി കാണാം. അങ്ങനെ ദാർശനികമായ അർത്ഥത്തിൽ ഒരു പരിത്യാഗിയും വിപ്ലവകാരിയുടെ കാഴ്ചപ്പാടിൽനിന്നു കാണുമ്പോൾ ആത്മനാശത്തിന്റെ മാർഗ്ഗം അറിഞ്ഞുകൊണ്ടു സ്വീകരിച്ച അന്തർമ്മുഖനായ ഭരണാധിപതി

യുമായ ഈ കഥാപാത്രത്തെ മിഴിവോടെ അവതരിപ്പിക്കാൻ കഴിഞ്ഞതാണ് സുകുമാരന്റെ വിജയം. ചരിത്രത്തിന്റെ ലളിതമായ വരകൾക്കൊപ്പം ഏതു താല്പര്യസംഘട്ടനത്തിലും അടങ്ങിയിട്ടുള്ള മാനുഷികമായ സന്ദേഹങ്ങളെയും ദ്വന്ദ്വഭാവങ്ങളെയും ഉൾക്കൊള്ളാൻ പോന്ന സങ്കീർണ്ണമായ മൂല്യസങ്കല്പമാണ് സുകുമാരനുള്ളതെന്നു ഭരണകൂടം തെളിയിക്കുന്നു.

വിജയന്റെ രവിയെ മാടിവിളിച്ച പ്രലോഭനങ്ങൾ പലതായിരുന്നു. അന്തർമ്മുഖമായ നിരാസം, ശാലീന സ്നേഹം, പൗരസ്ത്യമായ ആത്മീയത, ഹാസ്യത്തിലേക്കു തെന്നിവീണ ഇടതുപക്ഷ രാഷ്ട്രീയം. ഇതിൽ ആത്മീയതയുടെ ആകർഷണം വിജയനിൽ ശക്തിപ്പെട്ടുവരുന്നതിനു തെളിവാണ് അടുത്തകാലത്ത് അദ്ദേഹമെഴുതിയ 'അമ്മയും മകളും', 'ഉപനിഷത്ത്' എന്നീ കഥകൾ. ഖസാക്കിന്റെ ഇതിഹാസത്തിലും പാറകളിലും കൈക്കൊണ്ട അതേ കാവ്യതരളമായ വിവരണരീതിയാണ് ഉപനിഷത്തിൽ വിജയൻ പിന്തുടരുന്നത്. ഖസാക്കിന്റെ ഇതിഹാസവുമായി ബന്ധപ്പെട്ടു നില്ക്കുന്ന പല പദശില്പങ്ങളും ഈ കഥയിൽ കാണാം: വെളുത്ത കോടമഞ്ഞ്, കാരുണ്യം നിറഞ്ഞ മന്ദാരത്തിന്റെ കൊമ്പ്, ഗർഭത്തിന്റെ സമാധി, താഴ്‌വരയിലെ കാറ്റ്, അസ്തമയത്തിന്റെ ഇളം ചൂട്, അനന്തമായ യാത്ര, ധന്യമായ ദുഃഖം. അച്ഛനും മകനും തമ്മിലുള്ള ബന്ധം നോവലിൽ പരിചയിച്ച ആ ശോകമാധുര്യം കലർന്ന ഗൃഹാതുരത്വത്തോടെ ഇവിടെ പുനഃസൃഷ്ടിക്കപ്പെട്ടിരിക്കുന്നു. മിഥിന്റെ നിശ്ചലതടത്തിൽ കാലത്തെ ഉറകൂട്ടി നിർത്തുന്ന വിദ്യ ഉപനിഷത്തിന് ഒരു ഭാവഗീതത്തിന്റെ സാന്ദ്രസൗന്ദര്യം നല്കുന്നു. തന്റെ ഭാവനയെ എന്നും അലട്ടിപ്പോന്ന രണ്ടു സമസ്യകളെയാണ് വിജയൻ ഈ ചെറുകഥയിൽ ഉദാത്തീകരിച്ചിട്ടുള്ളത് – ലൈംഗികതയും മരണവും. ലൈംഗികത ഇവിടെ അതിന്റെ ബോദ്‌ലേറിയൻ ജീർണ്ണത വെടിഞ്ഞ് ആത്മീയസാഫല്യത്തിന്റെ അർത്ഥപൂർണ്ണമായ ഉപാധിയായി മാറുന്നു. മരണം അസംബന്ധമായ ചേഷ്ട എന്ന നില വിട്ട് ആയിത്തീരലിന്റെ നീണ്ട പ്രക്രിയയിലെ ഒരു ബിന്ദുവായി കരുതപ്പെട്ടിരിക്കുന്നു. എന്നാൽ 'ഉപനിഷത്തിൽ' മരണത്തെയും ലൈംഗികതയെയും സംബന്ധിച്ച വിജയന്റെ ചോദ്യങ്ങളുടെ പരിഹാരം അടങ്ങിയിരിക്കുന്നു എന്നനുമാനിക്കുന്നതു തെറ്റാവാം. കാരണം, ഈ എഴുത്തുകാരനെ സംബന്ധിച്ചിടത്തോളം തീർപ്പ് എന്നൊന്നില്ല. അറിയാം, അറിഞ്ഞുകൂടാ എന്ന പൊരുളിന്റെ മുൻപിലുള്ള പകച്ചുനില്പാണ് വിജയന്റെ ദർശനം. അനുഭവത്തിന്റെ പ്രഹേളികാസ്വഭാവം നഷ്ടപ്പെട്ടാൽ വിജയൻ ഏതുമട്ടിലെഴുതും അല്ലെങ്കിൽ എഴുത്തു തുടരും എന്നു പറയാനാവില്ല.

സേതുവിന്റെ 'വിജയദശമി'യും കാക്കനാടന്റെ 'ബാബേലും' പരിശോധിച്ചാൽ സവിശേഷമായ ചില സമാനതകൾ കാണാൻ കഴിയും അന്തരീക്ഷ സൃഷ്ടിയുടെ വിജയങ്ങളാണ് ഈ രണ്ട് കഥകളും. പാത്രാവതരണം, സംഭാഷണം തുടങ്ങിയ അംശങ്ങൾക്ക് ഈ കഥകളിൽ ഏറ്റവും കുറഞ്ഞ പ്രാധാന്യമേയുള്ളൂ. ആകാംക്ഷയും ഭീതിയും കലർന്ന അതിമാനുഷികമായ അന്തരീക്ഷഘടകം പകർന്നുതരുന്ന വിചിത്രമായ അനുഭൂതിയാണ് ഇവിടത്തെ ഏറ്റവും വലിയ സാഫല്യം. 'വിജയദശമി'യേയും 'ബാബേ

ലി'നെയും 'റിചൽ ഫേബിൾ' എന്ന വിഭാഗത്തിൽപ്പെടുത്താം. പഴയ ബൈബിൾകഥയ്ക്ക് വർത്തമാന രാഷ്ട്രീയപരിതഃസ്ഥിതിയുടെ ഛായ നല്കി അവതരിപ്പിക്കുന്ന കാക്കനാടനും വീരകേരളത്തിന്റെ മാന്ത്രികമായ ഓർമ്മയെ തൊട്ടുവിളിക്കുന്ന സേതുവും ഒന്നുപോലെ ആശ്രയിക്കുന്നത് മതാചാരത്തിന്റെ സങ്കേതത്തെയാണ്. ഈ മതാചാരത്തിന്റെ അടിസ്ഥാനം ഹിംസാനുഭവമാണെന്നു കാണാൻ പ്രയാസമില്ല. സേതുവിന്റെ കഥയ്ക്ക് പശ്ചാത്തലമായി നില്ക്കുന്നത് ഹിംസയും സംസ്കാരവും തമ്മിലുള്ള വടംവലിയാണ്. സംസ്കാരം കല്പിച്ച നിയന്ത്രണങ്ങളും വിലക്കുകളും ബലഹീനമാകവെ, മനുഷ്യനിൽ അമർത്തിവച്ചിരുന്ന ഹിംസവികാരം കിരാതമായ സൗന്ദര്യത്തോടെ പുറത്തു ചാടുന്നതിന്റെ കഥയാണ് 'വിജയദശമി'. കാക്കനാടന്റെ 'ബാബേലി'ലെ നിർണ്ണായക നിമിഷം സംഘം ചേർന്നുള്ള കൂത്തിന്റെ ചിത്രീകരണമാണ്. ആ കൂത്ത് അവസാനിക്കുന്നത് തകർച്ചയുടെ കിടുക്കുന്ന മുഴക്കത്തോടുകൂടിയും ബാബേലിന്റെ ഗതി ഒരു തിരിച്ചുപോക്കിനെക്കുറിക്കുന്നു. പുരോഗതിയെന്ന മിഥ്യയിൽനിന്ന് ആദിഭയത്തിലേക്കുള്ള മടക്കം. യുക്തിയുടെ നിറം മങ്ങിയ വെളിച്ചത്തിൽനിന്ന് വിശ്വാസത്തിലേക്കുള്ള മടക്കം. പഴയ ഉല്പത്തി പുസ്തകത്തിലെ ഭീതിസ്വരൂപനായ ദൈവത്തിന്റെ ചിത്രവും ഇടക്കാലത്തു കാക്കനാടനെ സ്വാധീനിച്ച ശക്തിപൂജയും ഈ മനോഭാവത്തിനു പിന്നിൽ മറഞ്ഞിരിക്കുന്നുണ്ട്. ആഭിചാരത്തിൽ മന്ത്രത്തിനുള്ള ഉപയോഗമാണ് 'വിജയദശമി'യിലും 'ബാബേലി'ലും വാക്കുകൾക്കു കൈവരുന്നത്. നമ്മുടെ അടിമനസ്സിലുള്ള പൗരാണിക ചിത്രങ്ങളെയും വർഗ്ഗസ്മൃതികളെയും തരളിതമാക്കുന്ന ഒരു ധ്വനനമണ്ഡലം സൃഷ്ടിക്കുകയാണ് ഇവിടെ ഭാഷ ചെയ്യുന്നത്. പദങ്ങളുടെ സംഗീതാത്മകത, വേഗം, താളക്രമം എന്നീ ഘടകങ്ങളെ സമർത്ഥമായി ഉപയോഗപ്പെടുത്തിയതിന്റെ ഫലമാണ് ഈ നേട്ടം. കാക്കനാടന് പലപ്പോഴും ആപത്തായി മാറാറുള്ള വാചാലത ഈ സന്ദർഭത്തിൽ അനുഗ്രഹമായിത്തീരുന്നു. ഏതോ സംഘാലാപത്തിന്റെ താഴ്ചയുയർച്ചകൾക്കൊപ്പം അർദ്ധ വിസ്മൃതിയിൽ അടിവച്ചു നീങ്ങുന്ന ശബ്ദങ്ങൾ സൃഷ്ടിക്കുന്ന മോഹനമായ അയഥാർത്ഥത, 'ബാബേലി'ന്റെ സംവേദന തീവ്രതയിലേക്കു വിരൽ ചൂണ്ടുന്നു.

(ആഗസ്ത് 1976)

www.ingramcontent.com/pod-product-compliance
Lightning Source LLC
Chambersburg PA
CBHW020200090426
42734CB00008B/884
9789387842601